ऐतिहासिक शोधनिबंध

प्राचीन ते अर्वाचीन काळ, स्थळ आणि व्यक्ती विचारांचा वेध

डॉ. आर. एच. कांबळे

डायमंड पब्लिकेशन्स

ऐतिहासिक शोधनिबंध
डॉ. आर. एच. कांबळे

Aitihasik Shodhnibhandha
Dr. R. H. Kamble

पहिली आवृत्ती : डिसेंबर, २०१८

ISBN 978-93-86401-59-5

मुखपृष्ठ
शाम भालेकर

अक्षरजुळणी
'अक्षरवेल', सी १८, प्लॉट नं. ५७२, दत्तवाडी, पुणे-३०

प्रकाशक
डायमंड पब्लिकेशन्स
२६४/३ शनिवार पेठ, ३०२ अनुग्रह अपार्टमेंट
ओंकारेश्वर मंदिराजवळ, पुणे-४११ ०३०
☎ ०२०-२४४५२३८७, २४४६६६४२
info@diamondbookspune.com

प्रमुख वितरक
डायमंड बुक डेपो
६६१ नारायण पेठ, अप्पा बळवंत चौक
पुणे-४११ ०३० ☎ ०२०-२४४८०६७७

इतिहास संशोधक व
इतिहासाचे भाष्यकार
प्राचार्य सदाशिव आठवले
यांच्या स्मृतीस...

प्रस्तावना

'डॉ. आर. एच. कांबळे यांच्या ऐतिहासिक शोधनिबंध' या ग्रंथास प्रस्तावना लिहिताना मला मनापासून आनंद होत आहे. याचे कारण असे की, ते माझे पीएच. डीचे विद्यार्थी असून त्या पदवीनंतरही त्यांनी त्यांचे लेखन-संशोधन थांबविलेले नाही. कोकणच्या इतिहासाच्या संदर्भात छोटे-छोटे विषय घेऊन ते सतत काही ना काही लेखन-संशोधन करीत असतात.

डायमंड प्रकाशन संस्थेनेच यापूर्वी त्यांचा पीएच.डीचा प्रबंध 'मराठ्यांच्या इतिहासातील चिमाजी आप्पांचे योगदान' आणि 'स्वातंत्र्यवीर सावरकरांचे रत्नागिरीतील सामाजिक कार्य' हे दोन ग्रंथ प्रकाशित केले आहेत. त्या दोनही ग्रंथांचा इतिहासाच्या अभ्यास जगतात चांगलाच बोलबाला झाला. 'चिमाजी आप्पा'ला कोकण इतिहास परिषदेचा उत्कृष्ट ग्रंथलेखनाचा प्रथम पुरस्कार (२०१७) मिळाला; तर त्याच वर्षी ग्रंथोत्तेजक संस्था, पुणे यांनीही ल. ना जोशी पुरस्कार देऊन त्या लेखनाचा गौरव केला. त्यांच्या सावरकरांवरील ग्रंथातील संदर्भ मोठे-मोठे लेखक त्यांच्या त्यांच्या लेखनात देत आहेत, असेही दिसून येत आहे. प्रस्तुतचा लेख संग्रह जरा वेगळा आहे. यात प्रा. डॉ. आर. एच. कांबळे यांनी महाराष्ट्रभर फिरून वेळोवेळी निरनिराळ्या परिषदा, चर्चासत्रांत वाचलेले शोधनिबंध आहेत. क्वचित दिवाळी अंक वा मोहरम विशेषांकात लिहिलेले लेखही आहेत. इतिहासातील संशोधनात्मक लेखन प्रसिद्ध करण्यासाठी सुप्रसिद्ध असलेली दोन त्रैमासिके - 'इतिहास आणि संस्कृति' तसेच 'संशोधक' (धुळे) यांसाठी लिहिलेले लेखही या ठिकाणी एकत्रित केले आहेत.

या संग्रहात डॉ. कांबळे यांनी पहिलाच लेख कौटिल्याच्या इतिहास विषयक विचारावर लिहिला आहे तर शेवटचा लेख सुप्रसिद्ध पत्रकार गोविंद तळवलकर यांच्यावर लिहून त्यांच्याच लेखनाधारे तेकेवळ पत्रकारच नव्हेत तर एक इतिहास संशोधक किंवा इतिहासकार होते हे फार चांगल्या रीतीने दाखवून दिले आहे. वस्तुत: हा लेख काही शोधनिबंध म्हणता येणार नाही. परंतु, ज्या काही मोठ्या माणसांनी अक्षरश: डोंगराएवढी कामे करून ठेवली आहेत त्यांच्या कार्याची किमान ओळख नव्या पिढीला व्हावी यासाठी

प्रा. कांबळे असे प्रासंगिक लेखन करीत असतात. गोविंद तळवलकरांचे आधुनिक भारतावर केलेले सर्व लेखन पाहता एखाद्या तरुण संशोधकाने त्यांच्या इतिहासलेखनावरच पीएच. डीचा अभ्यास केल्यास तेही एक मोठेच काम होईल.

या संग्रहात जे लेख प्रा. डॉ. कांबळे यांनी एकत्र केले आहेत त्यामध्ये छत्रपती शिवाजी महाराज, पेशवे बाजीराव, त्यांचे धाकटे बंधू चिमाजी आप्पा, कान्होजी आंग्रे, नारो आप्पाजी तुळशीबागवाले, दारा शुकोह, इत्यादी मध्ययुगातील व्यक्ती आहेत. आधुनिक काळाचा विचार केल्यास यात न्या. रानडे, लोकमान्य टिळक, सुधारक आगरकर, ज्ञानकोशकार केतकर, इत्यादी लोकोत्तर पुरुष येतात. त्यातही या आधुनिक काळातील मंडळींवर लिहिताना प्रा. कांबळे त्यांच्या विज्ञानविषयक विचारावर अथवा त्यांच्या एखाद्या विशिष्ट पैलूवर लिहितात हे या संग्रहाचे वैशिष्ट्य आहे.

डॉ. कांबळे गेली सुमारे साडेतीन दशके रत्नागिरीत राहत आहेत व म्हणूनच कोकणच्या इतिहासाकडे ते साहजिकच ओढले जातात. त्यातूनच कोकणच्या संदर्भातील कोकण गांधींचे कार्य, विजयदुर्गचा इतिहास, कोकणातील इतिहास संशोधक, सावरकर आणि रत्नागिरी, वि. का. राजवाड्यांचे स्मरण, डॉ. आंबेडकरांच्या संदर्भातील आकाशवाणीवर प्रा. कांबळे यांनी दिलेली तीन वेगवेगळी भाषणे त्यांच्या वेगळेपणाची पुन्हा एकदा साक्ष पटवतात. कोकणातील वृत्तपत्रांचा इतिहास, कोकणातील ग्रंथालय चळवळीचा इतिहास, कोकणातील शेतकरी आंदोलनाचा इतिहास असे वेगवेगळे विषय शोधनिबंधात निवडताना दिसतात.

कोकणातील महत्त्वाच्या ऐतिहासिक घटना, इतिहासकार सदाशिव आठवले, मराठेकालीन व्यापार-उद्योग व दळणवळण, मराठेकालीन दुष्काळ, इत्यादी लेख वाचल्यावर लक्षात येते ते असे की, हा शोधनिबंध संग्रह म्हणजे प्राचीन ते अर्वाचीन कोकणसंबंधीचा एक संदर्भ ग्रंथच होय! या संग्रहातील प्रत्येक लेखाच्या शेवटी सविस्तर टिपा जोडल्या असल्यामुळे ग्रंथाचे संदर्भमूल्यही अधिक वाढले आहे. मराठी वैचारिक साहित्यात डॉ. कांबळे यांच्या ऐतिहासिक शोधनिबंध संग्रहा'मुळे चांगलीच भर पडली आहे. प्रा. डॉ. कांबळे यांनी केलेले हे संशोधकीय काम आणि प्रकाशक श्री. दत्तात्रेय पाष्टे यांनी त्याला दिलेले ग्रंथरूप यामुळे हे दोघेही अभिनंदनास पात्र ठरतात. मी दोघांचेही मनःपूर्वक अभिनंदन करतो आणि त्या दोघांच्याही या क्षेत्रातील भावी वाटचालीस सुयश चिंतितो!

डॉ. चंद्रकांत अभंग
निवृत्त प्राध्यापक
पुणे.

मनोगत

कारणपरत्वे लिहिले गेलेले लेख संशोधन निबंध एकत्र करून संग्रह रूपाने वाचकांना सदर करणे हा प्रकार मराठीमध्ये आता नवीन राहिला नाही. इतिहासापुरते बोलायचे झाल्यास डॉ. य. दि. फडके यांचे 'शोध बाळ-गोपाळांचा', 'व्यक्ती आणि विचार', डॉ. अशोक मोडक यांचे '१८५७ची विविध मत-मतांतरे', डॉ. अशोक चौसाळकरांचे 'प्राचीन भारतीय राजकीय विचार', कै. नरहर कुरुंदकरांचे 'आकलन', 'मागोवा', 'शिवरात्र' तर म. श्री. माटे यांचे 'अतीताची लेणी', 'निधिवास ते देवगिरी', डॉ. अ. रा. कुलकर्णी यांचे 'मध्ययुगीन महाराष्ट्र', 'मराठे व महाराष्ट्र' अशा काही लेखसंग्रहांची चटकन आठवण होते. पत्रकारांच्या संदर्भात कै. माधव गडकरी, कै. गोविंद तळवलकर ते कुमार केतकर आणि सध्याचे मराठीतील आघाडीचे संपादक गिरीश कुबेर या सर्वांच्याच लेखसंग्रहांची उदाहरणे देता येतील.

प्रस्तुत लेखसंग्रह हा असाच वेळोवेळी २००१ ते २०१७ या काळात लिहिलेल्या लेखांचा संग्रह असून वाचकांना तो सादर करताना साहजिकच आनंद होत आहे. हा संग्रह म्हणजे प्रस्तुत लेखकाने महाराष्ट्र इतिहास परिषद, महाराष्ट्रातील काही महाविद्यालयांनी भरवलेल्या इतिहास परिषदा किंवा चर्चासत्रे यांमध्ये वाचलेले 'पेपर्स' आहेत. त्याचप्रमाणे या लेखसंग्रहातील तीन लेख म्हणजे मी आकाशवाणी रत्नागिरी केंद्रावर डॉ. बाबासाहेब आंबेडकरांच्या संदर्भात दिलेली भाषणे आहेत. तर एक लेख म्हणजे २०१७ मध्ये वैभववाडी येथे झालेल्या कोकण इतिहास परिषदेत मध्ययुगीन सत्राचा अध्यक्ष म्हणून त्या काळाविषयी मांडलेले विचार आहेत.

त्या-त्या लेखासाठी वापरलेल्या संदर्भांची सविस्त यादी त्या-त्या लेखानंतर दिली आहे व तळटीपांचा वापर केला आहे. काही ठिकाणी स्पष्टीकरण देण्यासाठी तळटीपा वापरल्या आहेत; मात्र काही ठिकाणी फक्त संदर्भ ग्रंथांची यादी दिली आहे; कारण संबंधित संपादकांची तशी मागणी होती. संदर्भ देण्यामागे स्वत:ची विद्वत्ता सिद्ध करण्याचा हेतू नसून काही वाचकांना एखादा लेख वाचून अधिक खोलात शिरून जिज्ञासापूर्ती करून घ्यायची असल्यास त्यांची सोय व्हावी एवढाच प्रामाणिक हेतू असल्याचे येथे

नमूद करावेसे वाटते. या संग्रहात सदाशिव आठवले यांच्यावर दोन स्वतंत्र लेख आहेत. एकात आठवल्यांच्या सर्वच इतिहास लेखनाचा आढावा घेण्याचा प्रयत्न केला आहे, तर दुसऱ्या लेखात साधारण १९८२ ते २००० या निवृत्तीच्या काळात त्यांनी पुण्याच्या भारत इतिहास संशोधक मंडळात बसून तिथल्याच कागदपत्रांच्या आधारे जे साधनग्रंथ तयार केले त्या संदर्भात आहेत. आठवल्यांचे ते काम खूप मोठे आहे. वाचकांना ते माहिती व्हावे म्हणून त्या लेखांचा अंतर्भाव संग्रहात केला आहे.

कोकणातील वृत्तपत्र चळवळ, रत्नागिरी जिल्ह्यातील वृत्तपत्रांचा इतिहास, वृत्तपत्रांच्या इतिहासातील सिंधुदुर्ग जिल्ह्याचे योगदान हे तीन लेख म्हणजे मी मुंबई विद्यापीठाला सादर केलेल्या लघुशोध प्रकल्पांची लघुरूपे आहेत. रत्नागिरी सिंधुदुर्ग जिल्ह्यातील ग्रंथालय चळवळीचा इतिहास हे लेख म्हणजे देखील मी मुंबई विद्यापीठास सादर केलेल्या प्रकल्पाचा थोडक्यात घेतलेला आढावा असे म्हटले तरी चालेल.

हे शोधनिबंध २००१ पासूनचे आहेत. त्यातील पहिला शोधनिबंध मी त्या वर्षी आचार्य मराठे महाविद्यालय चेंबूर येथे 'न्यायमूर्ती महादेव गोविंद रानडे - समन्वयवादी समाजसुधारक' या नावाने वाचला होता. ज्या सत्रात तो वाचला त्याचे अध्यक्ष प्रसिद्ध पत्रकार कुमार केतकर होते. त्यांनी माझा पेपर आवडल्याचे सांगून माझ्या निबंधाची प्रत माझ्याकडून मागून घेतली. तेव्हापासून मला आपणही शोधनिबंध लिहू शकतो असा आत्मविश्वास निर्माण होऊन पुढे मी माझे शोधनिबंध महाराष्ट्रातल्या अनेक महाविद्यालयामध्ये वाचले. त्याचेच दृश्य फळ म्हणजे प्रस्तुतचा निबंध संग्रह होय. हे लेख वेगवेगळ्या अनुषंगाने लिहिले गेले असल्यामुळे काही ठिकाणी पुनरुक्ती झालेली आढळेल.

प्रस्तुत संग्रहात घेतलेले लेख अथवा ऐतिहासिक निबंध मी जसे वाचले या क्रमाने न घेता ऐतिहासिक कालक्रमानुसार घेतले आहेत.

ऋणनिर्देश

प्रस्तुतचा संग्रह प्रकाशित करावा असे वाटू लागल्यानंतर ठिकठिकाणचे लेख एकत्र करून त्याची फाईल तयार करून डायमंड प्रकाशनचे सर्वेसर्वा श्री. दत्तात्रेय पाष्टे यांना दिली. त्यानंतर एका भेटीत आपण पुस्तक प्रकाशित करू असे म्हटले आणि आज हे इतके सुबक पुस्तक वाचकांच्या हाती येत आहे. श्री. पाष्टे यांनी यापूर्वी माझी दोन पुस्तके - 'स्वा. सावरकरांचे रत्नागिरीतील सामाजिक कार्य' आणि 'मराठ्यांच्या इतिहासातील चिमाजी आप्पांचे योगदान' प्रकाशित केली आहेत. त्या दोनही पुस्तकांना वाचकांचा चांगलाच प्रतिसाद लाभला. चिमाजी आप्पांवरील पुस्तकाला तर 'कोकण इतिहास परिषद' आणि 'ग्रंथोत्तेजक संस्था, पुणे' यांनी पारितोषिक देऊन गौरव देखील केला. त्या दोन पुस्तकांसाठी जशी मेहनत घेऊन अर्थपूर्ण जवाबदारी घेतली तशी याही पुस्तकाच्या बाबतीत घेऊन माझे हे हस्तलिखित पुस्तक रूपाने प्रकाशित केले त्यासाठी श्री. दत्तात्रेय पाष्टे यांचे तसेच डायमंडच्या सर्व सदस्यांचे मी मन:पूर्वक आभार मानतो.

हस्तलिखिताचे रुपांतर मुद्रित पुस्तकात झाले त्याची एकूण तीन प्रुफे प्रकाशन संस्थेने तयार केली. या तीनही प्रुफांचे अतिशय बारकाईने वाचन करून त्यात त्या त्या ठिकाणी योग्य बदल करण्याचे किचकट आणि अवघड काम माझे विद्यार्थी मित्र आणि सहकारी प्रा. पंकज घाटे यांनी अतिशय आनंदाने पार पाडले. (माझ्या पूर्वीच्या दोनही पुस्तकांचे मुद्रितशोधन त्यांनीच केले होते.) त्याबद्दल त्यांना धन्यवाद देणे मी माझे कर्तव्य समजतो.

या लेखसंग्रहातील माझे पीएच. डीचे मार्गदर्शक डॉ. चंद्रकांत अभंग यांनी स्वत:ची प्रकृती ठीक नसतानाही या लेखसंग्रहाला अगदी मनापासून प्रस्तावना लिहून या संग्रहाचे मूल्य वाढविले आहे. डॉ. अभंग यांनी आतापर्यंत एम. फिल आणि पीएच. डी. च्या अनेक विद्यार्थ्यांना मार्गदर्शन करून त्या दोनही पदव्या मिळवून दिल्या आहेत. अफाट वाचन, इतिहासातील अनेक बारकावे; अनेक परिषदांचे विभागीय अध्यक्षपद किंवा अध्यक्षपद, विद्यापीठ स्तरावर अनेक व्याख्याने, अनेक शोधनिबंध नावावर असूनही वागण्या बोलण्यातील नम्रता आणि सौजन्य कमालीचे! अशा अभ्यासूची प्रस्तावना या

लेखसंग्रहाला हवीच अशी माझी मनोमन इच्छा होती. ती त्यांच्याकडे मी एकदा सहज व्यक्त केली होती आणि त्यांनीही ती अतिशय सहज स्वीकारली व प्रस्तावना लिहून दिली. त्यांच्या प्रस्तावनेमुळे संग्रहाचे मोल निश्चितच वाढले आहे यात शंका नाही. यासाठी डॉ. अभंग यांचे केवळ शाब्दिक आभार मानून मोकळे होण्यात काय हशील? त्यापेक्षा त्यांच्या कायम ऋणात राहणे जास्त योग्य वाटते.

हे सर्व लेख मी लिहित असताना, त्याअगोदर त्या लेखांसाठी संदर्भ जमवत असताना, एकेका लेखासाठी एकेक-दोन दोन महिने जात असत. क्वचित एखाद्या लेखासाठी सहा-सहा महिन्यांचा काळही जात असे. त्या काळात अर्थातच 'घर' या संस्थेकडे माझे दुर्लक्ष होत असे. अशावेळी 'आमचे घर', तसेच स्वत:ची नोकरी व त्यातील व्यापताप हे सर्व सांभाळण्याची जवाबदारी माझी पत्नी सौ. ज्योत्स्ना हिच्या एकटीवरच पडत असे. पण त्याबद्दल तिची काहीही तक्रार नसे. त्यामुळे मी आत्तापर्यंत आठ पुस्तके, नऊ संशोधन प्रकल्प आणि वृत्तपत्रीय लेखन असे काही थोडेफार काम करू शकलो. त्यामुळे यानिमित्ताने तिला मनापासून धन्यवाद देणे हे मी माझे कर्तव्यच समजतो.

याशिवाय इतरही अनेक स्नेह्यांचे अनेक प्रकारचे साहाय्य हे पुस्तक साकारण्यासाठी झाले आहे. त्या सर्वांचे मन:पूर्वक आभार!

अनुक्रम

१.

कौटिल्य आणि त्याचा इतिहासविषयक विचार

प्राचीन भारतीय विचारवंतांना अनेक प्रकारची जिज्ञासा असलेली दिसते व ती पूर्ण करण्याकरिताच त्यांनी ऐहिक जीवनाला आवश्यक असलेल्या अनेक शास्त्र व कलांचा अभ्यास केला. राज्यशास्त्र, स्थापत्य, वैद्यक, लग्नसंस्था[१] आणि कामशास्त्राचाही[२] विचार केलेला दिसतो.

काहींनी कथा, नाटक इत्यादीसारखे साहित्य प्रकार हाताळले तर कुणी काव्यातही रंगले. इतर कुणी भाटांनी आपल्या धन्याची स्तुतीयुक्त चरित्रेही लिहून काढली.[३] तथापि पश्चिमी देशात ज्याप्रमाणे शास्त्रशुद्ध इतिहास लेखन होत होते किंवा इतिहासविषयक विचार मांडले जात होते त्याप्रमाणे भारतात मात्र या विषयाकडे फारसे कुणी पाहिल्याचे आढळत नाही. एकोणिसाव्या शतकाच्या उत्तरार्धापर्यंत खऱ्या इतिहासलेखनाचे किंवा इतिहासविषयक विचारांचे दर्शन होत नाही. अकराव्या शतकात भारतात प्रवास करून गेलेल्या अल-बीरुनी या चौकस अरबी प्रवाशाने भारतीयांना इतिहास लेखनाची आस्था नव्हती.[४] असे उद्‌गार काढले आहेत. आधुनिक अर्थाने शास्त्रशुद्ध इतिहास विषयक विचार अथवा इतिहासलेखन प्राचीन भारतात आढळत नाही हे खरेच!

भारतातील प्राचीन वाङ्‌मयात इतिहासाला ऋग्वेदादि वेदांच्या बरोबरीने स्थान दिले आहे. छांदोग्यपनिषदात नारदाने आपण अभ्यासिलेल्या विषयांची यादी दिली आहे. यात इतिहास पुराणाला पाचवा वेद किंबहुना वेदांचा वेद असे म्हटले आहे.[५] अनेक ठिकाणी इतिहास पुराणातच जमा केलेला आढळतो. शतपथ ब्राह्मणात 'इतिहास पुराण' असा जोड शब्द वापरलेला दिसतो.[६]

जगातील आद्य भाषाशास्त्रज्ञ यास्काचार्य यांनी आपल्या निरुक्तात वैदिक ऋचांचा अर्थ लावणाऱ्या ऐतिहासिकाच्या मतांचा उल्लेख अनेक ठिकाणी केलेला आहे.[७] महाभारत इतिहास कथनाचा दावा करीत असल्याचे दिसते. महाभारतात काव्य आहे, नाटक आहे, कथा आहे, कादंबरी आहे. त्यात तत्त्वविचार आहे; समाजविचार आहे; राजकारण आहे;

मानसशास्त्र आहे. त्या अस्ताव्यस्त पसरलेल्या महाभारतात थोडा का होईना इतिहास निश्चित आहे याबद्दल फार शंका राहू नये अशा प्रकारचे लेखन आता मराठीतही प्रकाशित झाले आहे.[८] 'रामायण' ही एक माणसांची कथा आहे. त्यातही थोडा फार इतिहास आहेच. तो कसा याचाही उलगडा आता काही विद्वानांनी करून तो सगळा भाग मराठीत प्रकाशित केलेला आहे.[९] तथापि, या दोन्ही ग्रंथांना 'इतिहास ग्रंथ' ही संज्ञा देणे अवघडच वाटते.

प्राचीन काळी राजदरबारी प्रत्येक राजाच्या कारकिर्दीतील प्रमुख घटनांचे वर्णन लिहून ठेवण्याची पद्धत होती. भुवनेश्वर जवळच्या हाथी गुंफा लेण्यात खारबेल (इ.स. पूर्व पहिले शतक) राजाच्या कारकिर्दीतील काही घटनांचे वर्णन कोरलेले आहे. चोल नृपती राजा व त्याचा वंशज विक्रमचोल देव यांच्या कोरीव लेखांवर तत्कालीन घटनांची नोंद आहे. मध्ययुगात बाणभट्टाने हर्षचरित, संध्याकार नंदीने 'रामचरित', मेरुतुंगाने 'प्रबंधचिंतामणी' हे ग्रंथ लिहिले. हे ग्रंथ म्हणजे आश्रितांनी गायिलेले यजमानांचे स्तुतीपाठच. त्यांचा उद्देश नि:पक्षपातीपणे इतिहास लिहिण्याचा नसून आपल्या चरित्र नायकाचे गुणगान करण्याचा होता. शिवाय ते ग्रंथ काव्यात्मक असून त्यामध्ये कालनिर्देश नाही आणि अनेक ठिकाणी काल्पनिक दैवी घटनांचे वर्णन आहे.

आपल्या आश्रयदात्या राजांची स्तुतीस्तोत्रे ऐतिहासिक काव्याच्या रूपाने गाण्याच्या परंपरा पुढे इस्लामी आक्रमणानंतरही चालू राहिली.[१०] बाराव्या शतकातील काश्मिरमधील कवी व पंडित कल्हण याने 'राजतरंगिणी' नावाचा ग्रंथ लिहून इतिहास सांगण्याचा प्रयत्न केला. यात त्याने सुब्रत, क्षेमेंद्र इत्यादी पूर्वी होऊन गेलेल्या अकरा इतिहासकारांच्या ग्रंथांचा उल्लेख केला आहे आणि अनेक प्रशस्त्या, दानपत्रे, कोरीव लेख, हस्तलिखित ग्रंथ, नाणी वगैरेंचा अभ्यास करून प्रस्तुत ग्रंथ लिहिल्याचे सांगितलेले आहे. थोडक्यात त्याने माहिती गोळा करून तिची सत्यासत्यता पडताळून नंतर आपल्या ग्रंथाची रचना केली. इतिहासकारांच्या अंगी नि:पक्षपातीपणा हा गुण आवश्यक आहे. याचीही कल्हणाला जाणीव होती, म्हणून तो एके ठिकाणी म्हणतो, 'श्लाघ्य: स एव गुणवानूरागद्वेषबहिष्कृता। भूतार्थकथने यस्य स्थेयस्थेव सरस्वती॥' 'ज्याची वाणी प्रेम व द्वेष यापासून मुक्त असून सत्यार्थ कथनात अत्यंत निश्चल असते, तोच गुणी (इतिहासकार) प्रशंसार्ह होय.' यावरून कल्हणाच्या ग्रंथात इतिहासलेखनाची लक्षणे अधिक दिसतात. मुसलमानी जगताशी संबंध आल्याने हा बदल घडून आला असावा.

'ना मूलं लिख्यते किंचित' या त्याच्या उक्तीवरून ऐतिहासिक पुराव्याशिवाय लिहू नका. हा महत्त्वाचा विचार त्याने मांडला. काश्मिरच्या इतिहासातील बऱ्यावाईट गोष्टीही निर्भयपणे तो मांडतो तरीही त्याच्या ग्रंथावरून असे दिसते की, तो आध्यात्मिक व अधिदैविक विचारांच्या प्रभावाखाली आलेला होता, तो दैववादी होता. शिवाय तो

स्वत:ला प्रथम कवी व नंतर इतिहासकार समजत होता. दंतकथांवर त्याचा विश्वास होता आणि इतरांचाही असावा असे त्याला वाटत होते व जे तसा विश्वास ठेवणार नाहीत त्यांना तो दोषही द्यायला तयार दिसतो.[११]

याचा अर्थ इतिहासाची व्याख्या कुठे आढळत नाही. इतिहासाच्या अभ्यासाच्या स्वरूपाची कल्पना नीटशी कुणालाच आलेली दिसत नाही. इतिहास लिहायचा म्हणून बैठक मारून बसलेल्यांना इतिहासाची व्याप्ती किंवा मर्यादा समजलेली होती आणि इतिहासाचा अर्थ उलगडला होता असे दिसत नाही. इतिहास न लिहिणाऱ्या एका प्राचीन भारतीय विद्वानाला तो अर्थ बराचसा उलगडला होता तो विद्वान म्हणजे अर्थशास्त्राचा कर्ता कौटिल्य ऊर्फ चाणक्य ऊर्फ विष्णुगुप्त.[१२]

इतिहास ही एक स्वतंत्र ज्ञानशाखा आहे असे कौटिल्य मानताना दिसतो. इतिहास हा एक वेद आहे असे म्हणताना आढळतो.[१३] तसेच तो इतिहासाची व्याख्या करतानाही दिसतो. त्याची व्याख्या अशी 'पुराणम् इतिवृत्तम् आख्यायिकोदाहरणमं धर्मशास्त्रं च इति इतिहास:'[१४] कदाचित कुणाला ही व्याख्या विचित्र वाटेल. पुराणे, आख्यायिका आणि उदाहरणे यांचा उपयोग इतिहासात कसा करायचा? एवढेच नव्हे तर धर्मशास्त्र आणि अर्थशास्त्र पण इतिहासात धरायचे ते कसे? असाही प्रश्न पडेल आणि तो स्वाभाविक म्हणावा लागेल. तथापि, येथे हे लक्षात घ्यावे लागेल की, 'पुराणे, आख्यायिका वगैरे अभ्यासकाची साधने म्हणून उल्लेखिलेली असावीत तर धर्मशास्त्र आणि अर्थशास्त्र इतिहासाच्या अभ्यासकाची दिशा, इतिहासाकडे पाहण्याचा नैतिक आणि व्यावहारिक दृष्टिकोन दर्शवित असावेत.'

कौटिल्य असेही म्हणतो, 'इतिहास पुराणाभ्याम् बोधयेदर्थशास्त्रविद्।[१५] इतिहास पुराणावरून अर्थशास्त्र शिकवायचे आहे म्हणजे इतिहास, पुराण आणि अर्थशास्त्र हे तीन वेगळे विषय आहेत. राजाने आत्मसात करावयाचे आहे ते अर्थशास्त्रच; पण ते इतिहास आणि पुराण यांच्या शिकवणीवर उभारलेले असावे.' कौटिल्य इतिहासाचे नियमित दैनंदिन अध्ययन महत्त्वाचे व आवश्यक मानतो. राजपुत्राने दिवसाचा काही भाग इतिहास श्रवणासाठी राखून ठेवावयाचा आहे असेही सांगताना तो आढळतो.[१६]

इतिहासाविषयी पाश्चात्त्यांची वेगवेगळी मते

तथापि, इतिहास अभ्यासाच्या प्रांतात कौटिल्याची खरी कामगिरी निराळीच आहे. ती अतिशय मौलिक स्वरूपाची आहे. ती म्हणजे ऐतिहासिक स्थित्यंतराची त्याची मीमांसा. मानवी इतिहासात जे अनेक क्रांतिकारक बदल होत जातात त्याची कारण मीमांसा देण्याचा इतिहासवेत्त्यांचा आणि समाजशास्त्रज्ञांचा सतत प्रयत्न सुरू आहे. हेरोडोटस, हेगेल वगैरे या संदर्भातील प्रमुख नावे. तथापि, हेगेल सारखा विचारवंतसुद्धा ईश्वरी योजनेत गुरफटलेला दिसतो.[१७] ज्यांना ईश्वर मान्य नव्हता त्यांना निसर्ग, भूगोल इत्यादी मुळे इतिहास घडतो

असे वाटत होते.[१८]

जगामध्ये हजारो वर्षांचा जो इतिहास घडला तो वर्गकलहाच्या एका तत्त्वावरच घडला असे कार्ल मार्क्सला वाटते व त्याने तशी मीमांसा त्याच्या लेखनात केली.[१९] कुणाला इतिहास घडवण्यात एखादा लोकोत्तर पुरुषच तेवढा महत्त्वाचा वाटतो. अशा पद्धतीची मांडणी करणाऱ्यांमध्ये सिडनी हूकच्या लेखनाची नोंद घ्यावी लागते.[२०] महापुरुष इतिहास घडवितात हे मत काही अंशी बरोबर म्हणता येईल. पण पूर्णांशाने नाही कारण इतिहास अनेक कारणांनी घडत असतो. त्याला महापुरुष हे एकमेव कारण नाही हे जेवढे खरे तेवढेच महापुरुष हेही एक कारण होऊ शकते हेही खरे!

ऐतिहासिक स्थित्यंतरे अमुक एका नियमाप्रमाणे, अमुक एका योजनेत घडतात असे मांडणे अशक्य आणि असत्यही आहे. सुप्रसिद्ध इतिहासकारक एच.ए.एल. फिशर याने असे म्हटले आहे की, आपल्याला काही इतिहासात पुढे काही संगती दिसलेली नाही. माणसाने कमावलेल्या लहानमोठ्या गोष्टी या अनेक निरनिराळ्या कारणांचा एकत्रित परिणाम असतो. ती सगळी आपल्याला दिसतील किंवा समजतील असेही नाही.[२१] इतिहासातील दैवी इच्छेत बसविण्याचे किंवा वंशशास्त्राच्या, भूगोलाच्या साच्यात घालण्याचे अनेक प्रयोग झाल्यानंतर फिशरसारख्या विद्वानांनी घेतलेली भूमिका प्रामाणिक आणि वास्तववादी आहे. कौटिल्याचे इतिहासविषयक विचार लक्षात घेण्याचे कारण म्हणजे नेमकी हीच भूमिका त्याने आपल्या अर्थशास्त्र या ग्रंथात घेतली आहे.

चाणक्य हा शास्त्रशुद्ध भूमिकेवरून व्यवहारी चिकित्सा करणारा विद्वान. रणभूमीवर जय किंवा पराजय होतो त्यांच्या पाठीमागची कारण मीमांसा काय? चाणक्य प्रथम पूर्वसुरींची मते सांगतो, कुणी म्हणतात, योध्याचे सामर्थ्य हाच निर्णायक भाग आहे (शक्ती). दुसरे म्हणतात, नाही. त्या विशिष्ट वेळेला महत्त्व आहे (काळ). तिसरे म्हणतात, तसे नाही, प्रादेशिक परिस्थिती घडवील ते खरे (देश). या सगळ्या एकांगी गोष्टीशी कौटिल्य सहमत नाही. तो म्हणतो; तसे नाही. व्यक्ती, काळ आणि देश यांचा एकमेकांवर परिणाम होत असतो.[२२]

इतिहास अनेक कारणांनी घडतो. त्यातही काही माणसाच्या हातातली असतात, काही नसतात, हे अगदी साधे, सरळ पण सत्य विवेचन आहे. कौटिल्य दैवावर हवाला टाकून स्वस्थ बसत नाही आणि कार्लाईलप्रमाणे पराक्रमी माणूस चमत्कार करून इतिहास घडवितो असेही मानत नाही. इतिहास घडतो तो अनेक कारणांनी. माणूस इतिहास घडवू शकतो; पण काही गोष्टी त्याच्या शक्तीपलीकडच्या आणि दृष्टीपलीकडच्या आहेत. तेव्हा ऐतिहासिक स्थित्यंतरामागे अमुकच कारणे असतात किंवा अमुक कारणे दिसली की अमुक परिणाम दिसलाच पाहिजे, असा साचेबद्ध विचार करता कामा नये. हा मौलिक विचार कौटिल्याचा.

प्राचीन भारताने एकही चांगला इतिहासकार दिला नाही. परंतु इतिहासावर आजच्या पाश्चात्य विद्वानांच्या तोडीचे भाष्य करणारा किंबहुना तसेच्या तसे भाष्य करणारा एक विचारवंत अनेक शतकांपूर्वीच दिला हे मात्र खरेच!

संदर्भ व टिपा

१. राजवाडे, वि.का. : *विवाह संस्थेचा इतिहास,* समग्र साहित्य, खंड ७, ८ (सं.) शहा, मु.ब.धुळे, १९९८, पृ. ४८४-५७०

२. राजवाडे, शंकर रामचंद्र ऊर्फ अहिताग्नी राजवाडे : *कामशास्त्र* - हा ग्रंथ खूपच दुर्मिळ आहे. तथापि, त्या ग्रंथाची ओळख करून घ्यावयाची असल्यास पहा - सहस्रबुद्धे, अविनाश. दुर्मिळ अक्षरधन, पुणे १९९३, पृ. २३९-२५९

३. देशपांडे (डॉ.) सुरेश, रघुनाथ : मराठेशाहीचे आधुनिक भाष्यकार, (दु.आ.), पुणे २००६, पृ. ६

४. पठाण, यु.म. (अनुवाद) *अलबीरुनीचा भारत,* साहित्य अकादमी, दिल्ली, १९८६, पुनर्मुद्रण २००६

५. चित्राव, सिद्धेश्वरशास्त्री : *छांदोग्य उपनिषद,* पुणे, १९८१, ७-१, २.

६. शतपथ ब्रह्मण, १३-४-१२-१३

७. देशपांडे (डॉ.) सु.र. : उपरोक्त, पृ. ६

८. आठवले सदाशिव : *महाभारत - ऐका भाऊबंदांनो तुमची कहाणी,* पुणे १९९८, पृ. १-३१

९. आठवले सदाशिव : *रामायण - एक माणसाची कथा,* पुणे १९९७ पृ. १-१७

१०अ. पारधी मा.कृ. (अनु.) *मध्ययुगीन भारताचा बृहत् इतिहास, खंड १,* पुणे २००४, पृ. ३१-८३

१०ब. देशपांडे व. तु. कित्ता, खंड २, पुणे २००४, पृ. ३१-८३ वरील दोन्ही खंडाचे मूळ लेखक जे एल. मेहता आहेत.

११. कल्हण-*राजतरंगिणी,* ७-११३७

१२. जोशी, (पं.) महादेवशास्त्री : *भारतीय संस्कृती कोश, खंड ३,* पुणे १९६५, पृ. ३६२-६४

१३. हिवरगांवकर, ब.रा. : *कौटिल्यीय अर्थशास्त्र* (समग्र मराठी भाषांतर) पुणे १९८१, पृ. १३५

१४. कित्ता, पृ. १३६

१५. कित्ता, पृ. ३५७

१६. कित्ता, पृ. १३६

१७. आठवले सदाशिव : *इतिहासाचे तत्त्वज्ञान,* वाई, १९६७, पृ. ६७-६८

१८. कित्ता, पृ. ७६-८०, ८४-८५

१९. कित्ता, पृ. १०९-१११ इ.

२०. Hook Sydeny : Hero in History, New York, 1963.

२१. Fisher H.A.L. : A History of Europe, Vol. I, London, 1960, Preface.

२२. हिवरगांवकर, उपरोक्त, पृ. ४४१

पूर्वप्रसिद्धी : *बृहन्महाराष्ट्र प्राच्यविद्या परिषद, आठवे अधिवेशन, रत्नागिरी डिसेंबर २००९ मध्ये वाचलेला निबंध.*

२.

ज्ञानसाधनेत गुंतलेला राजपुत्र

शहाजहान हा सतराव्या शतकातील एक मोठा बादशहा. या बादशहाला एकूण चौदा अपत्ये झाली. त्यांपैकी औरंगजेब हा एक. तो थोडाफार इतिहास वाचणाऱ्यांना आणि न वाचणाऱ्यांनाही माहिती असतो. अर्थात, बऱ्याच जणांना तो जो काही माहिती असतो तोही इतिहासापेक्षा दंतकथांमधूनच!

शहाजहानच्या आणखी एका मुलाची माहिती परंतु, अगदीच बी.ए., एम.ए. ला इतिहास विषय घेणाऱ्यांनासुद्धा असतेच असे नाही आणि बरोबरही आहे; कारण आम्ही इतिहास शिकतो तोच मुळी सत्तेवर आलेल्यांचा! जो कधी सत्तेवर आलाच नाही त्याची माहिती कशी होणार? पण ते जाऊ द्या. दाराशुकोह हा शहाजहानचा चौदा पुत्रांपैकी एक पुत्र. त्याचा जन्म १६१५मध्ये झाला आणि मृत्यू १६५९मध्ये; म्हणजे अवघे ४४ वर्षांचे आयुष्य त्याला लाभले. या ४४ वर्षांमध्ये त्याने काय केले? मध्ययुगातल्या राजपुत्रांना जे काही करावे लागत होते ते सर्व त्याने केले. दरबारामध्ये मानाची पदे भूषविली, चढती अधिकारपदे मिळविली, काबूल-कंदाहारकडे मोहिमा काढल्या. शहाजहान आजारी पडल्यावर औरंगजेबाने जे डावपेच रचले त्याविरुद्ध त्याने दोन हातही केले. औरंगजेबाबरोबर लढता लढता शेवटी त्याचाही मृत्यू झाला. परिणामी भारताच्या इतिहासात दिल्लीच्या गादीवर जेव्हा दाराशुकोह बसावयास हवा होता तेव्हा तेथे औरंगजेब जाऊन बसला. तरीही इतिहासाच्या अभ्यासकाला दाराशुकोह आठवतो तो का? तर मध्ययुगीन भारताच्या इतिहासात जी गोष्ट जवळजवळ अशक्य होती किंबहुना त्याकडे कोणी फारसे लक्ष देत नव्हते अशा एका गोष्टीत ज्ञानसाधनेत हा राजपुत्र ४४ वर्षांपैकी सुमारे २५ वर्षे गुंतून पडला होता व त्या ज्ञानसाधनेतून त्याने भरीव अशी कामगिरी केली म्हणून त्याची वेगळी नोंद घ्यायची.

दाराशुकोहच्या विचारांवर आणि काही अंशी आचारांवरही सुफी पंथाचा प्रभाव होता. सुफी परमेश्वर मानतात. तसेच भारतीय तत्त्वज्ञानात विशद केल्या गेलेल्या अनेक वादांपैकी जो सर्वेश्वरवाद किंवा विश्वदेववाद तोच सुफीही सांगतात. अशा एका मियाँ

मीर नावाच्या एका सुफी संताशी दाराची भेट झाली आणि त्याचे विचारविश्व हळूहळू बदलू लागले. त्यातूनच तो १६५७ पर्यंत जवळ जवळ पाव शतक फक्त ज्ञानसाधनेत गढून गेला होता. त्या काळात तो नुसत्या वाद-चर्चाच करत होता असे नाही तर प्रत्यक्ष लेखनही करत होता. परिणामी त्याच्या हातून आयुष्यात एकूण बारा कलाकृती जन्मास आल्या. त्या बारा साहित्यिक कलाकृतींमध्ये ८ फारसी, ३ हिंदी आणि एक संस्कृत भाषेतून केलेल्या रचना उपलब्ध आहेत.

१६३९ मध्ये त्याचे 'सफिनत-अल् अवलिया' हे फारसी पुस्तक प्रसिद्ध झाले. ते पुस्तक म्हणजे काही मुसलमान साधूंच्या चरित्रांचा संग्रह आहे. १६४२मध्ये त्याने आपला गुरू लाहोरचा मियाँ मीर याचे चरित्र लिहून पूर्ण केले. त्याचे नाव 'सुफिनत अल् अवलिया' असून हे फारसीमध्ये लिहिलेले आहे. १६४५-४७ या कालावधीत त्याने 'रिसाला-इ-हकनामा' हे तिसरे फारसी पुस्तक लिहून काढले. त्याचा विषय होता- सुफी तत्त्वज्ञान. चौथे फारसी पुस्तक त्याने १६५०-५६ दरम्यान पूर्ण केले. त्याचे नाव होते 'मजमुआ अल बहारीन' या पुस्तकात दाराने विश्वाचे स्वरूप आणि उत्पत्ती यांसारख्या विषयाचे चिंतन केले आहे. या बाबतीत कुराणात आणि वेदांतात जे काही सांगितले आहे ते हे की, मुसलमान आणि हिंदू या दोघांच्याही पवित्र धर्मग्रंथातून जे तात्त्विक प्रतिपादन येते ते सारखेच आहे. १६८५मध्ये त्याचे 'सिर्र-इ-अकबर' अथवा 'सिर्र-अल-असरर' हे पाचवे फारसी पुस्तक पूर्ण झाले. या पुस्तकात ५२ उपनिषदांचे संस्कृतमधून फारसीत भाषांतर केले आहे. १६५२च्या सुमारास त्याने आणखी दोन फारसी पुस्तके पूर्ण केली. पैकी एकाचे नाव होते 'तारिकात-अला-हकीकत' आणि दुसऱ्याचे नाव होते 'हसनत-अल्-अरिफिन.' या दोन पुस्तकांवरून दारा एकेश्वरवादीच होता, परंतु कोणत्याही वस्तूमध्ये किंवा व्यक्तीमध्ये ईश्वर पाहण्याएवढे त्याचे मन विशाल झाले होते हे अगदी स्वच्छ दिसते. परमेश्वराला उद्देशून दारा म्हणतो, 'तू काव्यातही आहेस आणि सोमनाथाच्या मंदिरातही आहेस. तू जसा जोगिणींच्या मठात असतोस तसाच उपहारगृहातही असतोस. दीपही तूच आणि त्यावर झेपावणारा पतंगही तूच. मदिराही तूच आणि मदिरेचा प्यालाही तूच. सज्जनात आणि दुर्जनात, मित्रात आणि शत्रूत कुठेही तुझेच दर्शन होत असते.

त्याचे फारसीतील आठवे पुस्तक म्हणजे 'तर्जुमा-इ-योगवसिष्ठ.' १६५६मध्ये पूर्ण झालेले हे पुस्तक म्हणजे 'योगवसिष्ठ.' या संस्कृत ग्रंथाचे फारसी भाषांतर आहे. याचवर्षी दाराने या भाषांतराची प्रस्तावना लिहिली. इथे दाराने आपला एक विलक्षण अनुभव कथन केला आहे. त्याच्या म्हणण्याप्रमाणे त्याच्या स्वप्नात प्रभू रामचंद्र येऊन त्यांनी दाराला आलिंगन दिले होते. त्याचवेळी वसिष्ठ तेथे हजर होऊन त्यांनी रामाला काही गोड प्रसाद दिला होता आणि रामाचे हातून तो दाराने भक्षण केला होता. आजच्या विज्ञान युगात या स्वप्नाला तसा काही अर्थ नाही हे खरेच पण या निवेदनातून दारा हिंदू धर्माविषयी केवळ सहिष्णू होता एवढेच नव्हे तर त्याच्याकडे तो श्रद्धाळूपणे पहात होता

असे निश्चितपणे म्हणता येते.

'समुद्र संगम' हे दाराचे एकमेव संस्कृत भाषेतील पुस्तक. हे पुस्तक म्हणजे 'मजमुआ अल-बहारीन' या फारसी ग्रंथाचे भाषांतर होय. मजमुआ-अल-बहारीन म्हणजे दोन समुद्रांचे मीलन. या ग्रंथात वेदातील आणि कुराणातील कित्येक कल्पना विचारांच्या आणि आचारांच्या शिकवणुकीतून किती समानता आहे, किंबहुना दोन्ही जवळ जवळ एकच कशा आहेत हे विस्ताराने अनेक उदाहरणे देऊन सांगितले आहे. यातील विवेचन शास्त्रशुद्ध व तर्कसंगत आहे असे म्हणता येणार नाही. कदाचित अगदी बालीश वाटेल असा कल्पनाविलासही यात भरपूर आहे. परंतु त्यामागील दाराच्या विशाल मनाचे आणि उदात्त हेतूचे दर्शन होते ते निश्चितच विलोभनीय आहे. आपापल्या धर्मग्रंथांच्या वचनांच्या आधारे दुसऱ्यांना वेगळे लेखणे, शमुवत मानणे आणि त्यापायी एकमेकांचे गळे घोटण्यास प्रवृत्त होणे हे हिंदु आणि मुसलमान दोघांच्याही पवित्र ग्रंथांचे आधार घेऊनच अतिशय तळमळीने मांडले आहे.

दाराच्या नावावर आणखी तीन पुस्तके असून ती त्याने हिंदीत लिहिली आहेत. त्यांची नावे अनुक्रमे 'दोहास्तव संग्रह', 'सार संग्रह' आणि 'बातचीत' अशी आहेत, अर्थात या हिंदी पुस्तकांचे उल्लेख आढळतात. मात्र, प्रत्यक्ष ती पुस्तके आणि त्यातील विषय यांचा मात्र माग लागत नाही.

दाराशुकोहच्या साधनेचे स्वरूप

दाराने बालपणीच ज्ञानाची कास धरली ती त्याने कधीच सोडली नाही हे मान्यच करावे लागेल. तथापि, तो राजकुमार होता. पुढे तो 'बादशहा' म्हणून गादीवर बसणार होता, हे त्याच्या मनावर त्याला समजायला लागल्यापासून चांगले ठसविले जात होते. अशा पार्श्वभूमीवर त्याने ज्ञानाच्या प्रांतात शिरायचे तर इतिहास, राजनीती, कायदा अशा विषयांच्या अध्ययनात गढून जाणे अधिक स्वाभाविक व उचित झाले असते; पण ते झाले नाही. तसे विषय शिकविण्याची व्यवस्था झालेली असतानासुद्धा त्याने तिकडे पाठ फिरवली. तो तत्त्वज्ञानाकडे वळला. अध्यात्माच्या निबिड अरण्यात घुसला. ईश्वराचे स्वरूप काय, विश्वाचे रहस्य काय, जीवनाचा अर्थ काय असे प्रश्न स्वत:ला आणि दुसऱ्याला विचारीत आणि त्यांची उत्तरे शोधीत भटकत राहिला. आता हे राजकारणातून पूर्णपणे अंग काढून करावयाचे असते तर गोष्ट वेगळी झाली असती; पण दारा शुकोहची तशी तयारी नव्हती. अनेक युद्धे त्याला खेळावी लागली. त्यातील काही त्याने अंगावर ओढून घेतली तर काही त्याच्या अंगावर आली. त्यात त्याला कधी यश तर कधी अपयश आले. येथे हे लक्षात ठेवायचे आहे ते हे की दाराला राजकारणाचा, सत्तास्थानाचा मोह कधी सुटला नाही हे खरे पण त्याचबराबेर कुठल्याही प्रसंगात त्याची ज्ञानलालसा कधी कमी झाली, वाचन-लेखनातला रस संपला असेही झाले नाही हेही तितकेच खरे. दाराला

ज्या विषयात रस होता त्याचा त्याला स्वत:च्या ऐहिक जीवनात काही उपयोग होण्यासारखा नव्हता हे स्पष्टच होते; पण इतरांचे, सर्व समाजाचे इहलोकीचे दैनंदिन जीवन ज्यामुळे अधिक सुखसोयीचे होईल अशा कुठल्याही विषयांचा या राजपुत्राने पाठपुरावा केला असेही दिसत नाही. भारतात ग्रहज्योतिष, गणित, वैद्यक, वास्तुशास्त्रांवरील लेखनाची परंपराही अध्यात्म विद्येच्या बरोबरीने चालू राहिली होती; पण अशा विषयांच्या अभ्यासांना चालना द्यावी असे दाराला कधी वाटलेले दिसत नाही. दारा स्वत: कवी होता. कवींना त्याने आश्रय दिला होता. तथापि, एकंदरीत ललित साहित्याचेही त्याला आकर्षण नव्हते. धर्म आणि तत्त्वज्ञान आणि विशेषत: यातील गूढवाद हाच त्याच्या आयुष्यभराचा कायम पाठलागाचा एक विषय राहिला.

मात्र तरीही वर निर्दिष्ट केलेल्या मर्यादेत दाराने विशिष्ट विषयापुरत्याच का होईना पण विद्येच्या विकासाला भरपूर उत्तेजन दिले. स्वत: फारसीत आणि कदाचित अंशत: संस्कृत आणि हिंदीसारख्या भाषांतूनही लेखन केले. रामायण, महाभारत, वेदग्रंथ वगैरे हिंदूंच्या पवित्र ग्रंथांची भाषांतरे करण्याची परंपरा त्याच्या आधीच सुरू झालेली होती. अकबर बादशहाच्या कारकिर्दीत (१५५२-१६०५) हे कार्य फार वेगाने झाले होते. त्यानंतर चाळीस वर्षे ते थोडे मंदावले होते. ते दाराने पुन्हा हिरिरीने हाती घेतले. उपनिषदे, योगवसिष्ठ, प्रबोधचंद्रोदय नाटक, गीता अशा पुष्कळ संस्कृत ग्रंथांचे फारसीत अनुवाद झाले व त्यावर भाष्येही लिहिली गेली. फारसीप्रमाणे संस्कृत व हिंदी भाषांमधील कवींना आणि पंडितांना दाराने जवळ केले होते आणि त्या त्या भाषांमध्ये लेखन करण्यास उत्तेजन दिले होते. जगन्नाथ पंडित हा तेलंगणातील संस्कृत कवी दाराच्या आश्रयाने पुढे आला व फार मोठा प्रसिद्धीस आला. निवडक हिंदी कवितांचा एक संग्रह संपादून त्याचे फारसीत भाषांतर करण्याचीही त्याची योजना होती.

थोडक्यात, दाराच्या ज्ञानक्षेत्राला आणि बुद्धीलाही काहीही सीमा असल्या तरी आणि राजघराण्यातील या एका तरुणाच्या जीवनाला दुसऱ्या काही बाजू असल्या तरीही तो एक तळमळीचा 'ज्ञानोपासक' होता हे कधीच कुणी नाकारू शकणार नाही.

संदर्भ व टिपा

१. Kalikaranjan Quanongo, *Dara Shukoh,* Culcutta, 1935.

२. Shri. Ram, Sharma, *The Religious Policy of Mughal Emperiors Third Edition,* Bombay 1972.

३. गं. ना. मुजुमदार व इतर (संपादक), *ऐतिहासिक संकीर्ण निबंध, खंड १,* पुणे, १९३४/५

४. भारत इतिहास संशोधक मंडळ, *त्रैमासिक, वर्ष २४, अंक २.*

५. सदाशिव, आठवले, *शहाजादा दाराशुकोह,* पुणे १९९२.

पूर्वप्रसिद्धी :

रमजान मुबारक' या ईद विशेषांकासाठी लिहिलेला लेख, २००२-०३.

३.

मध्ययुगातील मुसलमानी आणि मराठी सत्ता : एक दृष्टिक्षेप

कोकण इतिहास परिषदेच्या सातव्या अधिवेशनासाठी येथे जमलेले परिषदेचे सर्व पदाधिकारी, उद्‌घाटक या दोन दिवसीय परिषदेचे अध्यक्ष डॉ. राजा दीक्षित, विभागीय अध्यक्ष डॉ. सारंग आणि डॉ. कामत तसेच आपण सर्व अभ्यासक. परिषदेच्या कार्यकारिणीने मला या अधिवेशनाच्या मध्ययुगाचे अध्यक्षपद देऊन माझा जो गौरव केला त्याबद्दल मी परिषदेच्या सर्व पदाधिकाऱ्यांबद्दल कृतज्ञता व्यक्त करतो.

इतिहासाच्या अभ्यासामध्ये आपण प्राचीन, मध्ययुगीन आणि अर्वाचीन असे जे तीन ढोबळ कालखंड मानतो त्यामध्ये मध्ययुगीन कालखंड अमुक एका दिवशी सुरू होऊन तमुक एके दिवशी संपला असे निश्चित दाखविता येत नाही.

आपल्याकडे आधुनिक काळामध्ये १८०० नंतरच्या काळात भारताचा समग्र इतिहास लिहिण्याचे काम मुख्यत: इंग्रज अभ्यासकांनी हाती घेतले. त्यांच्यासमोर दिल्ली व इतर सल्तनतींच्या इतिहासकारांचे लिखाण होते. ह्याशिवाय शिलालेख, नाणी, ताम्रपट अशी साधने होती. त्यातून दिल्ली सल्तनत ही सगळ्यात जास्त प्रभावी होती हे समजले तरी या सल्तनतीच्या आवाक्यात नसलेल्या भारत वर्षाच्या अन्य क्षेत्रात अनेक स्वतंत्र राज्ये होती. तेथील राजघराणी कित्येक पिढ्या राज्य करीत होती हेही स्पष्ट झाले होते. जवळ-जवळ सगळ्यांपाशी त्यांचे त्यांचे इतिहासकार (भाट) होते आणि प्रत्येक लेखक वेगवेगळी कालगणना वापरत होता. या सर्वांना एका सूत्रात कसे बांधून घ्यावयाचे, ही समस्या खरोखरीच जटील होती. कोण कोणाचा समकालीन हे सांगणे अवघड होते. यातून सुरुवातीच्या काळातील लेखकांनी मार्ग काढला तो असा की, मुसलमान आक्रमकांनी दिल्लीवर प्रथम सत्ता बसविली तेथेपासून इंग्रज सत्ता येईपर्यंतच्या काळाला 'इस्लामी कालखंड' म्हटले आणि त्याच्या पूर्वीच्या काळाला 'हिंदू कालखंड' म्हटले. राज्यकर्त्यांनी धर्माच्या आधारे ही कालगणना केली. थोडा सोईचा भाग असा होता की, बहुतेक

राज्यांचा, प्रदेशांचा दिल्ली सल्तनतीशी प्रत्यक्ष अथवा अप्रत्यक्ष संबंध आला होता. दिल्ली सल्तनत हा आधार धरून त्याला अनुसरून इतरांची मांडामांड करावयाची हे काल निश्चितीचे परिमाण झाले. पण धर्म, संस्कृती, भाषा यांच्या वैविध्याचे काय करायचे, हा प्रश्न उरलाच होता. दिल्ली व आसपासच्या प्रदेशावर सुलतानांचे राज्य असले तरी, भरतखंडाचा फार मोठा भाग विशेषत: नर्मदेच्या दक्षिणेकडचा भाग इस्लामी सत्ताधिशांकडे कधीच कायमचा आला नाही. तेथे कायम हिंदू राज्यकर्तेच राहिले. केवळ धर्माच्या आधारावर सर्व घटनांचा उलगडा होणार नाही. हे अल्पावधीतच या इतिहासकारांच्या ध्यानात आले. अतिव्याप्ती आणि अव्याप्ती असा दुहेरी तिढा होता म्हणून मग जो प्राचीन नाही, मुसलमानपूर्व नाही आणि जो इंग्रजपूर्व आहे. तो काळ म्हणजे 'मधला' मध्ययुग हे नाव प्रचारात आणण्यात आले. सम्राट हर्षवर्धनानंतर आठव्या शतकाच्या प्रथम चरणात महंमद बीन कासीमने सिंधवर स्वारी केली आणि भयंकर लुटालूट, अत्याचार व शस्त्रांच्या धाकाने घडवून आणलेली धर्मांतरे हे प्रकार प्रथमच या भूमीवर घडले होते. तथापि, या घटनेने भारतीय उपखंडाच्या इतिहासास फार निराळे वळण लागले नाही. महंमद बीन कासीम आला व गेला. एक लहानशी इस्लामी सत्ता येथे नांदू लागली. त्यानंतर राजकीय व सामाजिक इतिहासावर फारसा परिणाम झाला नाही. एतद्देशीय हिंदू, बौद्ध आणि जैन ह्यांची राज्ये स्थापन होत होती, वाढत होती, मोडत होती. पण त्याला अरबस्तान, इराण किंवा अफगाणिस्तान मधून आलेले कुणी परधर्मीय आक्रमक कारणीभूत होते असे नाही.[२]

इ. स. १००१ मधील गझनी (अफगाणिस्तानातील एक प्रांत) च्या महंमदाची स्वारी ही एक ह्या उपखंडाच्या इतिहासाला वेगळ्या वळणावर नेणारी घटना होती असे अगदी काटेकोरपणे बरोबर ठरणारे असे नाही तरी बरेचसे सार्थ असे विधान करता येईल. गझनीचा महंमद आणि त्यानंतरचे मध्य आशियातून आलेले इस्लामधर्मीय आक्रमक निश्चित हेतूंनी नियमित स्वाऱ्या करीत होते. त्यात लूट, प्रदेशविस्तार आणि धर्मप्रसार ही ध्येये पक्की दिसतात. राजकीय सत्तेच्या दृष्टीने पाहिले तर कोणत्याही एकाच घराण्याला अकराव्या शतकापासून सोळाव्या शतकापर्यंत राज्य करता आले नाही. गझनी, घोरी, गुलाम, खिलजी, तुघलक, सय्यद, लोदी अशा एकामागून एक अनेक घराण्यांनी दिल्लीहून सुलतानशाही गाजविली. पण ह्यांच्यापैकी देखील कोणत्याही एका घराण्याला भारताचा फार मोठा प्रदेश आपल्या हुकूमतीखाली आणता आला असे घडले नाही. अनेक जुन्या हिंदू सत्ता कायम होत्या तर अनेक नवीनही उदयास येत होत्या आणि हिंदू सत्तांच्या बरोबरीनेच देशाच्या निरनिराळ्या भागात दिल्लीच्या सुलतानांची हुकूमत झुगारून स्थानिक इस्लामी सत्ताही उभ्या रहात होत्या. बंगाल, गुजरात, माळवा अशा कित्येक ठिकाणच्या लहान-मोठ्या मुसलमानी राज्यांमुळे राजकीय संघर्षाची गुंतागुंत अशी विलक्षण होत होती, की एका विस्तीर्ण प्रदेशाचे एक राष्ट्र, निदान एक शासन, एक स्थिर अशी राज्य

पद्धतीही दृष्टीपथात येत नव्हती.[३]

१५२६ मध्ये मोगलवंशीय बाबराने दिल्ली येथे आपल्या नव्या राजसत्तेची स्थापना केली. सूरवंशीय शेरशहाचा सुमारे दीड दशकाचा (१५४०-१५५५) काळ वगळता ह्या वंशाकडे तत्त्वत: तरी १८५७ पर्यंत आणि परिणामकारकपणे १७०७ पर्यंत दिल्लीचे तख्त राहिले. तथापि बाबराचे राज्यही आकाराने खूपच लहान होते. पुढील बादशहांनी ते वाढवित नेले आणि अकबराच्या काळी (१५५६-१६०५) संपूर्ण उत्तर हिंदुस्थान मोगल साम्राज्यात मोजला जाऊ लागला. गोंडवनाच्या प्रदेश एवढाच काय तो बाहेर राहिला.[४]

मात्र तरीही मोगलांचा आज ज्याला आपण भारत म्हणतो त्या संपूर्ण प्रदेशावर एकछत्री अंमल बसलेला नव्हता. नर्मदेच्या दक्षिणेकडील हिंदुस्थानात वेगळ्याच घडामोडी चाललेल्या होत्या. चौदाव्या शतकाच्या प्रारंभापर्यंत ह्या भागाला इस्लामी आक्रमणाचा तडाखा बसला नव्हता. प्रथम खिलजी आणि त्यानंतर काही प्रमाणात तुघलक ह्या मुसलमान आक्रमकांनी सुमारे शतकभर दक्षिणेतल्या यादव, काकतीय, होयसळ इत्यादी बहुतेक सर्व हिंदू सत्तांना हादरे दिले. परंतु तरीही दक्षिण दिल्लीच्या सार्वभौमत्त्वाखाली नांदणे अवघड आहे हे अगदी चौदाव्या शतकातच स्पष्ट झाले.[५] १३६६ मध्ये स्थापन झालेल्या विजयनगरच्या सत्तेमुळे दक्षिणेत नव्या इस्लामी राजवटी येऊ शकतील. पण त्या दिल्लीहून सत्ता गाजविणाऱ्या इस्लामी राज्यकर्त्यांचे वर्चस्व मानतीलच असे नाही हेही दाखविले गेले. पुढे बहामनींच्या सत्तेची पाच छकले झाली तर विजयनगरचा विध्वंस होऊन त्यातून पाच पन्नास पाळेगार निर्माण झाले. ह्या लहानमोठ्या सत्ताधीशात सतत संघर्ष चालू राहिले. औरंगजेबाने १६८६ व १६८७ मध्ये गोवळकोंडा व विजापूर ह्या दक्षिणेतील दोन बड्या सत्ता संपवून मोगल साम्राज्यास पूर्णत्वास नेण्याचा उद्योग यशस्वीपणे केला खरा, पण हाही एक देखावाच म्हणावा लागेल. कारण तोपर्यंत मराठ्यांचे एक जबरदस्त आव्हान उभे राहिले होते आणि मोगल बादशाही घसरणीला लागलेली होती हे स्पष्ट दिसू लागले होते.[६]

काही असले तरी आणि एका केंद्रीय सत्तेखाली एकछत्री असा मुसलमानी अंमल नसला तरी संपूर्ण भारतीय प्रदेश सर्वसाधारणपणे लक्षात घेतला तर इसवी सनाच्या अकराव्या शतकापासून ते सतराव्या शतकाच्या अखेरपर्यंत राजकीयदृष्ट्या इस्लामी आक्रमक हिंदूपेक्षा वरचढ ठरले आणि सात शतके त्यांचेच प्राबल्य राहिले हे मान्य करायलाच हवे. याची कारणमीमांसा विविध प्रकारे होऊ शकेल. पण वस्तुस्थिती नाकारता येणार नाही.

इस्लामी आक्रमकांशी राजपुतांनी बराच काळ झुंज दिली होती. पण शेवटी त्यांनी हार पत्करली.[७] विजयनगरच्या रूपाने दुसरी मोठी हिंदू शक्ती उभी राहिली होती. सांस्कृतिकदृष्ट्या त्या राज्याच्या सत्ताकालात काही लहानशी प्रादेशिक मर्यादेत का

असेना पण अनेक विधायक आणि वैभवशाली कार्ये झाली ह्यात शंका नाही. पण लष्करी सामर्थ्यात ती सत्ता इस्लामपुढे दुर्बलच ठरली. ती फार पसरू तर शकली नाहीच पण मर्यादित श्रेत्रातही टिकून राहू शकली नाही.[८]

सतराव्या शतकाच्या मध्यास महाराष्ट्रात शिवाजी महाराजांच्या रूपाने इस्लामला प्रतिकार सुरू झाला. शतक संपण्यापूर्वीच एक स्वतंत्र मराठी स्वराज्य उभे राहिले होते. महाराजांच्या मृत्यूनंतर (सन १६८०) त्याच्यावर संकटांचे डोंगर कोसळले तरी त्यातूनही ते सावरून उभे राहिले आणि पुढे जवळजवळ संपूर्ण अठरावे शतक हे भारतातील राजकीय घडामोडीत इतर कित्येक सत्ता कमी अधिक प्रमाणात वावरल्या असल्या तरी सर्व मराठी दौलतीचा एकत्रितपणे विचार केला तर तीच सर्वात प्रबळ अशी शक्ती होती हे अनेक प्रकारे स्पष्ट झालेले आहे.[१०]

आपण ह्या युगाला मध्ययुग व मराठा काळ असे नाव दिलेले आहे. परंतु मध्ययुग ह्याचा अर्थ स्पष्ट नाही आणि फक्त राजकीय सत्तेच्या दृष्टीनेच पाहिले तर वरील अकराव्या शतकाच्या प्रारंभापासून ते एकोणिसाव्या शतकाच्या प्रारंभापर्यंतच्या आठशे वर्षाच्या काळात पहिली पावणेसातशे वर्षे ही इस्लामी वर्चस्वाची तर शेवटची केवळ सव्वाशे वर्षे ही मराठ्यांच्या प्राबल्याची आहे हे लक्षात घेणे आवश्यक आहे. तेव्हा ज्याला आपण मराठा काळ म्हणतो तो तुलनेने फारच लहान आहे हा उघड दिसणारा हिशेब आहे.

हे जे कालखंड पाडले आहेत त्यामागे फक्त राजकीय सत्ता हे एकच सूत्र धरलेले आहे हे स्पष्ट आहे आणि त्याचे कारणही अगदी स्वच्छ आहे. ह्या आठ शतकांच्या प्रदीर्घ कालावधीत धार्मिक, सामाजिक व सांस्कृतिक स्वरूपाचे कित्येक बदल झाले खरे. सामाजिक जीवनापुरते पाहिले तर येथील लोकसमूहात मुसलमान म्हणून ओळखल्या जाणाऱ्या आणखी एका जमातीची भर पडली. पण राजकीय सत्तांतराबरोबरच तो प्रकार झाला होता. या खेरीज कोणताही मुसलमान हिंदूपेक्षा कित्येक बाबतीत वेगळा असला तरी आणि कुराणाची समतेची, बंधुभावाची वगैरे काहीही शिकवण असली तरी येथील सर्व मुसलमान म्हणजे एक एकसंध अशी जमात कधीच नव्हती. शस्त्राच्या धाकाने, पैशाच्या किंवा पदाच्या लोभाने, हिंदू समाजांतर्गत मिळणाऱ्या विषम वागणुकीमुळे व पुढे हळूहळू जन्मामुळे इस्लामच्या अनुयायांचा एक मोठा वर्ग अस्तित्वात आला खरा; पण हिंदूच्या तुलनेने ते नेहमीच अल्पसंख्य राहिले. त्यांच्यात मुळात ते जेथून आले त्याप्रमाणे अरबी, तुर्की, इराणी असे भेद होते, शिवाय ह्या प्रत्येकातही मुळात त्या त्या ठिकाणी असलेले पोटभेद होतेच. हे सर्व त्यांनी भारतातही टिकवून धरले होते. जे हिंदू मुसलमान झाले त्यांना मूळच्या मुसलमानांनी आपल्या बरोबरीचे कधीच मानले नाही. शिवाय प्रत्येक धर्मांतरीत मुसलमान आपली मूळची जात घेऊनच त्या कळपात गेला. तेव्हा तेथे अगोदरच असलेल्या चार-पाचशे तरी जाती पोटजातीत आणखी चाळीस

पन्नासाची भर पडली ह्या पलीकडे काही झाले नाही. खुद्द मुलसमानांच्यात जे भेद होते ते रोटी व्यवहारासारख्या दैनंदिन बाबतीत कमी तीव्र होते. पण बेटी व्यवहार किंवा प्रतिष्ठेच्या पदावरील नेमणुका अशावेळी मात्र तो मुसलमान आहे की हिंदू; मुसलमान असेल तर मूळचा, बाटून झालेला आणि बाटून झालेला असेल तर त्याची पूर्वपीठिका काय हे सगळे पाहिले जाई. ह्याला कधी काही अपवाद झाले असतील पण सर्वसाधारणपणे हे असेच चालले होते. तेव्हा ज्याला सामाजिक क्रांती म्हणता येईल असे इस्लामी वर्चस्वाच्या काळात काही घडलेच नाही. तर तो निकर्ष लावून कालखंड कसा पाडता येणार? शेवटच्या सव्वाशे वर्षाच्या मराठ्यांच्या सत्तेच्या काळात हिंदू मराठे छत्रपती, पंतप्रधान, सरदार वगैरे झाले असतील पण म्हणजे ती सत्तांतराचीच एक बाजू होती. ह्या काळातही जातिभेद संपले, अस्पृश्यता गेली, स्त्रियांची गुलामगिरी कमी झाली किंवा अशा काही स्वरूपाचे कोणतेही सामाजिक परिवर्तन दिसत नाही. मुसलमानांच्या आणि मराठ्यांच्या सत्ताकाळात पुष्कळ नवे शैव, वैष्णव वगैरे धर्मपंथ व त्यांतील उपपंथ निर्माण झाले. कबीर, नानक, बसवेश्वर अशा अनेकांनी जातिभेद मानू नयेत अशा शिकवणुकी दिल्या. ईश्वराच्या स्वरूपात कल्पना करून धर्माधर्मात तंटे करणे योग्य नाही असेही त्यांनी सांगितले. पण ह्या सगळ्यातून तरी शेवटी काय निष्पन्न झाले? आधीच असलेल्या अनेक पंथोपंथात आणखी काहींची भर पडली एवढेच. कोणताही एका नवा पंथ विचारप्रवाह खंडभर पसरला आणि त्यातून मोठे असे काही सामाजिक स्थित्यंतर झाले असे घडले नाही.

कित्येक मुसलमान सत्ताधीशांनी विविध कलांना उत्तेजन दिले. गायन आणि नृत्य ह्यांना अनेक दरबारातून बहर आले. मोठी बांधकामे होऊ लागली.[११] पण हे सर्व मुसलमान येण्याच्या पूर्वीपासून भारतात चाललेच होते.[१२] मुसलमान सत्ताधीशांनी अरबी आणि फारसी भाषांच्या अभ्यासाला, इस्लामच्या अध्ययनाला अधिक उत्तेजन दिले हे खरेच पण काहींनी संस्कृतीलाही आश्रय दिला आणि राजाश्रय मिळो न मिळो संस्कृत व देशी भाषातून ह्या आठ शतकाच्या काळात साहित्य निर्माण होतच राहिले. पण त्या साहित्यातून जीवन बदलणारे असे काही प्रत्ययास येत नाही. तेव्हा एखाद्या सांस्कृतिक अंगाचा मुद्दा धरून हा अमुक शैलीचा काळ तर तो तमुक शैलीचा काळ असे काही म्हणता येण्यासारखे नाही.

तेव्हा राजकीय सत्ता हीच एक बाब अशी दिसते की, जिथे कसलाही आक्षेप घेता येणार नाही किंवा कोणतीही शंका उपस्थित होऊ शकत नाही. कमी अधिक प्रमाणात पण इसवी सनाच्या अकराव्या शतकापासून ते सत्तराव्या शतकाच्या मध्यापर्यंत ह्या खंडप्राय देशावर मुसलमानांनी सत्ता गाजविली तर सतराव्या शतकाच्या उत्तरार्धापासून ते एकोणिसाव्या शतकाच्या प्रारंभापर्यंत येथील सत्तेचे राजकारण मुख्यत: मराठ्यांच्या हाती होते. हा वादातीत असा इतिहास असल्याने वर सांगितलेले दोन कालखंड धरूनच त्याचे

परिशीलन व विवेचन व्हावयास हवे. कोणत्याही ठिकाणाच्या कोणत्याही गतगोष्टींचा आढावा घेणाऱ्या अभ्यासकाची दृष्टी काय असावी हे आधी स्पष्ट असले पाहिजे आणि आपल्याला अभिप्रेत असलेल्या काळाच्या संदर्भातही कमी अधिक वेगळा विचार करण्याचे कारण पडता कामा नये. पण प्रत्यक्षात एकदा 'आपला' इतिहास म्हटला की त्याच्याकडे पाहणारा निर्विकार आणि नि:पक्षपाती राहत नाही. तो सत्याची कास सोडतो. त्याच्यात भलभलते अभिनिवेश संचारतात असे प्रत्ययही दृष्टिपत्तीस येत असल्यामुळे किती आणि कसा तर्कदुष्ट इतिहास सांगितला जाऊ शकेल ह्याचे आधी थोडे विवेचन करू.

प्रथम जेव्हा आपण 'आपला' इतिहास असे गृहित धरतो तेव्हा 'आपण' ची काही एक व्याप्ती गृहीत धरलेली असते आणि मग त्या अनुरोधाने भूतकालाचे समालोचन होत जाते. आपण म्हणजे आपले सर्व जग. अवधी मानवजात डोळ्यापुढे ठेवूनही इतिहास सांगता येतो आणि असा कित्येकांनी सांगितलाही आहे. पण सामान्यत: आपण म्हणजे आपले राष्ट्र किंवा त्या राष्ट्रांतर्गत आपला विशिष्ट प्रदेश आपला धर्म, आपली जात किंवा पोटजातही अगर आपले घराणे असे मर्यादित आणि संकुचित क्षेत्र आखून घेऊनच माणसे भूतकालाच्या अवलोकनाला सिद्ध झालेली दिसतात.

इस्लामी उद्दामपणा, हिंदुत्वाचा दर्प आणि धर्मनिरपेक्षतेचे खूळ अशा तीन प्रवृत्तीतून मुसलमानांच्या आणि मराठ्यांच्या सत्ताकालांचे इतिहास अतिशय विकृत स्वरूपात लिहिण्यात आले आहेत. ह्यापैकी पहिल्या दोन प्रकारचे उद्योग अगदी तो इतिहास घडत असल्यापासून चालू झाले आहेत हे तत्कालीन फारसी 'नामे' आणि मराठी 'बखरी' वगैरे सारख्या साहित्यावरून दिसून येईल. इस्लामी तवारिखा लिहिणाऱ्यांनी कुणा मुलसमान वीराने ही एका रात्रीत पन्नास लाख हिंदूंची कत्तल केली तर दुसऱ्या कोणा बहादूराने एक कोट हिंदुंना मुसलमान धर्माची दीक्षा दिली अशा वाटेल तशा अतिशयोक्ती केल्या आहेत. त्या सर्व खऱ्या मानल्या तर मग आज भारतात सुमारे नव्वद कोट हिंदू आहेत ते राहिलेच कसे असा प्रश्न पडेल. वस्तुस्थिती अशी आहे की, जगात जेथे जेथे मुसलमान आक्रमकांनी जाऊन सत्ता स्थापन केल्या त्या प्रदेशातील सर्व रहिवाशांना ते मुसलमान करू शकत होते. भारतात मात्र त्यांना ते धोरणा राबविता आले नाही. त्या दृष्टीने ते सतत प्रयत्नशील राहिले हे खरे. पण त्यांना फारसे यश मिळाले नाही. ९०% पेक्षा अधिक हिंदू हिंदूच राहिले. पण आपल्या आश्रयदात्याबद्दल अशा बढाया मारण्याचे उद्योग फक्त मुसलमानांनीच केले असे नाही. थोडे मागे गेले तर बाणभट्टाचे 'हर्षचरित' हा संस्कृत ग्रंथही त्याच स्वरूपाचा आहे आणि आपल्याला अभिप्रेत असलेल्या त्याकाळातील कित्येक मराठी बखरीही काही वेगळ्या नाहीत.

आपल्या बाजूच्या लोकांचे कर्तृत्व फुगवून सांगणे हे थोडे तरी क्षम्य समजता

येईल. पण कित्येक इतिहासकार ह्याच्याही पुढे जाऊन आपल्या शत्रूविषयी कोणत्याही टोकाला जाऊन निरर्गलपणे काहीही बहकतात तेव्हा मात्र ती गोष्ट फारच गंभीर होते.

अलीकडच्या काळात हिंदूत्त्वनिष्ठ इतिहासकार गाजू लागले आहेत. त्यांचे हिंदू संस्कृतीच्या थोरवीचे दावे पाहिले की, अहिंदूंचीच काय पण डोकी ठिकाणावर असलेल्या हिंदूंचीही धाबी दणाणतील. रामाच्या काळापासून आमच्याकडे विमाने आणि अणुभट्ट्या होत्या असे छाती ठोकपणे सांगणारे धर्मनिष्ठ आणि संस्कृतीनिष्ठ इतिहासकार आहेत. पण नंतर ती विमाने आणि ते अणुबाँब गेले कुठे आणि त्यांच्या संबंधीचे ज्ञान सध्या इसवी सनाच्या विसाव्या शतकात आम्हाला पाश्चिमात्यांकडून का घ्यावे लागत आहे ह्याचे उत्तर मात्र त्यांच्याकडे नसते.[१३] परंतु हा प्राचीन काळ आपल्या कक्षेबाहेरचा म्हणून आपण सोडून देऊ. ह्या धर्मनिष्ठांना मुसलमानी आणि मराठी सत्ताकालातील घडामोडी विषयी काय म्हणावयाचे असते ते पाहू.

येथे आलेले मुसलमान फार सुधारलेले किंवा सुसंस्कृत होते असे नाही. मुसलमानपूर्व भारतीय संस्कृतीपेक्षा काही फार निराळे असे नवे जीवन ते घेऊन आले असे मुळीच नाही. तथापि काही गोष्टी मुसलमानांबरोबर आणि त्यांच्यामुळेच हिंदुस्थानात आल्या हे कसे नाकारता येईल? आम्हाला इसवी सनापूर्वीच्या चौथ्या शतकापासून तरी लेखन कला अवगत होती हे शिलालेखाच्या पुराव्यावरून स्पष्ट दाखविता येते. पुढेही आम्ही भूर्जपत्रांवर वगैरे लेखन करीत होतो हे खरेच पण तरीही आम्हाला कागद माहीत नव्हता. तो मुसलमानांबरोबरच येथे आला आणि पुढे अकराव्या, बाराव्या शतकानंतरच त्याचा सर्रास वापर केला जात होता हे नाकारण्यात काय अर्थ आहे? त्याचप्रमाणे मुसलमानांनी येथे वास्तुकलेचे काही निराळे प्रकार आणले ही उघड दिसणारी गोष्ट आहे. आग्र्याचा ताजमहाल आणि फत्तेपूर शिक्रीचा बुलंद दरवाजा, विजापुरातील गोलघुमट अशी काही ठळक बांधकामे देखील ह्याची पुरेशी साक्ष देतील.[१४] पण वास्तुशिल्पचित्र वगैरे कलाक्षेत्रातील मुसलमान पूर्व हिंदुस्थानही खूप संपन्न होता. वेरुळचे कैलास मंदिर, कोणार्कचे सूर्यमंदिर, खजुराहोचे महादेवाचे मंदिर किंवा अजिंठ्याच्या गुहातील भित्तीचित्रे वगैरे निर्मितीशी मुलसमानांचा काहीच संबंध नाही.[१५] दिल्ली व आग्रा येथील लाल किल्ला वगैरे बांधकामे निश्चित वेगळ्या स्वरूपाची असून त्या शैली मुसलमानांनीच येथे रुजविल्या हे मान्य केले तर काय बिघडते? पण नाही ताजमहाल हिंदूनीच बांधला आणि ती मुमताजची कबर नसून मानसिंहाचा राजवाडा आहे असे ठणकावून सांगितले जाते आणि ह्याला आधार म्हणून बादशहानाम्यातील एका अर्ध्यामुर्ध्या वाक्याकडे बोट दाखविले जाते. एक तर त्या वाक्यातूनही तसा अर्थ निघत नाही. दुसरे म्हणजे त्या बादशहानाम्यात ताजमहालाच्या भिंती, मिनार, घुमट यांची वेगवेगळी कंत्राटे वेगवेगळ्या माणसांना दिल्याच्या नावानिशी याद्या आहेत. खर्चाचे आकडेही आहेत. ह्या सर्व तपशीलाकडे

जाणूनबुजून दुर्लक्ष केले जाते. बरेच मुसलमान असहिष्णू व जुलमी होते हे खरेच. पण सत्तास्थानी असणारे वा नसणारे बादशहा अकबर, शहाजादा दाराशुकोह.[१६] विजापूर, बंगाल वगैरे ठिकाणे काही छोटे सत्ताधीश अशांच्या वेगळ्या व्यक्तिमत्त्वांची हिंदूसंबंधीच्या त्यांच्या उदार धोरणांची आणि त्याच्या लोकहितकारी अशा कृत्यांची दखलच घ्यायची नाही किंवा त्यांच्या कृतीचाही वेगळा अर्थ लावून दाखवायचा हा खटाटोप कशासाठी?

मुसलमानी-सत्तेच्या काळाविषयी बोलताना धर्मनिरेपक्षतावादी किंवा जे स्वत:ला समाजवादी वगैरे म्हणवितात, ते आणखीच एक वेगळा रस्ता धरतात. आज भारतात हिंदू आणि मुसलमान ह्यांनी एकोप्याने राहावे ही त्यांची भावना रास्त असेल पण त्यासाठी खोटा इतिहास सांगण्याचे कारण पडू नये. महंमद पैगंबर मक्केहून मदिनेला पळाला हे वाक्य असल्यामुळे एखाद्या इयत्तेचे चौथीचे पुस्तक रद्द करावे लागते ते अशा चमत्कारिक निधर्मीधोरणांमुळे होय. मक्केच्या लोकांनी पैगंबराचे जीवन अशक्य करून टाकले असेल आणि त्याला पळणे भाग पडून तो पळाला असेल तर बिघडले काय? त्या पळण्याने त्याच्या मोठेपणाला काय डाग लागतो? बरे एका क्रमिक पुस्तकातून ते वाक्य काढले तरी तेवढ्याने काय होणार आहे. इतर शेकडो इंग्रजी व अन्य भाषातील व मराठीतीलही पुस्तकातून ती माहिती येणारच आहे. मूर्ती फोडल्याच नाहीत असे सिद्ध करण्याचे यांचे उद्योग सुरू असतात. पण देशभर जागोजागी भग्न अवशेष दिसत असताना आणि तसे तत्कालीन लेख व शिलालेखही असताना जे झाले ते झाकण्याचा प्रयत्न व्यर्थ होय. त्यापेक्षा पूर्वी जे घडले ते घडले असेच म्हणणे आणि आता पुढील काळात आपण निरनिराळ्या प्रकारे जगावयास शिकणे अशी सूज्ञपणाची भूमिका घेऊन, इतिहास झाला तसाच सांगणे हे अधिक प्रामाणिकपणाचे व शहाणपणाचेही होईल. इराणच्या खोमेनीने मुसलमानांच्या भावना दुखावतात म्हणून इंग्लंडचा नागरिक असलेल्या रश्दीला फाशीची शिक्षा ठोठावणे आणि पाठोपाठ आमच्या शासनानेही त्या पुस्तकावर बंदी आणणे आणि पुढे तो खोमेनी वारल्यावर राष्ट्रीय दुखवटाही पाळणे ही धर्मनिरपेक्षता नव्हे. हे सनातनी मुसलमानांच्या असहिष्णुतेला मिळणारे उत्तेजन आहे.

तेव्हा इस्लामच्या सत्ताकाळाचा इतिहास आपणास यथार्थपणे जाणून घ्यायचा असेल तर इस्लामचे कडवे चाहते, हिंदुत्वाचे आंधळे अभिमानी आणि अप्रामाणिक धर्मनिरपेक्षतावादी ह्या सर्वांपासून दूर राहून निर्भेळ अशी सत्यशोधकाचीच दृष्टी कायम ठेवली पाहिजे. तशी स्वच्छ भूमिका घेऊन इस्लामी सत्तेच्या सुमारे सात शतकाच्या कालखंडाचे बाबतीत काय म्हणता येईल ते प्रथम पाहू. एवढ्या दीर्घ कालावधीत देशाच्या विविध भागातून राज्य केलेल्या दोन-तीनशे तरी सुलतानांविषयी सर्वांना समान असे १-२ शेरे मारून मोकळे होणे न्यायाचे ठरणार नाही. तसेच त्या सुलतानाच्या एखाद्या बाबतीतील अन्याय्य वर्तनामुळे त्याच्या इतर चांगल्या कार्याची दखल घ्यायचीच नाही

हेही उचित नाही. सुलतानाशाहीच्या काळातले एकच उदाहरण ह्या संदर्भात घेतले तरी पुरे होईल. फिरोझ तुघलक[१७] (१३५१-१३८८) हा धर्मवेडा होता. त्याने सक्तीने शेकडो धर्मांतरे घडवून आणली. हे खरेच पण एकंदर सगळ्याच प्रजेच्या हितासाठी त्याने ज्या अनेक सुधारणा केल्या त्याचे महत्त्व नाकारून चालणार नाही. शेतीला व व्यापाराला त्याने दिलेले संरक्षण, वृद्धांची आणि गुलामांची त्याने घेतलेली काळजी, भ्रष्टाचारी अधिकाऱ्यांविरुद्ध त्याने केलेल्याकडक उपाययोजना, वस्तूंच्या किंमती खाली आणण्यासाठी त्याने केलेले प्रयत्न अशा कित्येक गोष्ट कोणत्याही राज्यकर्त्यांनी सतत डोळ्यासमोर ठेवाव्यात अशाच आहेत. मोगलांपैकी अकबर आणि औरंगजेब ह्यांना एकाच मापाने कसे मोजता येईल? प्रादेशिक मुलसमानी राज्यकर्त्यांपैकी विजापूरचा दुसरा इब्राहीम आदिलशहा (१५८०-१६२७) ह्याची कथा तर मोठी विलक्षण म्हणावी लागेल. हा संगीताचा प्रेमी नुसता त्या कलेचा चाहताच नव्हे तर त्यातला एक अधिकारी विद्वान होता. पण संगीत साधनेसाठी हिंदू संस्कृतीच्या परंपरेप्रमाणे सरस्वतीची भक्ती आवश्यक आहे म्हणून तो सरस्वतीपूजनही अगदी मनोभावे करीत असे. ह्याबद्दल मदिनेहून विजापूरास आलेल्या एका मौलवीने ह्याची हजेरी घेतली तेव्हा इब्राहीमने उत्तर दिले की काही झाले तरी तो संगीत सोडणार नव्हता आणि त्यासाठी आवश्यक ते सरस्वतीपूजनही सोडणार नव्हता. मुसलमान राहून हे अशक्य असेल तर हिंदू व्हायलाही मागेपुढे पाहणार नव्हता. ह्यावर मौलवी गप्प झाला. काही दिवसांनी इब्राहीमने मोठ्या कौशल्याने त्या मौलवीचा मानसन्मान वगैरे करून त्याची मदिनेस परत रवानगी केली.[१८]

वरील प्रकारची आणखीही बरीच प्रकरणे सांगता येतील. पण याचा अर्थ असाही नव्हे की सर्व इस्लामी सत्ताधीशांचे काळात प्रजा फार सुखी-समाधानी राहिल्या ते तर नाहीच पण रयतेला साधी सुरक्षितताही वाटत नाही अशी स्थिती अनेक सुलतानांच्या अंमलाखाली झाली. धार्मिक बाबतीत काही वंदनीय अपवाद सोडले तर बहुतेक इस्लामी सत्ताधीश असहिष्णू होते हे खरेच आहे. कोणत्याही मध्ययुगीन सत्ताधाऱ्याने केवळ प्रदेशविस्तारासाठी किंवा लुटींसाठी काहीही अनन्वित कृत्ये केली असती तरी तो कालधर्म म्हणून समजण्यासारखे होते. पण देवळातली सर्व संपत्ती हवी तर लुटावी. पण तेथील मूर्तीफोडण्याचे किंवा त्या मंदिराची वास्तू जमीनदोस्त करण्याचे कारण काय? पण धर्मपिसाटांना कारणे कोणी विचारायची? आणि विचारली तर त्याचे उत्तर शब्दांतच मिळेल याचा भरवसा काय? ते तलवारीने किंवा बंदुकीच्या गोळीने मिळण्याचाच संभव अधिक.

आपल्याला आता मराठ्यांच्या सत्ताकाळाकडे वळायचे आहे. महाराष्ट्रात मराठ्यांच्या इतिहासाविषयी काही बोलायचे म्हणजे मोठी कठीण गोष्ट. विशेषत: श्रोत्यांना किंवा वाचकांना खरा-खोटा कसलाही इतिहास सांगून खूष करायचे किंवा काही शाब्दिक

कसरती करून वेळ मारून न्यायची असेल उद्योग करायचे नसतील आणि वस्तुनिष्ठ भूमिकेतून, साधनांची मोडतोड न करता खरेच सांगायचे असा निर्धार असेल तर ते फारच अवघड होते. कारण ह्याच ठिकाणी सुरुवातीला सांगितलेल्या 'आपल्या' इतिहासाकडे पाहणारे 'आपण' म्हणजे कोण ह्याच्या व्याख्यावरून अनेक प्रकारे गोंधळ माजू शकतात. आपण म्हणजे आपला महाराष्ट्र, मराठी भाषिक प्रदेश, आपण म्हणजे आपली ब्राह्मण, मराठा, धनगर अशी जी काही जन्माच्या योगायोगाने लागली असेल ती जात अगर आपण म्हणजे आपले भोसले, जाधव, पिसाळ, गोखले, वगैरे असे काही घराणे अशा आपलेपणाच्या कित्येक शिरा भूतकाळाच्या ह्या भागापाशी आल्यावर ताठ होतात आणि क्वचित आपल्यापेक्षा भिन्न मते असणाऱ्या अभ्यासकाचे बाबतीत आपण इतके असहिष्णू होण्याचा संभव असतो की धर्माच्या नावाने दंगा मांडणारे मुसलमान परवडले असे म्हणण्याची वेळ येते.

१९६० पूर्वी २-३ वर्षे जेव्हा वेगळ्या महाराष्ट्र राज्याच्या निर्मितीसाठी आंदोलन सुरू होते तेव्हा त्या काळच्या प्रचारात महाराष्ट्र हा किती मोठा आहे हे सांगताता 'ह्या भारतात फक्त महाराष्ट्रालाच इतिहास आहे. बाकी सर्व प्रदेशांना नुसता भूगोल आहे.'[२०] असे ठणकावून सांगितले जाई. त्यावेळी आपण म्हणजे सर्व मराठीभाषिक अशी व्याप्ती होती. परंतु तरीही प्रचारातील त्या विधानाला काही अर्थ होता का? शिवाजी महाराजांच्या उदयापूर्वी महाराष्ट्राला स्वत:चा असा राजकीय इतिहास काहीही नव्हता. मौर्य व गुप्त साम्राज्ये बिहारमधून चालविली गेली. सातवाहन आंधमधले तर दिल्लचे सुलतान भारताबाहेरून आलेले. ह्यांच्यापैकी कुणाच्या ना कुणाच्या साम्राज्यातील एक प्रांत एवढेच महाराष्ट्राचे स्थान शतकानुशतके होते. तेव्हा बिहार, आंध्र, कर्नाटक ह्यांना फक्त भूगोल आहे. आणि फक्त १००-१२५ वर्षे प्रदेशविस्ताराचे राजकारण करणाऱ्या मराठ्यांनाच तेवढा इतिहास आहे हे विधान फक्त प्रचाराचा एक भाग म्हणून समजून घ्यायला हवे. इतिहास म्हणून नव्हे!

तथापि, सतराव्या शतकाच्या उत्तरार्धात शिवाजी महाराजांच्या रूपाने महाराष्ट्राने देशाला एक अमोल देणगी दिली ह्यात शंका नाही. शिवाजी महाराज हिंदूंच्या धर्म स्वातंत्र्यासाठी लढले असतील तर त्यात काहीच गैर नाही. मुसलमान, ख्रिश्चन वगैरे सर्वांना त्यांनी आपले श्रद्धास्थान दिले. पण अन्य सर्वांना ते द्यायचे आणि फक्त हिंदूंनाच तेवढे ते नाकारायचे असे मानण्याइतके ते 'निधर्मी' वगैरे नव्हते. मात्र शिवाजी महाराजांचा हा लढा केवळ हिंदूंच्या धार्मिक स्वातंत्र्यासाठी नव्हता. तो एक सुराज्याचा आदर्श घालून देण्यासाठी ही होता. न्यायाधिष्ठीत राज्य आणि रयतेला जास्तीत जास्त कल्याणकारी ठरेल असे प्रशासन देण्याची त्यांची धडपड होती आणि हे त्यांना फक्त महाराष्ट्रापुरते करायचे होते असे नव्हते. त्यांच्या कर्नाटकातील स्वाऱ्या आणि 'एक दिल्ली घ्यायचे

तेवढे राहून गेले' हे एका बखरीतील एक विधान हे ह्या संदर्भात पुरेसे सूचक पुरावे मानता येतील.

पण शिवाजी महाराजांची ही महती सर्वमान्य झाल्यानंतर त्यांनी हे कार्य कसे केले. त्यामागचे स्फूर्तिस्थान कोणते? त्यांचे गुरु कोण? हा शोध सुरू झाला. मग काही संशोधकांना रामदास स्वामी सापडले. पण तत्कालीन साधनांवरून रामदास स्वामींकडून शिवाजी महाराजांनी काही उपदेश घेतले, वेळोवेळी सल्ले घेतले आणि मग राजकारण केली असे काहीही दिसत नाही. तथापि शिवकार्य मूर्त स्वरूपात दिसू लागल्यावर ते त्यांचे चाहते झाले आणि त्यांनी दुसऱ्या कोणाही तत्कालीन संत महात्म्यांनी केला नसेल असा प्रचार केला ह्याबद्दल शंकाच नाही. तथापि, ही हकिकत आहे अशी समजून घेण्याऐवजी स्वराज्याचे खरे संस्थापक रामदास स्वामीच आहेत; शिवाजी महाराज हे फक्त त्यांचे चेले होते येथेपासून ते रामदास स्वामी हे औरंगजेबाचे गुप्तहेर होते येथेपर्यंत सर्व प्रकारची संशोधने झाली आणि ह्यात जन्माच्या अपघाताने शिवाजी महाराज हे मराठा जातीचे आणि रामदास स्वामी हे ब्राह्मण व आजच्या इतिहासकारात ही तशाच अपघाताने काही मराठे आहेत तर काही ब्राह्मण आहेत. ह्यापलीकडे काहीही नाही. आता काही इतिहासकार जातीपातींचे पूर्वग्रह न ठेवता लिहितात असेही दिसते. ते सत्य कथन असेल तर वाचकांनी स्वीकारलेच पाहिजे मग त्या लेखकाने ते प्रामाणिकपणे लिहिले असो वा ती धूर्त, मुत्सद्याची चाल असो.

शिवाजी महाराजांच्या मृत्यूनंतरची ३५-४० वर्षे मराठ्यांच्या दृष्टीने अनिश्चिततेची आणि गोंधळाची अशी गेली.[२१] पण त्यानंतर त्यांच्या राजकारणांना एक विशिष्ट गती आणि दिशा आली आणि त्यांच्या अनुरोधाने ते पुढे ७५-८० वर्षांपर्यंत तरी बरेचसे अव्याहतपणे असे चालले.

अठराव्या शतकात मराठ्यांच्या उद्योगांना जे वळण लागले त्याला तत्कालीन कागदपत्रांतून नेहमी येणारी 'मुलूखगिरी' ही एक अगदी अन्वर्थक अशी संज्ञा आहे. तत्कालीन मराठी राजसत्ता म्हणजे एक नामधारी छत्रपती कधी सर्व मराठी राजकारण आपल्या कह्यात ठेवू शकणारा तर कधी त्यात अयशस्वी ठरणारा असा पेशवा आणि देशाच्या निरनिराळ्या भागात आपल्या दौलती सांभाळीत सोईप्रमाणे कधी पेशव्यांच्या आज्ञेत किंवा केव्हा स्वतंत्रपणे वागणारे असे सरदार ह्यांची एक अर्धीमुर्धी संघटित अशी संघशक्ती होती. खुद्द पेशवे हेही एक दौलतदार होतेच वा मुलूखगिरीतही त्यांचा सहभाग अस. सर्व मराठे ज्यांना आपले स्वामी मानीत ते छत्रपती मात्र अठराव्या शतकात शाहू गादीवर स्थानापत्र झाल्यापासून पुढे पेशवे ठरवतील ती नेमणूक घेऊन सातारा ह्या राजधानीच्या गावी स्वस्थ होत.

उपयुक्त सरदारांपैकी प्रमुख असे शिंदे, होळकर, नागपूरकर, भोसले, गायकवाड

वगैरेंच्या ग्वाल्हेर, इंदूर, नागपूर, बडोदा अशा ठिकाणी गाद्या होत्या व काही प्रदेशावर त्यांचा प्रत्यक्ष अंमल असे. पण कर्नाटकापासून पंजाबपर्यंत आणि गुजरातपासून बंगालपर्यंत पुष्कळसा प्रदेश त्यांनी तेथील छोट्या मोठ्या सत्ताधीशांच्या किंवा अधिकाऱ्यांच्या हुकूमतीखाली तसाच सोडलेला असे. हे सत्ताधीश अगर अधिकारी तत्त्वत: दिल्लीच्या मोगल बादशहाच्या सार्वभौम सत्तेच्या आधीन असत. पण औरंगजेबानंतरची सर्व सार्वभौम, बादशहा म्हणजे केवळ बाहुली होती. कधी ती एखाद्या वजीराकडून नाचविली जात असे तर कधी पेशवे किंवा शिंद्यांसारखे सरदार त्यांच्याकडून खेळविले जाई. आता हा जो आपल्या प्रत्यक्ष अंमलाखाली घेतलेला प्रदेश नसे त्यासंबंधीचे मराठ्यांचे एक पक्के धोरण असे ते म्हणजे तेथे बादशहाच्या नावाने किंवा आपला चौथाई व सरदेशमुखीचा हक्क म्हणून पैसा मागावयास जावयाचे व तो स्थानिक सत्ताधाऱ्याकडून मिळत नाही ह्या सबबीखाली तेथील प्रजेला लुटायचे. चौथाई म्हणजे विशिष्ट प्रदेशाचे रक्षण करण्याची जबाबदारी घेऊन तेथील उत्पन्नाचा चौथा हिस्सा घ्यावयाचा. पण रक्षण कुणापासून करावयाचे असे? धोका निर्माण करणाऱ्याही मराठेच आणि रक्षणाची हमी म्हणून एक चतुर्थांश उत्पन्न मागणारेही तेच. ह्या निमित्तांनी मराठ्यांनी देशभर लुटी चालविल्या. हा आरोप फक्त इंग्रजादिकांनी केला असता किंवा मुसलमानांनी लिहून ठेवलेल्या हकीकतीतूनच आला असता तर तो पूर्वग्रहदूषित म्हणता आला असता. पण खुद्द मराठ्यांनी मराठ्यांना लिहिलेल्या असंख्य पत्रातून, 'मोहीमशीर होऊन पैसा कमविण्याचे आणि पोटे भरण्याचे'[२१] उल्लेख वारंवार आलेले आहेत. ज्या काही प्रदेशावर मराठ्यांनी प्रत्यक्ष अंमल ठेवले तेथील कारभार साधारणपणे बरा चाले. पण फार वाखाणावे असे मात्र कोणी काही केल्याचे दिसत नाही. उलट स्वत:च्या प्रजांना छळण्याचे प्रकारही अगदी पेशव्यांपासून सगळ्यांनी केल्याचे अनेक तपशील देता येतील. तेव्हा धार्मिक धोरणांचा भाग थोडासा बाजूला ठेवला तर इस्लामी सत्ताधीशांपेक्षा मराठे काही विशेष चांगले होते असे म्हणता येत नाही.

मराठ्यांची सत्ता ही एक हिंदू सत्ता होती. पण मराठेतर हिंदुस्थानातही आपली सत्ता आहे किंवा निदान आपल्याला अधिक जवळच्यांची अशी सत्ता आहे असे कधीही वाटले नाही. पानिपतावर अब्दालीविरुद्ध मराठ्यांना एकट्याने लढावे लागले. कोणीही अन्य हिंदू जमाती त्याच्या मदतीला आल्या नाहीत. हा अनुभव खरा म्हणजे चांगला डोळे उघडणारा ठरायला हवा होता. पण तसे झाले नाही. पानिपतानंतरच्या पेशवा पहिला माधवराव, नाना फडणवीस आणि महादजी शिंदे ह्या तीन कर्तबगारी दाखविणाऱ्या मराठा नेत्यांनीही आपली जुनीच मुलुखगिरीची राजकारणे चालू ठेवली. स्वाभाविकच मराठ्यांकडे पाहाण्याची त्यांची दृष्टीही बदलण्याचे काहीच कारण नव्हते.

तथापि, मराठ्यांच्या ह्या शतकभराच्या उद्योगामुळे मोहिमा काढून पैसे कमविण्याच्या

हेतूनेच जरी तो केलेला असला तरीही काही गोष्टी नक्की साधल्या गेल्या. मराठ्यांनी लष्करी ताकदीने आपले वर्चस्व कायम ठेवल्यामुळे दुसऱ्या कोणास डोके वर काढता आले नाही. आणखी कोणी अधिक उदार, व्यापक दृष्टीचे सत्ताधीश पुढे आले असते तर गोष्ट वेगळी. पण हिंदू जमातीपुरतेच पाहिले तर देशात असे काही दिसत नव्हते. मात्र दिल्लीला एखाद्या नजीब खानासारखा वजीर, एखादा निजाम, एखादा टिपू, औरंगजेबानंतर निर्माण झालेला अखिल भारतीय पातळीवरील सत्तेची पोकळी भरून काढायला पुढे सरसावला असता तर काय झाले असते हे सांगता येत नाही. मराठ्यांमुळे परमसहिष्णूतेचे वातावरण पुन्हा निर्माण झाले व टिकूनही राहिले. अर्थात मराठ्यांनी हे ठरवून केलेले नाही. एकंदर हिंदू परंपरेतच इतर कित्येक दोष आणि अन्याय असले तरी अन्यधर्मियांचा नि:पात करणे हे त्यांच्या संस्कृतीत बसत नाही. मराठ्यातही ते नव्हते. मुलूखगिरीचा धंदा करणाऱ्या मराठ्यांपुढे असे काही उदात्त विचार किंवा पक्की ध्येये होती असे मुळीच नाही. पण त्यांच्या शतकाभरच्या राजकीय वर्चस्वातून चांगले काय निष्पन्न झाले ह्याची दखल घ्यायलाच हवी.[२२]

हा मध्ययुगाचा अभ्यास म्हणून त्याच्याकडे कुचेष्टेने पाहण्याचे कारण नाही. इतिहास हा माणूस समजून घेण्यासाठी वाचायचा असतो. भारतीयांनी तर मध्ययुगीन जीवन जाणून घ्यायलाच पाहिजे. कारण दूरदर्शन पाहात असलो, विमानातून प्रवास करत असलो तरी अनेक बाबतीत तो अजून मध्ययुगीनच आहे. इतर अनेक संस्कृती कोसळल्या, पण आम्ही टिकून आहोत, असे कित्येक विद्वान अभिमानाने म्हणत असतात. आमच्या सर्व अडाणी श्रद्धांसह, जातीभेदांसारख्या संस्थांसह आम्ही राहिलो असू तर ते राहणे चांगले की कसे? याचा सर्वांनीच गंभीरपणे विचार करावयास हवा. आपल्याला अभिप्रेत असलेल्या कालखंडाच्या इतिहासाच्या परिशीलनाने हा विचार नीट होऊ शकेल. पुष्कळ इतिहास असा असतो की, तो आपण आता काही विसरायला हवे. काय सोडून, फेकून द्यायला पाहिजे हे समजून घेण्यासाठीच वाचायचा असतो. मात्र तो वाचावा लागतो. डोळसपणे जाणून घ्यावा लागतो.

आपल्याला अभिप्रेत असलेल्या कालखंडाच्या इतिहासाचे ज्ञान ह्या दृष्टीने फार उपयुक्त ठरेल असा मला विश्वास वाटतो.

संदर्भ व टिपा :

१. माटे, म. श्री., निधिवास ते देवगिरी, पुणे २०१६, पृ. २७-२८ हा ग्रंथ म्हणजे इतिहास, पुरातत्त्व, वास्तुशिल्प, मंदिर शिल्प अशा विविध ज्ञानशाखांची चर्चा करणाऱ्या बावीस लेखांचा लेख संग्रह आहे.

२. आठवले, सदाशिव, विजयनगरचा सम्राट कृष्णदेवराय, श्रीविद्या प्रकाश, पुणे १९९९., पृ. ६-७

३. कित्ता, पृ. ७-९, तसेच सरदेसाई, गो. स. मुसलमानी रियासत खंड १, संपादक, स. मा. गर्गे, पॉप्युलर प्रकाशन, मुंबई १९९३, पृ. ५७-७४ रियासतीची पहिली आवृत्तक्ष १८९८ मध्ये प्रकाशित झाली होती. १९९३ ची ही आवृत्ती पाचवी आवृत्ती असून तिचेही २०१२ मध्ये पुनर्मुद्रण झालेले आहे.
४. सरदेसाई, गो. स., मुसलमानी रिसायत खंड २, मोगल बादशाही इ. स. १५२६-१८०३, संपादक, स. मा. गर्गे, पॉप्युलर प्रकाशन, मुंबई १९९३ या खंडाची पहिली आवृत्ती १८९८ मध्ये प्रकाशित झाली होती. प्रस्तुत आवृत्ती ही पाचवी आवृत्ती असून, तिचेही २०१२ मध्ये पुनर्मुद्रण झालेले आहे.
५. खरे, ग. ह. विजयनगर सम्राट कृष्णदेवराय, पुणे १९५१. पृ. १५-१६.
६. सरदेसाई, गो. स., मराठी रियासत खंड १, २, पॉप्युलर प्रकाशन, मुंबई १९८८, या खंडाची पहिली आवृत्ती १९०२ मध्ये प्रकाशित झाली होती. सदरहू आवृत्तीचे मुख्य संपादक, स. मा. गर्गे असून या खंडाचे दोन भाग केले असून पहिला'शहाज राजे भोसले' तर दुसरा 'शककर्ता शिवाजी' असा असून नवीन आवृत्तीमध्ये त्या दोन भागांचे संपादक अनुक्रमे डॉ. प्र. न. देशपांडे आणि डॉ. मा. रा. कंटक हे आहेत.
७. देशपांडे, ह. वा., राजपूत राज्यांचा उदय व ऱ्हास, नागपूर १९३८.
८. आठवले, सदाशिव उपरोक्त.
९. छत्रपती शिवाजी महाराजांच्यावर आत्तापर्यंत अनेक ग्रंथ प्रकाशित झाले असले तरी, जिज्ञासूंनी त्र्यंबक शंकर शेजवलकर कृत छत्रपती शिवाजी महाराज चरित्र-चाऱ्यि संकल्पना व आराखडा.' मुंबई १९६४ या ग्रंथातील पृ. ५९५-६१९ अवश्य पाहावीत.
१०. जिज्ञासूंनी रियासतकर सरदेसाईकृत मराठी रियासत खंड ३ संपादक म. अ. कुलकर्णीआणि सदाशिव आठवले (विभाग संपादक) मुख्य संपादक स. मा. गर्गे, पॉप्युलर प्रकाशन, मुंबई १९८९ हा ग्रंथ पहावा. या ग्रंथाची पहिली आवृत्ती १९२० मध्ये प्रकाशित झाली होती. रियासतीचा सर्वांत मोठा खंड ४ असून, नवीन संदर्भासह त्याचे संपादन डॉ. व. शं. कदम यांनी केलेअसून त्याचेही मुख्य संपादक स. मा. गर्गे होते. पॉप्युलर प्रकाशनानेच हा खंडही १९९० मध्ये प्रकाशित केलेला आहे. या ग्रंथाची पहिला आवृत्ती १९४४ मध्ये प्रकाशित झाली होती.
११. माटे, म. श्री. मध्ययुगीन कलाभारती, कॉंटिनेंटल प्रकाशन, पुणे २००२.
१२. माटे, म. श्री. प्राचीन कलाभारती, पुणे १९७४
१३. या संदर्भात जिज्ञासूंनी संदर्भ क्र. १ मधील प्राचीन भारतीय विमान कल्पना आणि वास्तव' हा लेख पहावा.
१४. माटे, उपरोक्त क्र. ११ चा ग्रंथ जिज्ञासूंनी जरूर पाहावा.
१५. माटे, उपरोक्त क्र. १२ चा ग्रंथ जिज्ञासूंनी जरूर पाहावा.
१६. आठवले, सदाशिव, शहाजादा दारा शुको, श्रीविद्या प्रकाशन, पुणे १९९२.
१७. मुसलमानी रियासत खंड १, उपरोक्त पृ. १५५.
१८. आठवले, सदाशिव. जगद्गुरु इब्राहीम आदिलशहा, श्रीविद्या प्रकाशन, पुणे १९९८, पृ. १०५-०६.

१९. फडके, य. दि., विसाव्या शतकातील महाराष्ट्र, खंड १, श्रीविद्या प्रकाशन, पुणे १९२९, प्रस्तावना हे विधान डॉ. फडके यांच्या भाषणातून प्रस्तुत लेखकाने रत्नागिरी, गोवा, मुंबई इ. ठिकाणी प्रत्यक्ष ऐकलेले आहे. संयुक्त महाराष्ट्राच्या चळवळी दरम्यान आचार्य अत्रे आपल्या भाषणात महाराष्ट्राची महती सांगण्यासाठी हे विधान हमखासपणे करून हशा आणि टाळ्या वसूल करत.

२०. बेंदे, वा. सी., छत्रपती संभाजी, पुणे १९६०.
गोखले, कमल, शिवपुत्र संभाजी, पुणे १९८१
बेंद्रे, वा. सी., छत्रपती राजाराम महाराज आणि नेतृत्वहीन हिंदवी स्वराज्य, मुंबई १९७५ तसेच 'उग्रप्रकृती संभाजी' (रियासतकार सरदेसाई) आणि 'स्थिरबुद्धी राजाराम' (रियासतकार) इत्यादी ग्रंथ अवश्या पहावेत.

२१. या संदर्भात रियासतकार गो. स. सरदेसाईंनी संपादित केलेल्या पेशवे दप्तरातील कागद या १ ते ४५ खंडांपैकी खंड क्र. १३, १५, २१, ४० या खंडातील अनुक्रमे पत्र क्र. ३३, ३४, ५२ वगैरे पत्र जरूर पाहावीत.

२२. आठवले, सदाशिव, सरदार बापू गोखले, श्रीविद्या प्रकाशन, पुणे १९९०, पृ. ३२-३३.

पूर्वप्रसिद्धी :

कोकण इतिहास परिषद, सातवे अधिवेशन, वैभववाडी येथे मध्ययुगीन सत्राध्यक्ष पदावरून केलेले भाषण.

कोकण इतिहास परिषद, शोध निबंध संग्रह, खंड ७, महाड, २०१८मध्ये प्रकाशित.

४.

मध्ययुगीन मराठी संत आणि मराठी सत्तेचा उदय

मराठ्यांचा इतिहास यथार्थपणे समजून घेण्यासाठी महाराष्ट्रीय संतांच्या कामगिरीचे यथायोग्य मूल्यमापन करता आले पाहिजे. ग्रँट डफसारख्या इतिहासकाराला ते करता आले नाही. त्यामुळे मराठ्यांच्या इतिहासाविषयी त्याने अनेक गैरसमज प्रसृत केले;[१] म्हणून तर न्यायमूर्ती रानड्यांना 'Rise of Maratha the Power' या आपल्या ग्रंथात संतांच्या कामगिरीविषयक खास एक प्रकरण लिहावे लागले. 'जातीजातीतील विषमता कमी करून संतांनी महाराष्ट्राची भूमी ऐक्यभावनेने नांगरून तयार केली. त्यानंतरच शिवाजीमहाराजांना तीत स्वातंत्र्याचे बी पेरणे शक्य झाले.'[२] रानड्यांच्या या अभिप्रायासारखाच अभिप्राय राजारामशास्त्री भागवतांनी आपल्या 'महाराष्ट्रधर्म' या लेखात व्यक्त केला आहे. 'गीतेतील भागवती धर्म हा महाराष्ट्र धर्माचा पाया असून ज्ञानेश्वरादी संतांनी जो भागवतधर्म पुन्हा वेगळ्या भूमिकेवर मोठ्या कळकळीने उभा केला, तोच महाराष्ट्रधर्माच्या पार्श्वभूमीवर आहे... आणि ज्या धर्मासाठी शिवाजीमहाराजांचा अवतार झाला तो कर्मठांचा कोता धर्म नव्हे, तर ज्ञानेश्वरांनी जीर्णोद्धार केलेला संतांचा विशाल धर्म होय,' असा राजारामशास्त्री भागवतांच्या विवेचनाचा मथितार्थ आहे.[३]

या संतांच्या चरित्राचे व कर्तृत्वाचे वस्तुनिष्ठ व ऐतिहासिक दृष्टीने समालोचन केल्यास महाराष्ट्राची प्रादेशिक अस्मिता व देशी भाषेतील विचारधन यांची निर्मिती संतांनी प्रवर्तित केलेल्या भक्तिपंथांकडूनच झाली असल्याचे दिसून येते. त्यामुळे मराठी संत हेच महाराष्ट्राच्या संस्कृतीचे प्रमुख शिल्पकार ठरतात.

मध्ययुगात मानवी जीवनाच्या शिक्षण, साहित्य, कायदा, नीती इत्यादी सर्व क्षेत्रात धर्माचे अधिराज्य चाले. समाजाची उच्चनीच पातळी धर्मकल्पनांच्या शुद्धाशुद्धतेवर अवलंबून असे, म्हणून धर्मजीवन निकोप राखण्याची जबाबदारी तज्ज्ञ, आचार्य, शास्त्रज्ञ, पंडित भक्तिमार्गी संत ह्या समाजधुरीणांवर पडे. रूढ तत्त्वचर्चा आणि शास्त्रनिर्णय यांचा प्रवाही लोकजीवनाशी मेळ बसणे ज्या ज्या परिस्थितीत अशक्य होई त्या त्या वेळी

मानवतेला आवाहन करून सदाचाराचा नवा आदर्श घालून देणारे संतच त्या त्या काळच्या परिस्थितीप्राप्त लोकजीवनाला योग्य वळण लावण्यास समर्थ ठरल्याचे दिसून येते. तेराव्या शतकाच्या अखेरीला ज्ञानेश्वर नामदेवांनी आणि सोळाव्या सतराव्या शतकांत एकनाथ, तुकाराम, रामदास या संतांनी ही ऐतिहासिक कामगिरी वारकरी पंथ आणि रामदासी संप्रदाय यांच्याद्वारा यशस्वीपणे पार पाडली. तत्कालीन मतामतांच्या गलबल्यात आणि विधिनिषेधांच्या जंजाळात सापडून भ्रांतचित्त झालेल्या विद्वानांना उच्चवर्णीय पंडितांना धर्माचे खरे रहस्य संतांनीच समजावून दिले आणि अज्ञ व मूढ समाजाच्या धर्मजीवनाला संतांनीच उच्च व उदात्त विचारांची बैठक मिळवून दिली. शिवाय आचरण व उपदेश या साधनांच्याद्वारा विचार, भावना व कृती यांच्या एकात्मेवर भर देऊन संतांनी सामाजिक नीतीचे संवर्धन केले, हेच संतांचे महान सामाजिक कार्य होय. उदात्त विचार आणि विशुद्ध आचरण यांमुळे निर्माण झालेले लोकांचे मनोबल स्वराज्य स्थापनेचा व स्वराज्यरक्षणाचा पुरुषार्थ गाजविताना वेळोवेळी उपयोगी पडले, अशीच इतिहासाची साक्ष आहे.

महाराष्ट्रात संतपरंपरेचा उदय तेराव्या शतकाच्या उत्तरार्धात यादवांच्या राजवटीत झाला. यादव राजे वैदिक धर्माचे पुरस्कर्ते होते. सर्व लोकांचे आचरण बहुश: श्रुतिस्मृतिपुराणोक्त विचारांना अनुसरून चालले होते. शंकराचार्यांच्या मायावादी अद्वैतवादाची छाप महाराष्ट्रातील बुद्धिवंतांवर पडली होती. वैदिक परंपरेचे पुनरुज्जीवन करणारे टीकाग्रंथ ज्ञानेश्वर, हेमाद्री, श्रीधर, बोपदेव इत्यादी पंडित लिहीत होते. ज्योतिष, गणित, वैद्यक, संगीत इत्यादी लौकिक विद्या कला यांवरही ग्रंथ, निर्मिती होत होती; पण हे सारे ज्ञानभांडार संस्कृतमध्ये असल्याने उच्चवर्णीयांपुरतेच मर्यादित राहत होते; शिवाय त्यांच्या जीवन व्यवहारात शब्दप्रामाण्य व तंत्रनिष्ठा यांवरच भर असे. त्यामुळे उच्चवर्णीय शास्त्री, पंडित प्रेरणाशून्य व प्रवाहपतित बनले होते. त्यांच्यात द्वैती, अद्वैती, कर्ममार्गी, ज्ञानमार्गी, स्मार्तभागवत इत्यादी पंथोपंथ निघून वैचारिकदृष्ट्या सर्वत्र अराजक माजले होते. तंत्रोपासकांच्या वाममार्गी तंत्रसाधनेमुळे उच्चवर्णियांतही मद्यमांसमैथुनादी पंच 'म' कारांच्या सेवनाला प्रतिष्ठा लाभून धर्माचरणात कमालीची अनैतिकता माजून राहिली होती. वर्णभेद, जातिभेद, रोटीबंद, बेटीबंदी आणि नाना दैवते, नाना उपासना यांमुळे समाजात सर्वत्र विस्कळीतपणा आला होता. पशुतुल्य जीवन जगणाऱ्या बहुजन समाजातील अज्ञान, भीती, दैन्य व दुर्बलता यांमुळे त्यांचे धर्मजीवन उथळ व संकुचित बनले होते. या परिस्थितीचा फायदा जैन, शैव, वैष्णव, लिंगायत इत्यादी पंथांकडून घेतला जात होता. वैदिक परंपरेतील विषमता नि रूढीग्रस्तता यांना कंटाळलेले लोक समतेवर आधारलेले धर्मविचार नि सर्वसुलभ असे नवे आचार सांगणाऱ्या अवैदिक पंथाकडे ओढले जात होते. एकंदरीत तेराव्या शतकाचा उत्तरार्ध हा वैदिक संस्कृतीच्या दृष्टीने धर्मग्लानीचा व

सामाजिक अवनतीचा काळ होता. या सांस्कृतिक अध:पाताला तोंड देण्यासाठी भारताच्या निरनिराळ्या प्रदेशात लोकभाषांमधून भक्तिमार्गाचा प्रचार करणारे भागवतधर्मी संत पुढे आले.

पूर्वापार चालत आलेल्या पंढरीच्या भक्तिपंथाला एका संघटित चळवळीचे स्वरूप येऊन महाराष्ट्राच्या लोकजीवनाला वैशिष्ट्यपूर्ण वळण लागले याला ज्ञानेश्वर-नामदेवांचे कर्तृत्वच कारणीभूत आहे. ज्ञानेश्वरांचे चरित्र सर्वपरिचित आहे. संन्याशांची मुले म्हणून ज्ञानेश्वरादी चार भावंडांना वर्णाश्रम-व्यवस्थेच्या चौकटीबाहेर ठेवण्याचा हटवाद पैठणच्या शास्त्रीपंडितांनी दाखविला, त्यामुळे जातिसंस्थेचा चिवटपणा, पढिक पांडित्याच्या मर्यादा आणि स्त्री-शूद्रांची बौद्धिक कुचंबणा यांची ज्ञानेशांना तीव्रतेने जाणीव झाली व साहजिक त्यांच्या सहानुभूतीचा नि प्रेमाचा ओघ उपेक्षित आणि वंचित अशा बहुजन समाजाकडे वळला. त्यांच्या जड जीवनात चैतन्य ओतण्यासाठी ज्ञानेश्वरांनी गीतेतील भागवतधर्माची कास धरली आणि ज्ञानेश्वरीच्याद्वारा 'मराठीच्या नगरीत' अद्वैत बोध, निष्काम कर्मयोग आणि अद्वैतशक्ति यांचा त्यांनी सुकाळ करून टाकला. चिद्विलासवादी अद्वैत ज्ञानाच्या भरभक्कम पायावर कर्मप्रधान भक्तियोगाचे मंदिर उभारून त्यात अध्यात्मनिष्ठ मानवतावादाची मूर्ती त्यांनी प्रस्थापित केली.

ज्ञानेश्वरांनी ज्ञानेश्वरी, अमृतानुभव आणि चांगदेवपासष्टी या ग्रंथातील तत्त्वबोधाच्याद्वारा शूद्रातिशूद्रांच्या पुढे एका चैतन्यमय ध्येयसृष्टीचे चिद्विलासवादी पूर्णद्वैताचे चित्र उभे करून त्यांच्या जीवनाला एक अर्थ मिळवून दिला. त्यामुळे त्यांची कीर्ती तापीपासून-चंद्रभागेपर्यंत पसरली. चांगदेवासारखा हटयोगीही गर्वरहित होऊन ज्ञानेशांना शरण आला आणि मुक्ताईचा शिष्य बनला. पंढरीच्या विठ्ठलाचा एकांतिक भक्त नामदेव ज्ञानेश्वरांच्या चरणी लागला आणि त्याच्या संतमेळ्याने ज्ञानेशांना 'गुरुमाऊली' ठरविले. तेव्हा आपल्या जीवितकार्याच्या सिद्धीसाठी नाथपंथीयांची एकाकी प्रचार पद्धती सोडून सामूहिकरीत्या भक्तीचा आनंद लुटणाऱ्या संतांच्या भजनीपंथाला ज्ञानेश्वरांनी हाताशी धरले आणि तेही अभंग गाऊ लागले. नामघोष करू लागले.

ज्ञानेशांच्या सान्निध्यात नामदेवांच्या भावभक्तीला तत्त्वविचारांची जोड लाभून त्यांच्या सगुणोपासनेला अद्वैताचा डोळसपणा आला. त्यामुळे नामघोषाबरोबर 'ज्ञानदीप लावू जगी' हे नामयाच्या संतमेळ्याचे ध्येयवाक्य ठरले. ज्ञानेश्वरांसमवेत केलेल्या तीर्थयात्रेच्या काळात नामदेवांना त्यांच्या जीवितकार्याची ओळख पटली आणि नामदेवांसारखा वैष्णववीर अद्वैतनिष्ठ भक्तिमार्गाचा प्रभावी प्रचारक बनला.

ज्ञानेश्वर हे या संतमंडळाचे ध्येयस्वरूप सिद्धपुरुष होते तर नामदेव हे त्या ध्येयाकडे जाऊ इच्छिणारांचे विश्वासू वाटाडे होते. एका विठ्ठलाच्या मूर्तीमध्ये देवत्व पाहणाऱ्या नामदेवांनी संतांना 'जे जे भेटे भूत। ते ते जाणिजे भगवंत' अशी व्यापक दृष्टी ज्ञानेशांनी

दिली. तसेच 'भक्ति येथ सरे। जाति अप्रमाण' अशी घोषणा करून जातिभेदातील स्त्री-पुरुष समतेचा झेंडा ज्ञानेशांनी पंढरीच्या वाळवंटात रोविला. या झेंड्याखाली एकत्र आलेले ब्राह्मण, शिंपी, सोनार, कुंभार, माळी, महार इत्यादी विविध जातींचे नि विविध पेशांचे संत नामदेवांच्या सुरात सूर मिळवून अभंग लिहू लागले आणि भजन कीर्तनात एकत्रितपणे गाऊ-नाचू लागले. अभंगवाणीच्याद्वारा या संतमेळ्याने आपल्या कोंडलेल्या भावनांना वाट करून दिली आणि आध्यात्मिक अनुभवाचा आणि मानसिक मुक्तीचा आनंद मनसोक्त लुटला. चातुर्वर्ण्याच्या आणि जातीपातीच्या वरवंट्याखाली दडपल्या गेलेल्या आणि पिढ्यान् पिढ्या ज्ञानवंचित नि उपेक्षित राहिलेल्या लक्षावधी स्त्री-शूद्रांच्या कार्यभक्तिला व भावभक्तिला ज्ञानेश्वर-नामदेवांनी असे विधायक वळण लावले नसते तर महाराष्ट्राच्या इतिहासाचे रंगरूप काही निराळे झाले असते. सबगोलंकारी समतेचा पुरस्कार करणाऱ्या अवैदिक पंथांच्या आहारी जाऊन पुढे कदाचित इस्लाम धर्मियांच्या सर्वंकष आक्रमणाला कायमचे बळी पडावे लागले असते; पण 'संतकृपा झाली' आणि भागवतधर्म मंदिराची 'इमारत फळा आली' म्हणून तसे घडले नाही. या संदर्भात राजवाड्यांसारखे कठोर दृष्टीचे टीकाकारही ज्ञानेश्वर, नामदेवांच्या भक्तीमार्गाचे ऋण मोकळेपणाने कबूल करतात. 'महाराष्ट्रातील शिवकालीन समाजरचना' या लेखात राजवाडे लिहतात, ''अशा रीतीने ह्या भक्तीमार्गाद्वारा साधुसंतांनी वर्णाश्रमधर्मलोपप्रधान अशी ही महाराष्ट्रातील दुर्दैवी प्रजा दोन अडीचशे वर्षे आर्य समाजात मोठ्या शिताफीने थोपवून धरिली व आर्य संस्कृतीचे रक्षण केले. तेव्हा आपल्या देशावर त्यांचे उपकार बिनमोल झाले ह्यात काडीचाही संशय नाही.''[४]

राजवाड्यांनी अतिरेकी पद्धतीने संतांच्या कार्याची प्रशंसा केली आहे, तशीच प्रशंसा अन्वय पद्धतीने अधिक जोरदारपणे न्यायमूर्ती रानड्यांनी केली आहे. आपल्या सुप्रसिद्ध 'राइझ ऑफ दी मराठा पॉवर' या पुस्तकात ते लिहितात,

"The cult of Vitthal has been enormously important in making history of Maharashtra and in the establishing of new ways of thinking, believing and behaving so much so that the history of Maharashtra is markedly different from what it would have been if ज्ञानेश्वर & नामदेव had not lived"[5]

ज्ञानेश्वरांच्या समाधीपूर्वीच झालेल्या अल्लाउद्दीन खिलजीच्या सन १२९४ मधील स्वारीने व्रतवैकल्यात, धार्मिक उत्सवात व भक्तिच्या जल्लोषात मग्न असलेल्या महाराष्ट्राला जबरदस्त धक्का दिला. त्यानंतरच्या मुस्लिम स्वाऱ्यांमुळे महाराष्ट्राला आपले स्वातंत्र्य गमवावे लागले. १३४७ ला बहमनी वंशाची राजवट महाराष्ट्रात सुरू झाली. त्याआधी दहा वर्षे तुंगभद्रेच्या काठी विजयनगरचे हिंदू राज्य स्थापन झाले होते. या दोन राज्यांमध्ये

सतत झगडे चालू होते. त्यांच्यातील लढाया व लागोपाठ पडलेले मोठे दुष्काळ यामुळे महाराष्ट्रीय जीवन उद्ध्वस्त होऊन गेले. सर्वत्र तमोयुग पसरले. पुढील शे-दीडशे वर्षांत राजकीय वा सांस्कृतिक क्षेत्रात एकही कर्तबगार पुरुष निर्माण होऊ शकला नाही. सर्वत्र अराजक माजले होते. क्षत्रिय शूद्र बनले. ब्राह्मण कायस्थी (कारकुनी) करू लागले. वैश्य वर्ग नष्ट झाला. शेती व्यापार हे धंदे बुडाल्याने सर्वत्र दैन्य नि दारिद्र्य यांची अवकळा पसरली. धार्मिक क्षेत्रातील जुने पंथ आणि परंपरा कशाबशा तग धरून राहिल्या असल्या, तरी राजकीय अस्थिरतेचे आणि आर्थिक विपन्नावस्थेचे दुष्परिणाम धार्मिक व नैतिक अध:पाताच्या रूपात सर्वत्र जाणवू लागले होते. राज्यकर्त्या मुस्लिम समाजाकडून होणारी हिंदूंची छळणूक हेही या अध:पाताचे एक महत्त्वाचे कारण होते.

या दुरवस्थेचे राजवाड्यांनी रेखाटलेले चित्र मोठे भेदक आहे. ते लिहितात, 'हिंदू बाटवले गेले. देवळे मोडली गेली. देव फोडले गेले. बायका भ्रष्ट केल्या गेल्या. साधुसंतांना छळले गेले. देवळांच्या मशिदी झाल्या. पर्वत्यांचे पीर झाले. घाटांचे दर्गे बनले. राऊळांचे कहल झाले. धर्म केवळ लोपून गेला, अशी हैराणगत स्थिती झाली.'[६]

परकी राजसत्तेचा काही काळानंतर दृश्यमान होणारा दुसरा परिणाम म्हणजे राज्यकर्त्यांची भाषा, पेहराव, चालीरीती, सण, धर्मकल्पना यांचा लोकांवरील पगडा होय. इजार, चढाव, दाढी, गोषा-पडदा आणि उर्दू-फार्शी बोली यांचा अधिकाधिक शिरकाव हिंदूंच्या दैनंदिन राहणीत होत गेला. 'अर्जदारांच्या फिर्यादी' 'काजी' पुढे जाऊन त्यांचा 'फैसला' किंवा 'इन्साफ' होऊ लागला. गडकरी, नाईक, पाईक जाऊन त्यांच्या जागी किल्लेदार, हवालदार , जमादार अंमल गाजवू लागले. संबळ, पावा, टिमकी यांची जागा ताडस (ताशा), ढोल, ताशे, मर्फे यांनी घेतली.[७] नाथांची अर्जदास्त, अर्ज इत्यादी गद्य स्फुटे अशीच फार्शीप्रचुर आहेत. मुस्लिम आमदनीत ब्राह्मणांनाही आपली धर्मश्रद्धा टिकविता आली नाही. 'ब्राह्मण बहुतेक साफ बुडाले. ते दावलमलकादी पीरांना भजू लागले. अग्निहोत्री पीरांचे मुजावर (पुजारी) बनले. ब्राह्मण, क्षत्रिय स्वधर्मभ्रष्ट झाले. वैश्य नामशेष झाले. शूद्रातिशूद्र परधर्म स्वीकारून उन्मत्त झाले. त्यामुळे वर्णधर्म, कुलधर्म, जातीधर्म बुडत चालले. शिवपूर्वकाली चातुर्वर्ण्य अशा निकृष्ट थराला पोहोचले.''[८]

एकनाथांच्या व्यक्तिमत्त्वात दत्त संप्रदाय, वारकरी पंथ व पैठणची परंपरा यांच्यातील विशेषांचा उत्कृष्ट मिलाफ झाला होता. वैदिक परंपरेचा अभिमान, ब्राह्मणांचा कैवार, संस्कृत विद्येबद्दल असीम आदर आणि लिहिण्याबोलण्यात पांडित्याचा डौल या गोष्टी पैठणच्या संस्कारांनी नाथांच्या ठिकाणी आल्या. गुरुपरंपरेने नाथ दत्तसंप्रदायी होते. परंतु वर्णाभिमान, उच्चनीच भाव व सकाम धर्माचरण या दत्तसंप्रदायाच्या काही गोष्टी नाथांना रुचणाऱ्या नव्हत्या. शिवाय त्यांच्या दत्तोपासक गुरूंनी जनार्दनस्वामींनी त्यांना ज्ञानेश्वरी-अमृतानुभव यांतील बोधाची दीक्षा दिली होती. त्यामुळे आपले पणजोबा संत भानुदास

यांच्यापासून वंशपरंपरेने चालत आलेला भागवतधर्माचा वारसाच नाथांनी पुढे चालविला. ह्या त्रिविध संस्कारामुळे नाथांची भूमिका नेहमीच समन्वयाची राहिली. त्यांची वृत्ती उदार व सर्वसंग्राहक होती. प्रेमळपणा, सौजन्य व शांती हा त्यांच्या व्यक्तिमत्त्वाचा गाभा होता. वारकरी पंथांच्या तत्त्वज्ञानाचा प्रत्यक्ष व्यवहारातील आदर्श म्हणजेच नाथांचे चरित्र आणि चारित्र्य होय.

नाथांनी त्या काळातील महत्त्वाकांक्षी लोकांच्या मनावर स्वराज्याचे (स्वातंत्र्याचे) महत्त्व बिंबविले, असे दिसते. पारतंत्र्यात यवनसेवारत झालेल्या हिंदू बांधवांपुढे 'सोडा देवांची बांधवडी। उभवा रामराज्याची गुढी।', 'स्वधर्म वाढवयाचा वाढी। किंवा संरक्षावे गोब्राह्मण। हेचि व्रत स्वधर्माचारण।' यांसारखे त्या काळातील परिस्थितीशी सुसंगत असे ध्येय नाथांनी जाणीवपूर्वक ठेवले यात शंका नाही. सदैव जागरूक व सावध, त्यागी व पराक्रमी, स्वाभिमानी व सहिष्णू अशा रामचंद्राचा धीरोदात्त आदर्श सहेतुकपणेच नाथांनी निर्माण केला असे म्हणता येईल. शिवाजीराजांच्या कार्याला पुढे उपयोगी पडलेल्या त्याग, तपस्या, प्रभुत्व, पराक्रम, स्वामिनिष्ठा व धर्मनिष्ठा इत्यादी अलौकिक गुणांची ओळख एकनाथांच्या रामानेच महाराष्ट्राला प्रथम करून दिली, असे म्हटल्यास वावगे होणार नाही.

प्रा. गं. बा. सरदार लिहितात, 'वेदान्त आणि व्यवहार, एकाग्रता आणि चतुरस्रता, आत्मनिष्ठा आणि लोकसंग्रह, निःस्पृहता आणि चातुर्य यांच्या ऐक्यावर भर देऊन नाथांनी रामदासांच्या कार्याचा पाया घातला. तसेच सत्यनिष्ठा आणि सौजन्य, समबुद्धी आणि भूतदया, भक्ती आणि नीती यांचा प्रसार करून त्यांनी तुकारामांना पूर्वतयारी करून दिली. हे त्यांचे प्रभावशाली कर्तृत्व पाहिले की, एकनाथ हे युगप्रवर्तक विचारवंत होते असे वाटल्याशिवाय राहत नाही.'[१]

तुकारामांना आपल्या स्वतःच्या आध्यात्मिक विकासाची पूर्ण प्रचिती 'आता उरलो उपकारापुरता' अशा सिद्धभावनेने येऊन त्यांची अभंगवाणी लोकांना उपदेश करू लागली. तत्पूर्वीच त्यांना आपल्या जीवितकार्याची ओळख झाली होती. 'धर्माचे पाळण। करणें पाखांड खंडण' किंवा 'आम्हा हे कौतुक। जगा द्यावी नीत। करावे फजित। चुकती तें॥' असे तुकारामांनी आपल्या सामाजिक कामगिरीचे दुहेरी स्वरूप निश्चित केले होते. या त्यांच्या कार्याला आवश्यक असे एकसंध पण दुधारी व्यक्तिमत्त्वही त्यांना लाभले होते, असे 'दुर्जनासी पंचानन। तुका रज रेणू संताचा॥' या त्यांच्या उक्तीवरून दिसते. त्यांच्या अभंग वाङ्मयात अनेक सांप्रदायिक विषय आले आहेत; पण त्यांचा मुख्य भर चारित्र्य, धर्मनिष्ठा, भूतदया, सदाचार व नीती यांवरच आहे. सज्जनांच्या पालनाबरोबर दुष्टांचे दंडनही करावे लागते, म्हणून त्यांनी धर्मरक्षणाबरोबर पाखांडखंडणाची, नीतिपाठाबरोबर दंभस्फोटाचीही जबाबदारी पत्करली आणि समाजातील दुष्ट प्रवृत्तींविरुद्ध हत्यार उपसले.

शब्दालाच त्यांनी शस्त्राची धार आणली. त्यांच्या काळातही विद्या, वित्त, प्रतिष्ठा एका वर्गाकडे तर अज्ञान, दारिद्र्य व अपमानित जिणे बहुसंख्यांकडे अशी विषम विभागणी झाली होती. वर्णाभिमान, जात्याभिमान आणि पांडित्याभिमान यांनी पछाडलेले लोक सर्वसामान्यांची अवहेलना करीत होते. धर्माच्या नावाखाली अधर्म करणाऱ्या वेषधारी साधुसंतांचा सुळसुळाट झाला होता. म्हणून तर तुकारामांनी अंधश्रद्धा, संधीसाधूपणा, ढोंग यांविरुद्ध टीकेचे अस्त्र परजले आणि जन्मसिद्ध उच्च-नीच भाव, धार्मिक क्षेत्रातील मिरासदारी, जीर्ण झालेली पारंपरिक नीतिमूल्ये यावर कडाक्याचा हल्ला चढविला. कर्मठांचे अवडंबर, शास्त्री-पंडितांची पोपटपंची आणि महानुभाव शाक्त-नाथ इत्यादी पंथांमधील अघोरी आचारांचा फोलपणा, या गोष्टी तुकारामांनी चव्हाट्यावर आणल्या. तुकारामांच्या अशा अभंगांनी भौतिक उत्कर्षाला आवश्यक अशा नैतिकतेचे संवर्धनच केले. 'पाखंड खंडणाच्या विध्वंसक कार्याबरोबर स्वधर्माभिमान, स्वामिनिष्ठा, कर्मकांडापेक्षा चित्तशुद्धीचे व शरीरसुखापेक्षा सदाचाराचे महत्त्व इत्यादी उच्चतर जीवनमूल्यांची ओळख' तुकोबांच्या अभंगवाणीने सामान्य जनतेला करून दिली. या विधायक कार्याने शिवकार्याला उपयोगी असा ध्येयनिष्ठ, संघटित व कार्यक्षम असा मराठा समाज मावळ भागात तयार झाला. त्याच मावळ्यांच्या बळावर स्वराज्य-संपादनाच्या कार्यात शिवाजीराजांना यशस्वी होत आले. तुकारामांच्या अभंगवाणीची ही सामाजिक कामगिरी लोकोत्तरच म्हणावी लागेल.

रामदास हे इतर संतांपेक्षा काही बाबतीत निश्चितच वेगळे आहेत. रामदासांच्या कवितांपैकी अस्मानी-सुलतानी व परचक्र निरुपण वगैरे स्फूट प्रकरणांत देशस्थितीचे स्पष्ट वर्णन आले आहे. आनंदवनभुवन या काव्यातील 'बुडाला औरंग्या पापी। म्लेंच्छ संव्हार जाहला' हे उद्‌गार किंवा 'तुझा तू वाढवी राजा। सीघ्र आम्हां चि देखता' ही रामवरदायिनी स्तोत्रातील प्रार्थना, शिवाजीमहाराजांना उद्देशून लिहिलेला सावधानता हा दासबोधातील समास, एवढ्यावरून रामदासांची स्वराज्याकांक्षा स्पष्ट होते. तत्कालीन राजकारणाबद्दलची त्यांची जागरूकता आणि तळमळ संभाजीला लिहिलेल्या उपदेशपर पत्रावरून चांगली व्यक्त होते. एवढे निर्विवाद खरे आहे. परंतु शिवाजीराजांच्या राजकारणात यापलीकडे त्यांचा काही वाटा आहे असे ऐतिहासिक पुराव्याने सिद्ध झालेले नाही.

रामदास लहानपणापासून चिंतनशील व अंतर्मुख वृत्तीचे होते. परमार्थसाधनासाठीच त्यांनी बाराव्या वर्षी घर सोडले. नाशिक क्षेत्री बारा वर्षे राहून त्यांनी अध्ययन व तपाचरण केले. त्यापुढली बारा वर्षे त्यांनी भ्रमंतीत घालविली. उत्तर-दक्षिणेकडील तीर्थयात्रेच्या निमित्ताने देशकालपरिस्थितीचे त्यांनी सहृदयतेने व सहानुभूतिपूर्वक निरीक्षण केले. अस्मानी-सुलतानी गांजणूक बघून त्यांचे मन अस्वस्थ झाले. श्रवण, मनन, निदिध्यास करता करताच आपल्या जीवितध्येयाची त्यांना स्पष्ट ओळख झाली. वयाच्या ३६ व्या

वर्षी कृष्णातीरी येऊन चाफळ खोऱ्यात त्यांनी रामोपासनेचा स्वतंत्र पंथ १६४४मध्ये उभारला. धनुर्धारी रामचंद्र आणि हनुमान यांचा आदर्श पुढे ठेवून रामदासांनी ब्राह्मण मराठा तरुणांना बलोपासनेची दीक्षा दिली. 'उदंड समुदाय करावा' 'ब्राह्मण मंडळ्या मेळाव्या' 'वोळखीने वोळखी साधावी। बुद्धीने बुद्धि बोधावी' या सूत्रानुसार प्रत्यक्ष संघटनेचे कार्य रामदासांनी सुरू केले. त्याचवेळी तिकडे बालशिवाजी स्वराज्यस्थापनेच्या हेतूने मावळ भागातील मराठा वीरांना आपल्याभोवती संघटित करू लागला होता. दोघांची कार्यक्षेत्रे भिन्न होती; पण उद्दिष्टे आणि कार्ये परस्परांना पूरक होती. तुकारामांनी केलेल्या धर्मजागृतीची आणि नीतिसंवर्धनाची पार्श्वभूमी शिवाजी व रामदास दोघांच्या कर्तृत्वाला पोषक अशीच होती.

वेगळा संप्रदाय, वेगळी दैवते, मठस्थापना व शिष्य-संप्रदायाचा विस्तार करण्याचे धोरण, यामुळे रामदासांचे कर्तृत्व इतर संतांपेक्षा निराळे असे उठून दिसते. हे जरी खरे असले, तरी तुकारामांप्रमाणे रामदासही एकनाथांचेच वारसदार होत. संप्रदायाची तात्त्विक बैठक ज्ञानेश्वरप्रभृती संतांसारखीच आहे. रामदासांनीदेखील अध्यात्मविद्या हीच श्रेष्ठ मानली असून नवविधा भक्तीचाच उद्घोष दासबोधातून केला आहे. प्रपंच-परमार्थाची सांगड, सर्व बाबतीत सावधानता व साक्षेप म्हणजे प्रयत्नवाद या समर्थप्रणीत विचारसूत्राचे मूळ एकनाथांच्या जीवनात व वाङ्मयात सर्वत्र दिसून येते. नाथ व रामदास यांच्या लेखनशैलीतही पुष्कळच साम्य आहे. भिन्न काल व भिन्न वृत्ती यांमुळे रामदासांच्या आविष्कारात काहीसा वेगळेपणा आलेला दिसतो इतकेच. दोघांची तुलना करताना प्रा. सरदार लिहितात, 'एकनाथांच्या वेळेस स्वत्व भावनेचा नुकताच उदय होत होता. नाथांचे धोरण धिमेपणाचे व सहिष्णुतेचे आहे. दोघेही समर्थच पण त्यांचे सामर्थ्य एकाच तऱ्हेचे नाही. एकनाथांच्या वाणीत प्रबोधक शक्ती आहे; पण रामदासांच्या पवित्र्यात आक्रमणाची आकांक्षा आहे. एकनाथांनी लोकसंग्रहाचा उपक्रम केला, रामदासांनी मजबूत संघटना बांधली. एकनाथांनी समाजाच्या अंतरंगाची निगा राखली; रामदासांनी बाह्य जीवनाला बळकटी आणली.'[१०]

'अशीच परस्परपूरकता तुकाराम-रामदासांच्या कार्यात आहे. वास्तविक दोघांच्या कर्तृत्वाचा काळ सामान्यत: मानला जातो तसा एक नाही. तुकारामांचे कार्य जेथे संपते, तेथून रामदासांच्या कार्याला सुरुवात होते.' पांगारकरांचे हे म्हणणे कालाच्या दृष्टीने जितके खरे आहे, त्याहून अधिक कार्यस्वरूपाच्या दृष्टीनेही ते खरे आहे. वैश्य व शूद्र हे वर्ण राजकारणाबद्दल उदासीन असत. त्यांचे प्रतिनिधित्व करणाऱ्या तुकारामांच्या अभंगात राजकीय आशा-आकांक्षाचे पडसाद उमटले नाहीत, तर आश्चर्य नाही. शिवाय, तुकारामांच्या निर्वाणापर्यंत शिवाजीराजांचे कर्तृत्व बाल्यावस्थेतच होते. त्यांच्या कर्तृत्वाची प्रौढता दृष्टोत्पत्तीस पडल्यानंतरच रामदासांचे लक्ष शिवाजी राजांकडे गेले, असे दिसते.

आधुनिक राष्ट्रवादी दृष्टिकोनातून शिवकालाच्या इतिहासाचा अन्वयार्थ लावताना राजवाडे-देव-भावे प्रभृती संशोधकांनी रामदासांना 'राष्ट्रगुरू' ठरवून[११] त्यांच्या कार्याचा अतिरिक्त गौरव केला आहे. इतकेच नव्हे तर, त्या दोघांची तुलना करताना ज्ञानेश्वरादी संतांच्या कार्याचे सामाजिक मोल नजरेआड करून भागवतधर्मी संतांवर अन्याय केला आहे. उदाहरणार्थ, 'तुकाराम हे भोळेभाबडे भगवद् भक्त, तर रामदास हे राजकारणपटू महंत; तुकारामादी संत हे निवृत्तिवादी, तर 'प्रपंच करावा नेटका' हे सांगणारे रामदास तेवढे प्रवृत्तिवादी. भागवतधर्मी संत दैववादी तर रामदास प्रयत्नवादी. संत सहिष्णुतावादी भागवतधर्माचे प्रवक्ते तर रामदास हे जयिष्णू नि युयुत्सू अशा महाराष्ट्र धर्माचे प्रणेते.' यासारखे निष्कर्ष ऐतिहासिक वस्तुस्थितीचा अन्वयार्थ यादृष्टीने अगदी बिनचूक आहेत, असे म्हणता येत नाही. वास्तविक तुकारामांची रोखठोक सवाल करणारी अनुभवसिद्ध नि विचारप्रवण अभंगवाणी लक्षात घेता त्यांना भोळेभाबडे म्हणणे योग्य ठरत नाही आणि रामदासांचे राजकारणही वैचारिक पाठिंबा देण्याच्या स्वरूपाचे होते, प्रत्यक्ष कृतीचे नव्हते.

रामदास हे त्यावेळच्या ब्राह्मण-क्षत्रियांचे प्रतिनिधी होते. 'मराठा तितुका मेळवावा' 'महाराष्ट्र धर्म वाढवावा' या उद्‌गारात उच्चवर्णियांच्या राजकीय आशा-आकांक्षाचे पडसाद उमटले आहेत इतकेच. रामदासांनी परमार्थ विवेकाबरोबर प्रपंच बोधाचेही निरुपण केले आहे, म्हणून ते लगेच प्रवृत्तीवादी ठरतात असे म्हणता येत नाही. इतर संतांप्रमाणे त्यांनीही 'प्रवृत्ती निवृत्ती'चा विवेकाने अंगीकार केलेला दिसतो. 'प्रपंच परमार्थी सावधान' राहणाऱ्याचा आदर्श तर एकनाथांनीच प्रथम घालून दिला होता. 'संतांचा परमार्थ भौतिकनिष्ठ नसला तरी ऐहिकनिष्ठ आहे. परलोक ते तुच्छ मानतातच, पण मोक्ष सुखाचीही त्यांना फिकिर नाही. 'याचि देही याचि डोळा' यांना भक्तीचा सोहळा येथेच पहावयाचा आहे.' असे असता त्यांना निवृत्तीवादी म्हणून हिणवण्यात काही अर्थ नाही. ज्ञानेश्वर-एकनाथांचे कर्तृत्व पाहता प्रयत्नवादाच्या बाबतीत रामदासांपेक्षा ते तिळभरही कमी ठरत नाहीत. तसे पाहिले तर ज्ञानेश्वर प्रभृती वारकरी संत आणि रामदास यांचे तत्त्वज्ञान एकच आहे. कर्मसिद्धान्त, पुनर्जन्म, वर्णाश्रमधर्म, जातिसंस्था, अद्वैतसंस्था, भक्तिमार्गाची सुगमता, अवतारवाद इत्यादी मूलभूत सिद्धान्तांवर ज्ञानेश्वरी संत व रामदास या दोघांचीही सारखीच श्रद्धा होती; कारण दोघेही आत्मवादीच. परमार्थ सिद्धी हेच दोघांचे उद्दिष्ट, भक्तियोगाचे अनुसरण हाच दोघांचा प्रमुख मार्ग, दोघांमधील वेगळेपणा हा निव्वळ तपशीलाचा आहे, तत्त्वांचा नाही.

या सर्व विवेचनाचा समारोप करताना प्रा. सरदारांच्या शब्दांत असे सांगता येईल की, 'ज्ञानेश्वरांनी महाराष्ट्राला तत्त्वज्ञान दिले, नामदेवांनी नामभक्तीचा उद्‌घोष केला, एकनाथांनी तत्त्व आणि तपशील, विचार आणि आचार यांचा मिलाफ घडवून आणला.

ज्ञानाशिवाय भक्तीला डोळसपणा नाही. आचाराशिवाय तिच्यातील जडता नाहीशी होत नाही. परंतु या तिन्ही प्रवृत्ती एकवटून त्यांची सामाजिक नीतिमत्तेत परिणती झाल्याशिवाय मानवी जीवनाला पूर्णत्व नाही. तुकारामांनी नीतिमूल्यांचे संवर्धन करून ज्ञानेश्वरप्रणीत भागवतधर्माच्या देवालयावर कळस चढविला.'[१२] अशा प्रकारे भागवतधर्माने एक प्रकारचे संपूर्ण वा सम्यक असे जीवनदर्शन महाराष्ट्रीयांपुढे ठेविले. भागवत-धर्माने सामान्य लोकांना त्यांचे मनुष्यत्व परत मिळवून दिले. तेच पुढे राजकीय कार्यात प्रभावी ठरून 'महाराष्ट्र धर्म रक्षक' बनले. समर्थांनी महाराष्ट्र धर्माच्याद्वारे उच्चवर्णीयांना आपले गतवैभव परत मिळविण्यास स्फूर्ती दिली. त्यांच्या अंत:करणातील राजकीय आकांक्षाचा वन्ही चेतविला. यातूनच महाराष्ट्राचे स्वातंत्र्य उदयास आले. शिवरायांचे स्वराज्य साकार झाले.

ज्ञानेश्वरप्रणीत भागवतधर्म मंदिराच्या कळसावरील ध्वजा म्हणजे महाराष्ट्रधर्माची स्वराज्याची पताका ही भागवतधर्माचे स्वरूप जसे व्यापक आहे, तसेच ते नावही सर्व भक्तिमार्गांना सामावून घेण्याइतके व्यापक आहे. महाराष्ट्र धर्म हे एका परीने भागवत धर्माचेच प्रादेशिक व कालिक (विशिष्ट काळातले) नाव आहे एवढेच. महाराष्ट्रधर्माचे मूळ तत्त्वत: भागवतधर्म हेच आहे; म्हणून तर ज्ञानेश्वरांपासून ते रामदासांपर्यंत सर्वच भागवतधर्मी संतांना 'महाराष्ट्रधर्माचे प्रवक्ते वा प्रणेते' ही संज्ञा शोभून दिसते. (महाराष्ट्र संस्कृती : घडण आणि विकास) भिन्न भिन्न पंथांच्या या संतांनी 'अद्वैतनिष्ठ कर्मप्रधान भक्तिप्रयोगा' चा जो बीजमंत्र महाराष्ट्राला शिकविला त्याचेच मध्ययुगातील पूर्ण फलित म्हणजे शिवरायांच्या नेतृत्वाखाली महाराष्ट्राच्या स्वातंत्र्य मंदिराची झालेली उभारणी होय.

संदर्भ व टिपा

१. डफ, ग्रँट, *हिस्ट्री ऑफ द मराठाज्,* एस एम एडवर्ड्स ऑक्सफर्ड १९२१ पृ. क्र. ०७ या ग्रंथाची पहिली आवृत्ती १८२६मध्ये प्रकाशित झाली होती. त्यानंतर त्या ग्रंथावर टीका करणारे बरेच लेखन प्रसिद्ध झाले. तथापि त्या ग्रंथाचे मोल अद्यापही आहेच.

२. रानडे, म.गो., *राईज ऑफ मराठा पॉवर,* दिल्ली १९६१ या ग्रंथाचा मराठी अनुवाद, प्रा.न.र. फाटक यांनी मराठी सत्तेचा उदय या नावाने केलेला आहे.

३. भागवत, दुर्गा, *राजाराम शास्त्री भागवत,* मुंबई १९४७, पृ. ४१

४. जोशी, लक्ष्मण शास्त्री, *राजवाडे लेख संग्रह साहित्य अकादमी नवी,* दिल्ली, १९७०, पृ.क्र.११०

५. रानडे उपरोक्त पृ. १७१-१७२

६. राजवाडे, उपरोक्त पृ. ११५

७. भावे, वि.ल., *महाराष्ट्र सारस्वत,* मुंबई १९८२, पृ. १६६ या ग्रंथाची पहिली आवृत्ती सन १९९८ मध्ये प्रकाशित झाली होती.

८. राजवाडे, उपरोक्त, पृ. १०१

९. सरदार, गं.बा., संत वाङ्मयाची सामाजिक फलश्रुती, पाचवी आवृत्ती, मुंबई पृ. १३३ या

ग्रंथाची पहिली आवृत्ती १९५०मध्ये प्रकाशित झाली होती. ५ वी आवृत्ती लोकवाङ्मय गृह या संस्थेने प्रकाशित केली असून प्रा. दिगंबर पाध्ये यांची दीर्घ प्रस्तावना हे या आवृत्तीचे वैशिष्ट्य आहे, प्रस्तावना पृ. ९ ते २२

१०. कित्ता, पृ. १०१

११. राजवाडे, देव, शं.दा., पेंडसे इत्यादींनी समर्थ रामदासांना 'राष्ट्रगुरु' म्हटले आहे तर प्रा. सदाशिव आठवले यांनी आपल्या शिवाजी आणि शिवयुग या पुस्तकात इतर संतांपेक्षा थोडा वेगळा रामदास असे म्हटले आहे. या पुस्तकाच्या दोन आवृत्त्या निघाल्या असून पहिली १९७१ व दुसरी १९८६ ला प्रसिद्ध झाली आहे. १९७१ची आवृत्ती अजब पुस्तकालय, कोल्हापूर व दुसरी आवृत्ती मेहता पब्लिशिंग हाऊसने प्रकाशित केली आहे. पुणे १९९२, पृ. ३७

१२. सरदार, उपरोक्त पृ. १३५

पूर्वप्रसिद्धी :

संतवाणी' या विषयावर एस. के. सोमय्या महाविद्यालय, मुंबई यांनी आयोजित केलेल्या राष्ट्रीय चर्चासत्रात वाचलेला निबंध, डिसेंबर २००६.

'Santavani' Teaching of Saints in India edited by Prof. Manali Londhe, Published by S. K. Somaiya College, Mumbai २००६ मध्ये प्रसिद्ध.

५.

जाणता राजा

सतराव्या शतकाच्या उत्तरार्धात महाराष्ट्रात काळाला कलाटणी देणारी एक प्रचंड सामर्थ्याची घटना घडून आली. दिल्लीहून भारताच्या अनेक भूभागांप्रमाणे महाराष्ट्रावरही राज्य करणारी एक अभारतीय, अहिंदू आणि जुलमी सत्ता उलथवून येथे स्वकीयांचे, स्वतंत्र राज्य स्थापन झाल्याचा पुकारा करण्यात आला. या नव्या, स्वतंत्र सार्वभौम राज्याच्या सिंहासनावर बसलेले पहिले राजे म्हणजे छत्रपती शिवाजीराजे होय; म्हणून तर सभासद म्हणतो, 'राजे सिंहासनरूढ झाले, या युगी सर्व पृथ्वीवर म्लेंच्छ बादशहा हा पातशहा येवढा छत्रपती मऱ्हाठा जाला ही गोष्ट काही सामान्य जाली नाही.'[१]

ही क्रांती बहुविध स्वरूपाची होती. तिच्यात तत्कालीन अर्थाने स्वातंत्र्याचे तत्त्व अभिप्रेत होते. नव्या राजवटीत सामाजिक न्यायाच्या अनुरोधाने आणि जनतेच्या आर्थिक कल्याणाच्या दृष्टीने चार पावले टाकण्यात आली. हे नवे राज्य एका हिंदूधर्माभिमानी, हिंदूंच्या नेतृत्वाखाली मुख्यत: हिंदूंनीच निर्माण केले होते. यात हिंदुत्वाचा फाजील अभिमान नव्हता; पण हिंदूंना आपल्या धार्मिक श्रद्धेप्रमाणे जगण्याचे स्वातंत्र्य असले पाहिजे हा आग्रह मात्र पक्का होता. महाराष्ट्राला नवजीवन मिळाले होते आणि ते मिळवून दिले छत्रपती शिवाजी महाराजांनी.[२]

१६४५ मध्ये महाराजांनी स्वराज्याची प्रतिज्ञा घेतली आणि १६७४मध्ये स्वत:ला राज्याभिषेक करवून घेऊन ती प्रतिज्ञा प्रत्यक्षात आणली. दरम्यानच्या काळात महाराजांना अनेक दिव्यातून जावे लागले. चंद्रराव मोऱ्यांचा नि:पात, अफजलखानाचा निकाल, मुघलांशी मुकाबले, आग्रा भेट आणि सुटका, सुरतेची स्वारी अशी कितीतरी प्रकरणे महाराजांनी अंगावर घेतली किंवा त्यांना त्या-त्या प्रसंगांना सामोरे जावे लागले. प्रत्येक ठिकाणी त्यांची अग्निपरीक्षा झाली आणि त्यातून ते तावूनसुलाखून बाहेर पडले आणि अखेर राज्याभिषेक करवून घेऊन हिंदवी स्वराज्य त्यांनी साक्षात निर्माण केले.[३]

राज्याभिषेकाने आणि त्याचबरोबर आपली स्वतंत्र बिरुदावली, स्वतंत्र मुद्रा आणि आपल्या नावाची नाणी अशा अनेक प्रकारांनी त्यांनी नव्या राज्याचे स्वातंत्र्य आणि

सार्वभौमत्व स्वकीयांच्या मनावर पक्के बिंबवले. परराज्यांना त्याची सुस्पष्ट जाणीव दिली. तेव्हा राज्याच्या ठिकाणी अंतर्गत आणि परराज्य संबंधातील सर्व व्यवहारांच्या बाबतीत सर्वाधिकारत्व असते, त्यांच्या व अन्य कोणत्याही सत्तास्थानाचे दडपण येऊ शकत नाही, सार्वभौमत्व हेच राज्यशास्त्रीय विचारातील मूलभूत कल्पना आहे, ती महाराजांनी चांगलीच जाणली होती; म्हणूनच तर त्याचे वर्णन जाणता राजा[४] असे केले जाते.

छत्रपती शिवाजी महाराज हे धर्मसहिष्णू असे मध्ययुगातील राजे होते. स्वधर्माच्या प्रतिष्ठेविषयी कायम जागरूक असलेले महाराज अन्य धर्मांच्या बाबतीतही अत्यंत सहिष्णू होते. छत्रपती शिवाजीमहाराजांच्या राज्यात मुसलमानांच्या मशिदी आणि ख्रिश्चनांचे चर्चेस वगैरेंना कसलाही धक्का लागण्याची भीती नव्हती. हिंदूंशी सभ्यपणाने वागणाऱ्या कोणत्याही अहिंदूंना ते केवळ अहिंदू आहेत म्हणून महाराजांनी कधीही चुकूनही त्रास दिला नाही. उलट, मुसलमान फकिरांना, साधुपुरुषांना ते हिंदू साधुसंतांइतकाच मान देत. हेच त्यांचे जाणतेपण.

अनेक मुसलमानांना महाराजांनी आपल्या नोकरीत घेतले होते. विशेषत: त्यांच्या नौदलात मुसलमानांचा बराच भरणा होता.[५] आपले राज्य सर्वांसाठी आहे आणि जे अन्य धर्मियांवर जुलूम करणार नाहीत, असे कुणीही आपल्या राज्याच्या राज्यकारभारात सहभागी होऊ शकतात, हेच त्यांनी त्यांच्या कृतीने दाखवून दिले.

महाराजांना जातिभेदांच्या दुष्परिणामांची जाणीव होती. तथापि, आपले राजकीय कार्य निर्विघ्नपणे पुढे चालावे म्हणून आणि जाती-जमातीच्या संबंधात काहीएक समतोल राहील, अशी व्यवस्था करायला महाराज चुकले नाहीत; म्हणूनच त्यांचा किल्लेदार मराठा असायचा. सबनीस ब्राह्मण तर कारखानीस प्रभूच असे. त्यामागे महाराजांचे दोन हेतू होते. एक म्हणजे, एकाच जाती-जमातीचे कुठेही वर्चस्व निर्माण होऊ नये. तसेच भिन्न-भिन्न जाती-जमातींच्या लोकांना एकत्र काम करून एकमेकांशी अधिक सलोख्याने काम करून आणि समजुतीने व्यवहार करण्यास भाग पाडायचे, हा विचार त्यामागे होता. अमूक जातीला विशेष सवलती आणि अधिकार मिळवून द्यायचे, असा हेतू महाराजांच्या राजकारणात कुठेच दिसत नाही.

गुणी माणसांना महाराजांनी स्वराज्याच्या सेवेत रुजू करून घेतले आणि त्यांच्या पात्रतेनुसार त्यांना अधिकारपदे आणि धनदौलती दिल्या. ब्राह्मणांना मानमरातबही दिला. पण राजकीय व्यवहारात ब्राह्मण गैरव्यवहार करू लागले तर, ब्राह्मण म्हणून कोण मुलाहिजा करू पाहतो?[६] असे विचारण्यासही महाराज कचरले नाहीत. महाराजांच्या अशा उक्ती आणि कृतीतच महाराष्ट्रातील सामाजिक क्रांतीची बीजे होती, हे विसरता येणार नाही. बाटून मुसलमान झालेल्यांना महाराजांनी पुन्हा हिंदू धर्मात घेतले. एवढेच नव्हे, तर एकदा सक्तीने मुसलमान झालेल्यांना पुन्हा हिंदू धर्मात घेतल्यानंतर त्याची प्रतिष्ठा तसूभरही कमी होऊ नये म्हणून आणि हे लोकांना दाखवून द्यावे म्हणून अशा घराण्यांशी महाराजांनी

मुद्दाम सोयरीकीही जोडल्या हेही काळाच्या दृष्टीने विचार करता महाराजांचे क्रांतिकारक पाऊल होते.

महाराजांचा आणखी एक अभिनव प्रयोग म्हणजे वर्षानुवर्षे चालत आलेल्या वतनसंस्थेवर त्यांनी प्रहार केला. वंशपरंपरा वतन मागणाऱ्या आपल्या जावयालाही महाराजांनी स्वच्छ शब्दांत 'ही राज्याची रीत नव्हे', असे लिहिले. वतनदारांसारख्या मध्यस्थाकडून होणारी नरडीचा घोट घेणारी वसुली बंद होऊन जेव्हा सरकारी नोकर योग्य आणि न्याय्य तेवढेच वसूल करू लागले, तेव्हा महाराजांना सर्वसामान्यांकडून दुवा मिळणे स्वाभाविक होते. एखाद्याला एखाद्या मोठ्या कार्याबद्दल खूप द्रव्य द्यावे, मोठ्या नोकऱ्या द्याव्यात; पण वतने देऊ नयेत हेच महाराजांचे अखेरपर्यंतचे धोरण होते. हेच त्यांचे जाणतेपणही होते.

स्वराज्यासाठी महाराजांनी लुटी केल्या. तथापि त्या लुटीतही एक स्वच्छ आणि स्पष्ट दृष्टिकोन दिसतो. त्यावरून महाराजांच्या राजकारणावरही उत्तम प्रकाश पडतो. मल्हार रामराव चिटणिसाने लिहिलेल्या 'राजनीती' या पुस्तकातून ती दृष्टी आपणास दिसते. चिटणीस म्हणतात, 'संधी लक्षून शत्रू जिंकावा व शत्रूच्या प्रजा आहेत त्या जो कालपर्यंत आपल्या जाहल्या नाहीत तोवरी त्यास लुटाव्या, माराव्या, त्यांचा अनेक प्रकारे करून नाश करावा. आपल्या तसे जाहल्यावरी त्यांचे पालन पुत्रवत करावे.'[७] महाराजांनी आपल्या सर्व लुटीच्या संदर्भात हा दंडक सतत न चुकता पाळलेला दिसतो.

महाराजांना आयुष्यभर कायम युद्धमान परिस्थिती गृहीत धरूनच वाटचाल करावी लागली. लढाया परमुलखात होत. तशाच त्या स्वदेशातही. लढाईची सुरुवात शत्रूकडून होईल किंवा आपल्याकडूनही; पण या लढायांची झळ सर्वांनाच लागे. त्यातून उभी पिके तुडवली जाणे, बायकामुलांना त्रास देणे, घरेदारे लुटणे अशा गोष्टी घडत असत. मात्र, अशा गोष्टी मराठा सरदारांकडून कदापिही होऊ नयेत, अशी महाराजांची सक्त ताकीद होती. महाराज लोकांना शिवाचे अवतार वाटले ते केवळ त्यांनी गाईचे, ब्राह्मणांचे, देवदेवतांचे रक्षण केले म्हणून नव्हे, तर त्याचबरोबर त्यांच्या घरादारांचे आणि बायकामुलांचेही रक्षण केले म्हणून. मध्ययुगीन भारताच्या राजकीय परिस्थितीचा विचार करता महाराजांचे हे वेगळेपण सहज कोणाच्याही नजरेत भरण्यासारखे असेच होते. म्हणून तर जदुनाथ सरकार म्हणतात, Last constructive genious produced by the Hindu race who aimed at giving his subject peace, universal tallerativon, equal opportunities for all casts and creeds (and a beneficient for active & pure system of administration).[८] ''महाराजांचे व्यक्तिमत्त्व छाप पडणारे होते. गुणी माणसांची त्यांना उत्तम पारख होती. ते सेनानी होते, तसेच मुत्सद्दीही होते. महाराज अतिशय कष्टाळू आणि काटक होते. त्यांनी राजवैभव भोगले; पण वेळप्रसंगी अन्नपाण्यावाचून दिवस-दिवस घोडदौड करण्याची आणि उपाशीपोटी तलवार

गाजविण्याची त्यांची तयारी असे. जन्मत:च मिळालेली बुद्धीची देणगी आणि सर्वस्वाचा त्याग करण्याची तयारी ठेवून जगलेले प्रखर ध्येयवादी जीवन यातून त्यांनी एक नवे जग साकार केले.

महाराजांनी निर्माण केले ते मोजमाप करून पाहिले तर चार-पाच जिल्ह्यांएवढे स्वराज्य, पाच-दहा जिल्ह्यांएवढा खंडणी देणारा प्रदेश आणि कोटीभर खजिना एवढेच भरेल. मोगल तर सोडाच; पण विजापूर आणि गोवळकोंड्याची राज्येही महाराजांच्या राज्याहून संपन्न होती. फार काय, त्यांच्या पित्याची शहाजी महाराजांची जहागीर आणि संपत्तीही कदाचित महाराजांच्या कमाईपेक्षा अधिक भरली असती. 'पण मोजमापांचा हा दंडकच चुकीचा आहे,'[९] असे मराठ्यांचा पहिला इतिहासकार ग्रँट डफ याने म्हटले आहे ते अत्यंत समर्पक आहे. महाराजांची जी कमाई आहे ती त्यांनी दिलेल्या स्वराज्याच्या ध्येयात आणि त्यांनी घातलेल्या राज्यरक्षणाच्या, राज्यवृद्धीच्या आणि प्रजापालनाच्या शिस्तीत पाहावयाची आहे. भारतीय हिंदू परकीयांच्या आणि परधर्मियांच्या राजवटी उलथवू शकतात, सरंजामशाहीसारख्या जुन्या व्यवस्था मोडता येतात. जाती-जमातींनी शतश: खंडित झालेला हिंदू समाज एका कार्याला जुंपून एकत्र आणता येतो. अशा कितीतरी क्रांतिकारक गोष्टी महाराजांनी प्रत्यक्ष करून दाखविल्या, हीच त्यांची खरीखुरी देणगी. हेच त्यांचे जाणतेपण.

संदर्भ व टिपा

१. हेरवाडकर, र.वि., संपादक : *सभासद बखर*, पुणे १९८६, पृ. १०३.

२. आठवले, सदाशिव, *शिवाजी आणि शिवयुग*, पुणे, १९९२, पृ. १४१ ते १५४ या ग्रंथाची पहिली आवृत्ती अजब पुस्तकालय, कोल्हापूर यांनी १९७१मध्ये प्रकाशित केली होती.

३. सरदेसाई, गो.स., *मराठी रियासत, खंड १*, शहाजीराजे भोसले - शककर्ता शिवाजी, संपादक : गर्गे स.मा., विभाग संपादक - कंटक मा.रा., मुंबई १९८८, पृ. १३५ ते २९९ इ.

४. कुलकर्णी, अ.रा., *शिवकालीन महाराष्ट्र*, पुणे, २००४ (तिसरी आवृत्ती), पृ. १९७.

५. आठवले सदाशिव, *शिवाजी आणि शिवयुग*, उपरोक्त, पृ. १४५.

६. राजवाडे, वि. का., *मराठ्यांच्या इतिहासाची साधने, खंड ८*, कोल्हापूर १९०३, ले. ३१

७. *काव्येतिहास संग्रह क्र. २३*, पुणे १९०९.

८. Sarkar, J., *Shivaji & His Times,* Culcutta 1919, Page 496.

९. Duff Grant, *Histroy of the Marathas. Vol. I. 3rd Edition,* London 1878. P.254

पूर्वप्रसिद्धी :

रयतेचा राजा छत्रपती शिवाजी महाराज

संपादक : डॉ. उत्तम सावंत, निर्मल प्रकाशन, नांदेड, जून २०१४

६.

शिवकालीन नौदलप्रमुख : कान्होजी आंग्रे

मराठ्यांच्या इतिहासात ज्या घराण्यांनी स्वराज्य स्थापनेसाठी आणि त्यानंतर साम्राज्य विस्तारासाठी पराक्रम गाजविला, बहुमोल कामगिरी केली, अशा घराण्यांमध्ये आंग्रे घराण्याचा प्रामुख्याने उल्लेख करावा लागेल.

अठराव्या शतकात या एकेका घराण्यातील वीरांनी एकेका भूभागावर आपला अंमल निर्माण केला होता. बडोद्याला गायकवाड, धार संस्थानमध्ये पवार, इंदौरला होळकर, नागपूरला भोसले, ग्वाल्हेरला शिंदे अशी घराणी प्रसिद्धीस आली होती. त्याचप्रमाणे कोकणात ज्यांनी आपली सत्ता निर्माण केली; ते आंग्रे यांचे घराणे होय! पश्चिम किनाऱ्यावर असलेल्या इंग्रज, पोर्तुगीज यांसारख्या पाश्चात्त्य शत्रूंपासून कोकण किनारपट्टीचे रक्षण करण्याचे महत्त्वपूर्ण काम कान्होजी आंग्रे यांनी केले. त्यांनी छत्रपती शिवाजी महाराज, छत्रपती संभाजी महाराज, छत्रपती राजाराम महाराज आणि छत्रपती शाहू महाराज अशा चार छत्रपतींच्या काळात आपल्या स्वराज्यावर आलेल्या अनेक संकटांमुळे मर्दुमकी गाजविली, छत्रपती राजाराम महाराजांना जिंजीस जावे लागले (जिंजी त्यावेळेस कर्नाटक प्रांतात होते, आज तो प्रदेश तमिळनाडू राज्यात आहे!) त्यांच्याबरोबरच तत्कालीन मराठी आरमाराचा प्रमुख सिदोजी ऊर्फ भिवजी गुजर ह्याला महाराजांनी बरोबर नेल्याने साहजिकच येथील आरमाराची जबाबदारी कान्होजी आंग्रे यांच्यावरच पडली. प्राप्त परिस्थितीत ही जबाबदारी त्यांनी अतिशय खंबीरपणे पार पाडली. पुढे छत्रपती राजाराम महाराज १६९८मध्ये जिंजीहून परतले आणि दरम्यान त्याचवर्षी सिधोजी गुजर मरण पावल्यामुळे छत्रपती राजाराम महाराजांनी त्यांच्या जागी कान्होजी आंग्रे यांची नेमणूक केली.

मलबार ते गुजरात

राजाराम महाराजांच्या पश्चात कान्होजींनी स्वबळावर पश्चिम किनाऱ्याचे जे अतिशय चांगल्या प्रकारे संरक्षण केले त्याविषयी खुद्द राजाराम महाराजांनी आपल्या एका पत्रात

गौरवोद्गार काढल्याचे आढळतात. त्याचवेळेस त्यांनी कान्होजींना 'सरखेल' हा किताबही बहाल केला. कुलाबा, विजयदुर्ग, सुवर्णदुर्ग आणि सिंधुदुर्ग ही मराठी आरमाराची चार प्रमुख ठाणी असून मलबारपासून गुजरातपर्यंतच्या किनाऱ्यावर कान्होजी आंग्रे यांनी आपला दरारा निर्माण केला होता.

मराठ्यांचा औरंगजेब बादशहाशी तीव्र झगडा चालू असता (हा लढा छत्रपती संभाजी महाराज, छत्रपती राजाराम महाराज आणि राजाराम महाराजांची विधवा पत्नी महाराणी ताराबाई यांच्याबरोबर १६८० ते १७०७ असा सत्तावीस वर्षे चालू होता!) कान्होजींनी चांगला पराक्रम गाजवून शत्रूंना हतवीर्य केले. मराठ्यांची पुढे लहान-मोठी राज्ये निर्माण झाली, त्यात आंग्रे घराणे प्रमुख असून त्याचे संस्थापक कान्होजीच होय.

सुमारे पंचवीस वर्षे कान्होजींनी इंग्रज, सिद्दी, पोर्तुगीज, मोगल इत्यादींशी झगडे करून आरमारी विजय संपादन केले. त्यांनी पश्चिम किनाऱ्यावरील सर्व सत्ताधीशांना आपले अंकित करण्याचा उद्योग आरंभीला आणि किनाऱ्याने संचार करणाऱ्या सर्व जहाजांवर व व्यापारी मालावर जकात घेण्याचा रिवाज सुरू केला. त्यातूनच १७१२ त्यांचा इंग्रज आणि पोर्तुगीज या दोन पाश्चात्त्य सत्तांशी झगडा झाला; परंतु त्यात त्याने त्या दोनही सत्तांना धूळ चारून विजय संपादन केला. लढाईतून मिळालेल्या द्रव्याच्या जोरावर त्याने नवीन फौज जमविली.

छत्रपती शाहू महाराजांच्या समवेत

छत्रपती शाहू महाराज १७०८मध्ये बादशाही कैदेतून सुटून आल्यानंतर कान्होजींनी त्याकडे सुरुवातीस लक्षच दिले नाही. मात्र, पुढे अल्पावधीतच छत्रपती शाहू महाराजांचे पहिले पेशवे (पंतप्रधान) बाळाजी विश्वनाथ (१७१३-२०) यांच्याशी त्यांचा सन्मान्य समेट घडून आला आणि कान्होजी शाहू महाराजांच्या पक्षाला येऊन मिळाले. पुढे पुष्कळ वेळा साताऱ्यास जाऊन त्यांनी शाहू महाराजांची प्रत्यक्ष भेट घेतली असे उल्लेख तत्कालीन कागदपत्रांतून आढळतात. शाहू महाराज आणि कान्होजी आंग्रे समेट घडून आल्याची बातमी कळताच सिद्दीचा जोर साफ उतरला आणि कोकणचे राजकारणच बदलून गेले. सिद्दी हा मराठ्यांचा तसा जुना शत्रू (शिवाजी महाराजांनाही आणि त्यानंतरच्या छत्रपतींनाही त्याला आवर घालता आली नाही.) परंतु प्राप्त परिस्थितीत सिद्दीपेक्षाही मोठी आणि नवी डोकेदुखी मराठी राज्याला निर्माण झाली होती, ती म्हणजे इंग्रज आणि पोर्तुगीज यांची! अशा परिस्थितीत त्या दोन पाश्चात्त्य सत्तांशी कान्होजींचा झगडा अपरिहार्य ठरला. अर्थात, इंग्रजांशी अथवा पोर्तुगिजांशी मुद्दाम कलह वाढविण्याची कान्होजींची इच्छा नव्हती. त्यांनी स्वत: इंग्रजांकडे समेटासाठी आपला वकील पाठविला होता व त्या दोघांमध्ये एक समेटही घडून आला होता. परंतु तो अत्यंत मोघम स्वरूपाचा असा समेट होता.

अशा परिस्थितीत २६ डिसेंबर १७१५ रोजी चार्ल्स बून हा उपद्रवी माणूस मुंबईचा गव्हर्नर म्हणून दाखल झाला. पदावर आल्याबरोबरच त्याने 'पश्चिम किनाऱ्यावर आमच्या अनिरुद्ध संचारास जो कोणी अडथळा करील त्याची मी खोडकीच जिरवीन' अशी घोषणा केली. त्याचबरोबर लढाईची सर्व तयारीही त्याने केली होती. एवढेच नव्हे तर कान्होजींचा उल्लेख तो 'चोर' असा करू लागला होता.

विजयदुर्ग वाचविला

यानंतर मात्र कान्होजींनी खरोखरच इंग्रजांची लूट सुरू केली. त्याने इंग्रजांची तीन जहाजे पकडली. त्यातून एप्रिल १७१८मध्ये उभयतांत युद्ध सुरू होऊन इंग्रजांनी विजयदुर्गवर हल्ला केला. कान्होजींनी निकराने व कौशल्याने किल्ल्याचा बचाव केल्यामुळे लढाईत दोनशे लोक गमावून व तीनशे लोक जखमी अवस्थेत घेऊन इंग्रज मुंबईस परतले.

अर्थात, अपयशाने बून खचून जाणार नव्हता आणि तो खचून गेलाही नाही. नोव्हेंबर १७१८मध्ये त्याने आपले जंगी आरमार घेऊन खांदेरीवर चाल केली. तेथेही इंग्रजांचा इलाज चालला नाही. इंग्रजांनी अनेक हल्ले चढविले. मात्र, कान्होजींनी सर्व मोडून काढले. नामोहरम होऊन बून परत मुंबईस गेला. परंतु विजयदुर्ग काबीज करण्याचा इरादा मात्र त्याने सोडला नाही. सन १७१९च्या सप्टेंबर मध्ये वॉल्टर ब्राऊनच्या नेतृत्वाखाली इंग्रज आरमार त्या किल्ल्यावर चालून गेले, पण विजयदुर्ग भंगला नाही. उलट, ब्राऊनची जहाजे कान्होजींनी लुटली. तो हात हालवित मुंबईस परतला.

इंग्रज व पोर्तुगीज

आपल्या एकट्याच्या हातून आंग्र्यास वठणीवर आणता येत नाही असे पाहून मुंबईकरांनी गोवेकर पोर्तुगिजांशी वाटाघाटी करून उभयतांनी मिळून कुलाब्यावर स्वारी करण्याचा ठराव २० ऑगस्ट १७२१ रोजी केला. आंग्र्याचा पाडाव केल्यानंतर कुलाबा पोर्तुगिजांनी व विजयदुर्ग इंग्रजांनी घ्यावा आणि उभयतांनी चौल येथे जमून तेथून एकदम कुलाब्यावर चढाई करावी असा बेत निश्चित झाला.

अर्थात, त्याअगोदर १७१३ मध्येच कान्होजीचा पोर्तुगिजांशी संबंध येऊन संघर्षही घडून आला होता. १७१३ आणि १७१४ अशी सलग दोन वर्षं पोर्तुगिजांनी कान्होजीस शह द्यायचा प्रयत्न करून पाहिला; परंतु त्यात ते यशस्वी झाले नाहीत. १७१८च्या एका पोर्तुगिजपत्रात म्हटले आहे की, 'कान्होजी आंग्रे हा अत्यंत उद्धट, महान, प्रबळ असा आमचा शत्रू असून आमच्या चौलचा व्यापार नष्ट होण्यास मुख्यत्वे करून तोच कारण झाला आहे.'

त्यावेळेस पोतुगिजांच्या प्रदेशातील व्यापारी जहाजांना आंग्रे यांच्या दस्तकाखेरीज समुद्रात संचार करणे अशक्य झाले होते. वसई प्रांताच्या किनाऱ्यावरील गावातून तो

दरसाल सात लाख रुपये वसूल करीत असे. तेव्हा १७२०मध्ये योग्य संधीचा उपयोग करून घेऊन, कान्होजीस जिवंत किंवा मृतावस्थेत असा पकडण्याचा प्रयत्न पोर्तुगिजांनी केला, पण तो फसला. त्याचवेळेस इंग्रजांनाही कान्होजींनी जेरीस आणले होते. अशा पार्श्वभूमीवर त्या दोन पाश्चात्त्य सत्तांनी कान्होजींविरुद्ध एकत्र येण्याचे ठरवून त्याप्रमाणे कृतीही केली. परंतु त्याचवेळेस छत्रपती शाहू महाराजांनी पहिल्या बाजीराव पेशव्यांना (१७२०-४०) कान्होजींच्या मदतीस पाठविले. परिणामी मराठी फौजांनी त्या उभय पाश्चात्त्य सत्तांचा दणदणीत पराभव केला.

तसेच काही पोर्तुगीज अधिकाऱ्यांना कान्होजींनी समुद्रात हल्ला करून पकडून नेले व त्यांचे हाल-हाल करून त्यांना ठार केले. त्यानंतर काही काळ इंग्रज-पोर्तुगीज या दोन्ही सत्तांचा जोर अगदीच थंडावला. कान्होजींनाही युद्ध नकोच होते. तसे त्यांनीच दोन्ही सत्तांना लिहिलेल्या पत्रांवरून स्पष्ट होते. मात्र कान्होजींच्या समजुतीच्या एका पत्राला इंग्रज अधिकारी फिप्स याने अत्यंत उद्दामपणे उत्तर दिले. तेव्हा कान्होजीने त्याला २३ जुलै १७२४ रोजी लिहिले, 'आमचा कारभार चोरीच्या धंद्यावर चालला आहे, हे म्हणणे तुमच्यासारख्या व्यापाऱ्यांना शोभत नाही. शिवाजी महाराजांनी चार पातशहांशी युद्ध करून मराठी राज्य स्थापन केले. त्यांचा केवळ मी एक चेला आहे. कायदेकानून पाळून जे कोणी व्यापार-व्यवहार करतील त्यास आमचेकडून उपद्रव लागणार नाही. कान्होजींच्या या इतक्या स्पष्ट पत्रावर वेगळे भाष्य करण्याची गरज नाही.'

वरील पत्रानंतरही इंग्रज-कान्होजी आणि पोर्तुगीज-कान्होजी यांचे काही हर्षामर्षाचे प्रसंग घडतच राहिले; पण त्यामुळे कान्होजींची सत्ता कमी न होता उलट दिवसेंदिवस वाढतच गेली.

१७२४ मध्येच कुडाळकर सावंतांशी त्यांचा स्नेहसंबंध शाहू महाराजांनी घडवून आणला. कान्होजींनी अनेक सरदारांच्या साहाय्याने कोकणातील मराठी राज्य राखिले याबद्दल छत्रपती शाहू महाराजांनी कान्होजी व त्याच्या सहकाऱ्यांचा पालखी व इनाम गावे देऊन संतोष केला. जुलै १७२९मध्ये मराठी आरमाराचा हा अधिपती सरखेल कान्होजी आंग्रे हे जग सोडून निघून गेला. (त्याच्या मृत्यू तारखेबद्दल मतभेद आढळतात; जुलै १७२९ हे निश्चित!)

१७२९ पर्यंत पाश्चात्त्यांचा पश्चिम किनाऱ्यावर काही इलाज चालला नाही हे कान्होजींचे खरे यश, हाच खरा त्यांचा पराक्रम!

संदर्भ व टिपा

१. ओक, प्रमोद, *पेशवे घराण्याचा इतिहास*, पुणे, २००१.

२. ओक, प्रमोद, *बाळाजी विश्वनाथ पेशवे*, पुणे.

३. कुलकर्णी, अ. रा. आणि ग. ह. खरे, *मराठ्यांचा इतिहास, खंड १ आणि २*, पुणे, १९८४-८५.
४. खोबरेकर, वि. गो., *महाराष्ट्राचा इतिहास, मराठा कालखंड, भाग २*, मुंबई १९८८.
५. गोगटे, चि. ग., *बाळाजी विश्वनाथ यांचे चरित्र*, पुणे, १९०८.
६. टेंबे, भा. म., *हिंदुस्थानचा सागर विक्रम*, मुंबई, १९४३.
७. ढबू, दा. गो., *कुलाबकर, आंग्रे-सखेल*, अलिबाग, १९३९.
८. सरदेसाई, गो. स., *मराठी रियासत, खंड १ ते ३* (गर्गे, स. मा.), मुंबई १९८९-९२.

पूर्व प्रसिद्धी :
'अक्षरभेट' दिवाळी विशेषांक, मुंबई २००२
संपादक - सुभाष सूर्यवंशी

७.

पेशवा बाजीराव पहिला याच्या कोकणातील हालचाली

छत्रपती शाहूंचा पहिला पेशवा बाळाजी विश्वनाथ भट सन १७२० मध्ये मरण पावला आणि शाहू महाराजांनी त्याचा मुलगा बाजीराव यास पेशवाईचा धंदा सांगितला. त्याने १७२०-४० या कालखंडात अतिशय पराक्रमाने मराठी सत्तेचा विस्तार घडवून आणला. अगदी थेट दिल्लीवरही त्याने स्वारी केली. तिथे यश संपादन केले. त्याबद्दल खुद्द शाहूंनी त्याची प्रशंसा केली तर त्याचा भाऊ चिमाजीने त्याचे अभिनंदन केले. अर्थात आपल्या वडिलांबरोबरच तो दिल्लीला गेला होता व त्याने दिल्लीची दुर्बलता अगदी जवळून ओळखली होती. मोडकळीस आलेल्या मोगल साम्राज्याच्या भग्नावशेषावर मराठ्यांचे साम्राज्य उभे करण्याची त्याला उमेद होती. ती त्याने मोठ्या प्रमाणावर पूर्ण केली असे म्हणावे लागते. डॉ. वि. गो. दिघे यांच्या मतानुसार बाजीरावाला दक्षिण भारतात प्रभुत्व आणि उत्तर भारताचे नेतृत्व प्राप्त करावयाचे होते.[१] बाजीरावाच्या एकंदर वीस वर्षांच्या उद्योगाकडे पाहिल्यास हे लक्षात येते की, डॉ. दिघे यांच्या मतात पुष्कळच तथ्य आहे. डॉ. दिघे आणि इतर काही लेखकांच्या काही ग्रंथांकडे पाहिल्यास हे लक्षात येते. तथापि, या लेखात बाजीरावाने कोकण प्रांतात केलेल्या उद्योगांचा काही विशिष्ट पृष्ठसंख्येच्या मर्यादेत थोडक्यात परामर्श घेण्याचे योजिले आहे.

बाजीरावाची दृष्टी उत्तरेतील विजयावर होती तशीच ती कोकणातील तद्देशीय वसाहतवाद्यांच्या हालचालींवर होती. कोकणात शाहू महाराजांच्या राजवटीच्या सुरुवातीस सहा सत्ताधीश होते. वसई, ठाणे, चौल व गोवा येथे पोर्तुगीज, मुंबईस इंग्रज, जंजिऱ्यास हबशी, अलिबागला आंग्रे, सावंतवाडीस सावंत तर मालवणपासून पन्हाळ्यापर्यंतच्या प्रदेशात कोल्हापूरकर, कोकणात सिद्दी मराठ्यांना वारंवार त्रास देत होता. त्याने १७२६मध्ये निजाम उलमुल्कच्या चिथावणीवरून पालगडास येऊन दंगा केला होता. तथापि, बाजीरावास कोकणाकडे लक्ष देण्यास सवड मिळाली नाही. या काळात सिद्दी दिवसेंदिवस जास्त उपद्रवकारक होत गेला. हिंदूवरील त्याचे अत्याचार दिवसेंदिवस वाढत होते.

निजामाच्या साहाय्याने त्याने पालगड नजिकचा काही प्रदेश लुटून घेतला. अशा परिस्थितीत मराठ्यांना सिद्दीचा बंदोबस्त करणे आवश्यक झाले. कोकणात कान्होजी आंग्रे यांनी सिद्दीविरुद्ध युद्ध पुकारले. परंतु त्यांना एकट्याने लढणे अशक्य होऊन बसले. त्यांनी शाहूंकडे मदतीची विनंती केली.[२] बाजीराव कर्नाटक युद्धात गुंतले असल्यामुळे त्यांना कोकणात जाणे शक्य झाले नाही. सिद्दीने कोकणातील परशुरामाच्या मंदिरावर हल्ला केला. ते उद्ध्वस्त केले.[३] बायकांची अब्रू लुटली. सिद्दीच्या अत्याचारामुळे कोकणात फार मोठा असंतोष निर्माण झाला. हिंदूंची मने त्यामुळे दुखावली गेली. ब्रह्मेंद्रस्वामींचा या मंदिराशी निकटचा संबंध होता. सिद्दीचे अत्याचार त्यांना पाहवले नाहीत. ते कोकण सोडून देशावर राहायला आले आणि त्यांनीच शाहू आणि बाजीराव यांना सिद्दीच्या बंदोबस्ताची विनंती केली.

ब्रह्मेंद्रस्वामी

ज्या ब्रह्मेंद्रस्वामींच्या सांगण्यावरून बाजीराव कोकणात उतरले ते स्वामी कोण? हेही पाहणे इष्ट ठरेल. वऱ्हाडातील दुधेवाडी खेड्यात एका गरीब कुटुंबात १६४९ मध्ये त्यांचा जन्म झाला. चौदाव्या वर्षी त्यांनी संन्यास घेतला. देशभर भ्रमण करून ते कोकणात आले. चिपळूण जवळील परशुराम मंदिरात त्यांनी मुक्काम ठोकला. अल्पावधीतच त्यांची सर्वत्र कीर्ती पसरली. पुढे पेशवे त्यांना आपले गुरु मानू लागले. कोकणातील सर्व सत्ताधीशांना स्वामींबद्दल आदर होता. अंजनवेलचा सुभेदार सिद्दीसात याला मात्र स्वामींबद्दल प्रेम नव्हते. त्याने १७२६-२७ मध्ये स्वामींचे मंदिर उद्ध्वस्त करून टाकले.[४] स्वामी चिडले. त्यांनी कोकण सोडले व ते साताऱ्याजवळ धावडशी येथे राहू लागले.[५] त्यांच्या विनंतीवरूनच मराठ्यांनी सिद्दीशी युद्ध करण्याचे ठरविले.

बाजीराव (मराठे) आणि सिद्दी

कोकणात कान्होजी आणि सिद्दी यांच्यातील संघर्षाला आधीच प्रारंभ झाला होता. १७२७मध्ये कर्नाटक मोहीम संपली आणि मराठे कोकणात कान्होजींना मदत देण्यास मोकळे झाले. प्रथम या मोहिमेवर प्रतिनिधी आणि पिलाजी जाधव यांची नेमणूक करण्यात आली.[६] पिलाजीने सिद्दीला अडवून धरावे व पोर्तुगिजांची त्याला कोणतीही मदत मिळणार नाही हे पाहावे असे ठरले. प्रतिनिधी आणि पिलाजी हे दोघेही बाजीरावांचे विरोधक असल्याने त्यांना बाजीरावांनी जाणूनबुजून कोकणच्या स्वारीवर पाठविले असेसुद्धा सांगितले जाते. तसे असेल तर बाजीरावांचा हेतू बऱ्याच अंशी सफल झाला असे म्हटले पाहिजे. कारण प्रतिनिधीला कोकणात विशेष यश मिळवता आले नाही.[७] तर बाजीरावांना मात्र निजामा विरुद्ध मोठा विजय मिळून त्याला मुंगी शेगावचा तह करण्यास भाग पाडले होते. या सर्व गोष्टीत खरा पराक्रमी कोण? ही गोष्ट स्पष्ट झाली. (अर्थात पेशवा बाजीराव!)

१७३०मध्ये प्रतिनिधीला कोकणातून परत बोलाविण्यात आले. १७३२ बाजीरावांची कोकणात रवानगी करण्यात आली. बाजीराव आणि फत्तेसिंग १७३३ मध्ये कोकणात उतरले. दरम्यान १७३३ मध्येच सिद्यांचा प्रमुख नेता सिद्दी रसूल याचा मृत्यु झाला.[८] याचा फायदा घेण्याचे बाजीरावांनी ठरविले आणि कोकणात उतरल्याबरोबर त्यांनी तळे आणि घोसाळे हे दोन किल्ले जिंकले. दंडाराजपुरी येथील चकमकीत सिद्दीचा पराभव झाला. म्हणून सर्व सिद्दीपुत्र जंजिऱ्याच्या किल्ल्यात आश्रयाला आले. या किल्ल्यावर मानाजी आंग्रेने हल्ला चढविला. परंतु, हा किल्ला अतिशय मजबूत असल्याने अनेक दिवसांपर्यंत मराठ्यांना जिंकता आला नाही. परंतु लवकरच या ठिकाणी बाजीराव येऊन पोहचले.[९] बाजीरावांनी समोरूनच किल्ल्यावर प्रखर हल्ला चढविला. मानाजीने समुद्रमार्गे हल्ला चढवून सिद्दीचे त्या ठिकाणचे आरमार नष्ट केले. परंतु एवढे प्रखर हल्ले होऊनही किल्ल्यातील शिबंदीने लढा तसाच चालू ठेवला. सिद्दीने पोर्तुगिजांकडे मदतीची मागणी केली. पोर्तुगिजांनी वरकरणी तटस्थता स्वीकारली, मात्र ते आतून सिद्दीला मदत करतच होते; कारण मराठ्यांसारखा बलाढ्य शत्रू त्यांना इकडच्या बंदरांचा धनी झालेला नको होता. तसेच बाजीरावांबद्दलही पोर्तुगिजांना कोणताच विश्वास वाटत नव्हता. मात्र, तशाही परिस्थितीत मराठ्यांनी कोकणातील पुष्कळसा प्रदेश आपल्या ताब्यात आणला. परिणामी मराठ्यांची प्रतिष्ठा वाढली.

सिद्दीला इंग्रजांची मदत

जंजिरा, अंजनवेल, गोवळकोट यांसारखी महत्त्वाची ठिकाणे वगळता सिद्दीने आपला सर्व प्रदेश मराठ्यांना गमावला. अशा रीतीने कोकणात मराठ्यांचे वर्चस्व वाढू लागल्याने त्यांना मराठ्यांची भीती वाटू लागली. अशाच परिस्थितीत सेखोजी आंग्रेने एक जहाज पकडले. त्यामुळे इंग्रज दुखावले गेले. त्यांना या घटनेचा सूड घ्यावयाचा होता. म्हणून त्यांनी कॅप्टन हॉल्डेनच्या नेतृत्वाखाली एक जहाज पाठविले.[१०] तथापि, आंग्रे यांनी इंग्रजांच्या या लढाऊ जहाजावर असा काही हल्ला केला की, इंग्रजांना माघार घेण्यावाचून दुसरे गत्यंतर उरले नाही. सप्टेंबर महिन्यात इंग्रजांनी दुसरी कुमक पाठविली. त्याचवेळी सेखोजी आंग्र्यांचा मृत्यू झाला. परिस्थिती नाजूक झाली. आंग्रे यांच्या घरात यादवी माजली; तर बाजीरावाला इतरांची मदत मिळेनाशी झाली. आपापसातील भांडणामुळे कोकणात बाजीरावांवर अपयश येण्याचा प्रसंग येऊन ठेपला. अशा परिस्थितीत उघड पराभव स्वीकारण्यापेक्षा तह करणे योग्य वाटून बाजीरावांनी अलिबागचा तह केला.[११] अर्थात, त्यामुळे कोणाचे समाधान झाले नाही. सिद्दीचे हल्ले सुरूच राहिले. तेव्हा सिद्दीचा बंदोबस्त करण्यासाठी शाहूंनी चिमाजी आप्पांची नेमणूक केली. चिमाजी २० मार्च १७३६ रोजी कोकणात येऊन पोहोचले. रेवसजवळ शराई या ठिकाणी चिमाजी आप्पा आणि

सिद्दीसात यांच्यात लढाई होऊन त्यात सिद्दीसातचा पराभव झाला. शराईच्या लढाईत मराठ्यांना फार मोठे नुकसान सहन करून विजय प्राप्त करावा लागला. सिद्दीसात लढाईत ठार झाल्यामुळे ब्रह्मेंद्रस्वामी आणि मराठ्यांना हायसे वाटले.[१२] अंजनवेल आणि गोवळकोट ही दोन ठिकाणे सिद्दीकडेच कायम राहिली. त्याचबरोबर या लढाईमुळे पेशव्यांचे वर्चस्व सिद्ध झाले. कोकणात त्यांना आव्हान देण्याची कुणाची हिंमत राहिली नाही. याचवेळी आंग्रे घराण्यात यादवी निर्माण होऊन त्यात ते घराणे अधिकच दुर्बळ झाले. परिणामी पेशवे कोकणात अधिकच बलिष्ठ झाले. आंग्र्यांच्या भांडणात मध्यस्थी करण्याचा बाजीरावांनी प्रयत्न केला; पण त्याला यश आले नाही. बाजीरावांनी त्यांच्या जहागिरीची व अधिकाराची समान वाटणी करून दिली. या वाटणीमुळे तर आंग्रे घराणे अधिकच दुर्बल बनले. याचा फायदा बाजीरावांना मिळाला. बाजीरावांची कोकणावरील पकड पक्की होत गेली.

कोकण - बाजीराव आणि पोर्तुगीज

कोकणात अशा रीतीने बाजीरावांनी सिद्दी आणि आंग्रे यांची सत्ता दुर्बल करून टाकली. आता बाजीरावांना कोकणात पोर्तुगीज तेवढे स्पर्धक होते. त्यांची सत्ता नष्ट झाल्यास बाजीरावांना कोकणात कुणीच स्पर्धक उरणार नव्हता.

बाजीराव आणि पोर्तुगीज यांचा पहिला संबंध १७२१च्या अखेरीस आला. ह्यावेळी इंग्रज व पोर्तुगीज यांच्या सैन्याचा वेढा कुलाब्यास पडला होता. पुढे कान्होजींना बाजीरावांनी मदत देऊन सात हजार घोडेस्वार अलिबागच्या संरक्षणासाठी दिले. तसेच बाजीरावांनी आपण कोकणात कान्होजीच्या मदतीसाठी आलो असून आपण पोर्तुगिजांशी लढाई किंवा तह करण्यास तयार आहोत; आणि तह झाल्यास सलोखा वाढेल, मराठ्यांच्या सैन्यापुढे आपले काही चालणार नाही याची खात्री पटल्याने उभयतांमध्ये सलोख्याचा तह झाला. तथापि, ती परिस्थिती फार काळ न टिकून मराठ्यांनी पिलाजी जाधवाच्या नेतृत्वाखाली पोतुगीजांच्या वसई प्रांतावर धाड घातली. पोर्तुगिजांनी मराठ्यांची कित्येक गावे लुटली. तेव्हा बाजीरावांनी पोर्तुगिजांना कळविले की, 'बिघाड करावा हा तुमचा मकसद असले तरी तैसेच कलमी करणे म्हणजे लष्करात तेच लिहून पाठवू तहाचा प्रकार असिलया पिलाजी जाधव यास ठेऊन सलूख करणे आणि आपणाकडील एक भला माणूस वकील म्हणून पाठवून देणे.' पुन्हा पोर्तुगीज आणि मराठे असा एक तात्पुरता तह झाला. तथापि, पोर्तुगिजांचे उपद्व्याप काही कमी झाले नाहीत. मराठ्यांना बाटविणे, स्त्रियांची अब्रू लुटणे असले त्यांचे प्रकार होते. १७३०मध्ये काही प्रतिष्ठित व्यक्तींनी बाजीरावांची भेट घेऊन पोर्तुगिजांच्या अत्याचारांकडे त्यांचे लक्ष वेधले. बाजीरावांनी पिलाजी जाधवाला स्वारीवर पाठवून पोर्तुगिजाचे कांबे घेतले.[१३] पोर्तुगिजांनी मराठ्यांशी पुन्हा एकदा मैत्रीचा तह केला.[१४]

मराठा (बाजीराव) पोर्तुगीज संबंध आणि संघर्ष - दुसरी अवस्था :

सन १७३२ च्या सुमारास गोव्यामध्ये पोर्तुगीजांचा सॅन्डोमीन नावाचा नवीन गव्हर्नर आला.[१५] त्याने मराठ्यांसंबंधी आक्रमक धोरण स्वीकारले. हिंदूंवर त्याने उघड अत्याचार सुरू केले. वाडीच्या सावंतांवर त्याने हल्ला केला. दरम्यान पोर्तुगीजांच्या वकिलाकडे बाजीरावांचा वकील व्यंकोजी जोशी काही बोलणी करण्यासाठी गेला असता त्याने बाजीरावांची संभावना निग्रो म्हणून केली. बाजीराव संतापले. त्यांनी पोर्तुगिजांवर सूड उगविण्याचे ठरविले. इंग्रजांना याचा सुगावा लागला होता. त्यांनी पोर्तुगिजांना सावध करण्याचा प्रयत्न केला. परंतु मराठ्यांशी कसे लढायचे हे आम्हाला चांगले कळते असे दर्पोक्तीयुक्त उत्तर पोर्तुगिजांनी दिले. अशा परिस्थितीत ६ एप्रिल १७३७ रोजी अंताजी रघुनाथ आणि रामचंद्र जोशी यांनी ठाण्याच्या किल्ल्यावर हल्ला केला.[१६] तोफांच्या माऱ्याचे आवाज ऐकू आल्यामुळे चिमाजी आप्पा हेही मराठा सरदारांच्या मदतीला धावून आले.

परंतु मराठा सरदारांनी पोर्तुगिजांचा पराभव करून ठाण्याचा किल्ला अगोदरच जिंकलेला आहे असे त्यांना दिसून आले. पोर्तुगिजांनी रात्रभर मराठ्यांशी तीव्र लढा दिला, पण त्याचा उपयोग झाला नाही. अशा रीतीने ठाण्याचा किल्ला मराठ्यांच्या हाती सहजपणे आला. त्यानंतर चिमाजी आप्पांनी साष्टीकडे मोर्चा वळविला. साष्टी त्यांच्या हाती सहज आली. त्यानंतर मराठ्यांना वसईचा किल्ला ताबडतोब मिळू शकला असता. कारण वसईमध्ये कोणाचाच पायपोस कोणाच्या पायात नव्हता. पोर्तुगिजांच्यात दुही होती. त्याचा फायदा मराठ्यांना घेता आला असता, पण तसे झाले नाही. जुलै १७३७ मध्ये चिमाजी आप्पा पुण्यात परतले. गंगाजी नाईक व शंकराजी पंत वसईत होते. त्यांनी वसई किल्ल्याच्या भिंतीवर चढून किल्ल्याचा ताबा घेण्याचा प्रयत्न केला. त्यांना यश लाभले नाही.[१७] एवढ्यातच लुई बोटॅल्लो याच्या जागी अंतोनिया होज याची गोव्याच्या गव्हर्नर पदावर नेमणूक झाली.[१८] दरम्यान बाजीराव उत्तरेच्या स्वारीवर गेले. वसईची मोहीम मंदावली.

वसईची मोहीम

पोर्तुगीज मराठा संघर्षाच्या दुसऱ्या अवस्थेला १७३८मध्ये प्रारंभ झाला. यावेळेस पेशवा बाजीरावांनीही मोहिमेची तयारी सुरू करून पोर्तुगिजांविरुद्ध मराठ्यांची एक आघाडी तयार करण्याचे प्रयत्न केले. त्या प्रयत्नांचा एक भाग म्हणून त्यांनी सावंतवाडीकरांकडे लष्करी मदतीची मागणी केली. सावंतांनी ती मागणी पूर्ण केली आणि पेशवा व सावंत यांच्यात पोर्तुगिजांविरोधी एकमेकांना मदत देण्याचा करार ११ डिसेंबर १७३८ रोजी झाला. अर्थातच याची वार्ता पोर्तुगिजांपर्यंत पोहचली आणि त्यांनीही मराठ्यांविरुद्ध लढ्याची तयारी सुरू केली. अशा परिस्थितीत संघर्ष अटळ ठरला. बाजीरावांनी चिमाजी आप्पांची वसई मोहिमेचा सेनापती म्हणून नेमणूक केली. चिमाजींनी या मोहिमेत अतुलनीय

शौर्य दाखविले. दरम्यान काही वेळेस इंग्रजांनी पोर्तुगिजांनाही मदत केली. तथापि, चिमाजी आणि त्यांचे साथीदार मानाजी आंग्रे, मल्हारराव होळकर, राणोजी शिंदे यांच्यावर त्याचा फारसा परिणाम न होऊन त्यांनी पोर्तुगिजांशी यशस्वी टक्कर दिली. त्याचे चिमाजी आप्पांनीच वर्णन करून ठेवले आहे. अर्थात, पोर्तुगिजांनीही पराक्रमाची शर्थ केली; पण ती व्यर्थ जाऊन शरणागती स्वीकारावी लागली. ती त्यांनी स्वीकारली. तथापि या प्रसंगीदेखील मराठे अतिशय उदारतेने वागले. किल्ल्यातील पोर्तुगीज सैन्याला किल्ला सोडून सुरक्षित निघून जाण्याची अनुमती दिली. मराठ्यांची सर्वत्र प्रशंसा झाली. चिमाजी आप्पाचेही त्याच्या उदार वर्तणुकीमुळे अगदी पोर्तुगिजांनीही कौतुक केले. त्यांचे पोर्तुगीज स्त्रियांच्या संदर्भातील वागणेही अतिशय सुसंस्कृतपणाचे होते. उभय पक्षांत झालेल्या तहाच्या अटी पुढीलप्रमाणे होत्या- मराठ्यांनी पोर्तुगीज सैन्याला सन्मानाने किल्ल्याबाहेर जाऊ द्यावे. ज्या हिंदु, ख्रिश्चन, मुसलमान कुटुंबीयांना इतरत्र जाण्याची इच्छा असेल त्यांना तसे जाण्यास मराठ्यांनी अनुमती द्यावी. ज्यांना वसईत राहण्याची इच्छा असेल त्यांना वसईत राहू द्यावे. युद्ध कैद्यांची आपापसात अदलाबदल करावी. वसईतल्या चर्चेसना मराठ्यांनी धक्का लावू नये. मराठ्यांनी तहाचे काटेकोर पालन केले. गोव्याचा लढा मात्र अजूनही चालू होता. अखेर गोव्यातही मराठ्यांना यश मिळून साष्टी आणि बॉरड दोन जिल्हे सोडण्याच्या मोबदल्या पोर्तुगिजांनी मराठ्यांना एक लाख साठ हजार इतकी नुकसान भरपाई देण्याचे मान्य केले. याशिवाय पोर्तुगिजांनी मराठ्यांना एकूण महसुलाच्या १/६ हिस्सा वार्षिक खंडणी म्हणून देण्याचे मान्य केले.[११]

मराठे - पोर्तुगीज युद्धाचे परिणाम

वसईच्या युद्धात मराठ्यांकडचे २० ते २२ हजार सैनिक तर पोर्तुगीज गोरे आणि एतद्देशिय मिळून हजारांच्या वर सैनिक ठार झाले असावेत असा अंदाज पोर्तुगिजांनी केला आहे. वसई युद्धातून गोव्याचे युद्ध उद्भवले. या युद्धामुळे गोवेकर दिवाळखोर बनले. त्यांची जवळ जवळ चाळीस लक्ष रुपयांची हानी झाली. एकूण ५९३ तोफा त्यांनी गमावल्या. त्यात लांब पल्ल्याच्या ब्राँझच्या तोफा बऱ्याचशा होत्या. युद्धासाठी त्यांना चौतीस लक्ष चाळीस हजार अश्रफी खर्च कराव्या लागल्या. ठाणे जिल्ह्यातील वर्सोवापासून दमण पर्यंतच्या चोवीस कोस लांबीच्या ३४० खेड्यांवर पाणी सोडावे लागले. वसईसारखा बलाढ्य किल्ला, लहान मोठे वीस किल्ले, आठ शहरे, दोन तटबंदीच्या टेकड्या, साष्टी, कारंजा, ठाणे मराठ्यांच्या हवाली करावे लागले. सागरी सत्ता म्हणून पोर्तुगिजांचा असलेला दबदबा कमी झाला. पोर्तुगिजांना शाहू महाराजांच्या दरबारात नजराणा देऊन वकील पाठवावा लागला. पश्चिम किनाऱ्यावर इंग्रज आणि मराठा या दोनच सत्ता शिल्लक राहिल्या. मराठ्यांनी सिद्दी आणि पोर्तुगीज यांना पराभूत केल्यामुळे त्यांची प्रतिष्ठा वाढली. मराठ्यांचा वचक बसून सर्व देशात त्यांची सत्ता स्थिर झाली. इतर सत्ताधीश व जनता मराठ्यांना व मुख्यत: बाजीराव चिमाजींना सन्मानाने वागवून त्यांच्या आज्ञा पाळू लागले.

इंग्रजांचे सावध धोरण

मराठ्यांनी पोर्तुगिजांचा पराभव केल्याने इंग्रज मराठ्यांशी दबकून वागू लागले. मराठ्यांना खूश करण्यासाठी इंग्रजांनी दोन वकील त्यांच्याकडे पाठविले. कॅप्टन इंचबर्ड पेशव्यांना भेटण्याकरता आला, तर कॅप्टन गोर्डन शाहूंना भेटण्याकरता साताऱ्याला गेला. कॅप्टन इंचबर्ड चिमाजींना भेटला. परंतु चिमाजींनी त्यांचे अतिशय थंड स्वागत केले. इंचबर्डची शिष्टाई अयशस्वी झाली. मात्र, गोर्डन शिष्टाई यशस्वी झाली. अशा रीतीने बाजीराव केवळ उत्तरेतच नव्हे तर कोकणातही सर्वश्रेष्ठ ठरले.

संदर्भ व टिपा

१. Dighe V.G., *Peshva Bajirao I and Maratha Expansion,* Bombay, 1944, p.204.
२. पुरंदरे, कृ. वा., *चिमाजी आप्पा पेशवे यांचे चरित्र,* भा.इ.मं. स्वीय ग्रंथमाला प्रकाशन, पुणे १९४५, पृ. ६१.
३. राजवाडे, वि.का., *मराठ्यांच्या इतिहासाची साधने, खंड ३,* कोल्हापूर, १९०१, लेखांक १.
४. सरदेसाई, गो. स., *मराठी रियासत* (गर्गे आवृत्ती, खंड ३, पॉप्युलर प्रकाशन, मुंबई १९८९, पृ. ४३३.
५. भारतीय इतिहास आणि संस्कृती, वर्ष २ रे, पुस्तक ५ वे, म.रि. खंड ३, (उपरोक्त) पृ. ४३६-४३ इ.
६. राजवाडे, वि.का., *मराठ्यांच्या इतिहासाची साधने, खंड २,* कोल्हापूर, १९००, पृ. ५९.
७. कित्ता, खंड ३, ले. ३०५.
८. म.रि., खंड ३, पृ. ४०७.
९. वाड, चिं.ग., *शाहू महाराजांची रोजनिशी,* १९०३, पृ. ५९-६०.
१०. म.रि., खंड ३, पृ. ४१७.
११. राजवाडे, उपरोक्त, खंड ३, पृ. ७८-८८.
१२. म.रि., उपरोक्त, खंड ३, पृ. ४२१.
१३. पिसुर्लेकर, पां.स., *पोर्तुगीज-मराठे संबंध,* पुणे १९६७, पृ. १४७.
१४. कित्ता, पृ. १४८.
१५. म.रि., उपरोक्त खंड ३, पृ. ५२६.
१६. पिसुर्लेकर, उपरोक्त पृ. १५५.
१७. नाईक म.गो., *साष्टीची बखर,* मुंबई १९३५, पृ. ४२.
१८. म.रि., खंड ३, उपरोक्त, पृ. ५२६.
१९. पिसुर्लेकर, उपरोक्त पृ. १८०-२०१, केळकर य.न., *वसईची मोहीम,* पुणे १९३७, पृ. ११७-२२४, देसाई सं.शं., *पोर्तुगीज मराठे संबंध,* महाराष्ट्र राज्य साहित्य संस्कृती मंडळ प्रकाशन, मुंबई १९८९, आ १२१-१३२.

पूर्वप्रसिद्धी :

कोकणच्या इतिहासावरील राज्यस्तरीय चर्चासत्र आयोजक गोगटे -जोगळेकर महाविद्यालय रत्नागिरी, फेब्रुवारी २००३ मध्ये वाचलेला निबंध.

८.

चिमाजी आप्पांच्या इतिहासाची साधने (१७२०-४०)

मराठ्यांच्या इतिहासावर छत्रपती शाहू महाराजांपासून ते दुसऱ्या बाजीराव पेशव्यांपर्यंतच्या इतिहासावर मराठी-इंग्रजीतून भरपूर लेखन झालेले आहे. शिवशाहीपेक्षा पेशवाई काळावर अधिक लेखन-संशोधन झाले आहे आणि ते स्वाभाविकही म्हटले पाहिजे, कारण इतिहास लेखनासाठी जी साधनसामग्री लागते ती शिवशाहीपेक्षा पेशवाईच्या संदर्भात अधिक मोठ्या प्रमाणावर उपलब्ध होती आणि आहेही!

अठराव्या शतकाच्या पूर्वार्धातच पेशवे बाजीरावांनी आपल्या पराक्रमाने मराठ्यांचे नाव जवळ जवळ संपूर्ण हिंदुस्थानभर पोहोचविले. त्यावर आतापर्यंत भरपूर इंग्रजी-मराठी ग्रंथ लेखन झालेले आहे.[१] बाजीराव पेशव्यांना त्यांच्या साम्राज्यविस्ताराच्या कार्यात अनेक प्रकारची मदत करणारी जी अनेक माणसे होती त्यामध्ये त्यांचा धाकटा भाऊ 'चिमाजी आप्पा' यांचे स्थान फार वरचे आहे. तथापि, त्यांच्या कार्यावर अगदी नगण्य असे लेखन झालेले आढळते. भारत इतिहास संशोधक मंडळाच्या त्रैमासिकांच्या अंकांमध्ये काही स्फूट लेख आढळतात[२] तर कृ.वा.पुरंदरे यांनी लिहिलेले एक अपवादात्मक चरित्र वाचावयास मिळते इतकेच![३]

याशिवाय एकत्रित असे स्वतंत्र लेखन चिमाजी अप्पांवर आढळत नाही. आता कोणालाही प्रश्न पडेल की, असे का झाले? रियासतकार म्हणतात त्याप्रमाणे बाजीरावांच्या कीर्तीमुळे चिमाजी आप्पांचे नाव पुष्कळच लोपून गेले आहे. योग्यतेच्या मानाने पाहिले तर चिमाजी बाजीरावांहून कमी नव्हते. उलट, काही काही बाबतीत ते बाजीरावांहून जास्तच होते असे वाटते.[४] चिमाजींच्या संदर्भात आज आपल्यापुढे मराठी, पोर्तुगीज, इंग्रजी आणि फारसी अशी बरीचशी प्रकाशित आणि काही अप्रकाशित साधने आहेत.

अप्रकाशित साधनांमध्ये पुण्याच्या पेशवे दफ्तरातील कागदपत्रांचा प्रामुख्याने उल्लेख करावा लागेल. त्या दफ्तरात संशोधनासाठी निवडलेल्या अप्रकाशित कागदांमध्ये चिमाजींनी दिलेल्या आज्ञा, त्यांना आलेली विनंतिपत्रे वगैरेंची संख्या सुमारे ७० ते ७५ आहे.[५]

याच दफ्तराच्या चिटणीशी दफ्तरातील कागदपत्रांमध्ये रूमाल १ ते ३५ भाग १ यामध्ये चिमाजी आप्पांच्या संदर्भातील सुमारे ३० पत्रे उपलब्ध आहेत.[६]

प्रकाशित मराठी साधनांचा विचार करता रियासतकार गो.स. सरदेसाई यांनी संपादित केलेल्या पेशवे दफ्तराच्या ४५ खंडांपैकी खंड क्र. ३, ८, ९, १०, ११, १२, १३, १४, १५, १६, १७, १८, १९, २२, २४, २५, २६, २७, २८, ३०, ३३, ३४, ४०, ४३ या २४ खंडांमधून चिमाजी आप्पांचा उल्लेख वारंवार होतो. हे उल्लेख स्थूलमानाने पाचशेच्या वर सहज भरतील. यातील खंड क्र. १६ आणि ३४ हे तर चिमाजीमयच आहेत. त्यात चिमाजींच्या वसई मोहिमेची कामगिरी आलेली आहे. ३३ व्या खंडात जंजिऱ्याची व १३व्यात माळव्यातील कामगिरी, १० व्यात निजामाबरोबरच्या हालचाली, ८ व्यात शाहूंशी संबंध आणि ९ व्यात वैयक्तिक जीवन असे अनेकविध विषय आलेले आहेत.[७]

चिमाजींच्या संदर्भात विचार करताना मराठीतील एक महत्त्वाचे साधन म्हणजे 'हिंगणे दफ्तर' होय. त्यात चिमाजींची बाळाजी विश्वनाथ आणि बाजीरावांच्या संदर्भात लिहिलेली पत्रे आढळतात.[८] चिमाजी आप्पांच्या अभ्यासाच्या संदर्भात मराठीतील आणखी एक महत्त्वाचा साधनग्रंथ म्हणजे ब्रह्मेंद्रस्वामी चरित्र व पत्रव्यवहार हा होय. यात चिमाजींनी स्वामींना वेळोवेळी लिहिलेली पत्रे आढळतात.[९]

वि.गो. खोबरेकरांनी संपादिलेला 'मराठ्यांच्या स्वाऱ्यांचे मुक्काम' हा एक अव्वल दर्जाचा साधन ग्रंथ होय. त्यामध्ये मराठ्यांनी दक्षिणेत आणि उत्तरेत साम्राज्यविस्तार करताना कुठे कुठे स्वाऱ्या केल्या आणि त्यावेळेस मराठ्यांचा मुक्काम कुठे कुठे होता याविषयीची साधार माहिती मिळते. त्याद्वारे चिमाजी आप्पांच्या अनेक स्वाऱ्यांचे मुक्काम केव्हा व कुठे होते याचे निर्देश असल्याने चिमाजींच्या इतिहासाच्या दृष्टीने हा एक साधन ग्रंथ निश्चितच महत्त्वाचा ठरतो.[१०]

खोबरेकरांनी साधनग्रंथ नव्हे; पण संदर्भग्रंथ म्हणता येईल असा आणखी एक ग्रंथ म्हणजे 'महाराष्ट्राचा इतिहास मराठा कालखंड, भाग-२' लिहून प्रसिद्ध केला आहे. त्यासाठी त्यांनी प्रकाशित, अव्वल अशी पुष्कळच साधने उपयोगात आणली आहेत. शाहू महाराजांचे १७०८मध्ये महाराष्ट्रात आगमन झाल्यापासून पेशवाईचा अस्त होईपर्यंतचा राजकीय इतिहास त्यांनी त्यात ग्रंथित केला आहे. या ग्रंथाद्वारे चिमाजींच्या उत्तरेतील व कोकणातील कामगिरीचा आढावा घेता येतो.[११] खोबरेकरांच्याच आणखी एका पुस्तकात मराठ्यांनी गुजरातेत जो पराक्रम गाजविला त्यात चिमाजींचा वाटा किती व कसा याचे काही तपशील वाचावयास मिळतात. १७२९ मध्ये चिमाजी आप्पा उदाजी पवारासह गुजरातेत गेले, सरबुलंद खानाशी सरदेशमुखीबाबतचा करार केला, बाजीरावांसह ते मोहिमांवर जातात इत्यादी तपशील त्याच्या संबंधाने महत्त्वाचे ठरतात.[१२] इतिहासाचार्य वि.का.राजवाडे यांनी संपादिलेल्या 'मराठ्यांच्या इतिहासाची साधने' या मालेतील खंड

क्रमांक २, ३ आणि ६ या खंडातील काही पत्रे चिमाजी आप्पांच्या कामगिरीवर प्रकाश टाकणारी आहेत.[१३]

चिमाजी आप्पांच्या संदर्भात आणखी एका मराठी ग्रंथाचा अवश्य निर्देश केला पाहिजे. तो म्हणजे य.न.केळकर यांचा 'वसईची मोहीम' हा होय. वसईच्या मोहिमेला १९३९मध्ये २०० वर्षे पूर्ण होणार होती. त्या अगोदर म्हणजे १९३७ मध्येच केळकरांनी ४/५ वर्षे सतत अभ्यास करून हा अपूर्व ग्रंथ साकारला. या ग्रंथासाठी त्यांनी मराठी, इंग्रजी आणि पोर्तुगीज साधने उपयोगात आणल्याने ग्रंथाचे मोल खूपच वाढले आहे. अनेक भाषांमधील साधनसामग्रीचा उपयोग केल्यामुळे मांडणीतील एकांगीपणा आपोआपच कमी झाला. शिवाय त्यांनी उपयोगात आणलेल्या प्रत्येक साधन साहित्याची चिकित्साही केली आहे.[१४]

मराठी साधनांचा विचार करताना रियासतकारांच्या लेखनाचा आधार घेतल्याशिवाय बहुधा कोणत्याही मराठी लेखकाचे लेखन पूर्ण होत नाही. तो नियम याही शोधनिबंधाला लागू पडतो.

रियासतकारांच्या आयुष्यभराच्या महान अशा इतिहास संशोधनाच्या उद्योगातून त्यांनी मराठी रियासतीचे एकूण १३ भाग लिहून काढले. त्यात त्यांनी सतराव्या शतकाच्या प्रथम चरणापासून ते एकोणिसाव्या शतकाच्या प्रथम चरणापर्यंतचा जवळ जवळ दोनशे वर्षांचा चार हजारांहून अधिक पृष्ठांचा मराठी सत्तेचा समग्र इतिहास मराठीतून लिहून काढला. ते कार्य त्यांनी एकहाती पूर्ण केले. त्या कामासाठी त्यांनी निदान पन्नास वर्षे अपार कष्ट केले. त्यांनी लिहून काढलेल्या मराठ्यांच्या इतिहासावरील त्यांच्या १३ रियासतींचे एकत्रित असे ८ खंडांमध्ये संपादन अलीकडे करण्यात आले असून गेल्या पन्नास वर्षात उपलब्ध झालेल्या साधनसामग्रीचा त्यात अतिशय साक्षेपाने उपयोग करण्यात आला आहे.[१५] त्या आठ खंडांपैकी तिसऱ्या खंडात आपणास चिमाजी आप्पांच्या संबंधाने जुनी-नवी माहिती एकत्रित वाचावयास मिळते.

चिमाजी आप्पांचा इतिहास शब्दबद्ध करताना आपणास समकालीन काही बखरींचाही तारतम्याने उपयोग करून घेता येऊ शकतो. चिमाजींच्या काळाचा विचार करता तीन बखरी महत्त्वाच्या ठरतात. साष्टीची ऊर्फ ठाण्याची बखर, पेशव्यांची बखर आणि वसईचा धर्मसंग्राम.[१६]

अस्सल प्रकाशित मराठी साधनांचा विचार करता आणखी एका मराठी साधन ग्रंथाचा उपयोग होऊ शकतो. तो साधन ग्रंथ म्हणजे 'तुळशीबागवाले दफ्तर' होय. या खंडातील २ पत्रांमध्ये उपस्थित वादांमध्ये चिमाजी आप्पांनी लक्ष घालावे अशी अपेक्षा व्यक्त केलेली आढळते. त्यावरून चिमाजी आप्पांबद्दलच्या तत्कालीनांच्या भावना व त्यांच्याबद्दल इतरांच्या मनात असलेला आदर स्पष्ट होतो.[१७]

पोर्तुगीज साधने

आतापर्यंत मुख्यत: मराठी अप्रकाशित व प्रकाशित अस्सल साधनांचा विचार केला. चिमाजी आप्पांचा वसईप्रकरणा निमित्ताने पोर्तुगिजांशी संबंध आला. परिणामी, पोर्तुगीज कागदपत्रांतूनही त्यांच्याविषयी समकालीनांनी काही म्हणून ठेवले असणार हे उघड आहे.

स.शं. देसाईंनी अनुवादित केलेल्या पोर्तुगीज दफ्तराच्या आधारे आप्पा पोर्तुगीज इंग्रजांशी पत्रव्यवहार करत होते हे स्पष्ट करता येते. काही पोर्तुगीज अधिकारी पुण्यास येऊन आप्पांना भेटण्यास उत्सुक दिसतात तर पुण्यात चिमाजी आप्पा आपणाबद्दल काय निर्णय घेईल या चिंतेत दिसतात, तर कधी पुण्यात आलेल्या एखाद्या पोर्तुगिजांची मुंबईला जाण्याची व्यवस्था चिमाजी आप्पा स्वत: करताना आढळतात.[१८]

१७३९मध्ये तारापूर घेतल्यानंतर चिमाजींनी पोर्तुगीज स्त्रियांना अतिशय सुसंस्कृतपणे वागविले असे एक पोर्तुगीज बखरच सांगते.[१९]

इंग्रजी साधने

पोर्तुगिजांप्रमाणे बाजीराव-चिमाजींचा संबंध इंग्रजांशीही आला. तेव्हा त्या भाषेत त्यांच्याविषयी माहिती असणार हे उघडच आहे. मात्र, या ठिकाणी काही इंग्रजी ग्रंथांचाच विचार केला आहे.

पहिलाच संदर्भ येतो तो ग्रँट डफच्या ग्रंथाचा. तो ग्रंथ टाळून चालणार नाही; कारण मराठेशाही संपल्याबरोबर लगेचच त्याचा ग्रंथ प्रकाशित झाला. मराठ्यांची सत्ता अस्ताला जात असतानाचा तो एक साक्षीदार होता. त्याला बरीचशी साधनसामग्री उपलब्ध होती व बऱ्याच सामग्रीचा त्याने तारतम्याने उपयोगही केला होता. त्याने लिहिलेल्या ३ खंडांपैकी पहिल्या खंडात चिमाजींविषयीची काही पत्रे येतात, काही चिमाजींच्या स्वहस्ताक्षरातील असल्याचे तो म्हणतो तर एके ठिकाणी तो निजाम-उलमुल्कच्या बंदुकीचा फटका आप्पांना बसल्याचा उल्लेख करतो.[२०]

रघुवीर सिंग यांनी लिहिलेल्या 'Malwa in Transition' हा ग्रंथही चिमाजी आप्पांच्या माळव्यातील हालचालींवर प्रकाश टाकतो.[२१]

डॉ. श्री.व्ही.जी. दिघे यांनी बाजीरावासंदर्भातील इंग्रजीतील लिहिलेला ग्रंथही चिमाजींबद्दल चार गोष्टी निश्चित सांगतो. डॉ. दिघे यांनी आपल्या लेखनासाठी अनेक मराठी, इंग्रजी, पोर्तुगीज, पर्शियन साधने वापरली असल्याने या ग्रंथाचे मोल फार आहे.[२२]

याशिवाय, एच.एन. सिन्हांच्या Rise of Peshwa.[२३] सरदेसाईंचा New History of the Marathas Vol. II.[२४] श्री.सी.के. श्रीनिवासन यांचा Peshwa Bajirao-1[२५] तसेच सुरेंद्रनाथ सेन यांचा Military System of the Marathas.[२६] इत्यादी.

मराठी ग्रंथलेखन

प्रारंभी उल्लेख केल्याप्रमाणे चिमाजी आप्पांवर एकच स्वतंत्र मराठी पुस्तक आहे. मात्र, अनुषंगाने माहिती देणारी काही मराठी चरित्रात्मक पुस्तके सांगता येतात. त्यामध्ये रा.नि. सहस्रबुद्धे यांचा 'महाराष्ट्रवीर पहिले बाजीराव पेशवे' (१८९५), ना.के.बेहरे यांचा 'पहिले बाजीराव पेशवे' (१९३०), ल. ना. जोशींचा 'बाजीराव बल्लाळ' हा ग्रंथ (१९३५), स.दा.कुलकर्णी यांचा 'बाजीराव बल्लाळ पेशवे' (१९३७) हा ग्रंथ म.श्री. दीक्षितांचा 'प्रतापी बाजीराव' (१९७९, १९९१), श.श्री. पुराणिक यांचा 'पेशवा पहिला बाजीराव' पूर्वार्ध (१९९९), प्रमोद ओक यांचा 'पेशवे घराण्याचा इतिहास' (१९८५, १९९१) या ग्रंथांचा निर्देश करणे गरजेचे आहे. 'करवीर रियासत' या ग्रंथामध्ये तीन-चार किरकोळ उल्लेख चिमाजी आप्पांच्या संदर्भात आढळतात.[२७] तर 'शिवकालीन आणि पेशवाईतील स्त्री जीवन' या ग्रंथातही उपलब्ध साधनसामग्रीची जुळवाजुळव करून चिमाजी आप्पांचा उल्लेख बरेच वेळा केलेला दिसतो.[२८] वा.कृ.भावे यांच्या 'पेशवेकालीन महाराष्ट्र' या ग्रंथातही चिमाजी आप्पांबद्दल काही किरकोळ माहिती मिळते. ती त्यांनी पेशवे दफ्तराच्या वेगवेगळ्या आधारातून घेतली आहे.[२९] अलीकडे प्रकाशित झालेल्या का.ग.पित्रे यांच्या पुस्तकातही चिमाजी आप्पांच्या लढायांचे दोन-चार उल्लेख मिळतात.[२९अ]

हिंदी ग्रंथलेखन

राजपुताना, बुंदेलखंड इत्यादी भागाच्या इतिहासावर काही हिंदी ग्रंथलेखन झाले असून, अठराव्या शतकाच्या पूर्वार्धातील काही घडामोडींच्या संदर्भात चिमाजीचा थोडाफार उल्लेख मिळू शकतो असे काही हिंदी ग्रंथ म्हणजे गोरेलाल तिवारींचा 'बुंदेलखंड का संक्षिप्त इतिहास', संवत १९९०, भगवानदास गुप्तांचा 'मस्तानी बाजीराव और उनके वंशज', बांदा के नबाब, ग्वालियर १९८३, गौरीशंकर ओझा यांचा 'राजपुताने का इतिहास', १९३२ इत्यादी.

मराठी ऐतिहासिक ललित साहित्य

मराठी भाषिक खऱ्याखुऱ्या दस्तऐवजातून तर सोडाच; पण त्या आधारे तयार झालेल्या ऐतिहासिक ग्रंथसंपदेतूनही इतिहास वाचावयास साधारणपणे टाळाटाळ करतात. त्यांना हवे असते ऐतिहासिक ललित साहित्य. स्वातंत्र्योत्तर काळात छत्रपती शिवाजी महाराज ते औरंगजेब आणि पहिला बाजीराव पेशवा ते दुसरा बाजीराव पेशवा यांच्यावर पुष्कळच ललित साहित्य निर्माण झाले आहे. इतिहासकारांनी ललित लेखकांना तर ललित लेखकांनी इतिहासकारांना कमी लेखण्याचे प्रकारही चालू असतात. अर्थात, असे असले तरी मराठी माणसांमध्ये इतिहासाची गोडी निर्माण केली ती ऐतिहासिक ललित साहित्यानेच, हे सत्य आहे. महाराष्ट्रातील एक सुप्रसिद्ध इतिहासकार आणि

कथाकार प्रा. सदाशिव आठवले यांनी ऐतिहासिक ललित लेखन कसे असावे याविषयी आपली भूमिका मांडलेली आहे. ती सर्व भूमिका सर्व ऐतिहासिक ललित लेखन करणाऱ्या लेखकांना मान्य होईल अशी नाही. मात्र त्याबाबत त्यांनीही विचार करावयास हवा अशी नक्कीच आहे. आठवले लिहितात, 'पहिले म्हणजे आपल्या कथा, कादंबऱ्या, नाटक किंवा काव्यासाठीही ऐतिहासिक विषय निवडणाऱ्याला तो इतिहास नीट अवगत असला पाहिजे. तत्कालीन साहित्याच्या आधारे तो काळ आणि ती माणसे त्याला समजलेली असली पाहिजेत. दुसरे असे की, ते जसे होते तसेच दाखविले गेले पाहिजे. ललित लेखक एखादाच प्रसंग किंवा एखादेच पात्र निवडील. तेवढेच त्याने का घेतले हे विचारणे गैर आहे; पण जे निवडले त्याचे चित्रण शास्त्रशुद्ध ऐतिहासिक सत्यांना धरूनच असले पाहिजे. प्रसंग रंगविताना इतिहासकार जे स्वातंत्र्य घेऊ शकत नाही ते ललित लेखकाने घ्यायला काहीच हरकत नाही; पण ऐतिहासिक विषय निवडल्यावर इतिहासाशी बेईमान होऊन हवे तसे हवे ते लिहिणे समर्थनीय होऊ शकत नाही.'[३०]

अर्थात, आठवल्यांनी व्यक्त केलेल्या मतानुसारच मराठीमध्ये ऐतिहासिक ललित साहित्य निर्माण झाले असे नाही. अर्थात त्या विषयात शिरण्यास या निबंधाच्या मर्यादेत अवकाशही नाही. तरीही चिमाजी अप्पांविषयींचे काही उल्लेख मिळू शकतात असे काही ललित साहित्य अगदी स्वातंत्र्यपूर्व आणि स्वातंत्र्योत्तरही ललित साहित्यातून मिळतात, त्यांची नोंद केली पाहिजे.

कथा-कादंबऱ्या - श्रीमंत बाजीराव बल्लाळ ऊर्फ पहिले बाजीराव पेशवे- नागेश बापट १८७९, (७ वी आ.) १९२१, जुना वाडा, एक पुणेकर, १८८९, वसईचा रणसंग्राम - सी.के. दामले १९१७, दोनशे वर्षांपूर्वी- सी.के. दामले १९१७, बाजीराव-मस्तानी व इतर चित्रपट कथा- आर.डी. शहा १९५०, राऊ- ना. सं. इनामदार, घटकेत रोविले झेंडे - कै.वासुदेव बेलवलकर.[३१]

नाट्यकृती

१. बाजीराव आणि मस्तानी - ना.बा. कानिटकर, १८९२, गुलाबसिंग परदेशी यांच्या पद्यासह प्रकाशन, १९०९.
२. संगीत महाराष्ट्र विजय : ब.पु. जोशी - १८९३
३. बाजीराव - मस्तानी यांची पहिली भेट - ब.पु. जोशी, १८९३
४. सं. बाजीराव - मस्तानी बा.ज. नाटेकर - १८९६
५. संगीत पेशव्यांचा पेशवा - द.ग. सारोलकर, १९२५
६. पराक्रमी पेशवा - वि.बा.मंगेशकर, १९३२
७. दुसरा पेशवा - वि. वा. शिरवाडकर, १९४७

८.मस्तानीचा बाजीराव - मुरलीधर जावडेकर, १९८०.[३२]

केवळ चिमाजीभोवती गुंफलेले एक मराठी नाटक म्हणजे 'उजवा हात' हे होय. या नाटकाचे लेखक न.को. कोल्हटकर असून ते १९५४-५५मध्ये प्रकाशित झाले. त्याचा पहिला प्रयोग १९५५ च्या मार्च-एप्रिलमध्ये नेवरे गावाच्या रामनवमी उत्सवात झाला.[३३]

अशा प्रकारे चिमाजी आप्पांविषयीचा भरपूर असा अप्रकाशित आणि प्रकाशित दस्ताऐवज उपलब्ध असून, तो तारतम्याने उपयोगात आणल्यास चिमाजी आप्पांचा इतिहास सहज जुळविता येऊ शकेल.

संदर्भ व टिपा

१. पुढे योग्य तेथे अनेक इंग्रजी, मराठी ग्रंथांचा निर्देश केलेला आहे.

२. भारत इतिहास संशोधक मंडळाच्या त्रैमासिकांच्या पुढील अंकात पुढील लेख वाचावयास मिळतात.
त्रैमासिक २१:३, आपटे द. ब. चिमाजी आप्पांची ग्वाल्हेरवरील स्वारी.
त्रैमासिक २१:३, केळकर य. न. जंजिरेकर शामलांचा बंदोबस्त.
त्रैमासिक २०:२, जोशी शं. ना., चिमाजी आप्पांची छत्रपतींकडील मुतालिकी
त्रैमासिक १३:२, आपटे द.वि., वसईच्या वेढ्यासंबंधीची पत्रे
त्रैमासिक २१:२, जोशी शं. ना. वसई युद्धातील खंडो मल्हारीची सेवा.
त्रैमासिक १३:२, आपटे द. वि. विठ्ठल शिवदेव यांची गुजरातवरील स्वारी.

३. पुरंदरे, कृ.वा., *चिमणाजी बल्लाळ ऊर्फ चिमाजी आप्पा* भा.इ.सं. मंडळ, पुणे, शके १८७०

४. सरदेसाई, गो.स., *मराठी रियासत खंड ३*, नवी आवृत्ती, पॉप्युलर प्रकाशन, मुंबई १९८९, पृ. ५८६

५. कुंटे भ.ग. (संपादक) *पेशवे दफ्तर अभिलेख माला*, वर्णनात्मक सूची, खंड १, विभाग १ आणि २,प्रकाशन - नागपूर १९७८, मुंबई १९७९, प्रस्तुत लेखकाने ही पत्रं स्वत: पाहिली असून प्रा. सदाशिव आठवले यांच्या साहाय्याने काहींचे वाचन केले आहे.

६. धर्माधिकारी, अविनाश (संपादक) *पेशवे दफ्तर अभिलेखमाला*, वर्णनात्मक सूची, खंड २, मुंबई १९९१, ही पत्रे सामान्यत: देण्याघेण्याच्या संदर्भातील असून त्यांचेही वाचन प्रा. आठवले यांच्या मार्गदर्शनाखाली चालू होते. मात्र, मध्येच त्यांचे निधन झाल्याने कामात खंड पडला.

७. सरदेसाई गो.स. (संपादक) *पेशवे दफ्तर खंड १ ते ४५*, मुंबई, १९३०-३४ हे ४५ खंड म्हणजे साधन साहित्याचा एक अमोल ठेवा आहे. रियासतकारांनी विविध प्रसंगांच्या केलेल्या विश्लेषणांच्या संदर्भात तसेच त्यांनी केलेल्या व्यक्तींच्या मूल्यमापनांच्या बाबतीत मतभेद होऊ शकतील, होत राहिलेले आहेत; पण त्यांनी एकत्रित स्वरूपात दिलेल्या भरपूर माहितीचे आणि तिच्या पुष्कळच सुबोध अशा मांडणीचे महत्त्व कधीच नाकारता येणार नाही.

८. हिंगणे दफ्तराचे आतापर्यंत एकूण ३ खंड प्रकाशित झाले असून पहिला १९४५, दुसरा १९४७ मध्ये प्रकाशित झाला. त्या दोन खंडांचे संपादन कै.ग.ह. खरे यांनी केले असून त्या दोन्हींतून मिळून ३४३ पत्रे प्रकाशित झाली आहेत. तर तिसरा खंड प्राचार्य सदाशिव आठवले यांनी संपादित केला. भा.इ.सं. मंडळ, पुणे यांनी १९८६मध्ये प्रकाशित केला आहे. त्याद्वारे १६३

पत्रे प्रकाशित करण्यात आली आहेत. त्यातील पत्रे १७५५ पासून पुढची असल्याने स्वाभाविकच तो खंड चिमाजी आप्पांच्या अभ्यासास उपयुक्त नाही.

९. पारसनीस द.ब., *ब्रह्मेंद्रस्वामी चरित्र व पत्रव्यवहार*, मुंबई १९००

१०. खोबरेकर वि.गो. *मराठ्यांच्या स्वाऱ्यांचे मुक्काम*, इतिहास संशोधन मंडळ, प्रकाशन, मुंबई, १९७७, पृ. ८६-१८५

११. खोबरेकर, वि.गो., *महाराष्ट्राचा इतिहास, मराठा कालखंड - भाग २*, महाराष्ट्र राज्य साहित्य संस्कृती मंडळ, मुंबई १९८८, पृ. ४५-१७६.

१२. खोबरेकर, वि.गो., *गुजराथेतील मराठी राजवट, राजहंस प्रकाशन*, पुणे, १९६२, प्रकरण ३, पृ. २२ ते ३०.

१३. इतिहासाचार्य राजवाडे यांनी संशोधिलेल्या आणि संपादिलेल्या मराठ्यांच्या इतिहासाची साधने या मालेत एकूण २७ खंड प्रकाशित झाले आहे त्यांच्या प्रकाशनाचा काळ १८९८ ते १९५२ असा असून खंड क्र. २ कोल्हापूर १९००, खंड ३, पुणे १९०१ आणि खंड ६ पुणे १९०५ मध्ये प्रकाशित झालेले आहेत. धुळ्याच्या डॉ.प्र.न. देशपांडे यांनी आता राजवाडे खंडाचे काम नव्याने संपादण्यासाठी हाती घेतले असून त्यातील पहिले ३ खंड प्रकाशित झाले आहेत. प्रकाशक- राजवाडे संशोधन मंदिर, धुळे.

१४. केळकर, य.न., *वसईची मोहीम*, प्रकाशक स्वत:, पुणे १९३७.

१५. सरदेसाई गो.स. *मराठी रियासत, खंड ३*, नवी आवृत्ती, संपादक गर्गे, स.मा., विभाग संपादक, आठवले, सदाशिव पॉप्युलर प्रकाशन, मुंबई १९८९, यातील प्रकरण ५, ८, ९, १२ विभाग संपादक - प्राचार्य सदाशिव आठवले यांनी रियासतकारांवर नम्रपणे पण स्पष्टपणे टीका केलेली आढळते. पृ. २०३-२१२

१६. बखरीमधले तारखांचे मागे-पुढे होणे, अतिशयोक्तीचा वापर इ. दोष या तीनही बखरींमध्ये कमी-अधिक प्रमाणात आहेत हे उघड आहे. मात्र, त्या समकालीनांनी लिहिलेल्या असल्यामुळे विश्वसनीय मानाव्या लागतात. त्या सर्वच बखरींची चिकित्सा य.न. केळकर यांनी केली आहे. पाहा- वसईची मोहीम, उपरोक्त, साधन चिकित्सा, पृ. १ ते ६, १० ते ११, आणि २६ ते २८, य.न. केळकरांनी केलेल्या साधन चिकित्सेवर भाष्य करण्याची गरज नाही.

१७. आठवले सदाशिव (संपादक) *तुळशीबागवाले दफ्तर*, भा.इ.सं.म. पुणे, १९९८, त्रैमासिक वर्ष ७६, अंक १-४, पृ.क्र. १४, २८, ८३.

१८. देसाई, स.शं., *मराठ्यांच्या इतिहासाची साधने*, पोर्तुगीज दफ्तर, खंड २, महाराष्ट्र राज्य साहित्य संस्कृती मंडळ प्रकाशन, मुंबई १९७४, पत्र क्र. ९, ११, १२ इ.

१९. पिसुर्लेकर, पां.स., *पोर्तुगीज-मराठे संबंध*, पुणे विद्यापीठ प्रकाशन - पुणे, १९६७, पृ. १६०, १६१. याच ग्रंथात चिमाजी आप्पांबद्दलचे उल्लेख इतरही काही आढळतात. पृ. १६४, २०३, २०४ इ.

२०. Duff Grant, History of the Marathas, S. M. Edwards, 1921, p.p. 448, जिज्ञासूंनी या ग्रंथातील पृ. ४०९ ते ४७१ अवश्य पाहावीत.

२१. Singh Raghubir, Malwa in Transition, Bombay १९३६ या ग्रंथात सिंगांनी अनेक अस्सल साधनांचा उपयोग केला आहे. सितामऊ (म.प्र.) येथील पुराभिलेखागारातील

मराठ्यांसंबंधीची अनेक कागदपत्रे यात उपयोगात आणली आहेत.

२२. Dighe, V.G., *Bajirao I, and Mararha Expansion Bombay,* १९४४.

२३. *Rise of Peshwa* ची पहिली आवृत्ती १९३१मध्ये तर दुसरी १९५४मध्ये प्रकाशित झाली.

२४. सरदेसाईंच्या या ग्रंथात नवे असे काही नाही. मराठी रियासतींचेच संदर्भ असून केवळ मराठी न जाणणाऱ्यांची सोय म्हणूनच या ग्रंथाकडे पहावे लागेल. Bombay 1948.

२५. Bombay 1961, या ग्रंथात नवे काही नाही. दिघ्यांच्या ग्रंथाच्या मानाने खूपच कमी दर्जाचा ग्रंथ.

२६. वसईच्या युद्धसंबंधाने एक छोटेखानी प्रकरण, Calcutta 1928.

२७. गर्गे, स.मा. *करवीर रियासत,* प्रथमावृत्ती १९६८, दुसरी आवृत्ती १९८०, गो. य. राणे प्रकाशन, पुणे या ग्रंथाची तिसरी सुधारित आवृत्ती नुकतीच प्रकाशित झाली आहे. करवीर राज्याच्या संस्थापनेपासून (इ.स. १७१०) ते संस्थानच्या विलीनीकरणापर्यंतचा समग्र इतिहास या आवृत्तीत दिला आहे. दुसरी आवृत्ती ६८९ पानांची होती, तिसरी आवृत्ती ७५० पानांची आहे. या ग्रंथाचे वितरक रिया बुक सर्व्हिस, कोल्हापूर

२८. डॉ. देशमुख, शारदा, *शिवकालातील व पेशवाईतील स्त्री जीवन,* प्रकाशन - टिळक महाराष्ट्र विद्यापीठ, पुणे १९७३.

२९. भावे, वा. कृ., *पेशवेकालीन महाराष्ट्र,* पुणे १९३६, या ग्रंथाची दुसरी आवृत्ती ICHR ने १९७६ मध्ये प्रकाशित केली.

२९अ. पित्रे, का. ग., *मराठ्यांचा युद्धेतिहास,* कॉन्टिनेन्टल प्रकाशन, पुणे (१६००-१८१८) २०००, पृ. ५७-११७.

३०. आठवले, सदाशिव, *स्वातंत्र्योत्तर मराठी ऐतिहासिक ललित साहित्य,* भा.इ.सं.मं. त्रैमासिक, वर्ष ६७, अंक १-४ जुलै १९८८ - एप्रिल १९८९, पृ. ४२-४३.

३१. ओक प्रमोद आणि म.श्री. दीक्षित (संपादक), *'वीरश्री',* पुणे २०००, पृ. ६८.

३२. कित्ता

३३. ही माहिती प्रस्तुत लेखकाला नेवरे गावचे रहिवासी प्रा.एम.एस. कोल्हटकर यांनी दिली.

पूर्वप्रसिद्धी :

'संशोधक', धुळे, एप्रिल-जून २००४

९.

मराठ्यांच्या साम्राज्यविस्तारासंदर्भात चिमाजी आप्पांची कामगिरी

चिमाजी आप्पा हा बाळाजी विश्वनाथाचा द्वितीय पुत्र. रियासतकार सरदेसाईंनी तो बाजीरावांपेक्षा पाच वर्षांनी लहान होता असे म्हटले आहे.[१] तर काही ठिकाणी त्यांना केवळ बत्तीस वर्षांचे आयुष्य लाभल्याचा उल्लेख आढळतो.[२] याचाच अर्थ त्यांची जन्मतारीख निश्चित नाही. तथापि, त्यांच्या जन्मतारखेचा वाद बाजूला ठेवून त्यांच्या, कार्याचा आढावा घेताना असे दिसते की, त्यांचे वडील बाळाजी विश्वनाथ पेशवे, शाहूमहाराजांचे पहिले पेशवे, यांच्या काळातच त्यांच्या राजकीय जीवनाला सुरुवात झाली. १७१६मध्ये बाळाजी विश्वनाथ दमाजी थोरातांच्या भेटीस गेले असताना चिमाजी आप्पाही आपल्या वडिलांच्या बरोबर होते. थोरातांनी बाळाजींना कैद केले व त्यांचे दोन्ही मुलगे बाजीराव व चिमाजी यांना ओलीस ठेवले. पुढे शाहू महाराजांनी दंड भरून त्यांना सोडवून आणले.[३]

बाळाजी विश्वनाथांच्या हयातीतच चिमाजींना शाहू महाराजांच्या अष्टप्रधान मंडळात स्थान मिळाले होते. शाहू महाराजांच्या अष्टप्रधानांचे मुतालिक असत. हे मुतालिक, प्रधान दरबार सोडून बाहेर कामगिरीवर असता त्यांच्या गैरहजेरीत त्यांचा हुद्दा चालवत असत. त्यामुळे प्रधानाइतकाच मुतालिकाचा मान असे. बाळाजी विश्वनाथ पेशवे झाल्यावर अंबाजीपंत पुरंदरे यांच्याकडे ह्यांची मुतालिकी सोपवण्यात आली तर फडणीस म्हणून हरी महादेव भानूची नेमणूक करण्यात आली या दोन्हीही नेमणुका बाळाजी विश्वनाथांच्या इच्छेनुरूपच झाल्या.[४]

१७१८-१९मध्ये बाळाजी विश्वनाथांनी जी दिल्ली स्वारी केली त्यातही चिमाजी आप्पा होते. माळव्यातील मराठ्यांच्या मुलुखगिरीमध्येही ते काही दिवस उदाजी पवारांचे दिवाण होते. तेव्हापासूनच म्हणजे साधारण १७२८ पासून चिमाजी आप्पा बाहेरील राजकारणात लक्ष घालू लागले.

चिमाजी आप्पा माळव्यात

औरंगजेबाच्या हयातीतच मराठ्यांनी नर्मदा पार करण्याचे धाडस दाखविले होते. खुद्द छत्रपती राजाराम महाराजांनी मराठ्यांच्या साम्राज्यविस्तारासंदर्भात उत्तरेकडे मराठ्यांचा साम्राज्य विस्तार घडवून आणण्याचे स्वप्न पाहिले होते. हे त्यांच्याच एका पत्रातून स्पष्ट दिसते. ४ जून १६९१ राजाराम महाराजांनी हणमंतराव घोरपड्यास लिहिलेल्या पत्रात म्हटले होते की, 'महाराष्ट्र धर्म रक्षावा' हा तुमचा संकल्प स्वामींनी जाणून उभयतांस जातीस व फौजेस सहा लक्ष होनांची नेमणूक चालविण्याचा निश्चय करून दिला असे. पैकी रायगड प्रांत व विजापूर, भागानगर व औरंगाबाद हे चार काबीज केल्यावर दर कामगिरीस पाऊण लाख याप्रमाणे तीन लाख व बाकीचे तीन लाख प्रत्यक्ष दिल्ली घेतल्यावर द्यावयाचे असा निश्चय केला असे. एकनिष्ठेने सेवा करावी, स्वामी बहुतेक प्रकारे चालवितील.[५] तथापि, माळव्यात मराठ्यांचा प्रवेश नेमका केव्हा झाला? याविषयी वाद आहेत, सर जॉन माल्कमने मराठे १६९० मध्येच माळव्यात गेल्याचे म्हटले आहे.[६] तर जदुनाथ सरकारांनी १६९९मध्ये मराठे माळव्यात गेल्याचे स्पष्ट केले आहे.[७] फारसी साधनेही १६९९ मध्येच मराठे माळव्यात गेल्याचे स्पष्ट करतात.[७] कृष्णा सावंत हा पहिला मराठा वीर की, ज्याने १६९९मध्ये नर्मदा ओलांडली.[८] त्याच्याप्रमाणेच काळोजी पवारही त्याच वर्षीच्या आसपास माळव्यास आला होता. त्याचा दरारा पाहून उत्तरेस त्याचे 'काळू मराठा दख़्खनवाला' हे नाव प्रचलित झाले होते.[९]

त्यानंतरच्या काळात मराठे सातत्याने उत्तरेकडे जाऊन आपला दरारा निर्माण करत राहिले. ऑक्टोबर १७२८ ते मे १७२९ पर्यंत मराठ्यांनी माळव्यावर जी स्वारी केली त्या स्वारीची संपूर्ण जबाबदारी चिमाजी आप्पांनीच पार पाडली. अर्थात, बाजीराव काय आणि चिमाजी काय माळव्यावर त्यांनी स्वारी करण्यास इतर अनेक कारणांप्रमाणे मुख्य कारण मराठ्यांची आर्थिक अडचण हेच होते. बाजीराव चिमाजीस लिहितात, 'येथे कर्जदारियाची व दरमाहेच्या पैकियाची ओढ सातारियास आहे. तिकडे गेल्यावर आर्धा हिस्सा (ऐवज) साधेला तो हरयत्ने पाठवून देणे. जिकडे पैसा फारसा मिळेना तिकडे जाणे कर्जदार आधी वाटणे. लोकास पैसा फारसा न देता तनू पोटाची राखणे.'[१०] यावर चिमाजी लिहितात, 'सातारियासी ऐवज रवाना करावयाची लिहिले, याखेरीज दुसरा निजध्यास नाही. सांप्रत उज्जैनीस आलो आहोत, येथील बोली लागली आहे. नियम जाहला नाही... पैका अनुकूल होईसा दिसतो.'[११]

चिमाजी आप्पा त्यावेळेस विशीच्या आसपास वा थोडे पुढे होते. म्हणजेच त्यावेळच्या रिवाजाप्रमाणे स्वतःच्या जबाबदारीवर स्वतंत्र मोहीम पार पाडण्याच्या स्थितीत ते होते यात शंका नाही. बाजीराव पेशव्यांनी आप्पांवर माळव्याच्या स्वारीची जबाबदारी सोपविली. त्यांच्या मदतीला बाजी भिवराव, गणपतराव मेहेंदळे, आबाजी मुजुमदार,

उदाजी पवार, मल्हारबा होळकर इ. माणसे दिली होती. शिवाय ८ ते १० हजारांची फौज असावी. चिमाजींच्या नेतृत्वाखाली माळव्यात गिरीधर बहाद्दर व मराठ्यांचे युद्ध झाले. तेच नोव्हेंबर १७२९चे आमझऱ्याचे युद्ध होय. तथापि, पुरंदरे म्हणतात युद्धांचे ठिकाण आमझरे नसून नालछी व आमझरे यादरम्यान आहे.[१२] या युद्धात दया बहाद्दर व त्याचे सरदार ठार झाले.[१३] त्यानंतर चिमाजी आप्पा उज्जैनीस गेले. दरम्यानच्या प्रवासाला त्यांना २३/२४ दिवस लागले. आमझरे ते उज्जैन या प्रवासादरम्यान चिमाजीला आणखीही लहानसहान लढाया कराव्या लागल्या असतीलही. तथापि, त्याबद्दल पुराव्याअभावी निश्चित मत देता येत नाही. उज्जैनीस आप्पा पोहोचल्यावर त्याला बाजीरावाचे पत्र आले. 'जर ही गोष्ट जाहली असली तरी उज्जैनी सुभ्याचा बंदोबस्त करून मग कोस्टीकडे पोट भरावयास असू द्या. मुलकात जाऊन फौजेची उस्तवारी करणे. उज्जैनी शहराचा पैका बरा घेणे.'[१४]

चिमाजी आप्पांनी माळव्यात यश संपादन केल्याने पेशवे घराण्याचा लौकिक तर वाढलाच परंतु त्याचा शाहूंच्या दरबारात व मोगल बादशाहीत विशेष बोलबाला झाला. आप्पांवर अभिनंदनाचा वर्षाव होऊ लागला.[१५]

आप्पांचे हे यश खरोखरीच कौतुकास्पद होते. माळव्याचा सुभेदार व त्याचा सेनापती लोळवला जाऊन त्याची सर्व सल्तनत मराठ्यांना मिळून मराठी भाल्याचा तीक्ष्णपणा उत्तर हिंदुस्थानात गाजला होता. मोगल मराठ्यांच्यात दक्षिणेत यापूर्वी अनेक अद्भुत संग्राम झाले होते. त्यांनी मी-मी म्हणवणारे मोगल सेनानी त्यात धुळीला मिळविले होते. पण त्यावेळी ते स्वदेशात असून त्यांच्या युद्धभूमीची खडानूखडा माहिती तरी होती; पण आप्पांच्या नेतृत्वाखाली झालेला हा लढा मराठ्यांनी शत्रुच्या मुलखात जाऊन दिलेला असा लढा होता. शिवाय दोन-अडीच महिने प्रवास करून सैन्य दमलेभागले होते. मराठे मोगलांपेक्षा संख्येने व सामुग्रीने कमी असून त्यांनी यशस्वी व्हावे हे मराठ्यांना, त्यांच्या सेनापतीला, आप्पांना निश्चितच गौरवास्पद होते. बादशाहीला तर असा हादरा बसला की, चिमाजी आप्पांची फौज २/३ महिने तिकडे असताही ती (बादशाही) त्याच्या यत्किंचितही वाटेला जाऊ शकली नाही. तसेच मोगल बादशाहीतील हिंदुस्थानी खानदौरानच्या पक्षाला मराठ्यांच्या मदतीने आपण आपले आसन स्थिर करू अशी खात्री पटली गेली. या लढाईनंतर माळव्यात सवाई जयसिंहाला सुभेदारी मिळाली. तथापि, मराठ्यांचे जे मुख्य उद्दिष्ट पैसा मिळविणे, ते मात्र फारसे साधलेले दिसत नाही.

चिमाजी आप्पांची पेटलादची स्वारी

प्रारंभीच वरीलप्रमाणे यश संपादन करून चिमाजी आप्पा डिसेंबर १७३१मध्ये गुजरातेत आला.[१६] बरोबर खडी फौज होती. त्या फौजेने पावागडास मोर्चे दिले. पावागड

एक आठवड्याच्या आत चिमाजींच्या ताब्यात आला.[१७] त्यानंतर त्यांनी अहमदाबादच्या दिशेने चाल केली आणि अल्पावधीतच पेटलाद व घोलका उद्ध्वस्त केले.[१८] या स्वारीत चिमाजींना महादजी अंबाजी पुरंदरे ऊर्फ बाबा तसेच उदाजी पवारांचीही खूप मदत झाली. तथापि स्वारी आटोपती घेण्याची छत्रपतींची आज्ञा झाली आणि आप्पांनी स्वारी आटोपती घेतली. शाहू महाराजांनी आज्ञा पत्रात म्हटले होते की, 'तुम्ही त्या प्रांती गुंतून न राहणे. तुम्हांस लष्कराचाही प्रसंग कळतच आहे याकरिता कुल फौजे निशी स्वामींच्या दर्शनास येणे व उदाजी पवारासही घेऊन येणे.'[१९] यानंतर डभईची लढाई झाली. त्यात त्र्यंबकराव दाभाडे मारला गेला. त्याबद्दल इंग्रजी-मराठीत पुष्कळ लिहिले गेले असून ते सर्वश्रुत आहेच.[२०]

ग्वाल्हेरची स्वारी

चिमाजी आप्पाच्या आयुष्यातील ही एक महत्त्वाची स्वारी ऑक्टोबर १७३२ ते जून १७३३ दरम्यान झाली. उत्तरेच्या स्वारीला ज्यांना जायचे त्यांच्या ताब्यात गुजरात असण्याशिवाय गत्यंतर नव्हते. त्यातच माळव्यात गडबड होत असल्याच्या बातम्या येऊन धडकल्याने तिकडील बंदोबस्त करण्याची जबाबदारी पेशव्यांवर येऊन पडली. अशा परिस्थितीत आप्पा उत्तरेच्या स्वारीकरिता डेरेदाखल होऊन मार्ग क्रमू लागले. ते खानदेशात गेल्यावर छत्रपतींकडून इशाऱ्याचे पत्र आले. 'सांप्रत उत्तरेकडील फौजांचा चळचळाट दक्षिण प्रांताच द्यावयास उद्देशे जाला आहे म्हणून तत्त्वता वर्तमान लिहिले आहे. ऐशास तुम्ही त्या प्रांतात जात आहा, तिकडील खबर तुम्हाकडे येत असेल, परंतु तुम्हास कळावे तुम्ही सावध असावे यास्तव हे आज्ञापत्र सादर केले आहे. तरी उत्तरेकडील बातमी चौकशी राखून जो मनसूबा कर्तव्य तो विचारे करून करणे.'[२१]

खानदेशात शिरल्यावर आप्पांनी फौजेचे दोन भाग केले. मल्हारजी होळकर आणि राणोजी शिंदे यांनी गुजराथेतील कामगिरी करून माळव्यात जावे अशी ही योजना होती. योजनेनुसार दोन वाटांनी आप्पांची फौज चालू लागली. जाताना वाटेत रिवाजाप्रमाणे चिमाजींना आपापसातील काही तक्रारींचे निवारणही करावे लागले. काही तक्रार निवारण कार्यात चिमाजींनाही अपयश आले. मानाजी जाधवाने चिमाजींना दाद दिली नाही. तेव्हा त्याच्या प्रदेशात चिमाजींनी धुमाकूळ घातला तर मानाजीने चिमाजी विरुद्ध छत्रपतींकडे तक्रार केली.[२२] शिंदे-होळकरांनी चिमाजींच्या मार्गदर्शनाखाली गुजरातेत प्रवेश केला. त्यांना विशेष अडथळा न होता आपले कार्य साधता आले. पावागड व चापानेर ही स्थळे आप्पांनी काबीज केली. त्याचबरोबर डभईच्या प्रसंगी उदाजी पवार आणि आनंदराव पवार हे बंधु दाभाड्यांकडे गेले होते ते पुन्हा पेशव्यांकडे आले. यामुळे पवारांचा तुटलेला दुवा साधला गेला. यापुढे पेशव्यांची उत्तरेतील शिंदे-होळकर-पवार

ही परिभाषा अभंग राहिली. कर्त्या माणसांना हातचे जाऊ न देण्यात चिमाजींनी प्रयत्नांची पराकाष्ठा केली.

चिमाजी आप्पा आणि कोकण प्रांत

छत्रपती शिवाजी महाराजांपासूनच कोकणची समस्या निर्माण होऊन ती दिवसेंदिवस अवघड बनत गेली. कोकणामध्ये मराठ्यांना अनेक शत्रुंप्रमाणे एक कायमची डोकेदुखी होऊन बसलेला व अगदी शिवाजी महाराजांनाही ज्याला संपवणे शक्य झाले नाही तो मराठ्यांचा शत्रू म्हणजे जंजिऱ्याचा सिद्दी होय. कृष्णाजी अनंत सभासदाने त्यांचे वर्णन 'घरात जसा उंदीर, तैसा महाराजांकडे राज्यास सिद्दी.'[२३] असे केल्याचे आढळते. शिवाजीमहाराजांनंतर संभाजीमहाराजांनाही सिद्दी प्रकारणाची तड लावता आली नाही.[२४] राजाराममहाराजांचे बरेच आयुष्य जिंजीच्या किल्ल्यात गेले. त्यामुळे त्यांनाही कोकणातील या शत्रुकडे लक्ष देता आले नाही. फेब्रुवारी १७०१मध्ये ताराबाईंच्या आज्ञेनुसार रामचंद्रपंत अमात्यांनी सिद्दीच्या प्रदेशावर हल्ला करून जाळपोळ केली होती.[२५] त्यानंतर कान्होजी आंग्रेने त्याला प्रतिकार केला. परंतु तरीही सिद्दी टिकूनच राहिला. बाजीराव पेशव्यांचा बराचसा काळ उत्तरेतच गेल्याने कोकणचा प्रश्न अधिकच गुंतागुंतीचा बनला. अशा परिस्थितीत सिद्दीने कोकणातील परशुरामाच्या मंदिरावर हल्ला करून ते उद्ध्वस्त केले.[२६] सिद्दीच्या या अत्याचारामुळे कोकणात खूप असंतोष निर्माण झाला. हिंदूंची मने दुखावली गेली. ब्रह्मेंद्रस्वामींचा[२७] या देवालयाशी निकटचा संबंध होता. त्यांना सिद्दीचे अत्याचार पाहवले नाहीत. ते कोकण सोडून देशावर आले आणि त्यांनीच शाहू महाराज आणि पेशवा यांना सिद्दीचा बंदोबस्त करण्याची विनंती केली. तेव्हा शाहू महाराजांनी चिमाजींना आज्ञापत्रावर आज्ञापत्रे देऊन साताऱ्यास बोलविले. त्यानुसार आप्पा साताऱ्यास गेले.[२८] व पुढे सिद्दीसातचा बंदोबस्त करण्यासाठी आपण कोकणात जातीनिशी जाण्याचे मुकर्रर करून सातारा सोडले. २० मार्च १७३६ रोजी ते कोकणात दाखल झाले. रेवस जवळ शराई या ठिकाणी चिमाजी आप्पा आणि सिद्दीसात यांच्यात लढाई घडून आली. या लढाईत सिद्दीसातचा पराभव होऊन त्यात तो ठार झाला.[२९] माळव्यातील यशाच्या वेळेस ज्याप्रमाणे चिमाजीआप्पांवर अभिनंदनाचा वर्षाव झाला होता तसाच पुन्हा झाला. खुद्द शाहू महाराज आणि ब्रह्मेंद्रस्वामी यांनीही चिमाजींना अभिनंदनाची पत्रे पाठविली तर आप्पांनीही स्वामीला काही नम्रतापूर्वक पत्रे लिहिली.[३०]

वसई मोहीम

पोर्तुगीजांनी मराठेशाहीच्या स्थापनेपूर्वीच कित्येक वर्षे पश्चिम किनाऱ्यावर आपले स्थान स्थिर केले होते. त्यामुळे छत्रपती शिवाजी महाराजांपासूनच पोर्तुगीज-मराठे झगडा सुरू झाला होता. छत्रपती शिवाजी महाराज ते छत्रपती शाहू महाराजांपर्यंत उभयतांच्यात

लहान-मोठे अनेक संग्राम झाले होते; पण पोर्तुगीज मागे हटलेच नाहीत. उलट मराठेशाहीला त्यांची झळ लागूनच राहिली. छत्रपती शाहू महाराज सातारच्या गादीवर कायम झाल्यावर त्यांनी इतरांप्रमाणेच पोर्तुगिजांकडेही पाहण्यास सुरुवात केली. त्यांचा कोकणातील सरदार व आरमाराचा प्रमुख कान्होजी आंग्रे[३१] याचे पोर्तुगीजांशी पुष्कळ झगडे झाले पण पोर्तुगिजांना पायबंद बसला नाही. उलटच त्यांचे पश्चिम किनाऱ्यावर हातपाय पसरतच गेले. बाजीराव पेशव्यास आपल्या ताब्यातील प्रदेशाचे संरक्षण करताना व कोकण सोडविताना पोर्तुगीज पदोपदी नडत. तेव्हा त्यांनी आपल्यापुढे ज्या कामगिऱ्या ठेवल्या होत्या त्यातच पोर्तुगिजांवरील स्वारीचा अंतर्भाव होता. त्यांनी ही स्वारी प्रथम आपल्या सरदारांकडून करण्याचा प्रयत्न करून पाहिला. परंतु त्यात विशेष प्रगती होऊ शकली नाही. अखेर आप्पांनी सिद्याचा बंदोबस्त होताच पोतुगिजांची मोहीम स्वत:च करण्याचे ठरविले. त्यात त्यांनी कल्पनातीत यश संपादन करून दिगंत कीर्तीही संपादन केली. अर्थात, चिमाजी आप्पांनी वसई मोहीम हाती घेण्याअगोदर ती घेण्यासाठी काही प्रयत्न झाले नाहीत असे मात्र नाही. बाजीराव पेशवे पदावर आल्यानंतर अल्पावधीतच १७२१ मध्येच पिलाजी जाधवाने पोर्तुगिजांवर पहिली स्वारी केली होती. जुलै १७२८मध्ये कृष्णराव महादेव चासकरने दमण प्रांतास उपद्रव दिला होता.

मे १७३० ते जानेवारी १७३२ या काळात पोर्तुगिजांवर पिलाजी जाधवाने दुसरी स्वारी केली. त्यानंतर १७३९ पर्यंत पोर्तुगीज-मराठा संघर्ष सतत घडतच राहिला. दरम्यान चिमाजी आप्पा खानदेशात गेले होते व वसईकडे पोर्तुगिजांनी अगदी धूळधाण उडवून दिली होती. या बातम्या आप्पांच्या कानावर गेल्याने ते स्वत: कोकणात उतरले. तथापि, त्यांना यश आले नाही. उलट कोकणच्या हवेचा त्यांना त्रास होऊ लागला. परिणामी ते पुण्यास आले. त्यानंतर बाजी-चिमाजी यांनी कुठल्याही परिस्थितीत फिरंग्यांचा सोक्षमोक्ष लावावयाचा असे ठरवून आखणी केली व १७३७-३८ मध्येच फिरंग्यांचा बराचसा प्रदेश काबीजही केला. डिसेंबर १७३८मध्ये पुन्हा एकदा दस्तुरखुद्द चिमाजी आप्पा कोकणात उतरले. शिंदे-होळकर, पवार बंधु, पिलाजी जाधव, बाजी भिवराव, खंडोजी, माणकर असे सर्व नामांकित सरदार जमा झाले. त्यांना चिमाजी आप्पा म्हणाला, 'किल्ला हस्तगत होत नाही. याजकरिता मजला तोफेच्या तोंडी बांधून माझे डोके तरी किल्ल्यात पाडावे, नाहीतर किल्ला घ्यावा.'[३२] तेव्हा सर्व सरदारांनी आप्पांना सांगितले की 'जो आपला निश्चय झाला तोच नेम आमचा. परंतु किल्ल्यातील काहीतरी भेद समजल्याशिवाय किल्ला हस्तगत होणे कठीण. यासाठी याचा विचार करून काहीतरी मसलत काढली पाहिजे. मग दुसरा विचार किल्ला घेण्याचा ठरवू.' आधी किल्ल्यातील भेद आणावा[३३] त्यानंतर पोर्तुगीज- मराठे घनघोर युद्ध झाले. उभय पक्ष अगदी हट्टाला पेटले. उभयतांनी नफा नुकसानीची मुळीच पर्वा केली नाही. वसई, तारापूर येथे मराठ्यांचे अतोनात नुकसान

झाले; पण अखेर मराठे विजयी झाले.[३४]

या विजयाचा सर्वात मोठा फायदा म्हणजे महाराष्ट्राला सलणारा आणखी एक शत्रू काही काळ तरी निकालात निघाला. एका पाश्चात्त्य राष्ट्राचा पाडाव करण्यात मराठे यशस्वी होऊ शकतात हे जगाला दिसले. मराठ्यांची प्रतिमा उजळून निघाली. या संशोधनाचा नायक चिमाजी आप्पांची कीर्ती दूरवर पसरली. त्यांच्या उदार वागणुकीचा सर्वत्र बोलबाला झाला.

संदर्भ व टिपा

१. सरदेसाई, गो.स., *मराठी रियासत, खंड ३,* नवी आवृत्ती, मुंबई १९८९, पृ. १९०

२. चित्राव, सिद्धेश्वरशास्त्री, *मध्ययुगीन चरित्रकोश,* पुणे १९३७, पृ. ३८०, सह्याद्री, बाजीराव विशेषांक, मे १९३९, पृ. ३३३

३. सरदेसाई, गो.स.म.रि.खंड ३, पृ. ८८, भा.इ.सं.मं., वर्ष २१, अंक ३ यामध्ये ग्वाल्हेर स्वारीवर टिपण आढळते.

४. दीक्षित, म.श्री., *बाळाजी विश्वनाथ,* पुणे १९९१, पृ. ३४

५. राजवाडे, वि.का., *मराठ्यांच्या इतिहासाची साधने, खंड ५,* कोल्हापूर, १९०४, लेखांक ६

६. जोशी, सुलोचना, *मराठ्यांच्या इतिहासाचा अभ्यास,* मे १९८१, पृ. १ ते ३

७. सरकार, जे., *औरंगजेबाचा इतिहास, खंड ५,* पृ. ३८२

८. पगडी, सेतुमाधवराव, *मोगल मराठे,* पुणे १९६३, पृ. १४३

९. गुजर मा.वि. पवार घराण्याचा इतिहास, पुणे १९५१, पृ. २१-२४ (दु.आ.)

१०. सरदेसाई, गो.स. (संपा.) *पेशवे दप्तरातून निवडलेले कागद, खंड १३,* मुंबई १९३१, ले १८

११. सरदेसाई, गो.स., कित्ता ले १९

१२. पुरंदरे, कृ.वा., *चिमाजी आप्पा पेशवे यांचे चरित्र,* पुणे १९४८, पृ. ६-११

१३. सरदेसाई, गो.स., *पेशवे दप्तर खंड १३,* ले १७

१४. सरदेसाई, गो.स., कित्ता, खंड ३०, पृ २८७

१५. सरदेसाई, गो.स., कित्ता, खंड १२, ले. १६, १७, २३, २५, ३८, ४३

१६. सरदेसाई, गो.स., कित्ता, खंड ३०, पृ. २९५-६

१७. सरदेसाई, गो.स., कित्ता पृ. २९७

१८. खोबरेकर, वि.गो., *गुजराथेतील मराठी राजवट,* पुणे १९६२, पृ. ३२

१९. पारसनीस, द.ब., *शाहू रोजनिशी,* पृ. ४८

२०. मराठी रियासत खंड ३, पृ. ३३७-४००, श्री.स.मा.गर्गे यांनी संपादित आवृत्ती पृ. ४०१-२, प्रस्तावना पृ. २०३-१२

२१. शा.रो., पृ. २१

२२. पेशवे दप्तर खंड १७, ले. ३०

२३. गाडगीळ, स. रा. (सं.), *सभासद बखर,* पुणे १९७५, पृ. २०

२४. गोखले, कमल, *शिवपुत्र संभाजी,* पुणे १९७१, पृ. १२८

२५. पिसुर्लेकर, पां.स., *पोर्तुगीज - मराठा संबंध,* पुणे १९६७, पृ. १३४

२६. रा. खं. ३, कोल्हापूर १९०१, ले. १

२७. *मराठी रियासत खंड ३*, पृ. ४३०-४३, *भारतीय इतिहास आणि संस्कृती*, (त्रै.) मुंबई, पृ. ५

२८. पेशवे दप्तर खंड २२, पृ. १७२

२९. पारसनीस, द. व. *ब्रह्मेंद्रस्वामी, धावडशीकर चरित्र आणि पत्रव्यवहार*, मुंबई १९००, ले.३६४

३०. कित्ता, ले. २८१, २७६, १२९ वगैरे

३१. कान्होजी आंग्रे साठी पहा. मराठी रियासत खंड ३, पृ. ९५-११७, तसेच ढबूकृत कुलाबकर आंग्रे, तसेच सह्याद्री बाजीराव विशेषांक आणि शिवाजी विद्यापीठाचे भूतपूर्व इतिहास विभागप्रमुख डॉ. वसंतराव कदम यांच्या मार्गदर्शनाखाली एम.फिलचा लघुशोधनिबंध पेशवे-आंग्रे संबंधावर असून त्यात बरीच अप्रकाशित पत्रे आंग्र्यांविषयी आहेत. तो लघुशोधप्रबंधही अप्रकाशित असून शिवाजी विद्यापीठाच्या पुराभिलेखागारात संदर्भ म्हणून ठेवला आहे.

३२. र.वि. हेरवाडकर (सं.) *पेशव्यांची बखर*, पुणे १९७५, पृ. २८

३३. कित्ता

३४. य.न. केळकर, वसईची मोहीम, पुणे १९३७, पृ. ११७-२२४

पूर्वप्रसिद्धी :

भारतीय इतिहास आणि संस्कृति वर्ष ४८, पुस्तक १९०, जुलै-सप्टेंबर २०११

चिंचणी, जि. ठाणे येथे डिसेंबर २००७मध्ये संपन्न झालेल्या अखिल महाराष्ट्र इतिहास परिषदेमध्ये वाचलेला निबंध.

१०.

नारो आप्पाजी तुळशीबागवाले

अठराव्या शतकातील मराठ्यांची सत्ता म्हणजे कधी एकत्रितपणे मुलुखगिरी करणाऱ्या तर केव्हा आपसातही एकमेकांविरुद्ध लढणाऱ्या मराठी दौलतदारांचा संघ अशा स्वरूपाची होती. १७४९मध्ये छत्रपती शाहू महाराजांचे निधन झाले. ते गादीवर होते तोवर छत्रपतींचा थोडाफार तरी अधिकार मराठमंडळावर चाले; पण १७५० पासून पुण्याहून कारभार करणारे छत्रपतींचे पंतप्रधान पेशवे हे सर्व मराठ्यांच्या राजकारणाचे नियंत्रक समजले जाऊ लागले. मात्र, पुणे दरबारचे हुकूम सर्वांनी, सर्वकाळ मानलेच असे मात्र नाही. कुलाब्याचे आंग्रे, गुजरातचे गायकवाड व नागपूरचे भोसले वगैरेंशी पेशव्यांचे संघर्ष झाले. तथापि, पेशव्यांनी आपल्या डावपेचांच्या आणि सैन्याच्या जोरावर मराठी दौलतदारांवर बराच दाब ठेवला एवढे मात्र खरे.

नारो आप्पाजींच्या सुभेदारीच्या काळात खुद्द पेशवे घराण्यात बऱ्याच भानगडी उद्भवल्या. १७४०मध्ये गादीवर आलेल्या नानासाहेबांचा १७६१मध्ये अंत झाला. त्यानंतर त्यांचा केवळ सोळा वर्षांचा अल्पवयीन मुलगा माधवराव पेशवा झाला. यांचे चुलते राघोबा हे अत्यंत उपद्व्यापी होते. सत्तेच्या जबरदस्त हव्यासापायी त्यांनी माधवरावांशी तंटा मांडला. शेवटी हे भांडण रणांगणावर आले व राघोबा पराभूत होऊन माधवरावांच्या कैदेत पडले; पण त्यांना मधून मधून मोकळेही केले जाई. माधवरावांनी चांगल्या ताकदीने पेशवाई सांभाळली; पण ते १७७२मध्ये वारले. त्यांची अर्धी कारकीर्द आणि निम्मी शक्ती राघोबांचा बंदोबस्त करण्यात खर्च झाली होती. माधवरावांनंतर सत्तेवर आलेल्या त्यांच्या भावाचा नारायणरावांचा १७७३ मध्ये खूनच झाला. या घटनेत राघोबांची प्रत्यक्ष कृती किती, हे ठरविणे अवघड असले तरी त्यामध्ये त्यांची प्रेरणा होती हे निर्विवाद आहे.

नारायणरावांच्या खुनानंतर पेशवे दरबारचे राजकारण विलक्षण गुंतागुंतीचे झाले.

राघोबाखेरीज आता पेशवे घराण्याचा दुसरा पुरुष उरलेला नसल्याने त्यांना आपला मार्ग आता अगदी निष्कंटक वाटला. स्वारीच्या निमित्ताने ते पुण्याबाहेर पडले आणि साताऱ्याहून छत्रपतींकडून स्वत:साठी वस्त्रे मागवून त्यांनी आपला पेशवा म्हणून पुकारा केला. ऑक्टोबर १७७३च्या अखेरीस त्यांनी नारो आप्पाजीस लिहिलेल्या एका पत्रात स्वत:चा उल्लेख प्रधान म्हणून केला आहे.[१]

पण राघोबांची कल्पना होती तेवढे मात्र काम सोपे नव्हते. अशा प्रकारे मिळालेले पेशवेपद सहजासहजी पचण्यासारखे नव्हते. पुणे दरबारातील नाना फडणवीस, हरिपंत फडके, त्रिंबकराव पेठे इत्यादी मुत्सद्द्यांना आणि सेनानींना एक खुनी पेशवाईच्या गादीवर यावा ही गोष्ट अजिबात रुचली नाही. त्यांनी राघोबांना दूर ठेवण्याची एक योजना आखली. तीच 'बारभाईचे कारस्थान' म्हणून प्रसिद्ध आहे.

बारभाई म्हणजे राघोबांना दूर ठेवून पेशवाईची व्यवस्था लावण्यासाठी एकत्र आलेले मराठी मुत्सद्दी व सरदार. हा गट बांधण्यात प्रथम सखाराम बापूंनी पुढाकार घेतला असला तरी ते आतून राघोबाचे माणूस होते हे पुढे सिद्ध झाले. बारभाईंची उभारणी ही मुख्यत: नाना फडणवीसांची कामगिरी होती. त्यांना हरिपंत फडके आणि त्रिंबकराव पेठे यांनी चांगली साथ दिली. पुढे शिंदे आणि होळकरांसारखे सरदारही त्यांच्या पाठीशी उभे राहिले.

बारभाईंच्या पेशवाईच्या नवीन व्यवस्थेच्या आखणीत राघोबांना दूर ठेवणे हा मुख्य भाग होता. पेशवा नारायणरावांचा खून झाला तेव्हा त्यांची पत्नी गर्भवती होत्या आणि म्हणून त्यांना सती जाऊ दिले नव्हते. त्यांना मुलगा होईल असे गृहीत धरून तूर्त त्यांच्या नावाने कारभार चालवायचा आणि त्या प्रसूत झाल्यावर त्यांच्या मुलाच्या नावाने (मुलगी झाली तर एखादा मुलगा दत्तक घेऊन त्याच्या नावाने) लवकरात लवकर वस्त्रे आणून 'पेशवा' म्हणून त्याचा पुकारा करावयाचा असे ठरविण्यात आले. राघोबांना हे सहन होणे शक्य नव्हते. त्यांनी बारभाईंना बंडखोर, फितूर ठरविले आणि घोषितही केले. परंतु पुण्यात येऊन गादीवर बसण्याची त्यांची हिम्मत नव्हती. आपल्याला पिटाळले जाईल याबद्दल त्यांची खात्री होती. निजाम आणि हैदरावर स्वारी करण्याच्या निमित्ताने व जमल्यास त्यांचा पाठिंबा मिळविण्याचे दृष्टीनेही राघोबा बाहेर पडले होते. वाटेत कोठे तरी बहुधा १७७३च्या ऑक्टोबरच्या अखेरीस त्यांनी पेशवाईची वस्त्रे घेतली होती. १७७४च्या जानेवारीत बारभाईंनी गंगाबाईंच्या नावाने पेशवे दरबारचे हुकूम सोडणे सुरू केले. बारभाईंच्या सुदैवाने १८ एप्रिल १७७४ रोजी गंगाबाईस मुलगा झाला. २८ मे १७७४ ला म्हणजे त्याच्या चाळिसाव्या दिवशी पेशवे सवाई माधवराव म्हणून त्यांचे नावे कारभार सुरू झाला.

मराठी मुत्सद्दी आणि सरदार यांच्यापैकी कित्येकांना गाठून राघोबांनी आपल्याकडे

ओढण्याचा प्रयत्न केला होता. त्यात त्यांना थोडेसे यश आले असले तरी बारभाईंविरुद्ध आपण उभे राहू शकत नाही ही त्यांची खात्री झाली. निजाम व हैदर हेही बेभरवशाचेच निघाले. तेव्हा राघोबांनी इंग्रजांकडे संधान बांधले. इंग्रजांनी त्यांचा पक्ष उचलून धरला. यातूनच ज्याला 'पहिले इंग्रज-मराठा युद्ध' म्हटले जाते ते अधिक पेटले. अधिक पेटले असे म्हणण्याचे कारण हे की राघोबा इंग्रजांकडे जाण्यापूर्वीच त्यांनी मराठ्यांच्या वसई, वगैरे ठाण्यांवर आक्रमक चढाया केल्या होत्या. १७७४च्या डिसेंबरमध्येच इंग्रजांनी त्या ठिकाणी आपला अंमल जारी केला होता.

नारो आप्पाजींचा राजकारणातील सहभाग

नानासाहेब पेशव्यांच्या कारकीर्दीतही नारो आप्पाजींनी अल्पस्वल्प स्वरूपाच्या राजकीय कामगिऱ्या पार पाडल्या होत्या.[२] पण माधवराव पेशव्यांचे काळापासून म्हणजे इ.स. १७६१ पासून मार्च १७७५ पर्यंत पुणे दरबाराने कित्येक महत्त्वाच्या कार्यात त्यांना सहभागी करून घेतले होते असे दिसते. त्यांच्या या कामाचा आढावा आता थोडक्यात घ्यावयाचा आहे; पण त्यापूर्वी त्यांचे थोडे पूर्वचरित्रही जाणून घ्यावयास हवे.

तुळशीबागवाले यांचे मूळ आडनाव खिरे. नारो आप्पाजींचे पूर्वज सातारा जिल्ह्यातील पाडळी या गावचे वतनदार कुलकर्णी होते. नारो आप्पाजी लहान वयातच (कदाचित घरात भांडून) पुण्यास एकटेच आले. तुळशीबाग ही प्रथम लिमयांचीच होती. त्यांच्याकडून ती नारो आप्पाजींना बक्षीस मिळाली. लिमयांमार्फतच नारो आप्पाजींचा पुणे दरबारात प्रवेश झाला असावा. तेथे प्रथम त्यांना हिशेबाची वगैरे काही साधी कामेच मिळाली असणार. पण स्वत:च्या हुशारीने चढत चढत ते पुणे प्रांताचे सरसुभेदार झाले. नानासाहेब पेशव्यांनी २५ ऑक्टोबर १७४७ रोजी त्यांना पुणे सुभ्याची दिवाणगिरी सांगितली अशी माहिती रियासतकार सरदेसाई देतात; पण त्याचा आधार मात्र त्यांनी दिलेला नाही.[३] वंशावळीवरील आपल्या पुस्तकात मात्र ते नारो आप्पाजी १७५०मध्ये पुण्याचे सरसुभेदार झाले अशी नोंद करतात.[४] हेच बरोबर असावे असे सदाशिवरावभाऊंच्या १७५१ मधील एक अस्सल पत्रावरून म्हणता येईल.[५]

नानासाहेबांनी नारो आप्पाजींवर विशेष मोठ्या अशा काही कामगिऱ्या सोपविल्याचे उपलब्ध कागदपत्रांवरून दिसत नाही; पण पेशव्यांच्या दरबारात त्यांना मोठी मानमान्यता असली पाहिजे. इ.स. १७५७मध्ये त्यांना पालखीची नेमणूक होती यावरून ते स्पष्ट होते.[६] माधवरावांचा मात्र नारो आप्पाजींवर फारच भरवसा होता. १७६२मध्ये निजाम थेट पुण्यावर चालून आला होता. शहराच्या आसपास त्याने बरीच नासधूस केली; पण माधवरावांच्या सूचनेप्रमाणे व स्वत:च्याही हिकमतींनी त्यांनी पुण्याचा बराच बचाव केला. १७६३मध्ये माधवराव मोहिमेवर असताना त्यांनी सोलापूरहून लिहिलेल्या पत्रात

नारो आप्पाजींना पेशव्यांच्या जवाहिऱ्यातील सर्व दागदागिन्यांची मोजदाद करण्यास सांगितले होते. नवीन फौज उभारण्यासाठी पेशवे दागिने वगैरे मोडून पैसे उभे करणार होते. १७६३मध्ये या सरसुभेदारास पेशव्यांकडून वडू गाव इनाम मिळाले.[७] माधवरावांच्या कारकीर्दीतच पण राघोबा कारभार पाहत असता सखारामबापू व नाना फडणवीस दोघेही शहराबाहेर होते तेव्हा राघोबाने दरबारचे कामकाज नारो आप्पाजींवर सोपविले होते असाही उल्लेख आढळतो.[८] माधवरावांच्या सत्ताकाळात त्यांना पेशवाईच्या राजकारणात खूप प्रतिष्ठा मिळाली असणार यात शंका नाही; पण माधवरावांच्या न्यायनिष्ठुर शासनाचाही अनुभव त्यांना केव्हा तरी आला असणारच.[९]

पेशवे माधवराव १७७२मध्ये वारले. नारायणराव पेशवे झाल्यावर राघोबाने पुन्हा उचल खाल्ली होती. हैदर वगैरे मराठ्यांच्या शत्रूंशी व नागपूरकर भोसले यांच्या दरबारातील एका पक्षाशी हातमिळवणी करून राघोबाने कित्येक डाव टाकले. ते उधळून लावण्यात नारो आप्पाजींचा वाटा बराच मोठा होता.[१०] पण नारायणरावांच्या बंदोबस्ताचा कट उभारण्यात राघोबा यशस्वी झाला होता. मग तो कट पेशव्याला 'धरण्याचा' असो वा 'मारण्याचा' असो! १७७३च्या ऑगस्टमध्ये नारायणरावांचा खून झाला. त्याची अटकळ नाना फडणवीस, हरिपंत फडके यांच्या सारख्या भल्याभल्यांना करता आली नव्हती. खुनापूर्वी काही काळ थोडीशी कुणकुण लागूनही त्यासंबंधी पुरेशी काळजी घेण्यात आली नव्हती. नारो आप्पाजींचा या घटनेशी काही संबंध नसावा; पण काय घडले आहे ते कळल्यावर मात्र त्यांनी शहराची नाकेबंदी करण्याची तत्परता दाखविली होती.[११]

खुनानंतर राघोबा फार काळ पुण्यात थांबला नाही. दक्षिणेकडे सरकला. मार्गात स्वत:साठी पेशवाईची वस्त्रे मिळवून नारो आप्पाजींना त्याने तसे कळविलेही होते.[१२]

१७७४ जानेवारीपासून पुढील वर्षीच्या फेब्रुवारीपर्यंतच्या चौदा महिन्यांच्या काळात नारो आप्पाजींचे बारभाईंना बहुमोल असे साहाय्य झाले. राघोबाने हैदरला व मुधोजी भोसल्याला उठविले होते. शहरातील व प्रांतातील त्यांच्या उपद्व्यापांवर बारीक लक्ष ठेवण्याचे काम नारो आप्पाजीने अत्यंत सावधपणे व यशस्वीपणे केले. याच काळात इंग्रजांनी साष्टीवर हल्ला चढविल्यामुळे बारभाई चांगलेच पेचात आले होते. नाना फडणवीसांनी या प्रसंगी नारो आप्पाजींवर खूपच भार टाकला व नारो आप्पाजींनी तो समर्थपणे पेललाही. इंग्रजांविरुद्धच्या मोहिमेसाठी फौज जमविणे, बातमी राखणे, जमिनीवरून लढणाऱ्या सेनानायकांना व आरमाराला हरप्रकार शस्त्रे, पैसा वगैरे पुरविणे ही कामे नारो आप्पाजींनी जीव तोडून केलेली दिसतात. पूर्वी प्रसिद्ध झालेल्या साधनांवरून[१३] व पुणे अभिलेखागारातील[१४] कागदांवरून यांच्या उद्योगाची चांगलीच ओळख पटते. पेशवे दरबारासह सर्वांना ते पैसाही पुरवित होते. केवळ वसुली करूनच नव्हे तर स्वत:च्या तिजोरीतून काढूनही![१५]

एकंदरीत राघोबाने पेशव्यांच्या गादीवर डोळा ठेवून एकामागून एक जी भयंकर संकटे आणली त्यांचे निवारण करण्यासाठी नारो आप्पाजींनी प्रथम माधवराव पेशव्यांना व नंतर बारभाईंना निष्ठापूर्वक साहाय्य केले. पेशवाई आणि पर्यायाने मराठी सत्ता राखण्याचे दृष्टीने त्यांची कामगिरी बरीच मोलाची ठरली. मात्र पुढे राघोबा इंग्रजांना मिळून मराठी सत्तेविरुद्ध उभा ठाकला. त्यातून उद्भवलेले पहिले इंग्रज-मराठा युद्ध १७७५ ते १७८१ असे सहा-सात वर्षे चालले. नारो आप्पाजी यांचे १७७५च्या मार्च महिन्यामध्ये निधन झाले. त्या प्रदीर्घ युद्धाचे कामी पुणे दरबारला नारो आप्पाजींसारखा पुणे शहरात खबरदारीने राहू शकणारा सहाय्यक मिळू शकला नाही. त्याच्यानंतर त्यांचा पुत्र सरसुभेदार झाला. पण त्याच्यात वडिलांची कर्तबगारी नव्हती.

नारो आप्पाजींचे वैयक्तिक आर्थिक व्यवहार

पुणे दरबारविषयी व मराठी सत्तेविषयी नारो आप्पाजींना खरीखुरी आस्था होती हे नाकारता येणार नाही. परंतु मोठी राजकारणे पहात असताना त्यांनी आपले वैयक्तिक स्थानही मजबूत करून ते राखले होते. सरसुभेदारीचे उत्पन्न तर होतेच; पण शिवाय सावकारीवर ते भरपूर पैसा करीत होते. दरसाल दर शेकडा पावणेदोन रुपये एवढे जबर व्याज ते घेत असत. गायकवाडांसारख्या सरदारांना त्यांनी सहा लाख कर्ज दिले आणि त्यांच्या वसुलीसाठी सगर गुजरातेतील बारा-तेरा महालांचे उत्पन्न आपणाकडे लावून घेतले. मृत्युसमयी खुद्द पुणे दरबारकडून त्यांचे जवळजवळ तीन लाख रुपये येणे होते.[१६] पंतसचिव, नागपूरकर भोसले वगैरेंनाही त्यांनी आपले ऋणको केले होते. यांपैकी कित्येक कर्जे पुढे वसूल झाली नाहीत हे खरे; पण अशा तऱ्हेने अनेक बड्यांची वेळोवेळी नड भागवून त्यांचेकडून वतने वगैरेही त्यांनी भरपूर मिळवून ठेवली होती.[१७] सरकारी कामासंबंधी चोख राहून आपले वैयक्तिक हितसंबंधही दक्षतेने सांभाळायचे हे एकंदरीत त्यांचे धोरण राहिले.

नारो आप्पाजींना तुळशीबाग मिळाली. या आवारात व अन्यत्रही त्यांनी घरे बांधली. भरपूर शेतजमीन लावली व बागाही फुलविल्या. नदीवर धरण बांधून, कालवे काढून स्वत:च्या पाडळी या गावासह एकंदर तीन गावातील जिरायती जमीन बागायती करण्याची त्यांची योजना लक्षणीय वाटते.[१८]

संदर्भ व टिपा

१. आठवले, सदाशिव, (सं.) *तुळशीबागवाले दप्तर*, पुणे १९९८, पत्र क्र. ३०

२. सरदेसाई, गो.स., *मराठी रियासत*, गर्गे आवृत्ती, खंड ४, संपादक डॉ. कदम व.शं. मुंबई १९९० पृ. १४७

३. कित्ता

४. Sardesai, G.S., *Historical Genealogies,* Bombay 1957 PP. 57.
५. पुरंदरे, कृ.वा., (सं.) *पुरंदरे दप्तर, खंड ३,* पुणे १९३४, ले. १९५
६. तु.बा.द. परिशिष्ट, पृ.क्र. २१३
७. कित्ता, ले. १३५ अ.
८. पुरंदरे, कृ.वा., *पुरंदरे दप्तर, खंड २,* पुणे १९३४, ले. १०४
९. तु.बा.द.ले. १२
१०. सरदेसाई, गो.स., मराठी रियासत, खंड ५, गर्गे आवृत्ती, संपादक देशपांडे डी.के., मुंबई १९९०, पृ. ३०६-३०७
११. कित्ता, पृ. ३२७
१२. सरदेसाई, गो.स. (सं.), *पेशवे दप्तर नि.का.खंड ५,* ले. ७, तसेच तु.बा.द.लेख ३० इ.
१३. *पेशवे दप्तर खंड ५, खंड ३५, खंड ३६* यातील विविध लेखांक
१४. तु.बा.द., लेख ३५ आणि परिशिष्ट
१५. कित्ता, लेख ४०
१६. कित्ता, लेख ४, १८, ४०
१७. कित्ता, १३५ अ, १४२ इ.
१८. कित्ता, लेख १६२

पूर्वप्रसिद्धी :
'संशोधक' धुळे, वर्ष ८०, अंक ४, ऑक्टोबर-डिसेंबर २०१३
अखिल महाराष्ट्र इतिहास परिषदेच्या वारणा नगर येथील २०११ च्या अधिवेशनात वाचलेला निबंध.

११.

न्या. रानडे - समन्वयवादी समाजसुधारक

१७ नोव्हेंबर १८१७ रोजी पुण्याच्या सुप्रसिद्ध शनिवार वाड्यावर इंग्रजांचा बावटा लागला आणि मराठ्यांच्या सत्तेचा शेवट झाला.[१] मराठ्यांच्या सत्तेच्या अस्ताबरोबरच महाराष्ट्रात एका नव्या युगाला आरंभ झाला.

अर्थात, पेशवाईचा प्रत्यक्ष शेवट ३ जून १८१८ रोजी झाला व शेवटच्या एक वर्षभरात दुसरा बाजीराव, सरदार बापू गोखले वगैरेंनी मराठेशाही वाचविण्याचा पुष्कळसा प्रयत्न केला[१अ] तथापि, त्यात त्यांना पूर्ण अपयश येऊन अखेर येथे इंग्रजी सत्तेची मुहूर्तमेढ रोवली गेली.

त्या अगोदरच ११ फेब्रुवारी १८१८ रोजी इंग्रजांनी एक जाहीरनामा काढून इंग्रजांकडून कोणावरही जुलूम होणार नाही[१ब] असे म्हटले होते त्याही अगोदर ऑर्थर वेलस्लीने 'आम्ही दोस्तासारखे येत आहोत, लोकांनी बेफिकीर राहावे.' असे स्पष्ट केले होते.[२] उलट, त्या अगोदरच्या बाजीरावाच्या काळात 'शहरातील वर्तमान प्रलय काळ आहे. श्रीहरी कृपा करेल तेव्हा चुकेल. पट्या घेतात, घरे लुटीतात, हाणामार, त्रास, बायकाही धरून नेतात.'[३] अशी वर्णने तत्कालीन पत्रातून वाचावयास मिळतात. अशा पार्श्वभूमीवर इंग्रजी राज्याचे आपल्या जनतेकडून स्वागत झाले. अर्थात, अगदी पेशवाई संपल्याबरोबरच इंग्रजांशी दोन हात करून ही नवी राजवट उलथवून टाकण्याचे प्रयत्नही याच महाराष्ट्रात झाले आणि असे प्रयत्न करणारे कोणी सुशिक्षित, उच्चवर्णीय वगैरे नव्हते, तर आदिवासी, भिल्ल, रामोशी होते आणि त्यांचा म्होरक्याही उमाजी नाईक याच्यासारखा एक सामान्य माणूस होता. हे येथे आवर्जून लक्षात ठेवावयास हवे.[४]

तथापि, एकोणिसाव्या शतकाच्या पूर्वार्धातच भारतात व काही अंशी महाराष्ट्रातही प्रबोधनाच्या युगाला सुरुवात झाली आणि अशा प्रबोधन युगातच न्यायमूर्ती म. गो. रानडे यांचा १८ जानेवारी १८४२ रोजी नाशिक जिल्ह्यातील निफाड येथे जन्म झाला.[५] महाराष्ट्राच्या इतिहासातील साधारण १८७५-१९०१ या काळाला 'रानडे युग' असे म्हटले

जाते. न्या. रानडे यांनी सरकारी नोकरी तर केलीच शिवाय त्या बंधनात राहून सामाजिक, धार्मिक, राजकीय चळवळींना जे मार्गदर्शन केले तसेच विविध विषयांवर जे विपुल लेखन केले, त्यावरून ते समन्वयवादी समाजसुधारक होते असे निश्चितपणे म्हणता येते. इंग्रजी शासनाबद्दल त्यांना आदर होता तथापि, त्यांनी कधीही ब्रिटिश सत्तेचे वर्णन 'दैवी योगायोग' असे केले नाही.[५अ] तसेच इंग्रजांचे वर्चस्व हिंदुस्थान देशावर सदैव राहावे, अशीही त्यांची भावना केव्हा व्यक्त झालेली आढळत नाही. एकोणिसाव्या शतकाच्या अखेरच्या चरणात महाराष्ट्रातील समाज सुधारणेच्या कार्याला व राजकीय जागृतीला प्रेरणा देणारी महत्त्वाची व्यक्ती म्हणजे न्यायमूर्ती रानडे! अतिशय बुद्धिवान, अत्यंत परिश्रमी, गाढा विद्वान, गंभीर तत्त्वचिंतक असे रानड्यांचे गुणवर्णन सी. वाय. चिंतामणी यांनी करून ठेवले आहे.[६]

महाराष्ट्राच्या संस्थात्मक जीवनाची उत्कृष्ट गुंफण करण्याचे श्रेय न्या. म. गो. रानडे यांनाच आहे. सर्वांगीण सुधारणा विविध संस्थांच्या द्वारे कशी करायची याची स्पष्ट कल्पना त्यांना होती. १८७० मध्ये त्यांनी सार्वजनिक सभेची स्थापना केली. रानड्यांच्या कर्तृत्वामुळे संस्थेला अल्पावधीतच राजकीय संस्थेचे महत्त्व प्राप्त झाले. १८७३ साली याच सभेने महाराष्ट्राच्या निरनिराळ्या जिल्ह्यातील शेतकऱ्यांच्या आर्थिक स्थितीची पाहणी करण्याचे काम केले. १८७६-७७मध्ये महाराष्ट्रात दुष्काळ पडला असता दुष्काळग्रस्त शेतकऱ्यांना साहाय्य करण्याचे व त्यांची गाऱ्हाणी सरकारपुढे मांडून त्याची दाद लावण्याचे कार्यही सार्वजनिक सभेनेच केले. ही संस्था निर्माण केल्यामुळे एकटा दुकटा कर्तृत्ववान पुढारी जे काम करू शकला असता, त्यापेक्षा कितीतरी अधिक कार्य झाले व विविध दर्जाच्या कार्यकर्त्यांचा संग्रह करून आपली उन्नती कशी करावी, याचा महाराष्ट्रापुढे आदर्श निर्माण झाला.[७]

न्या. रानडे यांनी आपल्या चळवळीचे अधिष्ठान 'ज्ञान' हे ठेवले होते व त्या दृष्टीने सार्वजनिक सभेच्या जर्नलने केलेली कामगिरी व 'वसंत व्याख्यानमाला' या पुण्याच्या सार्वजनिक जीवनात मान्यता पावलेल्या संस्थेने निर्माण केलेली परंपरा ही अतिशय महत्त्वाची आहे.[८]

१८७८मध्ये लॉर्ड लिटनने वृत्तपत्र बंदीचा कायदा संमत केल्यावर त्याचा निषेध करण्यासाठी वृत्तपत्रकारांचे एक संमेलन सार्वजनिक काकांनी मुंबईस भरविले होते. तर न्या. रानडे यांनी 'मराठी ग्रंथकारांचे संमेलन' त्याच वर्षी पुणे येथे भरविले होते. ह्या एकदिवसीय संमेलनाला फारसे प्रतिनिधी हजर नव्हते. जे हजर होते तेही या उपक्रमाबद्दल फारसे चांगले बोलले नाहीत. संमेलनामुळे फारसा काही फायदा होणार नाही असेही म्हटले गेले. तथापि, 'संस्था निघून लयाला गेल्या तरी त्यांचा उपयोग आहे.'[९] असे न्या. रानडे यांनी आपल्या समारोपाच्या भाषणात सांगितले.

याचा अर्थच असा की, सार्वजनिक कार्य उभे राहण्यासाठी वेगवेगळ्या प्रकारच्या सार्वजनिक संस्था उभ्या राहिल्या पाहिजेत असे न्या. रानडे यांना वाटत होते. त्या दृष्टीनेच महाराष्ट्रात धार्मिक सुधारणा व्हावी; हिंदूधर्मात राहूनच ही सुधारणा करावी, या उद्देशाने न्या. रानडे, डॉ. आर. जी. भांडारकर, श्री. वामन आबाजी मोडक आदी मंडळींनी प्रार्थना समाजाची स्थापना केली. या संस्थेकडे पांढरपेशा समाजातील काही व्यक्ती आकृष्ट झाल्या. परंतु बंगालमध्ये ज्याप्रमाणे ब्राह्मो समाज ही एक व्यापक चळवळ झाली, तितकी गती प्रार्थना समाजाला कधीच प्राप्त झाली नाही. प्रार्थना समाजातील मंडळी समाज सुधारणेची पुरस्कर्ती होती. महाराष्ट्रातील परंपरेच्या अभिमानी मंडळींनी प्रार्थना समाजावर सतत टीकेचे शरसंधान केले. त्यामुळे प्रार्थना समाजाच्या नेत्यांच्या एकूण मवाळ वृत्तीमुळे प्रार्थना समाज ही संस्था फार प्रभावी झाली नाही. शहराच्या पलीकडे तिचे अस्तित्वही फारसे कोणास जाणवले नाही.[१०] अर्थात, असे असले तरी प्रार्थना समाजाच्या तत्त्वज्ञानाचा प्रचार आणि प्रसार करण्यासाठी न्या. रानडे यांनी 'एकेश्वरनिष्ठांची कैफियत' (Theist's Confession of Faith, 1874) नावाची लेखमाला लिहिली आणि दरवर्षी धर्मपर भाषणेही दिली[१०अ] रानडे यांना सामाजिक सुधारणा घडवून आणावयाच्या होत्या; तथापि, आपल्या समाजाच्या वास्तवाची जाण त्यांना होती; म्हणूनच ते लिहितात, 'The true reformer has not to write upon a clean slate. His work is more often to complete the half written sentence. He has to produce the Ideal out of the actual and by the help of the actual.' [11]

ब्रिटिश सरकारने आणलेल्या नव्या सामाजिक सुधारणांचे रानडे समर्थक होते; तथापि, नव्या सुधारणांना आपले लोक बुजतात असे लक्षात आल्याने आपण काही नवे सांगत नाही मुळातच या सुधारणा आपल्याकडे होत्या असे सांगण्याचा ते प्रयत्न करतात. तो युक्तिवाद स्पष्ट करताना रानडे म्हणतात,

'I the change is sought not as an innovation, but as return and estoration to the days of our past history. Those who advocate it, justify it on the authority to texts revered, and admmitted to be blinding to this day. The intermideate corruption and degradation was not of the nations corruption and degradation was not of the nations seeking. It was forced upon it by the predominance of harbarous, infiveness and by the intolerance of ruthless conquerors. That force having ceased to be operative, we must not return to the old reder of tnings, if we are to grow to own old proporation.' [12]

म्हणूनच की काय, १८९०मध्ये पंच हौद मिशनच्या समारंभात चहाच्या कपाला ओठांचा नव्हे तर केवळ बोटांचा स्पर्श केल्याबद्दल न्या. रानड्यांना सनातनांच्या नाकदुऱ्या

काढण्यात काहीही गैर वाटले नाही.[१३]

यासंदर्भात आचार्य जावडेकरांचा अभिप्राय लक्षात घेण्यासारखा आहे. जावडेकर लिहितात, दुसऱ्या पिढीत न्यायमूर्तींनी ज्या ज्या गोष्टी केल्या; त्यांच्या पाठीमागे तात्त्विक विचारांची बीजे लोकहितवादींच्या ओजस्वी लेखणीत अधिक मूलग्राही दृष्टी आणि धडाडीची वृत्ती दिसून येते. महाराष्ट्रातील आद्य सुधारकांच्या कार्याचा विचार करता तो मान लोकहितवादींनाच द्यावा लागतो.[१४]

ग्रंथप्रमाणावर व धर्मकल्पनांवर प्रहार करताना लोकहितवादी लिहितात, 'मनूचे वचन असो, याज्ञवल्क्याचे असो, कोणाचेही असो, ब्रह्मदेवाचे का असेना.'[१५]

लोकहितवादींपेक्षा एकोणीस वर्षांनी लहान असलेले न्या. रानडे लोकहितवादींच्या कार्याच्या दृष्टीने समकालीन होते. तथापि, लोकहितवादींसारखी त्यांची वृत्ती रगेल नव्हती. रानडे व्यक्तिवादाचा उद्घोष करीत होते. आपल्या सामाजिक आणि धार्मिक संस्थांमध्ये संक्रमण झाले पाहिजे, आपले धर्म विचार, समाजव्यवस्था यांची परीक्षा नव्या मूल्यांच्या प्रकाशात केली पाहिजे, असे त्यांनाही तीव्रतेने वाटत होते. पाश्चात्त्य उदारमतवादी विचारांचा प्रवाह भारतीय समाज जीवनात खळखळून वाहू लागला की बंदिस्त झालेले जीवन मोकळे होऊन प्रगतीच्या वाटेने वाहू लागले असे त्यांचे मत होते. पण त्यांना क्रांतीपेक्षा उत्क्रांती अधिक प्रिय होती. त्यांची भूमिका समन्वयाची, सुवर्णमध्य साधण्याची होती. कोणतेही बदल सावकाश आणि विचारपूर्वक व्हावेत, असाच त्यांचा आग्रह होता. उत्क्रांतीमुळे जे बदल होतात, त्यांना स्थायी स्वरूप येते अशी त्यांची भूमिका होती.

न्या. रानडे पूर्वपरंपरेचा तिटकारा करू शकत नव्हते. तिचा पाया मुळापासून उखडला पाहिजे असा त्यांच्यासारखा उत्क्रांतीवादी सुधारक म्हणू शकत नव्हता. अतिकठोर भूमिका स्वीकारणे त्यांना एकांगीपणाचे वाटत होते. समाज सुधारणा घडवताना त्याचा सांधा जुन्या परंपरांशी बेमालूमपणे जोडण्याचा त्यांनी प्रयत्न केला. कोणताही सुधारणावादी विचार पचवताना समाजाला विलंब लागतो, म्हणून त्याचा तेजोभंग न करता, त्याच्याबद्दल तुच्छता न ठेवता जुन्या शास्त्र पुराणांच्या आवरणात घालूनच तो त्याला देणे इष्ट असते, असे त्यांना वाटत होते. जुन्या शास्त्रांचा बोजही कायम राहावा आणि नव्या निष्ठांचा समाजाने स्वीकार करावा, अशी त्यांची वैचारिक बैठक होती. या भूमिकेतून लोकसंग्रह करणे रानड्यांना सुकर झाले. भूतकाळाचा संबंध तोडून एखाद्या समाजाला स्वतंत्रपणे जिवंत राहणे शक्य होणार नाही असे त्यांचे मत होते. म्हणून ते लिहितात. 'We have one continuos stream of life Following past to us and we must accept as valid the acts which were noted in the past and on the principles of the past and seek to the stream with the gentte bend here and gentle bend there, to fructify the lands we can not afford to down it up altogether or force it into a new channel' [17]

शैक्षणिक कार्याबद्दल रानड्यांना नेहमीच आंतरिक आस्था हाती. ते स्वत: नव्या शिक्षण पद्धतीचे पैदास होते. त्यांची अशी खात्री होती की, या शिक्षणातून प्राप्त होणारी पाश्चात्य विद्या देशात प्रचंड मन्वंतर घडवून आणू शकेल आणि त्याच्या विद्यमान दुरवस्थेतून बाहेर काढू शकेल; म्हणूनच शिक्षण प्रसार वेगाने घडून यावा, अशी त्यांना उत्कंठा होती. स्त्रियांना शिक्षण नाकारणाऱ्या आणि त्यांच्या शिक्षणाच्या कोणत्याही प्रयत्नाने कोपनिष्ठ होणाऱ्या सामाजिक रुढीवर त्यांनी टीकेचे कठोर प्रकार केले.

१८८२मध्ये हंटर कमिशनने उच्च शिक्षणांवरील खर्चात कपात सुचविली, तेव्हा रानडे यांनी त्याला विरोध केला. सरकारने या क्षेत्रातून काढता पाय घेतला तर त्यासाठी लागणारा पैसा उभा करण्यासाठी एक तर फीवर जास्त भर द्यावा लागेल किंवा वर्गण्या गोळा करणाऱ्या खाजगी संस्थांवर अवलंबून राहावे लागेल. यातून जी भरमसाठ फी वाढ होईल तेवढा भार मध्यवमवर्गीय कुटुंबांना पेलणार नाही, असे त्यांचे मत होते.[१७अ] आज सुमारे एकशेवीस वर्षांनी आपलेच सरकार उदारीकरणाच्या नावाखाली उच्च शिक्षणातून दिवसेंदिवस स्वत:चे अंग काढून घेऊ पाहात आहे व त्या दृष्टीने सरकारची पावलेही पडत आहेत. जर असे प्रत्यक्षात झाले तर मध्यम वर्गातील लोकांनी उच्च शिक्षण घ्यायचे कसे? हा आजचा प्रश्न आहे. रानड्यांचे विचार त्या दृष्टीने विचार करता आजही ताजेच वाटतात.

स्त्री शिक्षणाच्या प्रचार आणि प्रसारासाठी त्यांनी लेखन भाषण याद्वारे तर कार्य केलेच पण कृतीही केलेली आढळते. म. फुल्यांनी आपल्या पत्नीला शिकविले आणि पुढे त्या फुल्यांनीच काढलेल्या शाळेत शिक्षिकाही झाल्या[१८] हे सर्वश्रुत आहे. रानडे यांनीही आपली द्वितीय पत्नी निरक्षर असल्याचे लक्षात येताच पाटी पेन्सिल मागवून त्यांनी तिला मराठी मुळाक्षरांचा पहिला पाठ शिकविला.[१९] अर्थातच त्या दोघांनाही घरातील इतर स्त्रियांकडूनच फार त्रास झाला. परंतु, रानड्यांनी आपले पाऊल मागे घेतले नाही. उलट, त्यांना सार्वजनिक सभेत इंग्रजी-मराठी निवेदने वाचता येतील इतकी प्रगती त्यांच्याकडून करून घेतली.[२०]

रानड्यांनी पुण्यात मुलींसाठी माध्यमिक शाळा सुरू करण्याचा घाट घातला. पुण्याचे जिल्हाधिकारी विल्यम वेडरबर्न यांनी भारतीय स्त्रियांच्या शिक्षणासाठी एक हजार रुपयांचा निधी रानड्यांकडे सुपूर्द केला, आणखी काही हजार रानड्यांनी गोळा केले. १८८२ साली रानड्यांनी मित्रांची व सहानुभूतीदारांची बैठक बोलावून मुलींचे हायस्कूल सुरू करण्याचा निर्णय जाहीर केला. शाळेच्या प्रवर्तकांमध्ये स्वत: रानडे, रा.गो.भांडारकर, वामन आबाजी मोडक आणि शंकर पांडुरंग दीक्षित हेही होते. त्यांनी सरकारकडून शाळेसाठी जागा मिळविली आणि अशा प्रकारे पुण्यातील फिमेल हायस्कूलचा शुभारंभ झाला.

सनातनी विरोधकांनी अपेक्षेप्रमाणे विरोध केला. त्यात 'पुणे वैभव', 'केसरी' हे नेहमीप्रमाणेच पुढे होते. तसेच प्रो. जिनसीवालेही होते. जिनसीवाल्यांनी तर शाळेच्या मुख्याध्यापिका मिस हरफर्ड यांच्यावरच काही आरोप केले. त्यांनी त्यांचे आरोप आव्हानित केले. शेवटी जिनसीवाल्यांना माफी मागणे भाग पडले.[२१] १८८४मध्ये अस्तित्वात आलेल्या डेक्कन एज्युकेशन सोसायटीचेही रानडे हे एक प्रवर्तक होते. २ जानेवारी १८८५ रोजी फर्ग्युसन कॉलेजचे उद्घाटन झाले. रानडे जरी महाविद्यालयाच्या प्रवर्तकांपैकी एक होते तरी आजीव सभासदांमध्ये त्यांचे नाव नव्हते. आजीव सभासद होते बाळ गंगाधर टिळक, न्या. महादेव बल्लाळ नामजोशी, वा. शि. आपटे, गो. ग. आगरकर, वासुदेव बाळकृष्ण केळकर, महादेव शिवराम गोळे, नारायण कृष्ण धारप! पुढे पर्शुराम नारायण पाटणकर, गोपाळ कृष्ण गोखले यांनाही डेक्कन एज्युकेशन सोसायटीचे आजीव सभासदत्व लाभले, पण न्या. रानड्यांना नाही.[२२] अर्थात, संस्थेच्या पाच आश्रयदात्यांमध्ये रानडे यांचे नाव होते. उरलेले आश्रयदाते होते गव्हर्नर सर जेम्स फर्ग्युसन, वेडरबर्न, तेलंग आणि एच.आर. चिपळूणकर.[२३]

१८८६मध्ये सरकारी डेक्कन कॉलेज डेक्कन एज्युकेशन सोसायटीकडे देण्याची इच्छा सरकारने व्यक्त केली. रानडे त्यावेळी कलकत्त्यात होते. त्यांना या प्रस्तावामध्ये आपला उच्च शिक्षणावरचा खर्च वाचविण्याचा सरकारचा डाव दिसला. रानड्यांचा याला तीव्र विरोध होता. सरकार आणि संस्था यांच्यात वाटाघाटी सुरू असतानाच तार पाठवून संस्थेच्या प्रतिनिधींना त्यांनी असा सल्ला दिला की, ''पुढील अटीवर तडजोड करावी. दहा वर्षांसाठी पंचवीस हजार रुपये. शिवाय फीचे पैसे द्यावेत. आंग्ल प्राध्यापक नेमण्याची सक्ती नसावी. व्यवस्थापनात बाह्य हस्तक्षेप नसावा.'' सरकारला या अटी अमान्य होत्या. परिणामी वाटाघाटी फिस्कटल्या.[२४]

पंडिता रमाबाईंना 'आर्य महिला समाज' स्थापन करण्यात तसेच रखमाबाई प्रकरणात मार्ग शोधण्यासाठी स्थापन झालेल्या बचाव समितीत रानडे होते. त्यांनी व्याख्यानांद्वारे हिंदू स्मृतींनी स्त्रियांना अनेक अधिकार दिले होते, पण त्यांचे विस्मरण झाले, कायद्याने ते अधिकार पुन्हा प्रस्थापित करणे अगत्याचे आहे असे प्रतिपादन केले.[२५] १८८७ साली 'राष्ट्रीय सामाजिक परिषद' स्थापन झाली. परिषदेचे पहिले अधिवेशन मद्रास येथे भरले होते. रानड्यांनी स्पष्ट केल्यानुसार देशाच्या भिन्न भागात पृथकपणे कार्य करत असलेल्या सामाजिक सुधारणा संघटनांमध्ये विचारांचे आदान प्रदान व्हावे हा परिषदेचा मुख्य हेतू होता.[२६]

१८८७ सालचे अधिवेशन मद्रास येथे भरले होते. त्यावर्षीपासून काँग्रेसच्या वार्षिक अधिवेशनाला जोडूनच त्याच मंडपात सामाजिक परिषदेचे वार्षिक अधिवेशन भरू लागले. न्या. रानडे यांच्यासारखे सरकारी नोकर सामाजिक परिषदेत उघड उघड भाग घेऊ शकत

असत आणि त्याचवेळी काँग्रेस अधिवेशनाच्या अनौपचारिक बैठकांमध्ये सहभागी होऊन सल्ला देत असत. १८८७ ते १९०१ या काळात सामाजिक परिषदेची सूत्रे रानड्यांच्याच हाती होती.[२७]

रानडे हे सामाजिक परिषदेचे केंद्रबिंदू, नव्हे आत्माच होते. परिषदेच्या कार्यात त्यांचे मुख्य सहकारी मद्रासचे दिवाणबहादूर आर. रघुनाथराव होते. रानडे सर्वत्र पत्रे पाठवून लोकांना, तिथे सुधारणा संघटना नसल्यास आणि असल्यास, नवे सुधारणा कार्यक्रम हाती घेण्यास प्रवृत्त करीत असत. मागील वर्षात देशाच्या सर्व भागात झालेल्या सुधारणा कार्याचा ते संक्षिप्त आढावा घेत. सुधारणेचे तत्त्वज्ञान मांडत आणि कार्यकर्त्यांचा उत्साह आणि आदर्शवाद ओजस्वी आवाहनाद्वारे चेतवीत असत. विवाह वयाची मर्यादा उंचावणे, दांपत्य जीवनाशी संबंधित खटल्यांमध्ये स्त्रियांना संभवणारी कारावासाची शिक्षा रद्द करणे, वर-वधूंच्या वयात अत्याधिक अंतर असल्यास अशा विवाहांना प्रतिकार करणे, विवाह खर्चात कपात करणे, विधवा पुनर्विवाहास प्रोत्साहन देणे, बालविधवांना कुरूप करण्यास प्रतिबंध करणे, आंतरजातीय विवाहांना उत्तेजन देणे, हुंडा पद्धतीस विरोध करणे, बहुपत्नीकत्वास आळा घालणे, स्त्री शिक्षणाचा पुरस्कार करणे अशा विषयासंबंधी परिषदेने वेळोवेळी ठराव मंजूर केले.

१८९५ साली सामाजिक परिषदेने अस्पृश्यांच्या उन्नतीस अनुकूल ठराव पास केला आणि नंतरच्या परिषदांनी त्याची पुनरुक्ती केली. जातीव्यवस्था ही एकंदरीत अन्याय्य आणि अनुचित असल्याची टीका अनेक भाषणांमधून केली जात असे. काही ठरावांचा संदर्भ राष्ट्रव्यापी सामाजिक प्रश्नांशी नसे तर स्थानिक पातळीवरच्या लहान लहान सुधारक गटांनी हाती घेतलेल्या प्रश्नांशी असे. उदाहरणार्थ, मद्रासच्या सुधारकांनी मद्यपान विरुद्ध आणि नृत्यशालांविरुद्ध घालविलेल्या आंदोलनास पाठिंबा देणे, देशाच्या ईशान्य भागात शोकप्रसंगी आक्रस्ताळेपणाने छाती बडवण्याची जी प्रथा होती तिची निर्भत्सना करणे, परिषदेच्या ठरावांचे मसुदे तयार करणे यांत रानड्यांचा वाटा मोठा होता. अशा प्रकारे सामाजिक सुधारणेच्या आपल्या संकल्पनेला मूर्त स्वरूप देत असताना समग्र व्यक्तिमत्त्वात खऱ्या अर्थाने सुधारणा व्हायला पाहिजे, व्यक्तीचा सदूसद्विवेक जागवून त्याला योग्य मार्गावर आणले पाहिजे, यांवर रानड्यांचा भर होता.[२८]

१८९१ साली लॉर्ड किचनेर हे हिंदुस्थानचे सरसेनापती झाल्यानंतर त्यांनी हिंदी लष्कराची पुनर्घटना जातीय पायावर करण्याचे धोरण आखले आणि १८९५-९६ सालापासून लष्करात महारांची भरती करावयाची नाही असे फर्मान काढले. त्याविरुद्ध रानड्यांच्याच मदतीने एक अर्ज तयार करून सरकारकडे पाठविण्यात आला होता. अर्थात त्याचा काही उपयोग झाला नाही हा भाग वेगळा![२९] रानड्यांनी सार्वजनिक सभेच्या माध्यमातून जरी जातीयतेची निर्भत्सना केली तरी त्यांच्या मनात उच्च वर्णियांच्या

श्रेष्ठत्वाबद्दलच्या कल्पना कशा घोळत होत्या हे त्यांच्या खासगी संभाषणावरून स्पष्ट होते. १८९५ साली छत्रपती शाहू महाराजांनी जेव्हा बहुजन समाजातील एक विद्वान अग्रणी भास्करराव जाधव यांची नेमणूक केली तेव्हा भास्करराव आपले काम चोख करू शकतील की नाही याबद्दल वाटणारी शंका न्या. रानड्यांनी छत्रपतीचे दिवाण रघुनाथराव सबनीस यांना बोलून दाखविली होती. 'मी किंवा तुम्ही जसे काम करतो तसे ते करू शकतील का?' असा प्रश्न रानड्यांनी विचारला होता.[२९अ] अर्थात, असे असले तरी पुणे, मुंबई, नाशिक आणि धुळ्यासारख्या आडवळणी भागातही सामाजिक सुधारणांच्या संदर्भात रानडे कधी स्वस्थ बसले नाहीत हे मान्य करावे लागते. धुळ्यात त्यांनी अनेक जातींचे एवढेच नव्हे तर इतर धर्मांचेही लोक एकत्र आणले होते.[३०]

सार्वजनिक सभा १८७० साली स्थापन झाली आणि साधारणत: पंचवीस वर्षांनी ती फुटली. रानडे सार्वजनिक सभेचे आधारस्तंभ होते. ती कामगिरी त्यांनी डेक्कन सभेबाबत बजावली. सार्वजनिक सभेत फूट पडण्यास राजकीय कारणे होती. लोकमान्य टिळक, रानडे व गोखले यांचे राजकीय व सामाजिक प्रश्नांवरून सतत वाद झडत होते. तथापि, सभेत दोन्ही पक्षांचे लोक होते आणि जवळ जवळ पंचवीस वर्षे ती रानडे यांच्या हाती होती. परंतु, या दोन गटांतील वाद शिगेला पोहचल्यावर सार्वजनिक सभेच्या निवडणुकीत टिळकांनी भाग घेऊन रानडे यांच्या पक्षातील काही ज्येष्ठ नेत्यांना धक्का न लावता आपल्याला अनुकूल असे काही जण निवडून आणले. त्यानंतर भांडणे विकोपाला जातील आणि आपण ज्या पद्धतीने काम करतो ती यापुढे चालणार नाही, हे लक्षात घेऊन रानडे यांना मानणाऱ्या काही मंडळींनी वेगळी संस्था काढण्याचे ठरविले. उपलब्ध पुराव्यावरून रानडे यांनी मोठ्या कष्टाने डेक्कन सभेच्या स्थापनेला मान्यता दिली, असे तळवलकरांनी म्हटले आहे.[३१]

टिळकांनी डेक्कन सभा स्थापन करण्याच्या निर्णयावर कडाडून टीका केली आणि 'म्हातारचळ की पोरखेळ?'[३२] नावाचा अग्रलेख लिहून रानड्यांवर टीकेचे आसूड ओढले. डेक्कन सभा स्थापन झाली त्याचवर्षी दुष्काळ पडला असल्याने डेक्कन सभेच्या सभासदांनी गावोगाव आपले प्रतिनिधी पाठवून एक निवेदन तयार केले. पुढे प्लेगच्या काळातही डेक्कन सभेने लोकोपयोगी कामगिरी बजावली. तथापि, ही सभा लवकरच आपला प्रभाव गमावून बसली. रानड्यांच्या हयातीत डेक्कन सभेने अधून मधून अर्ज विनंत्याचे राजकारण केले. पण सार्वजनिक सभेची प्रतिष्ठा व तेज डेक्कन सभेला कधीच लाभले नाही आणि रानड्यांच्या मृत्यूनंतर (१६-१-१९०१) या सभेचे कामकाज पार थंडावले आणि ती पुन्हा कधीच क्रियाशील बनली नाही. याउलट टिळक पक्षाच्या हाती एकदा गेलेली सार्वजनिक सभा नेहमीच टिळक पक्षाच्या हाती राहिली.[३३]

१८७१ पासून रानडे महात्मा फुल्यांचे चाहते बनले. फुल्यांनी अर्भकालय चालवण्यात

मिळविलेले यश पाहून रानडे व त्यांचे स्नेही बालशंकर त्रिवेदी यांनी १८७५मध्ये पंढरपूर येथे अर्भकालय सुरू केले.[३४] विधवा विवाहाच्या प्रश्नाला चालना देण्याचा फुल्यांचा विचार सुरू झाला. त्याला विष्णुशास्त्री पंडितांनी खूप मदत केली. २८ जानेवारी १८६६ रोजी 'पुनर्विवाहोत्तेजक संस्था' विष्णुशास्त्रींनी काढली, त्यात काम करणाऱ्यांमध्येही रानडे होते.[३५]

अशा प्रकारे एकोणिसाव्या शतकाच्या शेवटच्या चरणात केवळ महाराष्ट्राच्याच नव्हे तर संपूर्ण भारताच्या इतिहासावर रानड्यांचा प्रभाव दिसून येतो. त्या दृष्टीने डॉ. अरुण टिकेकरांनी त्यांना 'प्रबोधन पुरुष' असे जे संबोधिले आहे ते योग्य म्हटले पाहिजे.[३६]

रानडे यांनी आपल्या हयातीत सामाजिक सुधारणा, आर्थिक सुधारणा, धार्मिक सुधारणा, शैक्षणिक सुधारणा अशा अनेक सुधारणांचा पुरस्कार करून त्यांचा प्रचार आणि प्रसार केला. तथापि, असे असूनही महाराष्ट्राचा हा सॉक्रेटीस वैचारिकदृष्ट्या एकाकी का पडावा? हाही विचार करण्यासारखा प्रश्न आहे. अनेक असामान्य गुण अंगी असूनही आणि संस्थात्मक कार्याचे जाळे विणूनही रानड्यांना आपली परंपरा का निर्माण करता आली नाही?

टिळक पक्षाने तर रानड्यांच्या उदारमतवादाला शह दिलाच, परंतु खुद्द त्या विचारांच्या पुरस्कर्त्यांनाही रानड्यांचा विवेकी दृष्टिकोन पचला नाही, असे का झाले? रानडे अभिजनवादी असूनही शहरी मध्यमवर्गीयांपासूनही दुरावले, याची कारणे कदाचित सांस्कृतिक राष्ट्रवादाच्या वाढत्या प्रभावात शोधता येतील. पण शेती, शेतकरी, पूर्वास्पृश्य वगैरे विषयांविषयी आस्थेवाईक असूनही रानडे बहुजन समाजाचा विश्वास संपादू शकले नाहीत, याची कारणे काय असावीत? नेतृत्वासाठी लागणारे सर्व गुण पुरेपूर प्रमाणात असूनही भोवतालच्या फारच थोड्या लोकांनी रानड्यांना पाठिंबा दिला. हिंदू समाजातील मध्यम व निम्न जातीतील जनतेनेही पाठिंबा दिला नाही. अशी जी खंत रवींद्र कुमारांनी व्यक्त केली आहे[३७] ती योग्यच म्हटली पाहिजे.

वस्तुत: महात्मा फुले व न्यायमूर्ती रानडे यांच्या कार्यात अनेक बाबतीत सारखेपणा होता. तळागाळातल्या समाजाच्या समस्यांबद्दल दोघांनाही प्रामाणिक आस्था व कळकळ होती. शेती व शेतकरी यांची दुरावस्था, शेतकऱ्यांचा कर्जबाजारीपणा, जमिनीचा घसरता कस, दुष्काळांनी मुला माणसांची, गुराढोरांची केलेली दैना, स्त्रियांचे दास्य, निरक्षरता, आंग्लाईचे इष्ट व स्वागतार्ह परिणाम अशा अनेक संदर्भात या उभयतांच्या कार्याची व विचारांची दिशा मिळतीजुळती होती. तथापि, अनेक बाबतीत मूलभूत तफावत होती. रानड्यांची चळवळ मूठभर लोकांपुरतीच मर्यादित राहिली. याला रानड्यांचा अभिजनवादी, समन्वयवादी दृष्टिकोनच कारणीभूत ठरला होता. अर्थात, असे असले तरी त्यांनी जे वैचारिक कार्य केले ते कधीही कमी लेखता येणार नाही. इतिहासाचार्य

कै.वि.का. राजवाडे यांनी महाराष्ट्रातील कर्तृत्ववान दीडशे लोकांची मोजदाद करताना रानड्यांना खूपच वरचा मान दिला व त्यांना बुद्धिमान, कर्तृत्ववान, संस्थास्थापक, इतिहासकार, अर्थशास्त्रज्ञ, समाजशास्त्र व विचारकार असे संबोधिले.[३८] तर गं.बा.सरदार यांनी आधुनिक महाराष्ट्राच्या शंभर शिल्पकारांच्यात रानड्यांचा गौरव करताना महाराष्ट्रातील उदारमतवादाचे आद्य प्रवर्तक, संस्थापक जीवनाचे प्रणेते आणि अर्थशास्त्रज्ञ म्हणून गौरविले आहे.[३९]

डॉ. आंबेडकरांनी तर रानड्यांची बरोबरी करू शकेल असा माणूस भारताच्या इतिहासात सापडणे कठीण आहे.[३९अ] असे म्हटले आहे. वेळोवेळी रानड्यांवर टीकास्त्र सोडणाऱ्या लोकमान्य टिळकांनीही शेवटी रानड्यांचा गौरव करताना 'महाराष्ट्र देश म्हणजे त्यावेळीं एक थंड गोळा होऊन पडला होता. या थंड गोळ्यास कोणत्या रीतीनें ऊब दिली असतां तो पुन: सजीव होईल व हातपाय हालवूं लागेल याचा रात्रंदिवस एकसारखा विचार करून अनेक दिशांनीं, अनेक उपायांनीं, अनेक रीतींनीं त्यास पुन: सजीव करण्याचें दुर्धर काम अंगावर घेऊन त्याकरितां जिवापाड जर कोणी मेहनत केली असेल तर ती प्रथमत: माधवरावजींनीच केली; असें म्हटलें पाहिजे; व आमच्यामतें हेंच त्यांच्या थोरवीचें किंवा असामान्य मोठेपणाचे मुख्य चिन्ह होय.'[४०] असे म्हटले होते.

एखाद्या समाजाचा जेव्हा असा थंड गोळा बनतो तेव्हा त्याला सजीव करण्यासाठी चौफेर बुद्धी लागते. शांतपणे एकेका प्रश्नाचा अभ्यास करून त्याच्या सोडवणुकीची उपाययोजना सुचविण्याची विधायक वृत्ती लागते आणि अखेरीस संघटित प्रयत्नांची जोड द्यावी लागते. न्या. रानडे यांच्यापाशी हे सर्व गुण होते आणि म्हणूनच महाराष्ट्र थंड गोळ्याप्रमाणे पडला असता त्यास त्यांनी चैतन्यमय बनविले. वैयक्तिक जीवनात काही कृती करण्याची वेळ आली तेव्हा त्यांनी माघार घेतली हा तर इतिहासच आहे, पण म्हणून तेवढ्या एक-दोन प्रकरणांमुळे त्यांच्या इतर कार्यातील विशालता विसरली जाता कामा नये.

संदर्भ व टिपा

१. सरदेसाई, गो.स., मराठी रियासत (नवी) खंड ८, मुंबई, १९९१, पृ. ५१५

१अ. कित्ता पृ. ५०२ ते ५३७ आठवले, सदाशिव. सरदार बापू गोखले, पुणे १९९०, पृ. ११४-१३६, वैद्य, (डॉ.) सुमन, पेशवा दुसरा बाजीराव, खरे, ग. ह., कुलकर्णी, अ.रा. (स.) मराठ्यांचा इतिहास, खंड ३, पुणे १९८६, पृ. १७३-२१३ इ.

१ब. भावे, वि.ल., मराठी दप्तर, रूमाल, रूमाल २, ठाणे, १९२६, पृ. १४१-१४४

२. कित्ता

३. खरे, य.वा. ऐतिहासिक लेख संग्रह, खंड १४ कुरुंदवाड, १९३०, पत्र क्र. ६६१८, खंड १५, कुरुंदवाड, १९४८, पत्र क्र. ६८६६ इ.

४. भागवत, अ.ना., उमाजी नाईक, पुणे १९१०, दीक्षित, म.श्री., पिचलेली मनगटे, पुणे, १९५८, खोबरेकर, वि.गो. महाराष्ट्रातील सशस्त्र उठाव, मुंबई, १९५९, या सर्वांहून अधिक माहिती देणारे व उमाजी नाईकांबद्दल अप्रकाशित दस्तऐवज संशोधनात्मक पद्धतीने मांडलेले पुस्तक म्हणजे - आठवले, सदाशिव, *उमाजी राजे मुक्काम डोंगर*, पुणे १९९१
५. फाटक, न.र. *माधव गोविंद रानडे यांचे चरित्र*, दु.आ., पुणे, १९६६, पृ. १.
५अ. कित्ता, पृ. ५९३
६. चिंतामणी, सी.वाय. *इंडियन पॉलिटिक्स सिन्स म्युटिनी*, आंध्र विद्यापीठ, १९३७, पृ. १७२
७. सरदार, गं.बा. *महाराष्ट्र जीवन खंड २*, पुणे १९६०, पृ. ४९८
८. कित्ता
९. कित्ता, पृ. १९१
१०. कित्ता, पृ. ४९८
१०अ. वैद्य, द्वा.गो., *प्रार्थना समाजाचा इतिहास*, मुंबई, १९२७
११. रानडे, म.गो. *द मिसलेनियस रायटिंग्ज ऑफ द लेट ऑनरेबल मिस्टर जस्टीस, श्री. जी. रानडे*, मुंबई, १९१५, पृ. ११८
१२. कित्ता, पृ. ८१
१३. प्रियोळकर, अं.का., *दादोबा पांडुरंग*, मुंबई, १९४७, पृ. २५९
१४. जावडेकर, शं.द., *आधुनिक भारत*, पुणे, १९७९, पृ. ७९-१०१
१५. सहस्रबुद्धे, पु.ग. (संपा.) *शतपत्रे*, पुणे, १९६३, प.क्र. ७०
१६. रानडे, म.गो., उपरोक्त पृ. ११६
१७. कित्ता, पृ. १४३
१७अ. जहागिरदार, प्र.ज., माधव गोविंद रानडे, (अनु.) भोळे, भा.ल.दिल्ली, १९८८, पृ. ८५
१८. जोशी, तर्कतीर्थ लक्ष्मणशास्त्री *जोतिचरित्र*, दिल्ली, १९९१, पृ.८
१९. जहागिरदार, प्र.जं., उपरोक्त पृ. ८६
२०. कित्ता, पृ. ८८
२१. फडके, य.दि., *शोध बाळगोपाळांचा*, पुणे १९७७, पृ. १०८/९
२२. कित्ता, पृ. १२६-१२७
२३. जहागिरदार, प्र.ज., उपरोक्त पृ. ९१
२४. कित्ता, पृ. ९२
२५. कित्ता, पृ. ११५-११६ (रखमाबाईंसाठी पहा : फडके, उपरोक्त, पृ. ११३-१२३)
२६. कित्ता, पृ. १२४
२७. फडके, य.दि., *विसाव्या शतकातील महाराष्ट्र, खंड १*, पुणे १९९१, पृ. ८४
२८. जहागिरदार, प्र.ज., उपरोक्त, पृ. १२६
२९. फडके, य.दि., *आंबेडकरी चळवळ*, पुणे, १९९०, पृ. १७८-१७९
२९अ. फडके, य.दि., *विसाव्या शतकातील महाराष्ट्र, खंड १* पुणे, १९९१, पृ. २१५
३०. फाटक, न.र., उपरोक्त, पृ. ३९५
३१. तळवळकर, गोविंद. *विराट ज्ञानी न्या. रानडे*, पुणे १९८९, पृ. ४८

३२. समग्र लो. टिळक वाङ्मय, खंड ४, पुणे १९७६, पृ. ४०९-४१५
३३. फडके, य.दि., उपरोक्त पृ. ९८१
३४. जोशी, तर्कतीर्थ लक्ष्मणशास्त्री, उपरोक्त, पृ. १७
३५. कित्ता, पृ. १८
३६. टिकेकर, अरुण, *रानडे प्रबोधन पुरुष : तो वैचारिक वारसा विस्मृतीत का गेला?* पुणे, पृ. ३२.
३७. रवींद्र कुमार, वेस्टर्न इंडिया इन द नाईन्टिन्थ सेंचुरी, १९६८, पृ. २९७
३८. राजवाडे, वि.का. *समग्र साहित्य, खंड ७,* (संपा.) शहा, मु.ब., धुळे १९९८, पृ. १४०
३९. सरदार, गं.बा., उपरोक्त, पृ. ५६५.
३९अ. आंबेडकर, बी.आर. रानडे, *गांधी ॲन्ड जिन्हा,* जालंधर, १९४३, पृ. १९-२०
४०. समग्र लोकमान्य टिळक वाङ्मय, खंड ५, पुणे, १९७६, पृ. ९०२.

पूर्वप्रसिद्धी :

सन २००१ मध्ये आचार्य-मराठे महाविद्यालय, चेंबूर, मुंबई येथे झालेल्या राष्ट्रीय चर्चा सत्रात वाचलेला निबंध

१२.

गो. ग. आगरकर - वैज्ञानिक क्रांतीचे उद्गाते आणि भाष्यकार

आधुनिक महाराष्ट्राच्या इतिहासातील लोकमान्य टिळक आणि समाजसुधारक गोपाळ गणेश आगरकर ही जोडगोळी म्हटले की, टिळक म्हणजे 'राजकीय असंतोषाचे जनक आणि आगरकर म्हणजे समाजसुधारक' असे समीकरणच अभ्यासकांनी करून टाकल्याचे आढळते. अर्थात, एका विशिष्ट मर्यादेपर्यंत ते बरोबरही म्हणता येईल. मात्र, या दोघांच्या संदर्भात इतर अनेक गोष्टीनी विचार करता येतो आणि तसा काही अभ्यासकांनी केल्याचेही आढळते.[१]

या ठिकाणी आगरकरांच्या संदर्भात असाच नवा दृष्टिकोन मांडण्याचा एक प्रयत्न केला आहे आणि तो प्रयत्न म्हणजे आगरकरांमधील वैज्ञानिक दृष्टिकोन शोधण्याचा. अर्थातच हा प्रयत्न त्यांच्याच लेखनातून दाखविण्याचा प्रयत्न आहे. त्यासाठी प्रमुख संदर्भ अर्थातच आगरकर लेखसंग्रह हा आहे.[२]

महाराष्ट्राला वैज्ञानिक दृष्टिकोन देणे, हेच गोपाळ गणेश आगरकर यांचे जीवित कार्य होते, असे म्हटले तरी चालेल. त्यांनी केलेला समाजसुधारणेचा विचार महत्त्वाचा नाही, असे मुळीच नाही. परंतु त्यांचा तो सर्व सुधारकी विचार त्यांच्या शास्त्रशुद्ध वैज्ञानिक दृष्टिकोनातून आलेला आहे. म्हणून वैज्ञानिक दृष्टिकोन आधी, सुधारणा नंतर असा हा क्रम दिसतो. आगरकरांनी सुधारणेचे जे विषय हाती घेतले ते कदाचित काळाच्या ओघात मागे पडतीलही, पण आगरकरांनी विचाराला वळण लावण्याचे जे शिक्षण दिले आहे, त्यांची आवश्यकता चिरकाल राहील. आगरकर दरवेळेस शास्त्रीय पद्धतीनेच विचार करीत बोलतात, असे दिसते. उदाहरणार्थ, 'आमचे काय होणार?' या लेखात ते लिहितात- 'कोणत्याही कामास हात घालण्यापूर्वी त्यांचे पर्यवसान कोठे आहे, हे अगोदर स्पष्टपणे पाहिले पाहिजे... आमची तर अशी समजूत आहे की, आजच्या ज्या कित्येक सामाजिक गोष्टींविषयी आमच्या लोकांत विशेष मतांतर दिसत आहे, ते अस्तित्वात येण्यास पुष्कळ

अंशी सामाजिक सुधारणांच्या मूळ तत्त्वाचे अपूर्ण आकलन कारण होत आहे... रोगाचे निदान झाल्यावर औषधाची योजना करणे अर्थ समजल्यावर त्याचे स्पष्टीकरण करणे उत्तर समजल्यावर रीती बसविणे फार कठीण जात नाही.'[३]

शास्त्रीय प्रयोगाला प्रारंभ करताना, कोणत्या उद्देशाने प्रयोग करावयाचा आहे व त्याची परिणती कशात होण्याची शक्यता आहे, यांचा आराखडा आधीच मांडावा लागतो. हाच विचार आगरकरांनी प्रथम स्पष्ट केला आहे तसेच आधी कोणत्याही समस्येचे स्वरूप समजावून घ्यावे व मग तदनुषंगिक विचार करावेत, हीच वैज्ञानिक पद्धती आहे, हे स्वरूप आकलन करून घेण्यासाठी वैज्ञानिक पद्धतीमध्ये विविध प्रगत उपकरणांचे साहाय्य घ्यावे लागते, तसेच अभ्यासासाठी घेतलेल्या विषयाचा भूतकाळ व वर्तमानकाळ जास्तीतजास्त समजावून घ्यावा लागतो हाच विचार आगरकरांनी पुढील शब्दांत मांडला आहे. तथापि, कोणत्याही समंजस मनुष्यास ही गोष्ट कबूल केली पाहिजे की, ज्याला दुर्बिणीचे किंवा सूक्ष्मदर्शक यंत्राचे साहाय्य आहे, त्याला ज्या गोष्टी स्पष्ट दिसतात, त्या, ज्याला त्यांचे साहाय्य नाही त्याला दिसत नाही. तसेच ज्याने शास्त्र अभ्यास केला आहे, त्यांने इतिहास वाचला आहे, ज्याने जगाचा पुष्कळ अनुभव घेतलेला आहे व ज्याने विचारात दीर्घकाळ घालविलेला आहे, अशा तत्त्ववेत्यास मनुष्यप्रवृत्तीची दिशा जितकी नीट समजणार आहे, तितकी अशिक्षितास समजण्याच्या संभव नाही.[४] आगरकरांनी याठिकाणी आधी भौतिक अभ्यासाचे महत्त्व सांगितले आहे. या अभ्यासाशिवाय केवळ कल्पनेने मांडलेला विचार त्यांना योग्य वाटत नाही. तेथेच ते पुढे म्हणतात, 'सध्या पृथ्वीवर जे ज्ञानी पुरुष आहेत त्या सर्वांच्या अंत:करणाची अलीकडे अशी खात्री होत चालली आहे की, जगाची स्थित्यंतरे अनादी व अनंत आहे. तस्मात आपणास अनुकूल अशा स्थित्यंतरास आपण साहाय्यभूत व्हावे हे आपणास योग्य आहे.'[५]

सर्व विचार परिवर्तनीय आहे, कायमचे ठरून गेलेले असे काही नाही, नवीन ज्ञान आत्मसात केले पाहिजे, त्यानुसार बदलले पाहिजे असे आगरकरांचे सांगणे आहे. शास्त्रीय दृष्टीने विचार कसा करावा याचा एक आदर्शच आगरकरांनी धर्मवृत्तीचा अभ्यास करताना घालून दिला आहे. ते म्हणतात, 'जशा इतर वासना किंवा वृत्ती तशी धर्म वृत्ती किंवा धर्मवासना समजली पाहिजे.'[६] याचाच अर्थ, माणसाचा अभ्यास तटस्थपणे केला पाहिजे. धार्मिक वृत्तीस अवाजवी महत्त्व देण्याचे कारण नाही. शास्त्रज्ञानाला सर्व वृत्ती सारख्याच. तसेच धर्माचा अभ्यास श्रद्धेतून न करता शास्त्रातून केला पाहिजे. आगरकर म्हणतात, 'तेव्हा धर्मसंबंधाने अज्ञानी लोकांचे म्हणणे काहीही असले तरी ज्यांना अर्वाचीन न्याय, मीमांसा, पदार्थविज्ञान वगैरे शास्त्रातील सिद्धान्त मान्य झाले आहेत व ज्ञानसंपादनार्थ भूगोलभर प्रवास करण्यात आयुष्य घालविणाऱ्या सत्यप्रिय शोधकांनी प्रसिद्ध केलेली माहिती व पुस्तके ज्यांनी थोडीबहुत पाहिली आहे, त्यांना मनुष्याच्या विवक्षित स्थितीत

त्यांच्या अंत:करणात कोणत्याही प्रकारची धर्म कल्पना नसते, असे कबूल करावे लागते, पुढे जेव्हा तिचा आविर्भाव होऊ लागतो तेव्हा त्यांच्या बाकीच्या कल्पनांप्रमाणे ती फारच ग्राम्य असते, सुधारलेल्या देशातील मुलांच्या बाल्यावस्थेतील कल्पना आणि रानटी लोकातील प्रौढाच्या कल्पना यात फारसा भेद असत नाही.'[७]

आगरकर हे स्वातंत्र्यप्रेमी. विज्ञानाचे महत्त्व त्यांना ते स्वातंत्र्य प्रदान करते, म्हणूनच वाटते. वैज्ञानिक जाणिवेमुळेच प्रगतीला प्रारंभ होतो, हा मुद्दा ते पुढीलप्रमाणे विशद करतात, अनियमित राजाचा अंमल कमी होत जाणे व सृष्ट्यांतर्गत सामर्थ्याचे आपण गुलाम आहोत व त्यांच्या सर्वशक्तिमत्त्वापुढे आमचे काही एक न चालता त्यांच्या इच्छेनुरूप आम्हास निरंतर वागले पाहिजे, या चुकीच्या कल्पनेचा लय होत जाऊन, मनुष्य प्रयत्न करील तर सृष्ट्यांतर्गत पदार्थाचे ज्ञान त्यास प्राप्त करून घेता येईल व कालांतराने त्या पदार्थासच त्यास आपले दास करून घेता येईल असा विश्वास वाढत जाणे, या दोन गोष्टींचा नीट विचार केला तरी बाकीच्या गोष्टींविषयी बरीच समजूत पडणार आहे. सचेतन व अचेतन सृष्टीचा मी दास नाही, तर तिला दास करण्याचा, निदान त्यांच्या बरोबरीने वागण्याचा हक्क किंवा अधिकार मला आहे, असा विचार मनुष्याच्या अंत:करणात वाढू लागला म्हणजे त्यांच्या खऱ्या सुधारणेस आरंभ होतो.'[८]

वैज्ञानिक विचारसरणीचे अनेक पैलू आगरकरांच्या लिखाणात सतत व्यक्त होत असतात. विज्ञानासाठी मतमतांतरे हवीत, चर्चा हवी. आगरकर म्हणतात, जिकडे तिकडे याविषयी एकसारखी चर्चा चालू झाली पाहिजे.[९] आगरकरांना ज्ञान संपादन सर्वात महत्त्वाचे वाटत होते. हे ज्ञान कसे मिळवावे? तर 'गुरुमुख, वाचन, विचार, अवलोकन, वाद इत्यादी ज्ञान संपादनाची अनेक द्वारे आहेत.'[१०] ही वैज्ञानिक दृष्टीच होय. आगरकरांनी वाचन आणि ज्ञान या निबंधात ज्ञानाचे आणि ज्ञानप्राप्तीचे वर्णन अत्यंत प्रभावीपणे केले आहे. ते म्हणतात, 'ज्यांच्या मनाला श्रम करण्याची सवय लागलेली नाही, त्यांचे मन लोखंडाप्रमाणे गंजून जाऊन कोणत्याही कामास निरुपयोगी होते. वस्तऱ्याला दगड तशा बुद्धीला अडचणी आहेत. अडचणीच्या दगडावर बुद्धी लावल्याने ती अत्यंत तीव्र होते.'[११]

विचारांची व्याख्याच आगरकरांनी अशी केली आहे की, 'इंद्रियांद्वारा प्राप्त झालेल्या अनुभवावरून कार्यकारणादिकाचा जो निश्चय त्यास 'विचार' असे म्हणतात.'[१२]

तेथेच पुढे ते असेही मुद्दाम सांगतात की, भलत्याच कार्याचा भलत्याच कारणाशी संबंध लावून देणे म्हणजे विचार करण्यात चुकणे, विचार प्रभार होऊ न देता बिनचूक विचार करावा, असा अत्यंत गूढ विषय आहे. यांचा मानसशास्त्रातील ज्ञायसंज्ञक शाखेत समावेश होतो.[१३]

अशा प्रकारे आगरकरांनी वैज्ञानिक पद्धतीचा परिचय करून दिला आहे, ज्ञानाच्या बाबतीत आपण आघाडीवर असले पाहिजे अशी आगरकरांची उत्कट इच्छा होती. ते

म्हणतात, 'ज्यांना जिवंतपणे आपणास हे मागल्या पिढीचे असे म्हणवून घ्यावयाचे नसेल, त्यांनी वाचनांची सवय नेहमी जागृत ठेवली पाहिजे जगात प्रतिवर्षी नवीन कल्पना, नवीन युक्त्या, एकापाठीमागून एक मागे पडत आहे.'[१४]

ज्ञानामुळे मनुष्यास 'उन्नतावस्था प्राप्त होते' असे सांगून ज्ञानाने सुख वाढते किंवा नाही या प्रश्नाविषयी ते म्हणतात, 'हा प्रश्न क्षणभर वादग्रस्त आहे असे जरी मानले तरी त्यावरून ज्ञानाचा प्रसार करण्याविषयी परिश्रम करू नये असे होत नाही. ज्ञानवृद्धी करण्यापासून मनुष्यमात्रास कोणत्याही प्रकारचा फायदा न होता तर ती करण्याकडे त्यांची प्रवृत्ती कधीच झाली नसती.'[१५] तात्पर्य, ज्ञानामुळे मानवी जीवनाला जो अर्थ प्राप्त होतो तोच त्यांना महत्त्वाचा वाटतो. हाच मुद्दा अत्यंत प्रभावीपणे विशद करताना ते लिहितात, ''आतापर्यंत ज्ञानापासून होणाऱ्या शारीरिक व सामाजिक सुखाचे दिग्दर्शन केले. या दोघांपेक्षाही श्रेष्ठतर अशा सुखाचा आणखी एक वर्ग राहिला आहे; तो कोणता म्हणाल तर मानसिक सुखाचा, या सुखांपुढे वरील सुखे अगदी तुच्छ आहेत. इराणची बादशाही पादाक्रांत करून डरायसइवंच्या सिंहासनावर पाय ठेवताना वीरशिरोमणी अलेक्झांडरास जो आनंद झाला असेल, त्यापेक्षा अखिल परमाइवंतर्गत गुरुत्वाकर्षण धर्म शोधून काढताना न्यूटनला कमी आनंद झाला असे वाटत नाही! सीझर, फ्रेडरिक दी ग्रेट, नेपोलियन वगैरे अतुल पराक्रमी नरसिंहांनी जे विजयध्वज लाविले त्याहून सॉक्रेटीस, गौतमबुद्ध, शंकराचार्य, ख्रिस्त वगैरे नरदुर्गांचा विजयध्वज विशेष स्पृहणीय विशेष कल्याणकारक व विशेष चिरस्थायी आहे असे आमचे मत आहे. कामकोटीचे शंकराचार्य यांसारख्या पंडितांनी राज्यविषयक व नीतिविषक व धर्मविषयक वादात मिळविलेला जय आणि व्यवहार तज्ज्ञ, शास्त्रज्ञ व धर्मज्ञ यांच्या मनावर बसविलेला अंमल, यांस माय जय आणि अंमल ही नावे यथार्थ आहेत. पण या सर्व पराक्रमांतून ज्ञानाचा आणखी एक पराक्रम आहे. त्यापुढे बाकीचे सारे निस्तेज दिसू लागतात. ज्ञानाच्या योगाने मनुष्यास मृत्युचे भय नाहीसे होते.[१६] अशाप्रकारे ज्ञानप्राप्तीने सर्वश्रेष्ठ आनंद प्राप्त होतो असे आगरकर म्हणतात.

शास्त्रात काय काव्यातही सत्यच महत्त्वाचे वाटत होते. ते म्हणतात, 'ज्यात सत्य निरुपण नाही, तो शास्त्रीय ग्रंथ जसा कवडीमोलाचा त्याचप्रमाणे ज्यात सत्य निरुपण नाही असा काव्यग्रंथही कवडीमोलाचा. दोघांचाही सत्य कथनावर, यथार्थ वर्णनावर किंवा हुबेहूब काढण्यावर सारा कटाक्ष आहे. भेद इतका आहे की, शास्त्रीय ग्रंथातील विषय आणि त्या संबंधाने सत्य सांगण्याची पद्धत याहून निराळी असतात.'[१७] म्हणजे शास्त्र व काव्य यांचे ध्येय एकच, फक्त पद्धत भिन्न असे आगरकरांचे मत दिसते, इतकेच नव्हे तर ते तेथेच पुढे म्हणतात की, 'आज ज्या गोष्टी शास्त्रीय ग्रंथात कोंडून राहिल्या आहेत. त्या व तेथून पुढे ज्याचा शोध शास्त्रवेत्ते करतील त्या, अवश्य काळ गेला म्हणजे काव्य विषय होऊ शकतील.'[१८]

आगरकरांच्या मनात वैज्ञानिक दृष्टिकोन कसा पुरता बिंबला होता हे त्यांच्या बहुतेक सर्व लेखात दिसतेच, पण त्यामुळे त्यांचे मन कसे आधुनिक बनले होते यांची साक्ष त्यांच्या 'नाना तऱ्हेचे कैदी' या लेखांवरून विशेष पटते. या लेखात ते म्हणतात, 'वास्तविक पाहिले तर शेकडा तीस कैदी मात्र खरोखर गुन्हेगार सापडतील. बाकीच्या दोन तृतीयांशात विलक्षण प्रकारची भेसळ दिसते... लोक अपराध करतात कारण त्यांना शिक्षण मिळत नाही हे होय.'[१९] आगरकरांनी या ठिकाणी व्यक्त केलेले मानसशास्त्राचे ज्ञान वैशिष्ट्यपूर्ण आहे. या स्वभावाच्या घडणीमध्ये परिस्थितीचा वाटा मोठा असतो, ही त्यांची जाणीव महत्त्वाची असते.

अशा प्रकारे केवळ वैज्ञानिक दृष्टिकोनच नव्हे तर संपूर्ण जीवन व्यापून उरणारी वैज्ञानिक जीवनवृत्ती व्यक्त करण्यात आगरकरांनी कमालीचे परिश्रम केले आणि या परिश्रमात ते यशस्वीही झाले आहेत. शास्त्राभ्यासामुळे काव्य नाश होण्याचे कारण नाही, या त्यांच्या मताचा प्रत्यय खुद्द त्यांच्याही शैलीवरून येतो. आगरकरांनी समाजसुधारणेचे काही तात्कालीक प्रासंगिक विषय चर्चेला घेतले असले तरी त्यांनी ती चर्चा अत्यंत मूलभूत स्वरूपात केली असल्याने आगरकरांची चर्चा आजही वाचनीय वाटते आणि पुढेही ती तशीच वाटत राहील. मराठी वाचकांच्या मनात वैज्ञानिक क्रांती करण्याचे १९ व्या शतकाच्या उत्तरार्धातील सर्वाधिक श्रेय निश्चितपणे आगरकरांचेच आहे. शास्त्रज्ञान आणि त्यामागील मनोवृत्ती ही सर्वांत महत्त्वाची गोष्ट आहे. हे आगरकरांनी जे आपल्या प्रभावी लेखनाने तसेच तेजस्वी जीवनाने दाखवून दिले. आगरकरांच्या विचारांचे महत्त्व अनन्यसाधारण आहे. त्यांनी महाराष्ट्राला वैज्ञानिक विचार करण्यास शिकवले. महाराष्ट्र आगरकरांची शिकवण शिकला की नाही हा प्रश्न मात्र निराळा आणि त्याची जबाबदारी आगरकरांची नव्हे असेच म्हटले पाहिजे. त्यांनी आपले काम उत्तम रीतीने केले आहे हे नक्की!

संदर्भ व टिपा

१. या संदर्भात जिज्ञासूंनी पुढील संदर्भ पहावेत.
   - अ. फडके, य.दि. : शोध बाळगोपाळांचा, पुणे १९७७
   - ब. केळकर, भा.ल. : टिळक विचार, पुणे १९८१
   - क. देशपांडे, सुनंदा : गोपाळ गणेश आगरकर, पुणे १९८३

२. प्रधान, ग.प्र., संपादक - आगरकर लेख संग्रह (सातवी आवृत्ती) दिल्ली, २००४, ग.प्र. प्रधान यांनी संपादिलेल्या आगरकर लेख संग्रहाची प्रथमावृत्ती १९६० मध्येच प्रकाशित झाली होती. त्यानंतर दुसरी आवृत्ती १९७१मध्ये तिसरी आवृत्ती १९८० मध्ये चौथी आणि पाचवी आवृत्ती १९९७ मध्ये तर वर म्हटल्याप्रमाणे सातवी आवृत्ती २००४ मध्ये प्रकाशित झाली असून प्रस्तुत निबंधासाठी मुख्यत: सातव्या आवृत्तीचाच आधार घेतलेला आहे.
गो. ग. आगरकर वैज्ञानिक क्रांतीचे उद्गाते आणि भाष्यकार

३. प्रधान, ग.प्र. संपादक, आगरकर लेख संग्रह (सातवी आवृत्ती) दिल्ली, २००४, पृ. १
४. कित्ता, पृ. ३
५. कित्ता
६. कित्ता, पृ. ८
७. कित्ता, पृ. १०-११
८. कित्ता, पृ. १९
९. कित्ता, पृ. १०५
१०. कित्ता, पृ. ३४९
११. कित्ता
१२. कित्ता, पृ. ३५०
१३. कित्ता
१४. कित्ता, पृ. ३५३
१५. कित्ता, पृ. ३५७
१६. कित्ता, पृ. ३६१-३६३
१७. कित्ता, पृ. ३६७
१८. कित्ता
१९. कित्ता, पृ. ३७६

पूर्व प्रसिद्धी :

'शोधनिबंध संग्रह' संपादक - प्रा. आर. एच. कांबळे, रत्नागिरी, २००८.

२००८ मध्ये गोगटे-जोगळेकर महाविद्यालय, रत्नागिरी आयोजित लोकमान्य टिळक आणि सुधारक आगरकर यांचे विचारधन या विषयावरील राष्ट्रीय चर्चासत्रात वाचलेला निबंध.

१३.

वैज्ञानिक क्रांतीचे भाष्यकार - लोकमान्य बाळ गंगाधर टिळक

लोकमान्य बाळ गंगाधर टिळक यांच्या 'गीतारहस्या'चे वैशिष्ट्य काय? या ग्रंथांचे वैशिष्ट्य हेच की, हा ग्रंथ आधुनिक आहे. गीतारहस्य हा नीतिशास्त्रावरील ग्रंथ आहे, असे टिळकांनी सांगितले आहे. ते म्हणतात, हिंदूधर्म व नीतिशास्त्र यांच्या मूलतत्त्वांची ज्यास ओळख करून घ्यावयाची असेल त्यांनी या अपूर्व ग्रंथाचे प्रथम अध्ययन करावे असे आमचे त्यास सविनय पण आग्रहपूर्वक सांगणे आहे.[१] यातील शास्त्र हा शब्द आधुनिक शास्त्रविज्ञान या अर्थाचा आहे. टिळक म्हणतात, कर्माकर्म विवेक किंवा नीतिशास्त्र यावर पहिला पद्धतशीर ग्रंथ ॲरिस्टॉटल नावाच्या ग्रीक तत्त्वज्ञाने लिहिला, असे पाश्चिमात्य विद्वानांचे म्हणणे आहे. पण आमच्या मते ॲरिस्टॉटलच्याही पूर्वी त्याच्याही पेक्षा अधिक व्यापक व तात्त्विकदृष्ट्या या प्रश्नांचा विचार महाभारतात व गीतेत केलला असून आध्यात्मदृष्ट्या गीतेत प्रतिपादन केलेल्या नीतितत्त्वांपेक्षाही दुसरे निराळे नीतितत्त्व अद्याप निघालेले नाही.[२] पाश्चात्त्य विज्ञानाचा जनक ही ॲरिस्टॉटलची पदवी आहे. त्याने शास्त्रचर्चेला सुस्पष्ट प्रारंभ केला. त्याच्या सारखीच चर्चा भारतीय महाभारतात व गीतेत आहे असे टिळक म्हणतात. तेव्हा दोन्हीही ठिकाणी शास्त्रीय चर्चाच आहे आणि महाभारतातील चर्चा अधिक सरस आहे, असे त्यांचे मत आहे.

'विषय प्रवेश' या प्रकरणात टिळक म्हणतात, 'दृष्टी एकदा सांप्रदायिक बनली म्हणजे आपलाच संप्रदाय प्रमाणभूत झालेल्या धर्मग्रंथात वर्णिलेला आहे, असे ज्या रीतीने दाखविता येईल तीच रीती सांप्रदायिक टीकाकार स्वीकारीत असतो.'[३] टिळकांचे सत्य शोधण्याचे उद्दिष्ट या ठिकाणी दिसून येते. प्रत्येक व्यक्तीने स्वतःच्या बुद्धीतून विचार करून आपला निष्कर्ष काढला पाहिजे, कोणत्याही पंथांची वैचारिक गुलामगिरी पत्करता कामा नये, हाच याचा अर्थ आहे. हे बुद्धिस्वातंत्र्य आणि व्यक्तिस्वातंत्र्य होय. हीच वैज्ञानिक दृष्टी. पुढे ते म्हणतात, गीतेतील उपदेशाचे रहस्य जर आपणास काढावयाचे

असेल तर ते या उपक्रमोपसंहारास व फलास धरून असले पाहिजे.[४] एखाद्या ग्रंथाचा विचार करताना संपूर्ण ग्रंथ त्याच्या संदर्भासह ध्यानात घेतला पाहिजे, असे टिळक म्हणतात आणि ते खरेच आहे. वस्तूच्या एका भागाचा अभ्यास म्हणजे संपूर्ण वस्तूचा अभ्यास नव्हे. संपूर्ण वस्तूचा विचार केला पाहिजे. त्याचप्रमाणे प्रत्यक्षात काय घडले, याचाही विचार केला पाहिजे. गीता ऐकल्यावर अर्जुनाने युद्ध केले होते, हे गीतेचा अर्थ लावताना ध्यानात घेतलेच पाहिजे.

विविध बदल लक्षात घेणे आणि त्यांचे स्वरूप पाहणे, हे वैज्ञानिक चर्चेस अत्यंत आवश्यक असते. टिळक म्हणतात, काळ जसजसा बदलतो तसतसे व्यावहारिक धर्मातही फरक पडत जातात आणि त्यामुळे एखाद्या प्राचीन काळाच्या गोष्टीच्या योग्यायोग्यतेबद्दल निर्णय करणे असल्यास तत्कालीन धर्माधर्म समजुतीचाही अवश्य विचार करावा लागतो.[५]

'कर्मयोगशास्त्र' या प्रकरणात योग या शब्दाचा टिळकांनी जो अर्थ लावला आहे तो वैज्ञानिक वृत्तीलाच अनुकूल आहे.

ते म्हणतात, 'योग' हा शब्द 'युज्' म्हणजे जोडणे या धातूपासून निघाला असून त्याचा धात्वार्थ जोड, जुळणी, मिळवणी, संगती, एकभाव स्थिती, असा आहे व पुढे तशी स्थिती प्राप्त होण्याचा उपाय, साधन, युक्ती किंवा इलाज म्हणजे कर्म असाही अर्थ झाला.[६] याच योगाचा त्यांनी पुरस्कार केला आहे. ते म्हणतात, 'एकच कर्म करण्याचे जे अनेक योग, साधने किंवा मार्ग असतात त्यांपैकी पराकाष्ठेचा चांगला व शुद्ध मार्ग कोणता, तो नेहमी आचरिता येईल की नाही, नसल्यास त्याला अपवाद कोणते? व ते का उत्पन्न होतात? जो मार्ग आपण चांगला समजतो तो चांगला का? किंवा ज्यास वाईट म्हणतो तो वाईट का? व हा चांगले वाईटपणा कोणी व कोणत्या धोरणाने ठरवावा? किंवा त्यातील बीज काय? इत्यादी गोष्टी ज्या शास्त्राचे आधारे निश्चित करिता येतात त्यास कर्मयोग शास्त्र किंवा गीतेतल्या संक्षिप्त रूपाप्रमाणे योगशास्त्र असे म्हणतात.''[७]

ही सर्व वैज्ञानिक वृत्तीच नव्हे काय? या शास्त्राचा विचार करणाऱ्या आधिभौतिक, आधिदैविक, आध्यात्मिक इत्यादी पद्धतीचा त्यांनी विचार केला आहे. कांट, मिल्ल, स्पेन्सर, हेगेल, शोपेनहौवर इत्यादी युरोपियन विचारवंतांचेही विचार लक्षात घेतले आहेत. 'आधिभौतिक सुखवाद' या प्रकरणात त्यांनी निव्वळ स्वार्थी, दूरदर्शी स्वार्थी व उभयवादी किंवा शहाणेस्वार्थी आणि सात्त्विक अधिभौतिक पंडित यांचा विचार केला आहे. तो करताना त्यांनी अनेक युरोपियन आणि अमेरिकन ग्रंथकारांचा परामर्ष घेतला आहे. 'सुखदुःख विवेक' या प्रकरणात त्यांनी सुवर्णमध्य गाठण्याचा संदेश दिला आहे.[८] हे मध्यम मार्गाचे तत्त्वज्ञान होय. हा समतोल साधण्याचा प्रयत्न होय. जीवन जगतानाही तटस्थ राहण्याची ही वृत्ती होय. ही शास्त्रज्ञाचीच वृत्ती होय.

टिळक तत्त्वज्ञानी होते, पण आवर्जून सांगत होते की, 'आत्मबुद्धी प्रसादापासून

प्राप्त होणारे शांतीसुख हेच ते खरे ध्येय होय. परंतु आध्यात्मिक सुख जरी याप्रमाणे श्रेष्ठ असले तरी या जगात त्याला ऐहिक वस्तूंचीही जोड लागते आणि त्यामुळे निष्काम बुद्धीचे प्रयत्न म्हणजे कर्मही केले पाहिजे.'[१] इहलोकीचे महत्त्व त्यांनी यथार्थपणे ओळखले आहे, निष्काम वृत्ती म्हणजेच शास्त्रज्ञाची अलिप्त वृत्ती (Dispassionate Attitude) होय. 'गीतेचे प्रवृत्तीपर रूप काढून टाकून तिला निवृत्तीपर सांप्रदायिक रूप देण्यास शांकरभाष्यापासून प्रारंभ झाला असे म्हटले पाहिजे.' असे टिळक म्हणतात, तेव्हा शंकराचार्यांच्या अधिकारशाहीलाच ते आव्हान देतात. कोणाही माणसाचे मत अधिकारी पुरुष म्हणून न मानता आपल्याप्रमाणेच एक मनुष्य असे समजून त्याची चर्चा करणे ही वैज्ञानिक पद्धतीची सुरुवात आहे. गीतारहस्याला त्यांनी गृहस्थाश्रमाचे किंवा संसाराचे शास्त्र म्हटले आहे. यावरून त्यांची इहलोकाबद्दलची आस्था दिसून येते. या संदर्भात सुप्रसिद्ध संशोधक प्रा.न.र.फाटक यांनी असे म्हटले आहे की, 'गीता या प्राचीन ग्रंथातील तत्त्वप्रतिपादनाला अर्वाचीन आधिभौतिक शास्त्रज्ञानाच्या वाढीतही स्थान आहे. ज्याला खरोखरी गीतार्थ समजावून घ्यायचा आहे त्याला आधिभौतिक शास्त्राकडे डोळेझाक करून चालणार नाही, हे तात्पर्य गीतारहस्य आस्थेवाईपणे वाचणाऱ्याच्या मनावर ठसते.'[११] प्रा. फाटक यांचे हे मत यथार्थ आहे. टिळकांनी नवा स्वतंत्र ग्रंथ का लिहिला नाही, गीतेवरच टीका का लिहिली? असा प्रश्न कोणाला पडत असेल तर त्याचे उत्तर हेच की, नव्या शास्त्रापेक्षाही गीताच त्यांना महत्त्वाची वाटत होती. टिळक हे गणिती होते. त्यांना गणिती पद्धतीचे म्हणजे निगमन तर्कशास्त्राचे विशेष प्रेम असावे असे वाटते. गीतेत प्रतिपादन केलेले तत्त्व त्यांना आधुनिक शास्त्रातील तत्त्वापेक्षाही श्रेष्ठ वाटत होते, याचा अर्थ आधुनिक शास्त्राचे महत्त्व त्यांना वाटत नव्हते, असे नाही. ते मान्य नसते तर त्यांनी त्याचा एवढा ऊहापोह केलाच नसता. परंतु आधुनिक ज्ञान आणि ज्ञान पद्धती यांनी प्राप्त झालेली नवी दृष्टी स्वीकारूनही एखाद्यास एखादे प्राचीन तत्त्व अधिक महत्त्वाचे वाटणे काही अवैज्ञानिक नव्हे. जगाची उत्क्रांती होत आहे की अपक्रांती होत आहे, याबाबत दोन पक्ष असू शकतात आणि दोन्हीही वैज्ञानिक ठरू शकतात.

टिळकांच्या अन्य ग्रंथांनीही संशोधनाचा आदर्श निर्माण केलेला आहे. १८९३ साली त्यांनी ओरायन-आग्रयण वेदाच्या 'प्राचीनत्वाचे संशोधन' हा निबंध प्रसिद्ध केला. यात त्यांनी वेदांचे प्राचीनत्व चार हजार वर्षे इतके मागे नेले आहे. ज्योतिष, गणित, वैद्यक वगैरे अनेक शास्त्रांचा अभ्यास या ग्रंथात दिसून येतो. आर्क्टिक होम इन द वेदाज-वेदात सापडणारे आर्क्टिक प्रदेशातील गृह स्थान हा ग्रंथ त्यांनी १९०१ साली प्रसिद्ध केला. या संदर्भात प्रा.न.र. फाटक लिहितात, 'केवळ वेदसंहिता आणि वेदोत्तर वाङ्मय यावर ते विसंबून राहिले नाहीत. भूस्तर उत्खनन, ज्योतिष, भाषा, देशोदेशीच्या प्राचीन कथांची तुलना वगैरे अनेक शास्त्रे त्यांनी बारकाईने नजरेखाली घातली आणि वैदिक

समाजाचे मूलस्थान आपल्यास जे उमगले तेच खरे अशी मनाची सर्व प्रकारे खात्री पटल्यावर १८९८ साली तुरुंगात त्या विषयी ग्रंथ लिहिण्याचा विचार केला. तथापि, इतर अंगांनी आपला ग्रंथ सिद्ध झाला असला तरी तुरुंगात ज्या शास्त्राची पुस्तके वाचायला मिळाली नव्हती ती वाचल्यावर आपले मत कदाचित बदललेलं असेल. १८९८ साली तुरुंगातून सुटल्यावर 'सुधारक' पत्राच्या प्रतिनिधीला दिलेल्या मुलाखतीमध्ये त्यांनी जे उद्गार काढले आहेत त्यावरून सर्व बाजूंनी नि:शंक झाल्याशिवाय आपले मत जगापुढे मांडावयाचे नाही हा टिळकांचा स्वभावगुण ध्यानात येतो. सुटकेनंतरच्या दोन वर्षात त्यांनी आपल्या ज्ञानातील उणिवा इष्ट ग्रंथावलोकनानेच नव्हे तर समान विद्वानांशी विचार विनिमय करून भरून काढल्या आणि १९०१ मध्ये अखेरचे ग्रंथ लेखन सुरू केले.[११] भिन्न भिन्न शास्त्रांचा अभ्यास, प्रदीर्घ चिंतन, मत बदलण्याची तयारी वाद-संवाद इत्यादी वैज्ञानिक पद्धतीचे विशेष या ठिकाणी दिसून येतात.''

केसरीतील लेखांद्वारे टिळकांनी जन्मभर राजसत्तेविरुद्ध संघर्ष केला, 'स्वराज्य हा माझा जन्मसिद्ध हक्क आहे आणि तो मी मिळविणारच' या टिळकांच्या वाक्याचा अर्थ मला बुद्धी आहे, त्या बुद्धीने मी माझे मत बनविले आहे आणि ते प्रतिपादन करण्याचा मला स्वत: सिद्धच अधिकार आहे. स्वत:ला जे जाणवते, जे पटते तेच सांगणे, हीच वैज्ञानिक पद्धती आहे. लोकमान्यांनी जे राजकीय नेतृत्व केले त्यातून त्यांची वैज्ञानिक संशोधक वृत्ती प्रकट होते. स्वराज्य प्राप्तीचे अवघड गणित कोणास सुटत नव्हते त्यावर टिळकांनी बहिष्कार योगाची रीत सुचविली, हे संशोधनच नाही काय? टिळक म्हणतात, 'हिंदुस्थानसारख्या सर्वतोपरी पंगू झालेल्या देशास आपले म्हणणे तडीस नेण्यास जर काही साधन किंवा योग शिल्लक राहिला असेल तर तो राष्ट्रीय बहिष्कार हाच होय.'[१२]

टिळकांना जीवनाचा फार मोठा काळ आणि फार मोठी शक्ती राजकारणावर खर्च करावी लागली. तरीपण त्यांना मनापासून काय हवे होते, हे त्यांच्या 'खरे विद्यापीठ कोणते?' या लेखावरून दिसून येते. त्यात ते म्हणतात, 'हिंदुस्थान हा देश प्राचीन काळी जेव्हा विद्या व कला यांच्याविषयी प्रसिद्ध होता, त्यावेळी विद्वानांचे मोठमोठे मठ असून तेथे रात्रंदिवस अनेक शास्त्रांचा व विद्यांचा अभ्यास नेहमी सुरू असे... शास्त्रांचा अभ्यास सतत व मनन करणारे पुष्कळ विद्वान ज्या ठिकाणी राहतात व त्यांची कीर्ती ऐकून दूरदूरचे शेकडो विद्यार्थी विद्यार्जनाकरिता जेव्हा त्यांजपाशी येतात तेव्हा एखाद्या स्थलास विद्यापीठ, विद्यामंदिर अथवा विद्याश्रम ही संज्ञा प्राप्त होते. हल्ली सुधारलेल्या राष्ट्रातूनही हाच प्रकार आढळून येतो. जर्मनी, इंग्लंड, फ्रान्स अथवा अमेरिका ह्या देशात ज्या युनिव्हर्सिटीज आहेत, त्या वर सांगितल्याप्रमाणेच, विद्येची माहेरघरे आहेत, असे म्हटले तरी चालेल. लोकांनी तयार केलेल्या विद्यार्थ्यांची परीक्षा घेऊन आपले काम भागले असे सुधारलेल्या राष्ट्रातील युनिव्हर्सिटीजना वाटत नाही. शास्त्रांचा अभ्यास उत्तरोत्तर वाढत जावा व प्रत्येक

शास्त्रात काही ना काही तरी नवीन शोध व्हावा या हेतूने त्या स्थापन झालेल्या असतात, व तो हेतू तडीस नेण्याकरीता चांगल्या रीतीनें निर्वाह चालेल, असे वेतन देऊन बरेच विद्वान गृहस्थ या युनिव्हर्सिटीजमधून त्यांची योग्यता पाहून केवळ विद्यावृद्धी करण्याच्या इराद्याने ठेवलेले असतात. अशा प्रकारची विश्वविद्यालये असली म्हणजे शास्त्रांस उत्तेजन येऊन विद्येची अभिवृद्धी कायमची होत असते. अलीकडे पदार्थ विज्ञान शास्त्राचा अभ्यास मानसिक शास्त्रापेक्षा विशेष जोराने सुरू आहे, यासाठी मोठमोठ्या विद्यालयातून या शास्त्राभ्यासास लागणारी यंत्रसामुग्रीही या विद्यालयातून भरपूर ठेवावी लागते. अशा प्रकारची विश्वविद्यालये अमेरिका, जर्मनी, फ्रान्स वगैरे देशात आहेत. हे वर सांगितलेच आहे व त्याचेच अनुकरण करून आमच्या देशात आमच्या दयाळू सरकारने युनिव्हर्सिटीज स्थापन केल्या आहेत. अशाकरिता की पाश्चात्त्य कला व विद्यांची आम्हांस अभिरुची लागून आमच्यापैकी बुद्धिमान लोकांनी ज्ञान संपन्न होऊन इतरांस देशी भाषेच्या द्वारे आपल्या ज्ञानाचा फायदा करून द्यावा इथपर्यंत सर्व ठीक झाले. परतु... ज्या संस्था अस्तित्वात आल्या आहेत त्या जशा असाव्यात तशा नसल्यामुळे कोणत्याही शास्त्राचा अथवा विद्येचा शोधक बुद्धीने आस्थापूर्वक अभ्यास करणारे गृहस्थ आमच्या देशात अलीकडे पैदा होत नाहीत. नवीन शोध करण्याइतकी बुद्धी अथवा योग्यता आमच्या अंगात नाही असे नाही. ज्या देशात पाणिनी, कणाद, शंकराचार्य, भास्कराचार्य वगैरे विद्वान पूर्वकाली होऊन गेले. त्यात सध्याच्या काळी पाश्चर, एडिसन, स्पेन्सर, मिल्ल वगैरे गृहस्थांप्रमाणे विद्वान का निपजू नयेत याचे खरे कारण शोधून याचा प्रतिकार करणे हे प्रत्येक विद्यावृद्धी इच्छिणाऱ्यांचे कर्तव्य आहे.'[१३]

प्राचीन हिंदुस्थानचे टिळकांना आकर्षण होते ते त्यातील विद्याभ्यासामुळे. पाश्चात्त्य देशातील विद्यापीठांना टिळक विद्येची माहेरघरे संबोधतात. तेव्हा पाश्चात्य विद्यांचाच ते मनापासून गौरव करत असतात. विद्येचा हेतू नाविन्याचा शोध हाच होय आणि त्यासाठी विद्याप्रेमी विद्वानांना सर्वतोपरी उत्तेजन दिले पाहिजे. पाश्चात्यविद्या प्रयोगप्रधान आहेत. पाश्चात्यांचा यंत्र तंत्राचा अभ्यास मोठ्या प्रमाणात चालू आहेत. आपल्याकडे पाश्चात्य विद्या प्रदान करणारी विद्यापीठे निघाली हे चांगलेच झाले. पाश्चर, एडिसन, स्पेन्सर, मिल्ल इत्यादी पाश्चाच्या वैज्ञानिक व विज्ञानवादी हे आदर्श होत. अशा स्वरूपाचे विचार टिळकांनी व्यक्त केले आहेत. टिळक पाश्चात्य ज्ञानाचा व ज्ञानपद्धतीचा अशा प्रकारे पुरस्कार करत आहेत. उघडच आहे की ते खरेखुरे ज्ञानप्रेमी होते आणि ज्ञानात तुकडेबंदी नसते.

स्वातंत्र्यवीर सावरकर, लो. टिळकांचा पुरोगामीपणा वर्णन करताना म्हणतात, 'उत्तर ध्रुवाकडून आर्य आले आणि वेदकाळ या विषयी जे दोन ग्रंथ त्यांनी लिहिले त्या दोहोतही वेदांचा ऐतिहासिक दृष्टीने अर्थ लावला आहे. मनुष्याने जी सुक्ते रचलेली आहेत आणि देशकाळपरिस्थितीने ती संकोचलेली आहे या दोन्ही गोष्टी निर्विवाद सत्य

म्हणून समर्पिलेले आहेत. म्हणजे वेद हे सनातनी अर्थी अपौरुषेय नाहीत किंवा जगतारंभी एक सह सर्वांचे सर्व ईश्वर उच्छ्वसितासरशी प्रगटलेले नाही हेच खरे मानलेले आहे. या त्यांच्या मतामुळे सहस्त्रावधी सनातनी विद्वानांच्या धर्मभावना त्यांनी दुखावल्या! आर्य लोक भारतातच उपजले. आर्यावर्त हेच आर्यांचे नि वेदांचे मूलस्थान ही धार्मिक भावना अज्ञ ठरविली. आणि अज्ञांच्या मनधरणीसाठी ती अज्ञ भावनाच टिळक समर्थित राहिले नाहीत. तिसरी गोष्ट पंचांगवादाची. तेही रातुहितार्थ वा सत्य स्थापनेस्तव अज्ञजनांचा बुद्धिभेद करणेच कर्तव्य समजत आणि अज्ञांच्या प्रमाणे आपणही 'सर्वकर्माणि' आचरित नसत. हे सिद्ध करण्यास या पंचांग सुधारणेच्या उदाहरणापेक्षा अधिक निर्विवाद पुरावा देण्याची आवश्यकताच उरत नाही.'[१४]

लो. टिळक हे आधुनिकतेचे पुरस्कर्तेच होते हे यावरून दिसून येते. आधुनिक पाश्चात्य संस्कृतीशी आधुनिक बनल्यावाचून टक्कर देता येणार नाही हे त्यांना चांगले ठाऊक होते. पण ते प्रगल्भ विकसित धर्म भावनेचेही भोक्ते होते आणि यात काही चूक म्हणता येणार नाही. अशा प्रकारे त्यांचे सर्व लिखाण बुद्धिवादी वैज्ञानिक दृष्टीनेच झालेले आहे हे उघड आहे. जे लिखाण असे आज दिसत नाही ते त्यांच्या त्यावेळच्या धोरणाचा परिपाक आहे असेच मानणे भाग आहे.

संदर्भ व टिपा

१. टिळक, बा.गं., *श्रीमदभगवद्गीता रहस्य*, पुणे, १९१५, प्रस्तावना पृ.११
या ग्रंथाची मराठीतील एकविसावी आवृत्ती सन २००३मध्ये प्रसिद्ध झाली आहे. गीतारहस्याची हिंदीतील पहिली आवृत्ती १९१७मध्ये तर १५ वी आवृत्ती १९७३मध्ये प्रसिद्ध झाली. गुजरातीतील पहिली आवृत्ती १९१७मध्ये तर पाचवी आवृत्ती १९८९मध्ये प्रसिद्ध झाली. बंगालीमध्ये पहिली आवृत्ती १९२४मध्ये प्रकाशित झाली. कानडीमध्ये १९२४मध्ये पहिली आवृत्ती प्रकाशित झाली तर १९७१मध्ये तिसरी आवृत्ती प्रकाशित झाली. तेलगूमध्ये १९१९मध्ये पहिली आवृत्ती प्रकाशित झाली तर तामिळमध्ये १९२४मध्ये अपूर्णावस्थेत प्रथम प्रकाशन झाले. इंग्रजीमध्ये १९३६मध्ये पहिली आवृत्ती प्रकाशित झाली तर १९७१मध्ये तिसरी आवृत्ती प्रकाशित झाली.

* लो. टिळकांच्या गीता रहस्याचे प्रकाशन जून १९१५मध्ये प्रथम झाले. लो. टिळक १९१४ मध्ये मंडालेहून पुण्याला परतले. दरम्यानच्या काळातील ब्रिटिशांची गीता रहस्याबद्दलची मते काय होती व तो प्रकाशित झाल्यास काय होऊ शकते याविषयी चर्चा अलीकडेच प्रा.जे.व्ही. नाईक यांनी नवे संशोधन करून प्रकाशित केली आहे. पहा - *British Secret Official View regarding Lokmanya Tilak & Gita Rahasya,* Pune, 2005

२. कित्ता, प्रस्ता. पृ. १०

३. कित्ता, पृ. २३

४. कित्ता, पृ. २५

५. कित्ता, पृ. ४८
६. कित्ता, पृ. ५६
७. कित्ता, पृ. ६१
८. कित्ता, पृ. १०९
९. कित्ता, पृ. १०
१०. फाटक, न.र., *लोकमान्य*, मुंबई १९७२, पृ. ३६३-४
११. कित्ता, पृ. २१९ या ग्रंथाची दुसरी आवृत्ती मौज प्रकाशन गृह, मुंबई यांनी २००४मध्ये प्रकाशित केली आहे.
१२. शेवाळकर, राम (सं.) *लो. टिळकांचे निबंध*, दिल्ली १९९७, पृ. ४६ मूळ अग्रलेख ५सप्टेंबर १९०५
१३. कित्ता, पृ. ६९-७३ मूळ अग्रलेख २५ फेब्रुवारी १८९६
१४. सावरकर, बाळ (संपादक आणि प्रकाशक), *समग्र सावरकर, खंड ९ वा*, विभाग ३ रा *विज्ञाननिष्ठा* निबंध, मुंबई, १९९३, पृ. १३९

पूर्व प्रसिद्धी :

'अखिल महाराष्ट्र इतिहास परिषद शोध निबंध ग्रंथ 'अपरांत' , चिंचणी , ता. डहाणू, जि. ठाणे, २००७.

अखिल महाराष्ट्र इतिहास परिषद १५ वे अधिवेशन, बारामती येथे वाचलेला निबंध.

१४.

स्वराज्याची कल्पना : लोकमान्य टिळकांच्या शब्दांत!

कोणी विचारले की, 'तुला स्वराज्य पाहिजे का? तर स्वच्छ सांगा की, होय मला स्वराज्य पाहिजे.' स्वराज्य म्हणजे काय? तर साहेब आपल्या देशात राहतो तसे आम्हास आमच्या देशात राहता आले की स्वराज्य आले. एकी करा, निश्चय करा व स्वराज्य पाहिजे असे परमेश्वराला साक्षी ठेवून म्हणावयास तयार व्हा. १९१६ पासून नोकरशाहीला बाजूला सारून, 'स्वराज्य हा माझा जन्मसिद्ध हक्क आहे' असे इंग्रज सरकारला बजावून स्वराज्याचे हक्क पदरात पाडून घेण्यासाठी लोकसंघर्ष करावयाचा होता. टिळकांच्या राजकीय प्रवासाचा, राजकीय विचारांचा हा अंतिम टप्पा होता. स्वराज्याचा हा ध्यास निरनिराळ्या वेळी निरनिराळ्या शब्दांत व्यक्त झाला. आर्जवी भाषणापासून आव्हानांपर्यंत सर्व व्यवस्था या लढ्यात दिसल्या.

स्वराज्य या संकल्पनेचा काँग्रेसच्या राजकीय व्यासपीठांवरून पहिला उच्चार महर्षी दादाभाई नौरोजींनी १९०६ साली कोलकाता येथे भरलेल्या काँग्रेसच्या अधिवेशनातच केला. काँग्रेसने स्वराज्याचे ध्येय आपल्यापुढे ठेवावे असा त्यांनी संदेश दिला होता. दादाभाईंचे १९०६ मधील भाषण काँग्रेसच्या इतिहासातील अत्यंत महत्त्वाचे भाषण होय. ५० वर्षांच्या आपल्या राजकीय बाबतीत घडलेल्या अनुभवाने राष्ट्रापुढे कायदेशीर स्वराज्याचे ध्येय मांडण्याचे श्रेय दादाभाईंना आहे. टिळकांनी मांडलेल्या विचारात स्वराज्य संकल्पनेची भारतीय परंपरा, आधुनिक भारताच्या राष्ट्रीय चळवळीतील उगम व विकासक्रम यांची माहिती आहे. स्वराज्याचा तत्त्वविचार आहे.

ब्रिटिशांनी सुरू केलेल्या राज्यपद्धतीत लोकमताची उपेक्षा कशी होते हे सांगून स्वराज्याचा मागणीचा अर्थ विशद करताना टिळक म्हणाले होते, गेल्या शंभर वर्षांत जी नवीन राज्यपद्धती अंमलात आली आहे त्या राज्यपद्धतीत लोकमतांस वाव राहिला नाही. एक अधिकारी व त्याच्या हुकमतीने चालणारे नोकरमंडळ व त्यांनी चालविलेली राज्यव्यवस्था अशी ही पद्धत आहे. पूर्वी ग्रामपंचायती होत्या, प्रत्येक गाव थोड्याबहुत प्रमाणात स्वावलंबी होते. वसूल, न्यायमनसुबा वगैरे गोष्टीसुद्धा थोड्याबहुत प्रमाणात

लोकांच्या हाती होत्या. यामुळे आपल्या लोकांच्या बुद्धीसामर्थ्यांचा व कर्तबगारीचा पूर्ण विकास होण्यास पूर्वीच्या पद्धतीत बराचसा अवकाश मिळत होता. हल्लीची राज्यव्यवस्था पोस्ट, टेलीग्राफ, आगगाड्या, शांतता व एकराष्ट्रीयत्व यादृष्टीने फार हितावह झाली यात शंका नाही. तथापि, लोकसत्तेचा दाब नसल्या कारणाने लोकांस राज्यकारभारातील आपल्या शक्ति वाढविण्याचा मार्ग राहिला नाही, म्हणून हल्लीच्या राज्यपद्धतीत ब्रिटिश अंमलाखालीच ब्रिटिश राज्यव्यवस्थेत आपल्या लोकांना अधिकाधिक अधिकार मिळावेत. लोकप्रतिनिधींचाच दाब सरकारी अधिकाऱ्यांवर असावा अशी मागणी आपली राष्ट्रीय सभा सरकारपाशी करीत आहे. ही मागणी म्हणजेच स्वराज्याची मागणी होय.

टिळक म्हणत असत की, स्वराज्याचे तीन शत्रू आहेत. पहिला वर्ग, हिंदुस्थानात नोकरी करून सेवानिवृत्त होऊन इंग्लंडमध्ये परत गेलेला इंग्रज नोकरशहांचा (लॉर्ड कर्झन व मुंबईचे पूर्वीचे गव्हर्नर सिडनहॅम हे त्यावेळी १९१६ साली भारतविरोधी प्रचार करीत.) दुसरा वर्ग, देशामधील अँग्लो इंडियनांचा; कारण स्वराज्य देण्यात आले तर त्यांचे हिंदुस्थानातील हितसंबंध धोक्यात येतील, असे त्यांना वाटत होते. तिसरा वर्ग, वर सांगितल्याप्रमाणे हिंदुस्थानातील इंग्रज नोकरशहांचा. हिंदुस्थान सरकारकडून लंडनला जाणाऱ्या गुप्त अहवालांतून किंवा हिंदुस्थानातील इंग्रजी वृत्तपत्रांच्या द्वारे हा वर्ग स्वराज्यविरोधी कारवाया करीत असे.

टिळकांनी स्वराज्य संकल्पनेची प्रकट चर्चा करून लोकमत शिक्षित करण्यासाठी प्रयत्न सुरू केले; पण ही नुसती संकल्पना प्रबळ करून किंवा तिचा सर्व तपशील ठरवून भागण्यासारखे नव्हते. लोकमताचे सामर्थ्य, स्वराज्य आम्ही मिळवणारच यासाठी निश्चितार्थी लोकमतांचे संघटित रूप दाखविण्याची गरज होती. त्यासाठी कॉंग्रेसचे व्यासपीठ तर होतेच, पण त्याखेरीज दुसरी आघाडी म्हणून टिळकांनी हिंदी स्वराज्य संघ काढला व स्वराज्याच्या प्रचारमोहिमेस प्रारंभ केला. बंगालच्या फाळणीच्या वेळी टिळकांनी लोकमताचे बळ नुसत्या संख्येत नाही, दृढ निश्चयात आहे, असे सूत्र ठेवले होते. तेच त्यांनी याही खेपेस लोकांना पुन्हा सांगावयास सुरुवात केली. हे करताना दोन हेतू साध्य करण्याचा टिळकांचा प्रयत्न होता. एक तर नोकरशाहीला वश करण्याचा मार्ग केवळ तर्कशुद्ध मांडणी किंवा युक्तिवाद हा नव्हे. तसे करून स्वराज्याचा हक्क ते देणार नाहीत. तसेच ब्रिटिश पार्लमेंटमधील मुत्सद्यांना भारतातील लोकमत संघटित होत आहे, प्रजा अस्वस्थ आहे, असे जर दाखवून देता आले तर भारतात असलेल्या नोकरशाहीच्या मतांवर किंवा त्यांनी दिलेल्या अभिप्रायांवर अवलंबून न राहता ब्रिटिश पार्लमेंट स्वत: भारताच्या प्रश्नात लक्ष घालील. हेच टिळकांना हवे होते. यासाठी स्वराज्याची शिष्टाई करण्यासाठी ते स्वत: इंग्लंडला गेले व तेथील जनतेची व राजकीय पक्षांची सहानुभूती मिळविण्याचा त्यांनी प्रयत्न केला.

स्वराज्यासाठी लागणारा निर्धार, जातीय ऐक्यबुद्धी, संघशक्ती, महायुद्धामुळे निर्माण झालेल्या परिस्थितीची जाणीव वगैरे मुद्दे टिळक वारंवार ठासून मांडत होते. नागपूर येथे ०६ जानेवारी १९१७ रोजी झालेल्या भाषणात टिळकांनी स्वराज्यावरील व्याख्यानाचे दिवस गेले असून आता आपण हिमतीने झुंज देण्याच्या अवस्थेपर्यंत येऊन पोहोचलो आहोत, असे सांगितले होते.

टिळकांनी आयुष्याच्या शेवटी चिरोल निधीच्या अर्पण प्रसंगी आपल्या कार्यकर्त्यांसमोर जे भाषण केले त्यातच त्यांच्या स्वराज्याच्या प्रचाराचे भरतवाक्य आहे. टिळक म्हणाले होते, 'सुधारणांचा शक्य तितका उपयोग करून घ्यावयाचा की नाही हा प्रश्न आता उरलेला नाही. शक्य तितका उपयोग करून घ्यावयाचा व तो करून घेता पूर्ण स्वराज्य मिळविण्याची खटपट करावयाची', असे आपले धोरण निश्चित झाले आहे. सुधारणा थोड्या आहेत. त्यांना मिळणारी सत्ता थोडी आहे. पुष्कळांना भ्रम होता की, विलायतेत स्वातंत्र्याची हवा आहे म्हणतात तेव्हा टिळक येथे वसाहतींचे स्वराज्य मागतात तर तेथे जाताच स्वातंत्र्य मागतील; पण मी काँग्रेसच्या मागणीपेक्षा एक रतीभर कमी मागितले नाही व जास्तही मागितले नाही आणि मी स्वातंत्र्य मागितले नाही म्हणून आमच्यातील कित्येक लोकांनी मला मवाळ ठरविले. तिकडे (विलायतेत) याहून अधिक चळवळ झाली पाहिजे.

राष्ट्रसंघ हे एखादे सोंग का असेना पण काहीतरी निमित्त काढून त्यांच्यापुढे जाऊन आपले म्हणणे मांडले पाहिजे आणि युरोपीय राष्ट्रांपुढे आमची गाऱ्हाणी मांडावयाची असली तर काँग्रेसशी आपण असलेला संबंध तोडून चालावयाचे नाही. तिच्याशी ठेवावयाचा, पण तिच्या ठरावांची अंमलबजावणी स्वतंत्रपणे करावयाची.

टिळकांनी आपल्या आयुष्यात ब्रिटिश साम्राज्याविरुद्ध भारतात सुरू केलेल्या संघर्षात स्वराज्याच्या मागणीचा पुरस्कार व प्रचार यांना महत्त्वाचे स्थान होते. टिळकांचे श्रेय हेच की, त्यांच्यादेखतच ब्रिटिश सरकारने स्वराज्य देण्याचे तत्त्वत: मान्य केले. टिळकांनी लखनौच्या काँग्रेस अधिवेशनात स्वत:चे बहुमत निर्माण करून काँग्रेस ही एक राजकीय संघटना म्हणून संघटित केली. नोकरशाहीला तिचा दरारा निर्माण केला व नि:शस्त्र प्रतिकाराचा कार्यक्रम काँग्रेसला स्वीकारावयास लावून भारतीय लोकशाही क्रांतीचे एक हत्यार पुढच्या पिढीच्या स्वाधीन केले. टिळकांची ही राजकीय कार्यपूर्ती होती. यावरून हेच सिद्ध होते की, टिळक हे भारतीय स्वराज्याचे निर्माते पुरुष होते. भारताच्या लोकशाही राज्यक्रांतीचे अग्रदूत होते.

पूर्वप्रसिद्धी :

'स्वराज्य माझा जन्मसिद्ध हक्क आहे' या टिळकांच्या घोषणेला १०० वर्षे पूर्ण झाली. त्या निमित्ताने २०१६ च्या गणेशोत्सवात टिळक आळी गणेश उत्सव मंडळाने प्रकाशित केलेल्या स्मरणिकेतून.

१५.

स्मरण इतिहासाचार्यांचे

इतिहासाचार्य वि. का. राजवाडे यांचा जन्म १८६३ मधील म्हणजेच २०१३ हे वर्ष त्यांच्या १५० व्या जयंतीचे वर्ष. त्यांच्या ऐतिहासिक कामगिरीचा हा धावता आढावा! इतिहास संशोधन या एका आणि एकाच कार्यास ज्यांनी आपले आयुष्य निश्चयपूर्वक वाहिले आणि हाच आपला प्रपंच मानून आपली सर्वांगीण बुद्धिमत्ता व सर्व श्रम कामी लावले, ते विश्वनाथ काशिनाथ राजवाडे म्हणजे इतिहास संशोधनातील प्रचंड वादळ!

१८६३ मध्ये त्यांचा जन्म झाला. १८८२मध्ये मॅट्रिकची परीक्षा उत्तीर्ण झाले तर १८९०मध्ये पुण्याच्या डेक्कन कॉलेजमधून त्यांनी बी.ए. पदवी मिळवली. १८९१मध्ये पुण्याच्या न्यू इंग्लिश स्कूलमध्ये ते शिक्षक म्हणून रुजू झाले; पण सुमारे अडीच वर्षांनी त्यांनी ती नोकरी सोडली. पुढे आयुष्यात त्यांनी कुठलीही नोकरी केली नाही. दरम्यान १८८८ मध्येच त्यांचा विवाह झाला. त्यांना दोन अपत्ये झाली; पण ती दोन्ही मुले आणि त्यांची पत्नी तिघेही १८९२मध्येच स्वर्गवासी झाले. त्यांनी पुन्हा लग्नाचा कधीही विचार न करता, स्वतःला इतिहास संशोधनास अखेरपर्यंत वाहून घेतले.

१८९३ मध्ये त्यांनी 'भाषांतर' नावाचे मासिक सुरू केले आणि त्यातून त्यांनी काही प्रेरक इंग्रजी ग्रंथांची नेटकी मराठी भाषांतरे केली. हे नेटाने चालविलेले मासिक प्लेगच्या अरिष्टाने समाप्त झाले. (१८९५-९६) 'भाषांतर' मासिक बंद पडले, तरी राजवाडे यांचे मन त्यांना स्वस्थ बसू देईना. त्यातून ते इतिहासाच्या साधनांच्या संग्रहाकडे वळले आणि त्यातूनच १८९८मध्ये त्यांचा 'मराठ्यांच्या इतिहासाची साधने' या बावीस खंडीय मालिकेतील पहिला खंड प्रसिद्ध झाला.

या खंडांच्या प्रस्तावनेतून त्यांनी अनेक विषयांना स्पर्श केला. काही विषयांची चिकित्सक व मर्मज्ञ मीमांसा केली. आपणच प्रश्न उपस्थित करून त्यांना उत्तरे देण्याचा प्रयत्न केला. या खंडापैकी पहिला, तिसरा, चौथा, सहावा, आठवा आणि अकरावा या खंडांच्या विस्तृत विवेचनपर प्रस्तावना म्हणजे जणू स्वतंत्र प्रबंधच होत. पहिल्या खंडाची

प्रस्तावना सर्वांत मोठी म्हणजे १२३ पृष्ठांची आहे. (हा खंड ५४० पृष्ठांचा असून त्यात ३०४ कागद समाविष्ट आहेत.) याशिवाय त्यांनी दोन, पाच व नऊ या खंडांनाही विस्तृत प्रस्तावना लिहिल्या. परंतु त्या फार गाजल्या नाहीत; कारण त्यात विवाद्य असे विषय वा चर्चा क्वचित डोकावते. साधन खंड छापण्याचा आणि साधने जमविण्याचा हा ध्यास राजवाडे यांनी आयुष्यभर जोपासला. अनेक आर्थिक अडचणींवर व संकटांवर मात करून त्यांनी साधनसामग्रीचा पर्वत उभा केला. कसल्याही मोबदल्याची अपेक्षा न करता बारा-बारा तास अखंड परिश्रम केले त्यातूनच त्यांचे हजारो पृष्ठांचे साहित्य समोर आले.

पहिल्या खंडाच्या प्रस्तावनेनेच राजवाडे यांची महाराष्ट्रीय सुशिक्षितांत इतिहासकार म्हणून खूप प्रसंशा झाली व त्यांना थोर इतिहासचिंतक म्हणून प्रतिष्ठा लाभली. ही प्रतिष्ठा शेवटपर्यंत केवळ टिकली एवढेच नव्हे तर लेखनकार्याच्या वाढीबरोबर ती अधिक वृद्धिंगत झाली. पुढील संशोधनातून तिचे अनेक तेजस्वी पैलू प्रकट होत गेले आणि विविध नियतकालिकांमधूनही त्यांच्या लेखणीला धार चढलेली दिसते.

राजवाड्यांनी ऐतिहासिक साधनांचा संग्रह करण्यासाठी जो आत्यंतिक खटाटोप केला; तसा त्यांच्या आधी कोणी केला नव्हता हे खरेच! अस्सल आणि अमूल्य अशी कागदपत्रे त्यांनी देशाच्या सर्व भागातून, शहरातून, खेड्यातून अखंड भ्रमंती करून जमविली. मात्र, या साधनांचा उपयोग करून ग्रँट डफप्रमाणे मराठ्यांचा समग्र इतिहास त्यांनी सिद्ध केला नाही. आणखी भरपूर साधन साहित्य हाती पडल्याशिवाय समग्र इतिहास लेखनाचे काम हाती घ्यावयाचे नाही अशी त्यांची धारणा होती. तथापि, तसे म्हणत असतानाच त्यांनी मराठ्यांच्या इतिहासातील महत्त्वाच्या प्रकरणांवर शोधनिबंध, प्रस्तावना व स्फुटलेख यातून उद्बोधक इतिहास अक्षरबद्ध केला.

राजवाड्यांची प्रस्तावनांमधील इतिहासमीमांसा त्या त्या वेळी विद्वानांमध्ये फार गाजली. राजवाडे केवळ मराठ्यांच्या इतिहासाची साधने जमा करीत हिंडणारे एक संग्राहक आणि मराठ्यांच्या भूतकाळावर बहुधा स्वाभिमानमूलक आणि स्वाभिमानपोषक असे लिहिणारे एक इतिहासकार नव्हते तर एकूण इतिहास या विषयावरचे मूलग्राही भाष्यकार होते हे त्यांनी तत्कालीन महाराष्ट्राला जाणवून दिले. त्यांचे भाष्य परिपूर्ण आणि निर्दोष आहे असे ठामपणे मुळीच म्हणता येणार नाही. नंतरच्या काही विद्वानांनी हे दाखवून दिले असले तरी भूतकाळ म्हणजे सर्व मानवजातीचा इतिहास, एखाद्या प्रांताचा इतिहास म्हणून भूतकालीन समाजाचे समग्र दर्शन, केवळ राजकीय घडामोडी, सत्तांतरासाठी झालेली कटकारस्थाने आणि युद्धे यांच्या हकिकती नव्हेत हे त्यांचे प्रतिपादन निश्चितच व्यापक आणि विशाल दृष्टीचे द्योतक होते.

जयराम पिंड्ये ह्याने रचलेले 'राधामाधवविलासचंपू' हे राजवाडे संपादित संस्कृत प्राकृत चंपूकाव्यही उल्लेखनीय आहे. हा ग्रंथ १९२२मध्ये प्रकाशित झाला असून २८७

पानांच्या या संपादित ग्रंथाला राजवाड्यांनी २०१ पानांची प्रस्तावना लिहिली आहे.

महिकावतीची ऊर्फ माहिमची बखर १९२४मध्ये प्रकाशित करून राजवाड्यांनी कोकणच्या इतिहासाचे नवे दालन संशोधकांना उपलब्ध करून दिले. प्रतापबिंबापासून पोर्तुगिजांच्या राजवटीपर्यंतचा उत्तर कोकणचा इतिहास या बखरीतून आढळतो. २२५ पृष्ठांच्या बखरीस ११० पृष्ठांची प्रस्तावना राजवाड्यांनी लिहिली आहे.

इतिहासविषयक लेखनाव्यतिरिक्त राजवाड्यांचे महत्त्वाचे वाङ्मयीन कार्य म्हणजे त्यांचे ज्ञानेश्वरविषयक संशोधन व 'रामदास आणि कादंबरी' या विषयावर; तसेच 'भाषा व व्याकरण' याविषयी केलेले लेखन नमूद करावे लागेल. राजवाड्यांनी एकनाथ पूर्वकालीन पोथी मिळवून ती धुळे येथील सत्कार्योत्तेजक सभेच्या द्वारा १९०९मध्ये प्रसिद्ध केली. एकनाथ संशोधित प्रतीपेक्षा राजवाडे प्रत निश्चितच जुनी असल्याने भाषाशास्त्राच्या दृष्टीने अत्यंत महत्त्वाची आहे. या प्रतीला जोडलेली 'ज्ञानेश्वरीतील मराठी भाषेचे व्याकरण' ही प्रदीर्घ प्रस्तावना त्यांच्या चिकित्सक व सूक्ष्म व्यासंगाचा प्रत्यय देणारी आहे. प्राचीन ग्रंथ संपादित करण्याची शास्त्रीय पद्धतच जणू राजवाड्यांनी या प्रतीच्या माध्यमातून अभ्यासकांपुढे ठेवली असे म्हटले पाहिजे. 'श्री समर्थ रामदास' हा त्यांचा निबंध रामदासविषयक दृष्टिकोनातच क्रांतिकारक परिवर्तन घडवून आणणारा आहे. त्यांचे मराठी साहित्यासंबंधीचे अत्यंत महत्त्वाचे कार्य म्हणजे महानुभावपंथाचे साहित्य ज्या 'सांकेतिक लिपी'च्या कडीकुलपात बंद होते त्या सांकेतिक लिपीचा त्यांनी पंथाबाहेरील अभ्यासकांसाठी प्रथमच केलेला उलगडा होय. 'कादंबरी' या आधुनिक साहित्य प्रकारावरील त्यांचा निबंधही महत्त्वाचा आहे.

आयुष्याच्या शेवटी राजवाडे मराठीतील धातूपाठाकडे वळले. सुमारे सोळा हजार धातूंच्या त्यांनी नोंदी केल्या. त्यांच्या मृत्यूनंतर त्यांचा 'मराठी धातूकोश' १९३७मध्ये प्रकाशित झाला. 'नामादिशब्दव्युत्पत्तीकोश' हाही ग्रंथ त्यांच्या मृत्यूनंतर १९४२मध्ये प्रकाशित झाला. हा त्यांचा ग्रंथही संदर्भग्रंथ म्हणून महत्त्वाचा आहे. 'मोडी लिपीचा उगम व विकास' यावरही त्यांनी लेखन केले. राजवाड्यांचे इतिहास संशोधन व इतिहासविषयक लेखन केवळ इतिहासाच्या रूढार्थापुरतेच मर्यादित नसून त्यात समाजस्वास्थ्य, उत्क्रांतीवाद, मानसशास्त्र, विज्ञान इत्यादींचाही त्यांनी प्रसंगानुरूप परामर्श घेतला.

राजवाडे हे बहुमुखी प्रतिभेचे संशोधक व चिकित्सक होते. ते इतिहासाचार्य म्हणून प्रसिद्ध असले तरी ज्ञानकोशकार डॉ. श्री. व्यं. केतकर यांच्या मतानुसार 'इतिहास संशोधकापेक्षा 'भाषाशास्त्र संवर्धक' म्हणून राजवाडे यांची कामगिरी मोलाची आहे.' त्यांचे सारे संशोधन व लेखन राष्ट्रभक्तीच्या प्रेरणेतून झाले आहे. १९२६ मध्ये पुण्यात भरलेल्या शारदोपासक संमेलनाचे अध्यक्षपद देऊन त्यांच्या कार्याचा गौरव करण्यात

आला. ३१ डिसेंबर १९२६ या दिवशी त्यांनी जगाचा निरोप घेतला. प्रबोधनकार के.सी. ठाकरे यांनी राजवाडेंच्या मृत्यूनंतर 'गेल्या तीनशे वर्षांत असा माणूस झाला नाही' असे प्रशंसोद्गार काढले. राजवाडे यांच्या स्मरणार्थ धुळे येथे 'राजवाडे संशोधन मंदिर' स्थापन करण्यात आले.

संदर्भ व टिपा

विस्तारभयास्तव तळटिपा दिलेल्या नाहीत. मात्र, जिज्ञासूंनी पुढील संदर्भ पाहावेत. खाली दिलेल्या संदर्भग्रंथांचाच वापर वरील लेखासाठी केला आहे.

१. कुलकर्णी, अ.रा., *मराठ्यांचे इतिहासकार*, पुणे २००७

२. खानोलकर, गं. दे., *अर्वाचीन मराठी वाङ्मयसेवक, खंड* ५, पुणे, १९६५

३. जोशी, लक्ष्मणशास्त्री (तर्कतीर्थ), *राजवाडे लेखसंग्रह*, दिल्ली, १९९२

४. जोशी, प्र. न., *राजवाडे विचार दर्शन*, पुणे १९८५

५. ताटके, अरविंद, *संशोधन सप्तर्षी*, पुणे १९६२

६. देशपांडे, सु.र., *मराठेशाहीचे आधुनिक भाष्यकार*, पुणे २००६

पूर्वप्रसिद्धी :

'सहकार' वार्षिकांक, गोगटे-जोगळेकर महाविद्यालय, रत्नागिरी, २०१३-१४.

१६.

कोकणातील शेतकरी चळवळ आणि बाबासाहेब बोले यांचे कार्य

पहिल्या महायुद्धानंतरच्या काळात देशात कामगार चळवळीप्रमाणेच शेतकरी चळवळीतही वाढ झाली. भारतीय शेतकऱ्यांनी महाराष्ट्र, बंगाल, बिहार, इत्यादी ठिकाणी यापूर्वीही जमीनदार व सावकार यांच्या अत्याचाराविरुद्ध लढे उभारले होते. परंतु १९१८ नंतर त्यांच्या लढ्यांना अधिक संघटित स्वरूप प्राप्त झाले. त्या काळातील एक महत्त्वाचा बदल म्हणजे शेतकरी चळवळीचे नाते राष्ट्रीय चळवळीशी जोडले गेले.

एकोणिसाव्या शतकाच्या उत्तरार्धात महाराष्ट्रातही शेतकऱ्यांचे उठाव झाले होते. १८७५च्या सुमारास पुणे व अहमदनगर जिल्ह्यातील शेतकऱ्यांनी सावकारांविरुद्ध उठाव केला होता. शेतकऱ्यांनी सावकारांवर सामाजिक बहिष्कार टाकला होता. त्याच्याही पुढे जाऊन त्यांनी सावकारांकडून कर्ज रोखे व कर्ज विषयक कागदपत्रे जबरदस्तीने काढून घेण्याची व त्यांची जाहीररीत्या होळी करण्याची मोहीम उघडली होती. सावकारांना मारहाण करण्याचे व त्यांची मालमत्ता जाळण्याचे प्रकारही काही ठिकाणी घडले. शेतकऱ्यांचा हा उठाव इतका व्यापक होता की सावकारांच्या संरक्षणासाठी सरकारला लष्कराची मदत घेणे भाग पडले.[१]

१९१७मध्ये महात्मा गांधीजींनी बिहारच्या चंपारण्य जिल्ह्यातील निळीच्या मळ्यात काम करणाऱ्या शेतमजुरांच्या प्रश्नात लक्ष घातले. युरोपियन मळेवाल्यांकडून या मजुरांचे प्रचंड शोषण होत होते. महात्मा गांधींनी तेथील शेतकऱ्यांचा लढा उभारून त्यांना न्याय मिळवून दिला. उत्तरप्रदेशच्या अवध, मुन्शीगंज, बंगालच्या किशोरगंज इत्यादी भागातील शेतकऱ्यांनी आपल्या गाऱ्हाण्यांच्या निवारणासाठी लढे उभारले होते. गुजरातमधील बार्डोलीच्या शेतकऱ्यांनी जमीन महसुलात वेळोवेळी केलेल्या वाढीविरुद्ध सरदार वल्लभभाई पटेल यांच्या नेतृत्वाखाली करबंदीची चळवळ सुरू केली होती.

१९३० नंतर शेतकरी चळवळींना विशेष जोर चढला. स्वामी सहजानंद सरस्वती,

कार्यानंद शर्मा, स्वामी रामानंद तीर्थ, मौलाना अब्दुल हमीद खान, मोतीलाल तेजावत, स्वामी विद्यानंद इत्यादी नेत्यांनी ठिकठिकाणच्या शेतकरी चळवळीचे नेतृत्व केले. शेतकऱ्यांचे हे लढे जमीनदार, सावकार यांनी चालविलेल्या अन्यायाविरुद्ध होते. या लढ्यांना संघटित रूप येण्यासाठी अनेक ठिकाणी किसान सभांची स्थापना करण्यात आली होती. त्यातूनच पुढे १९३६ मध्ये 'किसान सभा' स्थापन झाली.[२]

महाराष्ट्राच्या कोकण प्रांतातही स्वातंत्र्य पूर्व काळात शेतकरी कामकरी चळवळी घडून आल्या. त्या चळवळी घडवून आणणाऱ्यांमध्ये ज्या अनेक नेत्यांचा, पुढाऱ्यांचा वाटा होता त्यात सर्वात महत्त्वाचा वाटा असलेले पुढारी म्हणजे लोकहितकर्ते सीताराम केशव बोले उर्फ बाबासाहेब बोले होत.

बोले हे भंडारी घराणे मुळचे गुहागर तालुक्यातील आरे गावचे. सीताराम केशव बोले यांचा जन्म २९ जून १८६९ रोजी पालशेत येथे झाला. १४ जानेवारी १९६१ रोजी त्यांनी या जगाचा निरोप घेतला म्हणजे त्यांना सुमारे साडेब्याण्णव वर्षांचे दीर्घ आयुष्य लाभले. हे दीर्घ आयुष्य त्यांनी समाजोद्धारासाठी वेचले. त्यांनी भंडारी समाजाबरोबरच सर्व मागास समाज, कामगार व शेतकरी यांच्या उद्धारासाठी जीवन समर्पित केले. ज्या कालखंडात राष्ट्रीय पुढारी हे अस्पृश्य वर्ग,कामगार वर्ग व शेतकरी वर्ग यांच्या हिताकडे दुर्लक्ष करीत असत त्या कालखंडात बाबासाहेब बोले हे शेतकरी व कामगार यांचे नेते व अस्पृशांचे कैवारी म्हणून गाजले.[३]

बाबासाहेब बोले यांचे कार्य अनेक प्रकारचे असले तरी या छोट्याशा शोधनिबंधात त्यांच्या शेतकरी आंदोलन अथवा शेतकरी चळवळीच्याच कार्याचा आढावा घ्यायचा आहे. १४ फेब्रुवारी १९२५ रोजी मुंबई येथे अखिल भारतीय मजूर परिषदेचे पाचवे अधिवेशन भरले होते. त्या अधिवेशनानंतर म्हणजे १५ फेब्रुवारी १९२५ रोजी परळ येथे बाबासाहेब बोले यांच्या अध्यक्षतेखाली रत्नागिरी जिल्ह्यातील कुणबी लोकांची एक सभा होऊन त्यात खोती कुळांची गाऱ्हाणी मांडण्यात आली होती.[४]

खोतांनी कुळांच्या चालविलेल्या शोषणाविरुद्ध १८८० पासूनच कायदेमंडळात अनेक सदस्यांनी आवाज उठविला होता. १९२२ आणि १९२५ साली बाबासाहेब बोले यांनी खोतांच्या कुळांना संरक्षण द्यावे यासाठी बिनसरकारी प्रस्ताव मांडले होते. पण मुंबई सरकार कायदा करून खोतांविरुद्ध कुळांची बाजू घेण्यास तयार नव्हते.[५]

१९३१मध्ये बोल्यांनी यासंबंधी पुन्हा एकदा ठराव मांडला तेव्हा सरकारच्या वतीने हडसन यांनी उत्तर देताना सांगितले, 'खोतीबाबतच्या नव्या कायद्याची आवश्यकता आहे याबद्दल आमची खात्री पटलेली नाही. अशा कायद्याचे स्वरूप कसे असावे याबाबतही आम्ही निर्णय घेतलेला नाही. कुलाबा आणि रत्नागिरी जिल्ह्यातील कुळांचे हितसंबंध जपण्यासाठी सरकार लवकरच पावले उचलेल.' सरकारच्या या उत्तरासंदर्भात

डॉ.य.दि.फडके म्हणतात, 'हडसनचे हे आश्वासन म्हणजे बोलाचाच भात, बोलाचीच कढी असल्याचे सिद्ध झाले.'[७]

खोती विरुद्ध बाबासाहेब बोले यांनी जशी विधिमंडळात गाऱ्हाणी मांडावयास सुरुवात केली तशी बाहेरूनही सभा व परिषदा घेऊन खोतीच्या विरुद्ध चळवळ केली. गुहागर तालुक्यातील बेळगावी तिल्लोरी कुणबी समाजोन्नती समाजाच्या विद्यमाने २७, २८ आणि २९ मार्च १९२५ रोजी रत्नागिरी जिल्ह्यातील शेतकरी वर्गाची जाहीर सभा भरली होती. त्या जाहीर सभेच्या अध्यक्षपदावरून बाबासाहेबांचे जवळ जवळ दीड तासांचे स्फूर्तिदायक भाषण झाले. कुणबी हा सर्वांचा पोशिंदा आहे. परंतु कुत्राही त्याचे हाल खात नाही अशी त्याची विपन्नावस्था आहे. शेतकरी हे खरे तर जमिनीचे मालक, तथापि, त्यांच्या अज्ञानाचा फायदा घेऊन खोत मालक बनले. शेतकऱ्यांनी गुलामगिरीतून आपली सुटका करून घेतली पाहिजे. या भाषणाच्या शेवटी बाबासाहेबांनी शेतकऱ्यांनी शिक्षण संपादन करावे असा आग्रह धरला होता.[८]

या सभेत म.ल. कुळ्ये यांनी 'कुणबी जातीची सुधारणा' या विषयावर निबंध वाचला. तर खोतीची पद्धत फार जुलमी आहे. तेव्हा वंशपरंपरेने ज्या जमिनी शेतकऱ्यांकडे चालत आलेल्या आहेत त्या जमिनी खोतांच्याकडून काढून घेऊन त्या शेतकऱ्यांना द्याव्यात व खोती पद्धत अजिबात बंद करावी असा ठराव सभेत करण्यात आला.[९]

बाबासाहेब बोले यांच्या अध्यक्षतेखाली वेळंब गावी सभा झाल्यावर कोकणातील खोतांच्या पायाची आग मस्तकात जाऊन ते कुळांना धमक्या देऊ लागले.[१०]

खोतीविरुद्धच्या चळवळीला बाबासाहेबांनी चांगलीच चालना दिली. रत्नागिरी जिल्ह्यातील रत्नागिरी, चिपळूण, खेड, दापोली या तालुक्यांतील पंच्याहत्तर गावच्या शेतकरी लोकांची जंगी सभा १२ मे १९२५ रोजी दापोली तालुक्यातील तालसुरे गावी भरली होती. बाबासाहेब बोले अध्यक्षस्थानी होते. आपल्या भाषणात बाबासाहेब म्हणाले, 'खोत हा राजा नव्हे, दलाल आहे. आम्हाला धार्मिक बाबतीत जसे दलाल नकोत, तसेच या बाबतीतही नकोत. मी मी म्हणणारी झारशाही व कैसरशाही जिथे क्षणात नष्ट झाल्या तिथे खोतशाहीची काय कथा? पांढरपेशा वर्गास फक्त नोकरशाही जुलमी वाटते, पण भिक्षुकशाही, भांडवलशाही, खोतशाही या सर्व शाह्या शेतकरी व मजूर वर्गाच्या रक्तावर जळूप्रमाणे पोसल्या जातात व त्याचे रक्त आटवतात. ह्याचे जुलमी जू आपल्या मानेवरून फेकून देण्याचा आपला हा प्रयत्न न्याय्य व रास्त आहे आणि त्यास मदत करणे हाच नि:स्वार्थ समाजसेवकाचा धर्म आहे. खोतांच्याकडे तर मुळीच वेठ धरू नका.'[११] या सभेत अनेक ठराव झाले त्यात खोतांशिवाय इतरांस पोलीस पाटील नेमा हा एक महत्त्वपूर्ण ठराव होता.[१२]

बाबासाहेब बोले यांनी खोतीविरुद्ध चळवळ करण्यात कुळांना जोराची चालना

दिली होती. वेठबंदीमुळे खोत चिडले होते. रत्नागिरी व कुलाबा (आताचा रायगड) जिल्ह्यात कुळांच्या परिषदा झाल्या. परिणामी खोत शेतकरी कुळांना छळू लागले. त्यामुळे जिल्हाधिकाऱ्यांकडे खोतांविरुद्ध अर्ज येऊ लागले. असा एक अर्ज कुलाबा जिल्ह्याच्या माणगाव तालुक्यातील राहताड गावच्या कोळ्यांनी १९ नोव्हेंबर १९२५ रोजी कुलाब्याच्या जिल्ह्याधिकाऱ्यांकडे केला. त्यांची जाळी वाळत टाकण्याचे, मासे सुकवण्याचे व होड्या ठेवण्याचे खडक आपल्या नावावर करून घेऊन तेथील खोत त्यांना अडथळा करतात व धामणस्कर नावाचा खोत त्यांना महिन्यातून चार दिवस वेठीस धरतो, अशी तक्रार त्या अर्जात होती.[१३]

गुहागर तालुक्यातील एका गावातील खोती कुळांनी १२ डिसेंबर १९२५ रोजी बोले यांच्याकडे अर्ज पाठविला होता. त्यात ते म्हणतात, 'खोत एक मण उत्पन्नामागे बारा पायल्या धान्य घेतात. त्याची पावतीही देत नाहीत. एखादी पायली कमी दिली तर, सरकारी हुकुमाशिवाय जप्ती आणतात व गुरे ढोरे जप्त करून नेतात. गुरे कुरणात चरायला गेली तर दंड म्हणून एक रुपया वसूल करतात. वेठीमुळे सर्व कुळांना खोतांकडे फुकट काम करावे लागते तसे काम केले नाही तर घरे सोडा व चालते व्हा असे खोत सांगतात.' ही तक्रार बाबासाहेबांकडे गेली तेव्हा त्यांनी आपल्या साप्ताहिकातच या विषयी एक अग्रलेख लिहिला व आज ना उद्या खोतशाहीला लोकशाहीचे खग्रास ग्रहण लागल्याशिवाय राहणार नाही असा आशावाद व्यक्त केला होता.[१४]

१९२६ साली दक्षिण विभागाचे आयुक्त माऊंटफर्ड यांनी खोतांविरुद्धच्या कुळांच्या गाऱ्हाण्यांची चौकशी करून मुंबई सरकारला अहवाल सादर केला. कुळांच्या गाऱ्हाण्यांचा त्यांनी सहानुभूतीने विचार केला आणि त्यामुळे सरकारने कुळांच्या हक्कांचे संरक्षण करण्याच्या हेतूने नवे आदेश जारी केले तरी खोती पद्धत नष्ट करण्याचा आपला विचार नसल्याचेही सरकारतर्फे जाहीर करण्यात आले.[१५]

सरकारच्या या निर्णयामुळे समाधान झाले नसल्याने मुंबईतील सोशल सर्व्हिस लीगचे एक कार्यकर्ते पु.गो. काणेकर यांनी १९२६मध्ये रत्नागिरी व कुलाबा जिल्ह्यातील (रायगड) अनेक खेडेगावात जाऊन पाहणी केली आणि खोती पद्धत नष्ट करणे हाच एक तोडगा असल्याचे प्रतिपादन केले. रत्नागिरी व कुलाबा या दोन्ही जिल्ह्यांच्या काँग्रेस समित्यांवर खोतांचे वर्चस्व असल्याने खोती पद्धत नष्ट होण्याची कल्पना त्यांना मान्य होणे शक्यच नव्हते. १९३७ साली प्रांतिक कायदेमंडळाची निवडणूक लढविताना खोती पद्धत नष्ट करण्याचे आश्वासन, महाराष्ट्रातील काँग्रेस पक्षाने निवडणूक जाहीरनाम्यात दिले होते; पण १९३७ साली अधिकारावर आलेल्या खेर मंत्रिमंडळाला खोतांच्या दडपणामुळे त्या आश्वासनांची पूर्ती करता आली नाही. अखेर खोती पद्धत नष्ट झाली ती १९४९ साली दुसऱ्या खेर मंत्रिमंडळाच्या कारकिर्दीत.[१६] मुंबई कायदेमंडळात बाबासाहेब

बोले यांनी जोशीवतनासंबंधी एक विधेयक मांडले होते. या विधेयकानुसार ग्रामजोश्यास धर्म विधी करण्यासाठी बोलावले नाही तर त्याला दक्षिणा मागण्याचा हक्क असणार नाही अशी तरतूद करण्यात आली होती. १९ मार्च १९२६ रोजी बोल्यांनी मांडलेले हे विधेयक प्रवर समितीकडे पाठविण्यात आले. त्या समितीचे सभासद असलेले स्वराज्य पक्षाचे आमदार समर्थ भक्त शंकर श्रीकृष्ण देव यांनी प्रवर समितीच्या अहवालाला जोडलेल्या भिन्न मत पत्रिकेत या विधेयकाचे 'उपद्रवी विधेयक' असे वर्णन केले होते.[१७]

बोल्यांनी मांडलेल्या विधेयकास विरोध करण्यासाठी स्वराज्य पक्षाचे आमदार सभागृहात आले नाहीत असा निर्वाळा देऊन अण्णासाहेब भोपटकरांनी विधेयकामागील धार्मिक स्वातंत्र्याच्या व पूजेच्या तत्त्वाला पाठिंबा दिला. तरी समर्थ भक्त देव, पी.जी.जोशी, जी.के. मावळणकर वगैरे त्यांच्या पक्षातील अन्य आमदारांनी बोल्यांचा विधेयकास कसून विरोध केला. तरीही ३ ऑगस्ट १९२६ रोजी जोशी विधेयक कायदेमंडळाने मंजूर केले.[१८]

५ जानेवारी १९३६ रोजी अलिबाग तालुक्यातील चरी गावाजवळील पाली येथे शेतकऱ्यांची सभा भरविण्यात आली होती. या सभेत शेतकरी व त्यांचे हितचिंतक जमले होते. चरी गावातील शेतकऱ्यांनी तेथील जमीनदारांच्या विरुद्ध संप केल्यामुळे शेतीची साडेसातशे एकर जमीन मागील तीन वर्षे कसण्यात आली नव्हती. अडीच हजार शेतकरी त्यामुळे बेकार झाले होते. जमीनदारांनी शेतसारा कमी करावा आणि कबुलायती द्याव्यात अशी शेतकऱ्यांची मागणी होती. जमीनदारांनी ह्या मागण्या धुडकावून लावल्याने हा संप तीन वर्षे तसाच चालू होता.

या प्रचंड सभेत बाबासाहेब बोले म्हणाले, 'शेतकरी या देशाचा आणि समाजाचा कणा आहे, पण आता ते भिकारी झाले आहेत. त्यांना जबरदस्त कर द्यावा लागतो. त्यामुळे त्यांना त्यांचे सर्व धान्य गमवावे लागते. त्यामुळे त्यांना स्वतःच्या निर्वाहाकरिता काहीच धान्य शिल्लक राहात नाही म्हणून जमिनीचा सारा बेताचाच असला पाहिजे.'[१९]

कोकण प्रांत शेतकरी संघाची आठवी वार्षिक सभा रविवारी २४ फेब्रुवारी १९३६ राजी दुर्गादेवी येथील कित्ते भंडारी हॉलमध्ये बाबासाहेब बोले यांच्या अध्यक्षतेखाली भरली. शेतकऱ्यांनी ऐक्य साधावे व सरकारने सुरू केलेल्या सहकारी पतपेढ्यांचा फायदा घेऊन आपली उन्नती करावी असे त्यांनी आपल्या अध्यक्षीय भाषणात सांगितले. रत्नागिरी, कुलाबा व ठाणे जिल्ह्यातील चालू असलेली खोती पद्धत नष्ट करावी तसेच सरकारने खेड्यात शिक्षणाचा प्रसार करावा व खेड्यातील शेतकऱ्यांचे कर्ज निवारण्यासाठी प्रयत्न करावेत अशी विनंतीही त्यांनी त्या भाषणात सरकारला केली.[२०]

'शेतकऱ्यांचे कर्ज निवारण' हा विषय विधिमंडळामध्ये चर्चेसाठी आला असताना १५ सप्टेंबर १९३६ रोजी आमदार बोले म्हणाले, 'शेतकरी हे देशाचे आधारस्तंभ आहेत.

त्यांना सुखी आणि समाधानी ठेवणे सरकारचे कर्तव्य आहे. मद्रास व मध्यप्रांत यात साधी कर्जे निवारावी किंवा तडजोड करावी एवढेच नव्हे तर जमीनदारांना सारा देण्याची रक्कम थकलेली आहे. तीही कर्ज समजावी अशी निर्बंधाने सोय केली आहे. ह्यासाठी जे मंडळ नेमावयाचे आहे त्यावर सावकार सभासद घेऊ नयेत. ऋणकोने मंडळाकडे अर्ज करावा, विधेयकात म्हटल्याप्रमाणे धनकोने नको. मुंबई सरकार मद्रास सरकारप्रमाणे शेतकऱ्यांच्या मदतीस धावून येतील अशी मी आशा करतो.'[२१]

१६ सप्टेंबर १९३६ रोजी विधिमंडळात चर्चा करताना रत्नागिरी जिल्ह्यातील पाणी टंचाईबाबत बोले यांनी प्रश्न विचारला व सरकार रत्नागिरी जिल्हा स्थानिक स्वराज्य मंडळाला या पाणी प्रश्नांची सोडवणूक करण्यासाठी अधिक अनुदान कर देत नाही? असे विचारले.[२२]

बाबासाहेब बोले यांच्या अध्यक्षतेखाली कोकण प्रांत शेतकरी संघाची १३ वी आणि १४ वी वार्षिक सभा रविवार दिनांक १६ नोव्हेंबर १९४१ रोजी झाली. त्यावेळी तीनशेहून अधिक शेतकरी उपस्थित होते. या वार्षिक सभेत आठ ठराव मंजूर झाले. सरकारने कूळ कायदा इतर जिल्ह्यांना लागू केला. पण रत्नागिरी व कुलाबा या जिल्ह्यांची परिस्थिती बिकट असूनही ह्या जिल्ह्यांना लागू केला नाही. ह्या विषयी सभेत खेद व्यक्त करण्यात आला. निदान चालू वर्षी तरी शक्य तितक्या लवकर हा कायदा ह्या जिल्ह्यांना लागू करावा अशी सरकारला आग्रहपूर्वक विनंती करण्यात आली. आणखी एका ठरावाने सभेने सरकारला अशी विनंती केली की खोत, सावकार वगैरे लोकांनी वसूल घेताना सरकारी, नमुन्याप्रमाणे पावत्या वापराव्यात. शक्य तितक्या लवकर रत्नागिरी व कुलाबा जिल्ह्यातील खोत व सावकारांना तशा पावत्या देण्यास भाग पाडावे.[२३]

कोकणातील लोकांचे मुख्य अन्न तांदूळ हेच होते व आजही बऱ्याच प्रमाणात तेच आहे. तेथील लोकांना वर्षास निर्वाहासाठी जितका तांदूळ लागतो त्याचा तिसरा हिस्सा कोकणात पिकतो. बाकीचा तांदूळ कोकणाबाहेरील इतर ठिकाणाहून आणावा लागतो. त्याकाळी रंगूनवर तांदळासाठी अवलंबून राहावे लागे. दुसऱ्या महायुद्धाच्या (१९३९-१९४५) परिस्थितीमुळे कोकणास तांदळाचा पुरवठा होणे कठीण झाले होते. रत्नागिरी जिल्ह्यातील काही कार्यकर्ते बाबासाहेब बोले यांना भेटले तेव्हा बोले हे तत्कालीन पुरवठा खात्याचे सनदी अधिकारी पंजाबी यांना भेटले व त्यांनी जिल्ह्याधिकारी अमिनुद्दिन आणि पंजाबी यांना रत्नागिरी जिल्ह्याला तांदूळ पुरविण्याविषयी निकड लावली. तसेच युद्ध परिस्थितीचा फायदा घेऊन व्यापारी सरकारने ठरविलेल्या भावाने तांदूळ विकत नाहीत. तरी त्याच्यावर कडक नियंत्रणे ठेवावीत अशी बोले यांनी सरकारला विनंती केली.[२४]

१३ फेब्रुवारी १९४३ रोजी रत्नागिरी जिल्हा धान्य परिषद बाबासाहेब बोले यांच्या

अध्यक्षतेखाली रत्नागिरी येथे भरली होती. त्या सभेस डॉ.बा.ना. सावंत, डॉ.म.ग.शिंदे तसेच रत्नागिरी जिल्ह्यातील अनेक शेतकरी व मजूर उपस्थित होते. आपल्या अध्यक्षीय भोषणात बोले म्हणाले, 'जनतेला कंट्रोल भावाने धान्य मिळाले पाहिजे व ते मे पूर्वी मिळाले पाहिजे. तशी तरतूद करणे सरकारचे कर्तव्य आहे. तसे झाले नाही तर जनतेच्या पोटातील आगीच्या ज्वालामुखीची व त्यापासून होणाऱ्या दुष्परिणामांची जोखीम सरकारवरच राहील. सरकार हे निमूटपणे पाहात बसणार काय? असा माझा त्याला सवाल आहे.' पुढे जाऊन बोले असं म्हणाले की, 'जिल्ह्यातील नफेबाजीचे पीक जनता अडलेली आहे हे पाहून कापून घ्यावे ही आम्हाला शरमेची गोष्ट आहे. या जिल्ह्यातील ग्रामसंस्थांमार्फत व अन्य तऱ्हेने, शिधावाटप हाती घेण्याची सरकारने त्वरित व्यवस्था केली पाहिजे. सारा वसुलीची सरकारने घिसाडघाई करू नये.'[२५]

अशा प्रकारे बाबासाहेब बोले यांनी विधिमंडळात आणि विधिमंडळाबाहेर शेतकऱ्यांचे प्रश्न हाती घेऊन कोकणातील शेतकरी चळवळ अथवा आंदोलन सतत तेवत ठेवण्याचे प्रामाणिक प्रयत्न केले.

संदर्भ व टिपा

१. क्षीरसागर, व्ही.एस., *आधुनिक भारताचा इतिहास* (१७५७-२०००) के' सागर प्रकाशन, पुणे, २००५ आठवी आ.पृ. ९३, ह्या ग्रंथाची प्रथमावृत्ती १९९४ साली प्रकाशित झाली होती. एकोणिसाव्या शतकातील महाराष्ट्राबाहेरील शेतकरी आंदोलने जाणून घेणाऱ्या जिज्ञासूंनी या ग्रंथाची पृ. ८९ ते ९३ ही पाने मुळातून पहावीत.

२. कित्ता, पृ. १८३

३. कीर, धनंजय, *लोकहितकर्ते बाबासाहेब बोले,* पॉप्युलर प्रकाशन, मुंबई १९७८, प्रस्तावना.

४. कित्ता, पृ. १६६

५. फडके, य.दि., *विसाव्या शतकातील महाराष्ट्र खंड ४,* श्री विद्या प्रकाशन, पुणे १९९३, पृ. ४०.

६. Bombay Legeslative Council Proceedings, Vol. 31 July-Aug. 1931, p. 1080.

७. फडके य.दि., *विसाव्या शतकातील महाराष्ट्र खंड ४,* उपरोक्त पृ. ४०

८. 'नवयुग' ५ एप्रिल १९२५, 'नवयुग' हे बाबासाहेब बोले यांनी सुरू केलेले साप्ताहिक असून त्याचा पहिला अंक १५ फेब्रुवारी १९२५ रोजी प्रसिद्ध झाला होता. बाबासाहेब स्वत:च त्याचे मालक आणि संपादक होते तर डॉ. रा. वा. शिरोडकर हे त्यांचे प्रमुख साहाय्यक होते.

९. कीर, धनंजय, लोकहितकर्ते बाबासाहेब बोले, उपरोक्त पृ. १६९

१०. कित्ता, पृ. १७०

११. कित्ता, पृ. १७२

१२. नवयुग १७ मे १९२५

१३. कीर, धनंजय, लोकहितकर्ते बाबासाहेब बोले, उपरोक्त पृ. १८१

१४. सा. 'नवयुग' दि. २४ जाने १९२६ अग्रलेख खोत शाहीचे निर्मूलन होणार काय? या अग्रलेखात त्यांनी रत्नागिरीच्या 'बलवंत' साप्ताहिकावरही टीका केलेली आढळते.

१५. Patel, G. D., *Agrerian Reforms in Bombay, Bombay* 1950, P. P. 131

१६. फडके, य. दि., *विसाव्या शतकातील महाराष्ट्र, खंड ३*, पुणे १९९१, पृ. २३ खोतीसंबंधी अधिक माहितीसाठी पहा. कित्ता खंड ४, पृ. २६ -४४.

१७. कीर, धनंजय, *लोकहितकर्ते बाबासाहेब बोले*, उपरोक्त पृ. १९१.

१८. फडके, य. दि., *विसाव्या शतकातील महाराष्ट्र, खंड ३*, उपरोक्त, पृ. १९०
जोशी वतनासंबंधी सविस्तर माहितीसाठी पहा कित्ता पृ. २३२ - ३४

१९. कीर, धनंजय, *लोकहितकर्ते बाबासाहेब बोले*, उप. पृ. २९४

२०. Times of India २५/२/१९३६

२१. कीर, धनंजय, *लोकहितकर्ते बाबासाहेब बोले*, उप. पृ. २९८

२१. कित्ता

२३. कित्ता पृ. ३२० संदर्भ क्र. २५ *रत्नागिरी जिल्हा धान्य परिषदेचा अहवाल*, रत्नागिरी १९४४, पृ. ५-६.

२४. कित्ता पृ. ३२२

२५. रत्नागिरी जिल्हा धान्य परिषदेचा अहवाल, रत्नागिरी १९४४, पृ. ५-६.

पूर्वप्रसिद्धी :
कोकणातील शेतकरी चळवळींचा इतिहास या विषयावर पनवेल येथे दि. ७ आणि ८ फेब्रुवारी २००५ रोजी संपन्न झालेल्या राज्यस्तरीय चर्चा सत्रात वाचलेला निबंध.

१७.

विज्ञाननिष्ठ सावरकर

ज्या व्यक्तीला संपूर्ण स्वातंत्र्याचे प्रेम आहे, त्या व्यक्तीला विज्ञानवादी दृष्टिकोनाचेही प्रेम असते. असा प्रकार सुधारक गोपाळ गणेश आगरकरांप्रमाणेच स्वातंत्र्यवीर सावरकरांच्या बाबतीतही दिसून येतो.

ऐहिकता आणि प्रत्यक्षता या विज्ञानवादी विचारसरणीच्या दोन महत्त्वाच्या घटकांवर सावरकरांनी भर दिला आहे. विज्ञान म्हणजे सत्याची उपासना. सत्याचे महत्त्व सावरकरांनी पुढीलप्रमाणे सांगितले, 'आम्ही स्मृतीस सनातन, अपरिवर्तनीय समजतो. स्मृती बदलाव्या लागतील म्हणून सत्यास नाकारणे हे घर वाढवावे लागेल म्हणून मुला-माणसांचीच कत्तल करण्यासारखे वेडेपणाचे आहे. विज्ञानप्रणीत धर्म हाच खरा धर्म होय. याचा अनुभव कोणालाही येऊ शकतो आणि यावर सर्वांचे एकमत होऊ शकते. हा खरा विज्ञानधर्म नाकारून जगणे वस्तुत: कोणालाच शक्य नाही.'

विज्ञान हे जीवनव्यापी आहे. जुन्या कल्पनांवर मर्मभेदक टीका करून सावरकरांनी विज्ञानाचा पुरस्कार केला आहे. ते म्हणतात, 'याविषयी त्या प्राचीन प्रयोगाचे कृतज्ञ राहून आपण आता 'यज्ञात् भवति पर्जन्यो' या सूत्राच्या ठायी 'विज्ञानदेव पर्जन्यो' हे सूत्र स्थापिले पाहिजे. अशा प्रकारे आपला आचार विज्ञानप्रधान पाहिजे. जुन्यातले चांगले जरूर टिकवावे; परंतु त्यात नव्याची भर घालावी, हीच संस्कृती.'

सावरकर म्हणतात त्या संस्कृती रक्षणाच्या कर्तव्याहूनही पुढचे कर्तव्य म्हणजे संस्कृतीविकसन! प्राचीनातले जे आजच्या विज्ञानातही संस्कृत वाटते ते रक्षूनच चालणार नाही तर त्यात नवीन सत्याची नि तथ्याची भर टाकून संस्कृतिसंवर्धन केले पाहिजे. ते मुख्य कर्तव्य, त्यास जे अडथळा करील, त्या कसोटीत जे हीणकस ठरेल त्यास त्यागिणे म्हणजे संस्कृतिरक्षण, संस्कृतिविकसन! सावरकरांना अशी विज्ञानपूत संस्कृती हवी होती. विज्ञानाच्या साहाय्याने त्यांना सतत विकास हवा होता.

विज्ञाननिष्ठ सावरकरांनी अंधश्रद्धेवर टीका केलेली आढळते. विज्ञान युगात जुनी

यज्ञसंस्था हास्यास्पद ठरते. हे अनेक प्रकारे दाखवून देऊन ते म्हणतात, 'पण वेदवचनच, काय म्हणते या प्रकरणीचा मतभेद मिटविण्यास श्रद्धेलादेखील तिच्याच शब्दनिष्ठ प्रतिज्ञेप्रमाणे बुद्धीवाचून दुसरे साधन नाही.' त्याचप्रमाणे त्यांनी पोथीनिष्ठेवरही हल्ला केला आहे. अशाप्रकारे विवेकवादाचा आणि उपयुक्ततावादाचा महिमा सावरकरांनी गायला आहे. त्याचबरोबर जे विवेकवादी नाहीत, उपयुक्ततावादी नाहीत त्यांच्या चुकाही त्यांनी त्यांच्या पदरात घातल्या आहेत; म्हणजे सावरकरांच्या लेखणीची धार दुधारी आहे. पुढे ते स्पष्टच म्हणतात की, त्यामुळे कोणत्याही प्रसंगी विज्ञाननिष्ठ मनुष्यास आपले कर्तव्य पोथीनिष्ठ मनुष्यापेक्षा त्यातल्या त्यात अधिक अचूकपणे ठरविता येते.

'दोन शब्दांत दोन संस्कृती' या अप्रतिम शैलीने नटलेल्या सुंदर लेखात सावरकरांनी विज्ञानाचे एक महान तत्त्व ठसविले आहे. ते असे की ज्ञान-विज्ञान हे पुढे आहे, मागे नव्हे; म्हणून नव्याचा ध्यास धरला पाहिजे. जुन्याचा हव्यास नव्हे. नावीन्याची ओढ माणसास हवी. माणसाने नेहमी नवीन शिकावे, नवीन प्रयोग करावेत. विज्ञान युग म्हणजे प्रगती युगच होय. विज्ञान युगाची जाणीव झालेला मनुष्य भूतकाळात न रमता वर्तमानकाळात सार्थपणे जगतो आणि भविष्यकाळाची वाटचाल वेगाने करतो. जे विज्ञानवादी नाहीत, ते त्यांना गुलाम वाटतात. ते म्हणतात, 'जे लोक त्या धर्मग्रंथाची सत्ता आपल्यावर चालू देतात, ते श्रुती-पुराणोक्ताचे, या पुरातनपणाचे बंदे गुलाम होऊन जातात.'

भारत देशाचा कमालीचा अभिमान असूनही सावरकर तो अभिमान आपल्या वैज्ञानिक दृष्टिकोनाच्या आड येऊ देत नाहीत. 'आमच्या सामाजिक क्रांतीचे सूत्र' स्पष्ट करताना शेवटी ते लिहितात, 'श्रुती नि श्रौत धर्म त्यांच्या काळाच्या जगात त्या काळाच्या अडाणी शत्रूशी लढताना दिग्विजय गाजवू शकले म्हणून आजच्या विज्ञान युगातही तसा टिकाव धरू शकतील ही आशा व्यर्थ आहे. इंद्रा धाव, सोमा धाव, अग्ने आमचे शत्रू निर्दाल अशा वैदिक प्रार्थनांनी देव साहाय्यास धावत नसून, वैज्ञानिक सूक्तांनीच त्यांना दासीसारखे राबवून घेता येते. हे पुष्कळ अंशी अनुभवसिद्ध ठरले आहे. महाभारतातील गांडीव धनुष्य भंगले! आता मशिनगन्सशी गाठ आहे. जर हे सांगितल्याने स्वत:च्या प्रौढीच्या पोकळ वल्गना करीत राहणाऱ्या आमच्या शब्दनिष्ठ 'बाबावाक्य प्रमाण' प्रवृत्तीचे बोकाळलेले अवसान खचले, तिचा तेजोभंग झाला तर त्यातच राष्ट्राचे हित आहे.' तात्पर्य, वैयक्तिक जीवन काय किंवा सामाजिक जीवन काय, विज्ञानाच्याच पायावर उभारलेले पाहिजे. हा अत्यंत महत्त्वाचा विज्ञानविषयक विचार या ठिकाणी अनुस्यूत आहे. सावरकरांनी आपले सर्व व्यक्तिमत्त्व विज्ञान प्रसारासाठी पणास लावले आहे. जणू विज्ञान म्हणजे जीवन, विवेकशून्यता म्हणजे मरण. विज्ञाननिष्ठ मताला सावरकरांनी 'आद्यतनी प्रवृत्ती' असे नाव दिले आहे.

विज्ञानयुगात ओघानेच येणाऱ्या यंत्रयुगाचे सावरकरांनी मोठ्या उत्साहाने स्वागत केले आहे. पाश्चात्त्य देशात औद्योगिक क्रांती झाली. त्याप्रमाणे ती आपल्या देशात व्हावी ही त्यांची उत्कट इच्छा होती. 'जगाचा इतिहास' हा सावरकरांचा आवडता विषय होता. त्या इतिहासाची साक्ष काढून सावरकर सांगतात. 'जोवर युरोप आमच्यासारखे देवभोळे होते, तोवर तेही आम्ही आज आहोत तसेच दुबळे होते. दोनशे वर्षांच्या आगेमागे त्यांचा देवभोळेपणा हटत चालला. तसतसे त्यांचे बळ, संपत्ती भरभराटत चालली. पण हिंदुस्थानच नव्हे तर अवघा आशिया त्याच देवभोळेपणाच्या गुंगीत खितपत पडला. त्यामुळे विज्ञानाची वाट त्यास सापडली नाही.'

यंत्राचे स्वरूप स्पष्ट करताना ते म्हणतात, 'यंत्र, हत्यार, कळ म्हणजे शतपटीने अधिक कार्यक्षम झालेले मनुष्याचे एकेक इंद्रियच आहे. कळ म्हणजे इंद्रियाची वाढलेली कार्यक्षमता.' मात्र, काही लोकांनी यंत्र हे माणसावर कुरघोडी करील अशी शंका व्यक्त केली. त्या शंकेला उत्तर देताना ते म्हणतात, 'असे म्हणून जे यंत्राचा अरेरावीपणा दाखवू जातात, त्यांच्या हे ध्यानात येत नाही की त्या आक्षेपाने यंत्राचा अरेरावीपणा व्यक्त न होता माणसाचा अडाणीपणा काय तो वेशीवर टांगला जातो.' यंत्रावर सर्वांत मोठा आक्षेप घेतला जातो तो म्हणजे यंत्राची वाढ म्हणजे बेकारांची वाढ. याचा विचार करताना सावरकरांनी प्रथम बेकारीची व्याख्या केली. ते म्हणतात, 'बेकारी म्हणजे काबाडकष्ट करूनही पोटभर न मिळणे, आवश्यक वा उपभोग्य वस्तू न मिळणे. परंतु अन्नवस्त्रादी सर्व पदार्थांचा पुरवठा (यंत्रामुळे) काबाडकष्टावाचून यथेच्छ होत असल्यामुळे काबाडकष्टाची आवश्यकता न उरणे म्हणजे काही बेकारी नव्हे.' विषमतेचा दोष त्यांना दिसत नव्हता असे नव्हे. ते म्हणतात, 'तो दोष यंत्राचा नसून, वाटणीचा आहे, गरिबांनी स्वार्थी श्रीमंतांशी भांडावे. यंत्राशी नव्हे. विषम वाटणी सदोष समाजरचनेमुळे होते. वस्तुतः यंत्र उत्पादन वाढवून विषमता कमी करण्यासच साहाय्य करीत असते.' यंत्राने कष्टाची कामे उरकल्याने वेळ वाचल्याने उरलेला वेळ आपापल्या हौसेच्या कामात तरी जो-तो स्वेच्छेने घालवील किंवा विसाव्यात घालवील' असे ते म्हणतात. अशा प्रकारे 'यंत्र हे संस्कृतीला पोषक ठरेल. यंत्रापासून जो आहे तो लाभच आहे.' असा आपला ठाम सिद्धान्त सावरकरांनी या चर्चेच्या अखेरीस मांडला आहे.

विज्ञान हे जीवनव्यापी कसे आहे, हे सावरकरांनी वैज्ञानिक दृष्टान्त देऊनच सिद्ध केले आहे. वैज्ञानिक जाणीव म्हणजे आरोग्य विज्ञानाची नेणीव म्हणजे साथीचा आजार असे जगाच्या इतिहासाच्या आधाराने त्यांनी स्पष्ट केले आहे व ते स्पष्ट करताना बुद्धिवादाने दुर्बुद्धिभेद केलाच पाहिजे, असा आग्रह त्यांनी धरला; म्हणजेच वैज्ञानिक वृत्तीचा प्रसार समाजाच्या सर्व स्तरात झालाच पाहिजे. विज्ञानाच्या बळावर मानवी बुद्धीला मुक्त करणे, यातच त्यांना अवघ्या मनुष्यजातीचे कल्याण वाटत होते. हिंदू समाजाच्या पायातील सप्त

शृंखला तोडण्यासाठी सावरकरांनी जे विवेचन केले आहे ते वैज्ञानिक चर्चेची शिकवण देणारेच ठरेल. सावरकरांना समाजरचनेची पुनर्घटना शास्त्रीय पायावरच करावयाची होती. हिंदू, मुसलमान, बौद्ध इत्यादी धर्म, भिन्न भिन्न जाती, आनुवंशिकता इत्यादी अनेक प्रश्नांचा शास्त्रीय दृष्टिकोनातून विचार करून सावरकर पुढे म्हणतात, 'या विज्ञानयुगात समाज संस्थेची जी संघटना करावयाची ती प्रत्यक्ष ऐहिक नि विज्ञाननिष्ठ अशाच तत्त्वांवर केली पाहिजे व ती वाट चोखाळताना इंग्लंड, रशिया, जपान ही राष्ट्रे बलवान झाली तसेच हे आपले हिंदुराष्ट्रही झाल्यावाचून राहणार नाही.'

अशा प्रकारे स्वातंत्र्यवीर सावरकरांनी आपल्या सर्व लिखाणाचा पाया विज्ञानाच्या तत्त्वावरच ठेवला होता. त्यांच्या बहुतेक लेखात विज्ञानाचा प्रचार दिसत असल्याने, ते वैज्ञानिक क्रांतीचे महान पाठीराखे होते असेच म्हटले पाहिजे. सावरकरांचे व्यक्तिमत्त्व अनेक पैलूंनी नटलेले आणि त्यांचा प्रभावही विलक्षण; पण तो सर्व त्यांनी विज्ञान प्रसाराच्या कामी लावला. सावरकरांची देशभक्ती मोठी की विज्ञानप्रीती मोठी असा प्रश्न विचारला तर सर्वसामान्य माणूस 'देशभक्ती' असे सहज उत्तर देईल आणि ते बरोबरही असेल. नव्हे आहेच; तथापि, त्यांच्या देशभक्तीइतकीच त्यांची विज्ञानप्रीतीही मोठी याची साक्ष त्यांच्या लेखनावरूनच पटते. वधस्तंभाचे खांब अनेकदा गदागदा हलविणाऱ्या या महापुरुषाने आपणास ईश्वरी कृपा अवगत आहे. ईश्वरी साक्षात्कार झाला आहे अशी हूल उठविली असती तर त्यांच्या लोकप्रियतेत कमालीची वाढ झाली असती, त्यांचा अनुयायीवर्ग प्रचंड वाढला असता. परंतु त्यांची भूमिका अशा नेत्यांपेक्षा समाज शिक्षकाची होती. एके ठिकाणी ते म्हणतात, 'नवसत्य प्रतिपाद सुधारक पुढे आला तेव्हा तेव्हा त्याला पहिला स्वार्थत्याग जो करावा लागे तो या लोकप्रियतेचाच होय.' सावरकरांनी स्वत:च्या लोकप्रियतेचा बळी देऊन, प्रसंगी अनुयायांचाही रोष ओढवून घेऊन सत्याचा प्रचार चालू ठेवण्याचे आपले कार्य सतत केले. सावरकरांचा हा सर्वांत मोठा त्याग होय.

(लेखामध्ये ठिकठिकाणी जी अवतरणे आली आहेत ती स्वत: सावरकरांचीच आहेत. विस्तारभयास्तव त्याच्या तळटिपा दिल्या नाहीत मात्र जिज्ञासूंनी समग्र सावरकर वाङ्मय खंड ३ रा, निबंध, समग्र सावरकर वाङ्मय प्रकाशन समिती, महाराष्ट्र प्रांतिक हिंदुसभा, पुणे, १९६४ हा ग्रंथ अवश्य पाहावा.)

पूर्वप्रसिद्धी :

'सहकार' वार्षिकांक २०१५-१६, गोगटे-जोगळेकर महाविद्यालय, रत्नागिरी.

१८.

सावरकर आणि रत्नागिरी

१९२४ ते १९३७ या तेरा-साडेतेरा वर्षांच्या काळात सावरकरांनी केवळ रत्नागिरी शहरातच नव्हे तर संपूर्ण भारतात एक सामाजिक क्रांतीचा इतिहास घडविला. सावरकर सुटले तेव्हा पुणे किंवा मुंबई येथे जरी त्यांचा भव्य सत्कार झाला नाही तरी रत्नागिरी येथे त्यांचा भव्य सत्कार करण्यास आला. हे स्वागत आणि सत्कार करण्यात रत्नागिरीची तत्कालीन कॉंग्रेसही पुढे होती.

सावरकर काही अटी मान्य करून बंदिगृहातून बाहेर आले ते काही केवळ घरात स्वस्थपणे बसण्यासाठी नाही. स्वातंत्र्य मिळविणे, समाजाला जागृत करणे, समर्थ बनविणे ह्या गोष्टी कितीही अवघड असल्या तरी अशक्य नाहीत ही सावरकरांची धारणा होती. अंदमानच्या भयानक कारागृहात आपण बंदीवानांना कसे शिक्षण दिले, शुद्धी कशा घडवून आणल्या, वाचनालय कसे वाढविले, त्यांना संघटित कसे केले हे स्वत: सावरकरांनीच 'माझी जन्मठेप' मध्ये सांगितले आहे. तेव्हा असा हा माणूस रत्नागिरीतही स्वस्थ बसणे शक्य नव्हते व तसा तो बसलाही नाही. बंदीमुळे उघड राजकारण करता आले नाही, फार मोठे कार्य करता आले नाही. तरी 'अकारण मंद करणम् श्रेय' हे सूत्र पुढे ठेवून त्यांनी कार्य करण्याचे ठरविले होते. रत्नागिरीतील स्थलबद्धतासुद्धा कार्यवाढीच्या दृष्टीने अंदमानपेक्षा अधिक अनुकूल आहे. निदान अंदमानपेक्षा रत्नागिरीचे कार्यक्षेत्र तरी मोठे आहे. तेथे अंदमानात चार भिंतीच्या आत बहुधा अपराधी लोकांशीच गाठ पडे, येथे त्यापेक्षा अधिक लोकांना भेटता येईल, फिरता येईल, लेख लिहून पाठवता येतील हे काय थोडे आहे? अंदमानपेक्षा रत्नागिरी अधिक मोकळी, अधिक स्वतंत्र असे म्हणूनच सावरकरांना वाटत असावे. त्यानुसार त्यांनी आपल्या कार्याच्या योजनाही आखल्या असाव्यात.

सावरकरांच्या मनात जरी असा उत्साह होता तरी भोवतालची जनता मात्र त्यांना साथ देण्यास किंवा ते काय म्हणतात, हे पूर्णपणे समजून घेण्यासही समर्थ नव्हती. काही

लोक त्यांच्याकडे एक त्यागी पुरुष, एक विद्वान, क्रांतिकारक, शूरवीर नि उत्तम वक्ता म्हणून आदराने पाहत होते; पण त्यांना साथ देण्यास मात्र सिद्ध नव्हते. अनेक लोक तर सावरकरांवर इंग्रजांची वक्रदृष्टी असल्याने त्यांच्याशी संबंध ठेवण्यासही भीत होते. शासनाने सावरकरांना बंदीगृहातून मुक्त केले होते; तरी त्याने सावरकरांवरील गुप्तचरांचा पहारा काही उठविला नव्हता. एवढेच नव्हे तर शासनाने त्यांच्या हस्तकांकरवी सावरकर विरोधी प्रचार जोराने चालविला होता. अर्थात, सावरकरांना हे सर्व अपेक्षित होते. हे सर्व गृहीत धरूनच त्यांनी आपले काम चालवले होते. ह्या सर्व अडचणींवर मात करूनच आपले कार्य पुढे न्यायचे हा त्यांचा निर्धार होता आणि त्यासाठी जी जी माणसे वेळोवेळी मिळतात ती हाताशी धरून ते पुढे जात होते.

रत्नागिरीसारख्या त्या काळच्या आडगावात मर्यादित स्वातंत्र्य असूनही समाजसुधारणेचे काम सावरकरांनी उत्स्फूर्तपणे केले. सरकार त्या वेळी त्यांना भत्ता देई तो अपुरा असे. लेखनावर त्याकाळी उत्पन्न फार नसे. त्यांना ज्या देणग्या मिळत त्यांपैकी अधुनमधून आपल्या गरजू आप्तेष्टांना व मित्रांना व्याजाने पैसे देऊन त्यांची व आपली नड भागवीत. नंतर या व्यवहाराचा कटू अनुभव आल्यावर त्यांनी तो बंद केला. सावरकरांच्या दिनचर्येचे वर्णन धनंजय कीर यांनी आपल्या सावरकर चरित्रात पुढीलप्रमाणे केले आहे; ते यथातथ्य व अपूर्व आहे.

रत्नागिरीत संघटक म्हणून सावरकरांचे व्यक्तिमत्त्व अपूर्व होते. सामाजिक आणि साहित्यिक क्षेत्रामधील येणाऱ्या मंडळीत ते खेळीमेळीने व मोकळेपणाने चर्चा करीत. सकाळीच फेरफटक्यासाठी बाहेर पडत. एका उपहारगृहात मित्र मंडळींबरोबर ते चहा अन् भज्यांचा आस्वाद घेत. आठवणींचे व ज्ञानाचे भांडार असलेल्या त्यांच्या स्फूर्तिदायक संभाषणावर बरोबरीची मंडळी लुब्ध असत. नंतर ते घरी परतत. आपल्या सोनेरी चौकटीतून भिंगातून वाटेतल्या दुकानांकडे अन् येणाऱ्या-जाणाऱ्यांकडे दृष्टिक्षेप टाकण्यास ते चुकत नसत. पांढरा शुभ्र कोट, लांब कल्ले, भरघोस मिशा, डोक्यावर गोल टोपी, मार्गावरील धूळ झाडणारे पायघोळ धोतर अन् वर काळे बूट अशा पद्धतीने मार्गाने जाणाऱ्या सावरकरांभोवती त्यांच्या चाहत्यांची नुसती झुंबड लागलेली असे.

सावरकरांच्या रत्नागिरीच्या साडेतेरा वर्षांच्या काळाचे व कार्याचे अप्रतिम वर्णन लक्ष्मणशास्त्री जोशी यांनी पुढीलप्रमाणे केलेले आहे. 'लोकभ्रम, अंधश्रद्धा, जातभेद इत्यादी मागसलेपणाची अवलक्षणे नष्ट झाल्याशिवाय हिंदू समाज बलवान होऊ शकणार नाही हे जाणून त्यांनी हिंदू बलसंवर्धनार्थ बुद्धिवादाचे प्रखर अस्त्र रूढी व परंपरेवर चालवले. पश्चिमी विज्ञान व तंत्र यांच्या योगाने पाश्चिमात्य राष्ट्रे सामर्थ्यशाली बनून अत्यंत वेगाने प्रगतीचा मार्ग आक्रमीत आहेत हे पाहून सावरकरांनी पोथीनिष्ठेवर आघात करून विज्ञाननिष्ठेचा पुरस्कार केला व उपयुक्ततावादी नीतिशास्त्र अंगीकारले. लोकक्षोभाची

पर्वा न करता गोभक्षणाचेही समर्थन केले. सावरकरांनी राष्ट्रबल संवर्धनार्थ विज्ञानाची, यंत्राची आराधना करण्याचा संदेश दिला. 'रत्नागिरीत असतानाच त्यांच्या कौटुंबिक जीवन वेलीवर कन्यारत्नाची कळी उगवली. अंधकारमय जीवनात ह्या नवप्रभातीचे दर्शन म्हणून मुलीचे 'प्रभात' असे सूचक नि समर्पक नाव ठेवण्यात आले. 'प्रभात' नंतर सावरकरांना पुत्रप्राप्तीचाही आनंद लाभला. मुलाचे नामकरण 'विश्वास' असे करण्यात आले.'

सावरकर लंडनला असताना त्यावेळचे बॅरिस्टर गांधी अधूनमधून भारत भवनात येत असत. सावरकर नि गांधी ह्यांच्यात त्याकाळी वादविवादही झडत. विजयादशमी (दसऱ्याच्या) उत्सवाचे अध्यक्षस्थानही गांधींनी भूषविले होते. वस्तुतः दोघांची मते एकमेकांना मान्य नव्हती. सावरकर तर गांधींवर त्यांचे नाव घेऊन टीका करीत असत असे असले तरी गांधीजी भेटावयास घरी येताच सावरकरांनी त्यांचे हास्य मुद्रेने स्वागत केले. त्या भेटीनंतर गांधीजी जाहीर सभेत म्हणाले, 'रत्नागिरी ही लोकमान्यांची जन्मभूमी' असल्याने सर्व भारतीयांचे तीर्थक्षेत्र आहे. तसेच येथे येण्याचा माझा दुसरा हेतू म्हणजे सावरकर बंधु येथे राहतात. त्यांच्यापैकी एकाशी माझा लंडनमध्ये परिचय झाला होता. त्यांची देशभक्ती निःस्वार्थ त्याग याविषयी मला अत्यंत आदर वाटतो. त्यांच्यावर बंधने असल्यामुळे त्यांना भेटण्यासाठी मीच येथे येणे आवश्यक होते.

तेरा खंडांच्या रियासतीद्वारे भारताचा व विशेषतः मराठेशाहीच्या उदयास्ताचा इतिहास लिहिणारे रियासतकार गो.स. सरदेसाई रत्नागिरीला भेटण्यास आले होते. ओळख नसल्याने सावरकरांनी विचारले,

''आपण कोण?''

''मी बडोद्याचा सरदेसाई. इतिहास लिहितो म्हणून तुम्हाला ठाऊक असलेला.''

''म्हणजे रियासतकार की काय?''

''होय.''

''आपली सगळी पुस्तके मी वाचली आहेत. आपण जो इतिहास लिहिलाय तो आपण स्वतः इंग्रजीत लिहावा म्हणजे महाराष्ट्रीय नसलेल्या जगालाही तो खऱ्या स्वरूपात कळेल.''

''ते काम आता दुसऱ्यांनी करावे.''

''नाही. आज आपणच मला अधिकारी लेखक दिसता. अशा इतिहास लेखकाचे दर्शन मला झाले याचा मला आनंद वाटतो.''

''खरा आनंद मला वाटतो. आम्ही कसे झाले तरी इतिहास लेखक, पण आपण इतिहासकार. आपण इतिहास घडविल्यास तो टिपून ठेवणारे आम्ही. मी आपल्याला आज इतिहासकर्ते म्हणून भेटायला आलो.''

रत्नागिरीत १९२५ पासूनच सावरकरांनी 'हिंदु तरुण मंडळ' स्थापन केले होते. त्या मंडळासाठी आणि मेळ्यासाठी त्यांनी कविता नि पद्ये रचली. ही संस्था अभिनव भारत सारखी गुप्तपणे क्रांतिकार्य करणारी संस्था होती.

सावरकर रत्नागिरीत असताना ते स्मशान यात्रेतही जात व तेथेही नवीन प्रथा पाडावी असे सांगत असत. शिरगावच्या श्रीमती शेट्ये आणि रत्नागिरी नगर पालिकेचे सदस्य श्री. कदम यांच्या अंत्यसंस्कारासाठी सावरकर स्मशानात गेले होते. निरनिराळ्या जातींची अंत्यसंस्काराची रूढीही निरनिराळी असावी हे त्यांना खटकले. येथे येणाऱ्या जिवंत हिंदूंच्या मनावरही आपण एक आहोत हे ठसावे यासाठी सर्वांच्या अंत्यसंस्काराच्या शेवटी हिंदुधर्माचे नाव घेतले जावे अशी सूचना त्यांनी केली.

रत्नागिरीला लग्नकार्यात जे हिंदू मुसलमान लोकांचा बँड बोलवित तेच लोक अस्पृशांना जवळ फिरकूही देत नसत. गावदेवीच्या पालखीच्या वेळी, शिमग्याला ढोल-ताशे वाजविण्याचे काम पूर्वीपासूनच महार करीत, या समाजातील तरुणांनी बँडचा व्यवसाय हाती घ्यावा असे सावरकरांनी सांगितले. या तरुणांनी ही सूचना मान्य करताच सावरकरांनी त्यांना बँकेकडून कर्ज म्हणून तीनशे रुपयांचे सामान घेऊन दिले आणि हा नवा व्यवसाय करण्यास त्यांना प्रवृत्त केले. हिंदूंनाही त्यांनी वेळोवेळी सांगितले की, त्यांनी विवाहासारख्या मंगलसमयी बँड लावायचा तर हा बँड लावावा.

स्वदेशाची चळवळ रत्नागिरीत सर्वदूर पोहोचावी म्हणून सावरकर स्वत: हातगाडी फिरवून स्वदेशी माल विकत असत. हे सर्व चालू असतानाच नेपाळ आणि आसाममधील नागा लोकांकडेही त्यांचे लक्ष होते. १९३१मध्ये रत्नागिरीत स्थानबद्ध असलेल्या सावरकरांना नागा लोकांची त्यावेळची स्थिती, नागा लोक ख्रिश्चन का होतात हे माहीत होते. ते ख्रिश्चन होऊ नयेत याची त्यांना चिंता होती. त्यासाठी हिंदू धर्म प्रचारकांनी त्या भागात जाऊन प्रचार करावा असे त्यांनी लिहिले. मद्रासमधील अस्पृश्य जातींविषयीसुद्धा त्यांनी लेख लिहिले. हे लेख पाहिले, वाचले की, रत्नागिरीत स्थानबद्ध असलेले सावरकर सर्व भारताचा कसा विचार करीत होते हे स्पष्ट होते. आपल्या सामाजिक विचारांविषयी सावरकरांना अभिमान असे. पुढील काळात त्यांनी एकदा असे म्हटलंय, 'माझी मार्सेलिसची उडी विसरलात तरी चालेल, पण माझ्या सामाजिक विचारांचे विस्मरण होऊ देऊ नका.'

सावरकरांनी आपली प्रज्ञा, प्रतिभा, शक्ती, बळ मग केवळ समाजसुधारणाच नव्हे तर एक प्रकारची आमूलाग्र क्रांती घडवून आणण्यासाठी पणास लावून एक वैचारिक नि कृतिशील आंदोलनच रत्नागिरीच्या स्थानबद्धेत उभे केले. प्रखर बुद्धिवादी नि विज्ञाननिष्ठेचा प्रभावी पुरस्कार करण्यास आरंभ केला. पौरुष बुद्धीच्या कसोटीच्या उतरेल, वैज्ञानिक प्रयोगातून जे प्रत्यक्ष अनुभवास येईल नि जे सर्वाधिक लोकांच्या सर्वाधिक हिताचे,

कल्याणाचे, उपयोगाचे तेच ग्राह्य, जे वैज्ञानिक प्रयोगशील नि प्रत्यक्षनिष्ठ कसोटीला उतरत नाही ते त्याज्य. मग ते वेद, पुराणे, श्रुती, स्मृती आदि ग्रंथातून प्रतिपादन केलेले असो वा नसो. वेदप्रामाण्य, ग्रंथप्रामाण्य सावरकर नाकारतात नि विज्ञानप्रामाण्याचा स्वीकार करतात. ह्याच वैज्ञानिक, बुद्धिनिष्ठ दृष्टिकोनातून सावरकर सर्वच धर्मग्रंथ मनुष्यनिर्मित मानतात, ठरवतात, ईश्वर निर्मित नाही. पोथीनिष्ठ धर्मश्रद्धेपेक्षा विज्ञाननिष्ठ, विकसनशील विचार स्वीकारून 'श्रृतिस्मृतिपुराणोक्त' पेक्षा अद्ययावत, अत्याधुनिक भूमिकेचा सावरकर प्रखर पुरस्कार करतात. वेदस्मृत्यादि धर्मग्रंथांवर समाज उभारणीचे युग संपले. आजचा समाज आधुनिक विज्ञानाच्या वास्तव विचारावर उभा असावा ही त्यांची विचारसरणी होती. विज्ञान (सायन्स) हाच आजचा धर्म तोच आजचा वेद अशी विशुद्ध वैज्ञानिक भूमिका स्वीकारून सावरकरांनी आपली वाणी राबविली, लेखणी परजली.

'यज्ञाची कुळकथा', 'खरा सनातन धर्म कोणता', 'पोथीनिष्ठ धर्म की प्रयोगनिष्ठ विज्ञान', 'गोपूजन नव्हे गोपालन', 'दोन शब्दात दोन संस्कृती', 'आजच्या सामाजिक क्रांतीचे सूत्र', 'पुरातन की अद्यतन', 'मनुस्मृतीतील महिला', 'धर्मभोळेपणाची नांगी ठेचू शकेल असे एकच बळ, विज्ञानबळ' असे अनेक लेख लिहून सावरकरांनी वैज्ञानिक दृष्टीच्या प्रसार प्रचाराची एक आघाडीच उघडली. लोकप्रियतेपेक्षा लोकहिताचा विचार महत्त्वाचा मानून धर्मभोळेपणा, भाबड्या समजुती, भ्रामक रूढी, भोळसट श्रद्धा, बावळट विचार, घातक अंधश्रद्धा, परंपरा ह्यावर सावरकरांनी आसूड उगारला. पोथीनिष्ठेला बांधलेला, धर्मश्रद्धेशी जखडलेला समाज मागासलेपणाशी बांधला, जखडला जातो. अशा समाजाची प्रगती ठप्प होते, विकास खुंटतो हे वास्तव सावरकर जाणून होते. इंग्लंडसारख्या प्रगत देशात राहिलेल्या, तेथील प्रगत समाजजीवन प्रत्यक्ष अनुभवलेल्या नि देशोदेशीचा इतिहास वाचलेल्या सावरकरांची आजच्या संघर्षाच्या नि स्पर्धेच्या युगात आपला देश टिकला पाहिजे ही भूमिका होती. वैज्ञानिक दृष्टीचा, विज्ञान निष्ठेचा स्वीकार केल्याविना तसे होणे नाही हे वास्तव ते ओळखून होते. पोथीनिष्ठेवर, धर्मश्रद्धांवर प्रखर टीका करताना सावरकरांनी बायबल नि कुराणाचाही अपवाद केला नाही.

आपली वाणी, लेखणी विज्ञाननिष्ठेच्या, बुद्धिवादाच्या प्रचार प्रसारासाठी अशी झिजवीत असतानाच सावरकर आपले विचार समाज जीवनाच्या आचारात उतरविण्यातही सक्रिय असत. स्पृश्य आणि अस्पृश्य हा भेदच आधुनिक विचारांच्या सावरकरांना मान्य नव्हता म्हणूनच ते पूर्वास्पृश्य असा शब्दप्रयोग करीत असत. उभयतांच्या मुलांना शाळेत एकत्र सरमिसळ बसविण्यात यावे, कसलाही भेदाभेद होऊ नये म्हणून त्यांनी अधिकाऱ्यांच्या भेटीगाठी घेतल्या नि तसं परिवर्तन घडवून आणलं. 'धर्माचं स्थान हृदयात आहे, पोट नव्हे' ह्या वैचारिक भूमिकेतून स्पृश्य-अस्पृश्यांची सहभोजने घडवून आणली. 'झुणका भाकरीने हिंदु राष्ट्र' ही त्यांची घोषणा होती अशा सहभोजनात सहभागी होण्याची

ते आग्रही भूमिका मांडत नि भाग घेणाऱ्यांची नावे प्रसिद्ध करीत. कारण लपून छपून केवळ तोंडदेखलेपणाचा तो प्रकार नसावा, तर बुद्धिनिष्ठ व्रताचे ते वर्तन ठरावे ही त्यांची भूमिका होती. पूर्वास्पृश्य म्हणजे 'श्रुतिस्मृतिपुराणोक्त' धर्माधर्म विचारात अस्पृश्य मानल्या गेलेल्यांना मंदिर प्रवेश नाकारणाऱ्या सनातन्यांच्या विरोधात सावरकरांनी पतितपावन मंदिराची उभारणी केली. प्रत्यक्ष शंकराचार्यांच्या उपस्थितीत एका अस्पृश्यांचा हस्ते मूर्तीची प्रतिष्ठापना करवून सनातन्याचे नाक ठेचले. कारण 'स्पर्शाने बाटतो तो देवच नव्हे' ही सावरकरी बुद्धिवादाची वैचारिक भूमिका होती. देवदर्शनाने, देवस्पर्शाने पतित पावन होतात, 'नच जात पाहतो भक्तांची ईश्वर' हा त्यामागचा विचार होता. स्त्रियांनी एकत्र येऊन हळदी कुंकवाचे कार्यक्रम घडवावेत. ह्याकरिताही ते प्रयत्नशील असत. अंदमानातही एका तथाकथित अस्पृश्याला त्यांनी स्वत:बरोबर जेवणास बसवून घेतलेले होते. अशा प्रकारे विचार-आचाराद्वारे देशघातक रूढी, परंपरा रत्नागिरी परिसरात पुरत्या गाडून टाकून सावरकरांनी डॉ. आंबेडकरांना रत्नागिरी भेटीचे आमंत्रण पाठविले. कसलीही पूर्वसूचना न देता केव्हाही त्यांच्या सोयीसवडीनुसार त्यांनी भेट द्यावी असे सावरकरांनी पत्रात मुद्दामच लिहिले होते. कारण अस्पृश्यता निवारण कार्याचे नाटकी ढोंग तेवढे त्यांना उभे करायचे नव्हते. आपल्या बुद्धिवादी भूमिकेचा, वैज्ञानिक विचारांचा निर्भीडपणे प्रचार करता यावा म्हणून सावरकरांनी 'श्रद्धानंद' नावाचे वृत्तपत्र काढून त्यातून तडाखेबंद प्रचार केला.

वैज्ञानिक दृष्टीच्या आधारवरच सावरकरांनी 'गोपूजन नव्हे गोपालनरक्षण' अशी उपयुक्ततावादी भूमिका स्वीकारली. गायीला सावरकर 'दुग्धबिंदू' मानतात. धार्मिक श्रद्धेतून तिला देवपण देणे सावरकर नुसते अडाणी, अवास्तवच काय ते मानत नाहीत तर प्रसंगी अनर्थकारक ठरणारे मानतात. गायीचे सशास्त्रीय, व्यवस्थित पालनपोषण करून तिला सुष्टपुष्ट करणे सावरकरी दृष्टीत अधिक महत्त्वाचे ठरते. त्यासाठी ते प्राणी पालनपोषण शास्त्राचा (ॲनिमल हजबंडरी) अभ्यास करण्याचा आग्रह धरतात. सावरकरांची ही गायीविषयी विशुद्ध विचारसरणी धर्मश्रद्धेतून गायीला देवता मानणाऱ्या सनातन्यांच्या श्रद्धेला तडाखा देणारी खचितच होती; पण ती आपल्याच देश धर्मबांधवांचा केवळ तेजोभंग करण्यासाठीच काय ती स्वीकारलेली निश्चितच नव्हती. तसे मानणे वास्तवाचा विपर्यास करणे होय. सावरकरांच्याच शब्दात सांगायचे तर रणभूमीवर गलितगात्र झालेल्या अर्जुनाला फटकारून त्याला 'युद्धायकृत निश्चय:' म्हणून उठविणाऱ्या श्रीकृष्णाची त्यांची भूमिका होती. कर्णाला बुद्ध्याच डिवचून त्याचा तेजोभंग करणाऱ्या शल्याची नाही. आमूलाग्र सामाजिक क्रांती घडवून आणण्याच्या निरपेक्ष राष्ट्र हितकारक विचारातून धर्मविषयक भोळ्याभाबड्या श्रद्धेवर प्रखर टीका करणे त्यांना आवश्यक वाटत होते. समाज परिवर्तनाच्या क्षेत्रात सावरकर जसा बुद्धिवादाचा, विज्ञाननिष्ठेचा आग्रह धरतात

तसंच आर्थिक समृद्धी, संपन्नतेसाठी त्याच विज्ञानाची प्रत्यक्ष मूर्ती असलेल्या यंत्राचे स्वागत करतात. यंत्र म्हणजे मानवाचे सर्वाधिक सक्षम असे सहावे इंद्रिय अशीच भूमिका ते मांडतात. यंत्रामुळे विषमता वाढते हे म्हणणे त्यांना मुळीच मान्य नव्हते. विषमता वाढीस लागते ती वितरणाच्या दोषांमुळे, यंत्रामुळे नाही. यंत्रामुळे वाढते ते उत्पादन असे स्पष्ट मत सावरकर नोंदवितात.

सामाजिक क्रांतीचा व्याप, विचार नि आचार अशा दोन्ही आघाड्यांवर सक्रिय राहून सावरकर सांभाळत होते. त्याच संदर्भात प्रबोधनाचे परिणामकारक माध्यम म्हणून सावरकर नाट्य प्रकाराकडे वळले. 'उत्तरक्रिया', 'उःशाप' आणि 'संन्यस्त खड्ग' यांसारख्या नाटकांचा त्यांनी प्रपंच केला. प्रबोधन हाच त्यांच्या नाट्यलेखनाचा कळीचा विचार पानिपतचा पराभव पूर्णतः पुसून टाकण्याची कृती हीच त्यात पतन पावलेल्यांची 'उत्तरक्रिया' ती केवळ दर्भाने, मंत्रतंत्राने होणार नाही. त्यासाठी दर्भ नकोत दळभार म्हणजे सैनिकी बलच हवे हा 'उत्तरक्रिया' नाटकाचा केंद्रस्थानीचा विचार आहे. विद्रोही धर्मान्तर हा अस्पृश्यतेच्या कलंकावरील उपाय नव्हे. स्वकीयांचा त्याग न करता त्यांचे मत परिवर्तन, प्रसंगी आंदोलनात्मक संघर्ष करून असल्या प्रकारच्या रूढीपरंपरांचे निर्मूलन आणि निवारण हाच त्यावरील उचित उपाय हेच 'उःशाप'चे मर्म, अतिरेकी अहिंसा राष्ट्र हितकारक न ठरता मारकच ठरण्याचा संभव अधिक हे ओळखून राष्ट्र रक्षणार्थ शस्त्रपूजा बलाची उपासना हीच खरी संरक्षक अहिंसा; कारण आक्रमकांचे निर्दालन करण्यासाठी उचललेले शस्त्र हिंसक ठरत नाही तर अनेकाचे रक्षण करणाऱ्या अहिंसेचेच पालन करते हा 'संन्यस्त खड्ग' नाटकाच्या गाभ्याच्या विचार म्हणून मांडतात.

रत्नागिरी - साहित्य सेवा

स्थानबद्धतेच्या काळातच विचारवंत सावरकरांनी समाज प्रबोधनासाठी अनेक लेख लिहिले; तर प्रतिभावंत सावरकर त्याच प्रबोधनासाठी नाट्यकलेकडे वळले. ह्याच काळात इतिहासकार सावरकरांनी इतिहास लेखनाचा प्रपंच मांडला. महाराष्ट्रात शिवरायांनी आरंभ केलेले स्वराज्य स्वातंत्र्याचे आंदोलन प्रादेशिक होते असे अनेकांचे मत होते. ते महाराष्ट्रापुरते होते नि तसेच राहिले. ती एक प्रादेशिक चळवळ होती. ते मर्यादित आंदोलनच काय ते होते असे अनेकांचे मत होते. महाराष्ट्राबाहेर तर ही विचारसरणी सर्वाधिक दृढ होती. ह्या प्रस्थापित प्रचलित मताचा प्रतिवाद करण्यासाठी, अमराठी प्रदेशातील हा अपसमज दूर करण्यासाठी सावरकरांनी 'हिंदुपदपातशाही' हा ऐतिहासिक ग्रंथ हेतूतःच इंग्रजीत लिहिला.

परकीय मुसलमानी सत्तेविरुद्ध शिवरायांनी जे आंदोलन उभे केले ते महाराष्ट्रात त्यांनी स्वराज्याचा श्रीगणेशा केला तो महाराष्ट्रापुरताच मर्यादित नव्हता. सावकाश; पण

निश्चितपणे सारी उत्तर मुक्त करून संपूर्ण हिंदुस्थानचं स्वातंत्र्य हेच त्यांच्या राजकीय प्रतिभेचं स्वप्नं होतं हा विचार प्रतिपादन करून प्रस्थापित करणं हिच 'हिंदुपदपातशाही' ह्या ग्रंथाच्या लिखाणामागची मूळ नि मुख्य प्रेरणा होती.

स्थानबद्धतेच्या ह्या कालखंडात सावरकरांनी 'हिंदुत्व' ह्या विश्लेषणात्मक विवेचनात्मक शास्त्रीय ग्रंथाचं लिखाण पूर्ण केलं. अगदी लंडनला असतानाही 'हिंदुस्थानचं हृदय हिंदु' हेच त्यांचं मत होतं. 'पितृभू तू, पुण्यभू तू, तू आमुचा अभिमान' अशीच त्यांची वैचारिक मानसिक धारणा होती. तरीही भारतीय राष्ट्रीय सभेनं स्वीकारलेल्या हिंदु, मुसलमान, ख्रिस्ती, पारशी, यहुदी आदि सर्वांचे मिळून मिसळून उदयास येणारे एक 'हिंदीराष्ट्र' जागतिक क्षितिजावर एखाद्या 'इंद्रधनुष्या' सारखेच खुलेल असेच त्यांचे त्यावेळी मत होते. परंतु अगदी आरंभापासून मुसलमान त्यांच्या इस्लामी मानसिकतेतून ह्या उदार नि उदात्त संकल्पनेला विरोधच करीत असत. हळूहळू त्यांच्या विरोधाने प्रत्यक्ष प्रतिकारालाही आरंभ केला. आम्ही प्रथम नि शेवटपर्यंत मुसलमानच राहणार अशी भूमिका ते प्रकटपणे बोलून दाखवीत. एक राष्ट्र निर्मितीला मारक बाधक ठरणाऱ्या ह्या वास्तवावर सावरकरांचे लक्ष होते. सर्वांना सामावून घेणारा, समान मानणारा बहुसंख्य हिंदुसमाज सिद्ध असताना त्यास नकारच नव्हे तर विरोध करणाऱ्यांना हिंदूच हिंदुस्थानात 'राष्ट्र' ह्या संकल्पनेचे अधिकारी, तेच स्वामी नि तेच सेवक. त्यांचे हे इतिहासावर आधारित चिंतन स्पष्ट करण्यासाठी 'हिंदुत्वाची मूलतत्त्वे' (फंडामेंटल्स ऑफ हिंदुत्व) हा इंग्रजी ग्रंथ लिहिला. हा ग्रंथ नागपूरला त्याच्या हस्तलिखित स्वरूपात डॉ. हेडगेवारांच्या हाती लागला. त्यांना तर हा ग्रंथ वाचून 'अमृतकुंभ' प्राप्त झाल्याचा, हाती गवसल्याचा आनंद झाला. हिंदुस्थानात 'हिंदू हेच राष्ट्र नि हिंदुत्व हेच याचे राष्ट्रीयत्व' मुसलमान, ख्रिस्ती, पारशी, यहुदी आदी सर्व केवळ अल्पसंख्याक लोकगट. ते संविधानदत्त नागरिकत्वाचे मानकरी, राष्ट्र संज्ञा, संकल्पनेचे अधिकारी, मानकरी नाहीत. सावरकरांच्या ह्या ग्रंथातील हे प्रतिपादन डॉक्टरांना एवढे प्रभावित करते झाले की, 'प्रत्येक हिंदुमात्रानं वाचलाच पाहिजे असा एकमेव ग्रंथ' अशी जाहिरातच ते त्यांच्या 'स्वातंत्र्य' नामक दैनिकाच्या मुखपृष्ठावर झळकवीत असत.

सावरकरांनी निबंध लिखाणाला अगदी किशोरवयातच आरंभ केला होता. कवी प्रतिभा त्यांच्या रक्ताचाच गुण होता. चाफेकर, रानडे, ह्यांच्यावरील 'फटका' हा त्यांच्या काव्य प्रपंचाचा आरंभ. 'सिंहगडाचा पोवाडा' 'बाजीप्रभु देशपांडे यांचा पोवाडा', शिवाजीची आरती', 'स्वातंत्रतेचे स्तोत्र' 'सागरास', 'तारकास', 'जगन्नाथाचा रथोत्सव', 'विरहोच्छ्‌वास' आदि त्यांच्या स्फूट कविता. तसेच 'सप्तर्षि', 'गोमांतक', आदि खंडकाव्ये, 'कमला' हे अंदमानच्या बंदिवासात रचलेले महाकाव्य आदि. तसेच 'जोसेफ मॅझिनी', 'अठराशे सत्तावनचे पहिले स्वातंत्र्यसमर' त्याचप्रमाणे आयुष्याच्या उत्तरार्धातील संध्याकाळी लिहिलेला 'सहा सोनेरी पाने' हा ग्रंथ, शेकड्यांनी लिहिलेले विविध लेख,

विज्ञाननिष्ठ निबंध वगैरे त्यांची ग्रंथसंपदा त्यांच्या प्रज्ञा-प्रतिभेची साक्षच ठरणारी आहे. दहा हजार पंक्तीतून प्रकट झालेली ही ग्रंथसंपत्ती आज 'समग्र सावरकर वाङ्मय' अशा खंडरूपात प्रकाशित झाली आहे.

भाषालिपी शुद्धी सुधारणा याविषयी विचार

ह्याच राष्ट्रीय स्वातंत्र्याच्या नि अस्मिता मूल्यांच्या संदर्भातच सावरकर भाषा शुद्धीचा आणि लिपी सुधारणेचा आग्रही विचार मांडतात. जेते जित्यांच्या संस्कृतीवर भाषेद्वारेच आक्रमण करीत असतात. जेत्यांच्या परकीय भाषेतील शब्द सत्ताकाळात सहजपणे स्वकीय भाषेत शिरतात. हळूहळू अगदी ओळखायला न येण्याइतके एकजीव होऊन स्थिरावतात. मग ते स्वभाषेतीलच समजून सर्रास वापरले जातात; पण ते वस्तुत: परभाषीय आक्रमणाचे एकप्रकारे व्रणच असतात. अशा शब्दांची सहेतूक हकालपट्टी करण्यात आली पाहिजे. सावरकरांच्या भाषाशुद्धी आंदोलनामागची सैद्धांतिक भूमिका हीच होती. स्वभाषेतच नसतील ते शब्द निर्माण करायला हवेत नि ते करता येतात अशी सावरकरांची भाषाविषयक भूमिका होती. त्यानुसार त्याची नवीन शब्द निर्मितीची टांकसाळच घातली. दिनांक, हुतात्मा, महापौर, नौदल, भूदल, वायुदल तसेच ध्वनीक्षेपक, आकाशवाणी वा नभोवाणी, दूरध्वनी, दूरदर्शन असे कितीतरी शब्द आज भारतीय भाषांत प्रचलित प्रस्थापित झालेले दिसतात. षट्कार, चौकार, फलंदाज, गोलंदाज, यष्टीरक्षक आदि शब्द सावरकरी देणगीच होती. चित्रपट क्षेत्रातही निर्माता, दिग्दर्शक, वेषभूषा, छायाचित्रण, ध्वनिमुद्रणसारखे शब्द नि संपन्न करण्याचाच होता. भाषाशुद्धी बरोबर सावरकर लिपीसुधारणाही सुचवितात. प्रचलित बाराखडीतील 'इ' ऐवजी 'अि', अी, अे, अै, अु, अू अशी सुधारणा ते सुचवितात. लिपीसुधारणेमागची सावरकरांची भूमिका म्हणजे यंत्रयुगातील टंकलेखनाची सोय आहे.

विनाअट पूर्ण मुक्तता

प्रत्यक्ष बंदिवासापेक्षा स्थानबद्धता बरीच सुसह्य अशीच होती. राजकीय क्षेत्रात आंदोलन वा मत ह्यावर बंदी होती. सावरकरांनी मग सामाजिक-सांस्कृतिक क्षेत्रात भरघोस कार्य करून स्थानबद्धताही सार्थ केली, सत्कारणी लावली. ह्या काळातही ब्रिटिश शासन त्यांच्या हालचाली नि भेटीगाठीवर बारीक लक्ष ठेवूनच होते. तरी गुप्तपणे शक्य ते कार्य चालूच असे. अनेक वेळा शासनाच्या दमदाटीला सामोर जावे लागे. अशा रीतीने जवळपास तेरा वर्षांचा काळ लोटला. १९३५च्या नियमानुसार निवडणुका होऊन प्रांतीय स्वायत्तता मिळाली. मुंबईत कपूर मंत्रिमंडळाची सत्ता आली. सावरकरांची विनाअट मुक्तता करण्याच्या अटीवरच श्री. जमनादास महेता कपूर मंत्रिमंडळात दाखल झालेले होते. त्यांच्या आग्रही भूमिकेमुळेच शेवटी सावरकरांची विनाअट पूर्ण मुक्तता करण्यात आली. (१० मे १९३७).

आजवर महाराष्ट्राने अनेक नवरत्ने प्रसवली. ज्ञानेश्वर, एकनाथ, नामदेव, तुकाराम, रामदास आदि संत व शिवाजी, बाजी, संभाजी, संताजी, धनाजी, नानासाहेब, राणी लक्ष्मीबाई, तात्या टोपे, वासुदेव बळवंत फडके, दामोदर चाफेकर नि बंधू अशा स्वातंत्र्यवीरांनी निर्माण केलेली नि जोपासलेली वैराग्य विक्रमाची परंपरा कधी खंडित झाली नाही. अलीकडच्या काळात फुले, कर्वे, रानडे, टिळक, आगरकर आंबेडकरांसारख्या नररत्नांनी आपल्या विचार-आचारातून, कार्यकर्तृत्वातून ही परंपरा पुढे चालवीत महाराष्ट्राची मूर्ती घडविली. महाराष्ट्राची मान उंचावली, ती ताठ ठेवली अशा श्रेष्ठ श्रेणीच्या नरपुंगवांनीच! 'महाराष्ट्र मेला तरी राष्ट्र मेले मराठ्याविना राष्ट्रगाडा न चाले' असा सार्थ अभिमान समर्पक शब्दांत व्यक्त करणारी सेनापती बापटांची ही उक्ती सार्थ झाली. ती नुसती गर्वोक्ती नाही, ती आहे सबळ अस्मितेची सार्थ अभिव्यक्ती. सावरकर अशाच अनेक नरसिंहांपैकी एक असामान्य पुरुषसिंह. महाराष्ट्राची प्रखर बुद्धिवादी, विज्ञाननिष्ठ, उपयुक्ततावादी मूर्ती घडविणारा एक मूर्तीकार. महाराष्ट्र महान राष्ट्र शिल्पाचा दर्शनकार, शिल्पकार म्हणून ते जसे वंदनीय तसेच अनुकरणीयही!

संदर्भ व टिपा

१. करंदीकर, शि.ल., *सावरकर चरित्र,* पुणे १९४७ (स्वत:)

२. कीर, धनंजय (अनुवाद-खांबेटे द.पा.) *स्वातंत्र्यवीर सावरकर,* पॉप्युलर प्रकाशन, मुंबई १९७२.

३. गोडबोले, अरविंद, *सावरकर विचार दर्शन,* पॉप्युलर प्रकाशन, मुंबई १९८३.

४. ताटके, अरविंद, *स्वातंत्र्यवीर सावरकर,* मिनल प्रकाशन, कोल्हापूर १९९०.

५. दामले, मो.वि., *सावरकर स्मृति,* रत्नागिरी १९८२ (सौ. सरोज मधुसूदन देसाई).

६. देशपांडे, सुधाकर, *महाराष्ट्राचे शिल्पकार - स्वातंत्र्यवीर सावरकर* म.रा.सा. आणि सं. मंडळ, मुंबई २००३.

७. भट, रा.स., *सावरकरांचे जीवन दर्शन,* बोरा आणि कंपनी मुंबई १९७२.

८. सावरकर, बाळाराव, *हिंदु समाज संरक्षक स्वातंत्र्यवीर सावरकर, रत्नागिरी पर्व,* द्वितीय आवृत्ती, मुंबई, १९८३ (या ग्रंथाची पहिली आवृत्ती १९७२ मध्ये प्रकाशित झाली होती.)

९. सावरकर, वि.दा., *समग्र सावरकर वाङ्मय (खंड १ ते ८)* पुणे, महाराष्ट्र प्रांतिक हिंदू महासभा, १९६३-१९६५.

१०. सावरकर वि.दा. *स्फुट लेख,* मुंबई १९८२, वीर सावरकर प्रकाशन समिती.

११. साटम, दौलत, मुरारी *स्वातंत्र्यवीर विनायकराव सावरकर,* साटम प्रकाशन, मुंबई १९७०.

१२. परचुरे, दि.श्री., *नाटककार सावरकर एक चिकित्सा* (शां.शि. सावरकर) १९७०.

१३. पिलणकर, मकरंद, *भागोजीशेठ कीर,* रत्नागिरी तालुका भंडारी ऐक्य मंडळ, रत्नागिरी १९९४.

१४. फडके, य.दि., *शोध सावरकरांचा,* श्री विद्या प्रकाशन, पुणे १९८४.

१५. शिंदे, वि.म., *सहवासातील साहित्यिक,* नवचैतन्य प्रकाशन, मुंबई २००२.

१६. साळवी, आ.ग., *सावरकरांच्या सहवासात,* रत्नागिरी - प्रकाशन वर्ष दिलेले नाही.

पूर्वप्रसिद्धी :

रत्नागिरी, २०११ कोकण इतिहास परिषद अधिवेशन पहिले, येथे वाचलेला निबंध.

१९.

महाराष्ट्रातील वैज्ञानिक क्रांतीचे भाष्यकार : डॉ. श्रीधर व्यंकटेश केतकर

मराठीतील पहिला ज्ञानकोश सिद्ध करणारे डॉ. श्रीधर व्यंकटेश केतकर यांची वैज्ञानिक प्रबोधनातील कामगिरी अद्वितीय आहे. ज्ञानकोशाच्या प्रारंभीच ते हा प्रचंड खटाटोप हाती घेण्याचा उद्देश आवर्जून सांगतात. 'आर्यसंस्कृतीची अनेक अंगे व त्यांचा इतिहास हे विषय सामान्य विद्यासंस्कारांच्या क्षेत्रात येण्याजोगे आहेत. तथापि, आजच्या आयुष्यास अत्यंत अवश्य असे ज्ञान हे नव्हे. आजकाल अत्यंत अवश्य ज्ञान म्हणजे शास्त्रीय होय; पण त्या ज्ञानाविषयीदेखील समाजात आस्था नाही. याचे कारण, मनुष्याचे हितसंबंध प्रत्येक शास्त्राच्या ज्ञानात अडकले आहेत याची लोकांस कल्पना नाही. विवक्षित ज्ञानाविषयी आस्था उत्पन्न होण्यास त्या ज्ञानाचा मनुष्यहिताशी असलेला संबंध लक्षात यावा लागतो. जेव्हा कोर्टात एखादा प्रश्न येतो, तेव्हा तो सोडविण्यासाठी हजारो रुपये खर्च करण्यास मनुष्य तयार होतो तथापि केवळ त्या प्रश्नाचा खल व्हावा म्हणून एक पै देण्यासही तो मनुष्य तयार होणार नाही. एखाद्या शास्त्रीय शोधाचा पैसे उत्पन्न करण्यास उपयोग होत असेल तर त्या शोधासाठी पैसे खर्च करण्यास लोक पुढे येतात, तथापि केवळ शास्त्रीय शोधासाठी पैसे द्यावयास लोकांची नाखुशीच असणार, शास्त्रीय शोध देशात अधिकाधिक शक्य होण्यास सर्वसामान्य शास्त्रीय ज्ञान देशात अधिक असले पाहिजे आणि संशोधकवर्गही तयार असला पाहिजे; पण शास्त्रीय शोध व्हावा अशी जेव्हा सरकारची किंवा शास्त्रीय शोधांवर पैसे मिळवू इच्छिणाऱ्या भांडवलवाल्यांची इच्छा होते, तेव्हाच शास्त्रीय शोधास उत्तेजन मिळते.'

ज्ञानाचे स्तोत्र गाऊन जे काम होणार नाही ते काम पैसेवाल्याचा द्रव्यलोभ अधिक सुशिक्षित केल्याने होते. ज्ञानकोशाचा उद्देश महाराष्ट्रीयांस अनेक शास्त्रांचे ज्ञान करून देण्याचा आहे. प्रस्तावना खंडाचे उद्देश दोन आहेत. एक उद्देश- जे ज्ञान गोष्टीच्या रूपाने

मांडणे अधिक चांगले ते त्या रूपात मांडणे हा आहे व दुसरा उद्देश- प्रत्येक शास्त्राविषयी जिज्ञासा उत्पन्न करून देण्याचा आहे. भारतीयांचे जगात स्थान, त्यांचे पूर्वीचे कार्य आणि भावी कार्य हा प्रस्तुत विभागाचा विषय आहे आणि या स्थानाची व कार्याची व्यापक कल्पना येण्यासाठी भारतीय संस्कृतीचा प्राचीन प्रसार बराच सविस्तर वर्णिला आहे. तसेच परकीय संस्कृतीपासून भारतीयांनी काय घेतले हेही स्पष्ट दिले आहे.[१]

सध्याच्या काळी सर्वांत महत्त्वाचे ज्ञान म्हणजे आधुनिक विज्ञान होय, हे केतकरांनी प्रथमच स्पष्ट केले आहे; पण लोकांना हे का पटत नाही, या प्रश्नाचे उत्तरही त्यांनी दिले आहे. त्यासाठीच ज्ञानकोश. लोक आधिक जाणते व्हावेत आणि त्यांनी विज्ञानापासून होणारे व होऊ शकणारे नानाविध लाभ ओळखून, संशोधनास उत्तेजन देऊन अधिक वैभव मिळवावे हा केतकरांचा ज्ञानकोश रचण्यामागे हेतू होता. ज्ञानकोशाच्या मार्गाने डॉ. केतकरांना मराठी वाचकांना विज्ञानयुगात प्रविष्ट करावयाचे होते. ज्ञानकोशाचा पाया शास्त्रीय विचारसरणी हा होता आणि त्यात जीवनाच्या विविध क्षेत्रातील शास्त्रांचा परिचय करून दिला होता. डॉ. केतकर म्हणतात, 'भारतीय व इतर संस्कृतीच्या युद्धाची व्यापक कल्पना देऊन मग भारतीयांस स्वकीय भवितव्याच्या नियमनास अवश्य असलेले समाजशास्त्र आणि शासनशास्त्र व अल्पांशाने अर्थशास्त्र दिले आहे.'[२]

या ठिकाणी त्यांनी एक महत्त्वाची वैज्ञानिक जाणीव व्यक्त केली आहे ती ही की, शास्त्रांच्या अभ्यासाने भावी काळाचे नियंत्रण करणे शक्य होते. विज्ञानाचा हा एक अत्यंत महत्त्वाचा विशेष आहे. वैज्ञानिक पद्धतीने भूतकालाचा व वर्तमानाचा जितका जास्त अभ्यास करावा तितका मनुष्य भावी कालावरही प्रभुत्व मिळवितो. विज्ञानाशिवाय भविष्य म्हणजे केवळ 'लहर' होय. विज्ञानाच्या अभ्यासाने अशा प्रकारे जीवनाला स्थिरता आणि निश्चितता प्राप्त होते. विज्ञानाच्या वाढीसाठी लोकशाही आवश्यक आहे हेही केतकरांनी मुद्दाम सांगितले आहे. ते म्हणतात, 'ज्ञानप्रगतीसाठी ज्या खटपटी होत आहेत त्यांत शिक्षणखात्यावरील लोकसत्ता वाढविणे आणि लोकांनी स्वतंत्रपणे शिक्षणसंस्था चालविणे व शिक्षणपद्धती ठरविणे हे दोन्ही प्रकार आहेत.'[३]

भारतीय शिक्षणसंस्थांकडून ते पुढील अपेक्षा व्यक्त करतात. 'यासारख्या संस्था आपली बुद्धी स्वतंत्र ठेवून परकीय तंत्राने कमी कमी चालतील आणि स्वत: प्रयोग करून शिक्षणसंस्थांमध्ये नवीनपणा आणतील व देशातील जुन्या शिक्षणसंस्थांत इष्ट फेरफार अनुभवाने सुचवितील.'[४] शिक्षणसंस्थांकडून केतकरांनी वैज्ञानिक वृत्तीचीच अपेक्षा केली आहे. स्वत: विचार करणे, प्रयोग करणे, नवीनपणा आणणे, योग्य बदल करीत राहणे ही सर्व वैज्ञानिक वृत्तीचीच लक्षणे होत. मराठी शिक्षण संस्थांनी या प्रगत वैज्ञानिक दृष्टिकोनाचा प्रसार कशाच्या आधाराने करावयाचा? 'ज्ञानकोशाच्या आधाराने' असेच केतकरांचे उत्तर आहे असे म्हटले तरी चालेल.

ज्ञानकोशाच्या अगदी प्रारंभीच ज्ञानप्राप्तीविषयीची काही तत्त्वज्ञांची एक शंका केतकरांनी उपस्थित केली आहे ती अशी की, जे ज्ञान आपणास होते असे आपण म्हणतो, ते ज्ञान म्हणजे आपल्या इंद्रियांना होणाऱ्या केवळ जाणिवा असतात. इंद्रियनिरपेक्ष सत्यज्ञान नसते. डॉ. केतकर ज्ञानप्रेमी होते, तसेच व्यवहारवादी होते. ते म्हणतात, 'या प्रकारच्या वादविवाद पद्धतीमध्ये शास्त्रज्ञाने उगीच डोकेफोड करण्यात मतलब नाही, का की, ज्ञान जरी इंद्रियानुभवनियमित असते तरी ते 'गजो पी मिथ्या पलायनमपि मिथ्या' या न्यायाने इंद्रियानुभव- नियमित जगाशीच वागताना उपयोगात आणावयाचे आहे आणि त्यासाठीच ते मिळवायचे आहे.'[५] विज्ञान प्रत्यक्षाचा अभ्यास करते. तत्त्वज्ञान शंका-कुशंकांमध्ये रमते. केतकर विज्ञानवादी होते. विज्ञान इंद्रियाच्याच साहाय्याने ज्ञान मिळविते; पण त्या ज्ञानाची व्यवस्था लावते. नुसते ज्ञान मिळवून फायदा काय, ही अनेकांची त्यांना रास्त वाटणारी शंका नंतर मांडून केतकर उत्तरतात, 'अनेक ज्ञानगंगांचा उपयोग समजण्यासदेखील ते ज्ञान मिळविल्यानंतरची स्थिती अनुभवावी लागते. जंगली मनुष्यास अनेक शास्त्रांच्या ज्ञानाचा उपयोग समजावून देता येणार नाही. मनुष्याचा व्याप जितका जास्त होत जातो तितकी त्या अधिक ज्ञानाची जरुरी असते. राष्ट्रांत अनेक अवयव असतात, त्या अवयवांस अनेक क्रिया करावयाच्या असतात, म्हणून अत्यंत विविध ज्ञानाची जरूर राष्ट्रांत आहे.'[६]

वरच्या पातळीच्या जीवनासाठी वरच्या पातळीचे ज्ञान आवश्यक आहे. वैज्ञानिक ज्ञानाने मनुष्याचा प्रत्यक्ष फायदा एखादे वेळी होत नसेलही; परंतु त्या ज्ञानाने मनुष्य हा मनुष्यत्वाला प्राप्त होतो तो अधिक श्रेष्ठ मनुष्य बनतो, तरीपण केतकरांनी शंकेखोरपणाचे स्वागतच केले आहे आणि ते योग्यच आहे; कारण शंकांनीच ज्ञानाला चालना मिळते. अशा प्रकारे ज्ञानाचा आणि ज्ञानकोशाचा हेतू सांगताना ते म्हणतात, 'सामाजिक आणि राजकीय दृष्टीने आपले हितसंबंध जाणण्याचा आपण प्रयत्न करू लागलो, तर आत्महितबुद्धीनेच पण जगातील बहुतेक ज्ञानविषयांसंबंधी जिज्ञासा आपणांस उत्पन्न होईल.'[७] ज्ञानकोशातील अभ्यास करण्याच्या पद्धतीविषयी ते लिहितात, 'हिंदुस्थानचे किंवा हिंदू समाजाचे जे ज्ञान आपणांस मिळवावयाचे ते साम्राज्याचे अगर जगाचे विभाग आणि जगातील इतर समूहांशी स्पर्धा करणारे समूह, या दोन्ही दृष्टींनी मिळविले पाहिजे. या दोन्ही दृष्टींनी प्राप्त झालेले ज्ञान हे इतरांना असलेल्या संबंधांचा अभ्यास होय. तथापि जगाशी आपला संबंध नाही अशी तात्पुरती कल्पना करून अंत:स्थिती जाणावयाची आणि अंतर्घटना अभ्यासावयाची हादेखील महत्त्वाचा विषय आहे.'[८] अशा प्रकारे बहिरंग आणि अंतरंग या दोन्ही अंगांचा अभ्यास केतकरांना अभिप्रेत आहे. पूर्णाभ्यास असाच व्हावयाचा. हीच वैज्ञानिक पद्धती होय.

ज्ञानकोशामागील प्रेरणेवर ज्ञानकोशकारांनी स्वत:च चांगला प्रकाश टाकला आहे.

ते म्हणतात, ‘सामान्य जनता व आपल्या देशासंबंधाने संशोधन करणारा वर्ग यांच्या ज्ञानात जे आज जमीन-अस्मानाचे अंतर आहे ते काढून टाकायचा प्रयत्न केला पाहिजे. महाराष्ट्रीय जनतेची ही मोठी बौद्धिक गरज आहे अणि ज्ञानकोशकारांनी ती लक्षात घेतलीच पाहिजे.’[१] सबंध समाजाचा ज्ञानस्तर उंचावला पाहिजे, हा अत्यंत महत्त्वाचा विचार येथे सांगितलेला आहे. तेथेच पुढे ते म्हणतात, ‘महाराष्ट्रीय ज्ञानकोश हा महाराष्ट्राचे बौद्धिक स्वातंत्र्य स्थापन करण्यासाठी झालेला प्रयत्न होय. महाराष्ट्राचे बौद्धिक स्वातंत्र्य कसे प्रस्थापित होईल हा विचार करण्यासाठी बौद्धिक स्वातंत्र्याचा अभाव म्हणजे काय हे समजले पाहिजे. जेव्हा मनुष्य स्वत:च्या विचारांपेक्षा परक्याच्या मतास अधिक मान देतो तेव्हा त्यास बौद्धिक परावलंबित्व थोडे तरी म्हटलेच पाहिजे. तथापि, समाजात बरेचसे बौद्धिक परावलंबित्व असतेच. उदाहरणार्थ, आपण डॉक्टरांचा, वकिलांचा किंवा खरेदीविक्रीच्या प्रसंगी दलालाचा सल्ला घेतो हा अर्थात योग्यच प्रकार आहे. तज्ज्ञाकडे जाणे कोणासही लांच्छनास्पद नाही. आपणास हे बौद्धिक परावलंबित्व नष्ट होऊ द्यावयाचे नाही, उलट वृद्धिंगत करावयाचे आहे. समाजातील अनेक व्यवहार तज्ज्ञांच्या सल्ल्याने चालणे म्हणजे हातून होणाऱ्या खटपटींची कार्यकरिता वाढते व समाजाचे कल्याण होते. तज्ज्ञांच्या सल्ल्याने चालणे म्हणजे तज्ज्ञांकडून स्वत:स ठगवून घेणे मात्र नव्हे, तर स्वत: काही ज्ञान मिळवून कार्य अधिक योग्य व्हावे म्हणून विशेषज्ञांकडे जाणे होय. समाजातील परस्परावलंबित्व कायम पाहिजेच; पण एका राष्ट्रास दुसऱ्या राष्ट्रावर अवलंबून राहावे लागावे हे हितावह नाही. व्यापारात परावलंबित्व काही अंशी प्रत्येक राष्ट्रास भाग आहे. तथापि, बौद्धिक बाबतीत परावलंबन धोक्याचे व राष्ट्रास अत्यंत कमीपणा आणणारे आहे. त्यातल्या त्यात जे ज्ञान राष्ट्रास राष्ट्राच्या हिताशी निकटतेने संबद्ध आहेत त्याचे परावलंबित्व फारच धोक्याचे आहे.’

शास्त्रज्ञ आणि सामान्यजन यांचे नाते या ठिकाणी फारच चांगल्या प्रकारे स्पष्ट करून सांगण्यात आले आहे. तज्ज्ञ हवेतच पण तज्ज्ञांचेसुद्धा दास्य नको. सर्व विषयांचे सर्व ज्ञान सर्वांना होणे शक्य नाही, तरीपण विशेषज्ञाचे विचार आकलन होण्याइतपत ज्ञान साधारण मनुष्याला हवेच. म्हणून तर ज्ञानकोश! हे तारतम्य केतकरांनी फारच छान रीतीने येथे उलगडून दाखविले आहे. ज्ञानाचीसुद्धा कोणाची मक्तेदारी होता कामा नये. व्यक्तिगत जीवनात हे अपरिहार्य तज्ज्ञावलंबन क्रमप्राप्त असले, तरी राष्ट्रीय जीवनात मात्र डॉ. केतकर हे क्षम्य मानत नाहीत. राष्ट्राच्या परावलंबित्वाबद्दल ते खेद व्यक्त करतात आणि त्याची कारणमीमांसाही करतात. त्या वेळी ते म्हणतात, ‘भौतिकशास्त्रे आणि तज्जन्य कला यांच्या बाबतीत आपण केलेली पाश्चात्यांची व आपली तुलनाच हास्यस्पद होईल. तथापि, आपल्या संस्कृतीच्या अभ्यासाच्या बाबतीत आपण त्यांची बरोबरी करू असा जर आपला भ्रम असेल तर तोही सोडून दिला पाहिजे. संस्कृत ग्रंथांचा अभ्यास पाश्चात्त्य

पंडित करतात आणि आज आपल्या देशातील लोकांच्या संस्कृतग्रंथांविषयीच्या ज्ञानाकडे तुच्छतेने पाहण्याचे धैर्य त्यांस आले आहे व आपले अध्यापकत्व पटकावण्याची त्यांची तयारी आहे. त्यांस येतो हा जोर कशाने येतो याविषयी आपण विचार केला पाहिजे ना? आज त्यांस जोर येत आहेत त्यांपैकी मुख्य कारणे येणेप्रमाणे -

१) आपल्या अभ्यासापेक्षा त्यांचा अभ्यास अधिक पद्धतशीर आहे. २) प्रत्येकाने अभ्यास करून जे शोधात्मक ज्ञान संपादन केले ते लेखी व्यक्त करून त्याने पुढील पिढीसाठी ठेवले आहे. ३) हिंदुस्थानबाहेर झालेल्या ग्रंथांचे जगाच्या इतिहासाचे आणि शास्त्रांचे ज्ञान आपणांपेक्षा त्यांस फारच अधिक आहे.[१०] ज्ञानविज्ञानाच्या बाबतीत आपण जगाबरोबर चालले पाहिजे ही केतकरांची तळमळ होती. स्वत: पाश्चात्त्य विद्यापीठात सर्वोच्च अभ्यास केल्याने त्यांना ज्ञानाच्या प्रगतीची यथार्थ कल्पना होती. वरीलप्रमाणे कारणमीमांसा करून ते थांबत नाहीत, तर पाश्चात्त्यांचा अभ्यास अधिक पद्धतशीर कसा असतो ते दाखवून देण्यासाठी ते त्यांच्या अभ्यासपद्धतीचीच ओळख करून देतात. उदाहरणार्थ, विशेष अभ्यासाची पहिली पायरी म्हणजे आपल्या विषयावरील वाङ्मयाची अद्ययावत सूची करणे व ते वाचणे. नंतर 'शास्त्रीय पद्धतीने' सखोल अभ्यास करणे.' डॉ. केतकर पुढे म्हणतात की, 'पाश्चात्त्यांचे संशोधन गोळा करावे, तपासून पाहावे, ग्राह्य असेल ते घ्यावे, त्याज्य असेल ते टाकावे. सर्व जगाचे ज्ञानविषयक रणमैदान एक होत आहे.'[११] ज्ञानाच्या क्षेत्रातील स्पर्धेची चांगली जाणीव केतकरांनी करून दिली आहे. जीवन म्हणजे लढाई आहे आणि ज्ञानाच्या क्षेत्रात पुढे जाणे हाच यशस्वी जीवनाचा मार्ग आहे. पाश्चात्त्य पंडितांची ज्ञानातील प्रगती माहीत असून डॉ. केतकर 'पाश्चात्त्य पांडित्यातील दोष यांच्या गुणामुळे भयंकर होतात.'[१२] असे सांगून पाश्चात्त्यांचे फाजील स्वाभिमान वगैरे दोष दाखवितात.

'जगाचा इतिहास लिहिण्यास सुरुवात करावयाची ती हिंदुस्थानच्या इतिहासाच्या अनुषंगाने करण्यास हरकत नाही.'[१३] असे डॉ. केतकर इतिहासाचा विचार करताना म्हणतात. स्वदेशप्रेम असे व्यक्त करून इतिहासलेखनाची पद्धती ते निवेदन करतात. १) माहिती जमा करणे. २) वृत्तांचे महत्त्वमापन करणे. ३) माहितीच्या अभावाच्या प्रसंगी माहिती असलेल्या गोष्टीवरून संयोजक कल्पना करणे. ४) लेखनीय माहितीची व्यापकता नियमित करणे. ५) जगाच्या किंवा राष्ट्राच्या विकासक्रमाविषयी सिद्धान्त करणे अशा प्रकारे इतिहासशास्त्रलेखनाची पद्धती स्पष्ट करून ते लगेचच असेही सांगतात की, इतिहास कसा लिहावा या संबंधाने विचार नेहमी बदलत असतात.'[१४] हीच शास्त्रीय दृष्टी होय.

जीवनाच्या सर्वच क्षेत्रात शास्त्रीय अभ्यासाची डॉ. केतकरांना अत्यंत आवश्यकता वाटत होती. ते म्हणतात, 'हिंदुस्थानास समाजशास्त्राच्या अभ्यासाची फारच आवश्यकता

आहे, सामाजिक परिस्थितीचा शास्त्रीय पद्धतीने अभ्यास करण्याची पद्धत आपल्या देशात अजून पडली नाही.'[१५] डॉ. केतकरांचा प्रयत्न या दृष्टीने होता. 'शास्त्र म्हणजे व्यवस्थित केलेले ज्ञान व समाजशास्त्र म्हणजे समाजाच्या संबंधाने बरेचसे जमविलेले व चांगल्या तऱ्हेने रचना केलेले ज्ञान.' अशा व्याख्या करून अर्वाचीन स्थितीचे ज्ञान, पूर्वइतिहासाचे ज्ञान, बौद्धिक इतिहासाचे ज्ञान आणि सामाजिक कार्यकारणसंबंधाचे ज्ञान या मुद्द्यांच्या अभ्यासाची आवश्यकता ते प्रतिपादन करतात.[१६] समाजशास्त्र व धर्मशास्त्र यांच्या परस्परांसंबंधांच्या चर्चेचा शेवट करताना ते म्हणतात, 'हिंदुस्थानमध्ये देशात परक्याने पसरविलेल्या मताचे शास्त्रीय दृष्टीने परीक्षण करणारा वर्ग नाही. शुद्ध ज्ञान असले म्हणजे भ्रष्ट ज्ञान ओळखता येते. शुद्ध ज्ञानाचा संग्रह देशातील लोकांत नाही व तो संग्रह वाढविण्याची साधने म्हणजे ग्रंथालये (लायब्ररीज) व शास्त्रकार्यमंदिरे (लॅबोरेटरीज) देशात नाहीत व त्यामुळे पाश्चात्त्य ज्ञानावर रचलेला मूर्खपणा तपासून पाहणे लोकांस शक्य नाही. 'माझ्या मनाची खात्री झाल्याशिवाय मला जगातील सर्व विद्वानांच्या मताची किंमत नाही.' अशा प्रकारचा मनाचा खंबीरपणा आपल्या देशात आला नाही. देशातील ज्ञानवृद्धीचा सामान्य परिणाम म्हटला म्हणजे पारमार्थिकांच्या व अतींद्रिया द्रष्ट्यांच्या प्रयत्नांवर एक तऱ्हेचे दडपण राहते. समाज व राष्ट्र यांविषयी विचार जागृत झाल्याने पारलौकिक विचार मनुष्याच्या मनाचा पूर्णपणे ताबा घेत नाहीत व सामाजिक नीती पारमार्थिक विचारांशी निश्चित न होता सामाजिक व राजकीय विचारांनी निश्चित होते. समाज व त्याचे शासन यासंबंधी जो विचार व्हावयाचा तो केवळ समाजाच्या वरवर अवलोकनाने न होता अधिक सूक्ष्मदृष्टीने व समाजाच्या परिपक्व ज्ञानाने व्हावा हे कोणीही कबूल करील. समाजाचे उत्तमप्रकारचे ज्ञान म्हणजेच 'समाजशास्त्र' होय. समाजाचे शासन उत्तमप्रकारे व्हावे यासाठी जी शास्त्रे निर्माण होतात, त्यापैकीच धर्मशास्त्र हे एक होय. धर्मशास्त्रशोधन करण्यासाठी समाजशास्त्रात शोध करणे हे आपले कर्तव्यकर्म होय.'[१७]

अशा प्रकारे सर्व जीवनाचा पाया शास्त्राभ्यासावरच आधारलेला असावा, अन्य कशावरही नव्हे, हा मूलभूत महत्त्वाचा विचार डॉ. केतकरांनी विशद करून सांगितला आहे.

संदर्भ व टिपा

१. केतकर, श्री. व्यं., *महाराष्ट्रीय ज्ञानकोश*, प्रस्तावना खंड, विभाग पहिला, हिंदुस्थान आणि जग, (दुसरी आवृत्ती), मुंबई १९७६, पृ. ३.

२. कित्ता, पृ. ४

३. कित्ता

४. कित्ता

५. केतकर, श्री.व्यं., *महाराष्ट्रीय ज्ञानकोश प्रस्तावना खंड*, पहिली आवृत्ती, पुणे, १९२०, पृ.४१.

६. कित्ता
७. कित्ता
८. कित्ता, पृ. ४२
९. फडके, य.दि., *'केतकर लेखसंग्रह'*, दिल्ली, १९७७, पृ. १३१
१०. कित्ता, पृ. १३३
११. कित्ता, पृ. १३७
१२. कित्ता, पृ. १३८
१३. कित्ता, पृ. १४३
१४. कित्ता, पृ. १४६
१५. कित्ता, पृ. १५७
१६. कित्ता, पृ. १५८
१७. कित्ता, पृ. १६२

पूर्व प्रसिद्धी :
'इतिहास शिक्षक' (त्रै.) ऑक्टोबर-डिसेंबर २००८
जानेवारी २००८मध्ये भुसावळ येथे संपन्न झालेल्या अखिल महाराष्ट्र इतिहास परिषदेमध्ये वाचलेला निबंध.

२०.

डॉ. बाबासाहेब आंबेडकरांचे स्त्री विषयक विचार

डॉ. बाबासाहेब आंबेडकर म्हटले की, पटकन आपल्या तोंडून घटनेचे शिल्पकार असे शब्द बाहेर येतात आणि ते बरोबरही आहे. तथापि, ते केवळ घटनेचे शिल्पकारच होते असे नसून ते कायदेतज्ज्ञ, इतिहासतज्ज्ञ, अर्थतज्ज्ञही होते. ते अस्पृशांचे पुढारी होते, वृत्तपत्रकार होते, समाजशास्त्रज्ञ होते. याशिवाय स्त्रियांच्या संदर्भात व्यापक आणि मूलभूत विचार मांडणारे एक कृतिशील विचारवंतही होते.

सिद्धार्थ गौतम बुद्धांपासून सुरू झालेली स्त्री स्वातंत्र्याची चळवळ, यशस्वी करण्याकरिता महात्मा फुलेंनंतर डॉ. बाबासाहेब आंबेडकरांनी निर्णायक लढे उभारले. भारतीय स्त्रीची क्षमता ओळखून तिचे सामर्थ्य प्रकट केले. स्त्री वर्गाला त्यांनी करून दिलेल्या आत्मस्थितीच्या जाणिवेतून तिचे आत्मतेज फुलले. डॉ. आंबेडकरांनी विविध विषयांवर महत्त्वपूर्ण लेखन केले. त्यांनी इंग्रजीतून एकूण सतरा ग्रंथ लिहिले. त्यातील काही अर्थशास्त्रावरील, काही सामाजिक विषयावरील तर काही राजनैतिक आणि धार्मिक विषयावरील आहेत.

'हिंदू कोड बिल' आणि 'भारतीय स्त्रीची उन्नती आणि अवनती' या दोन ग्रंथात त्यांनी भारतीय नारी जीवनाची कहाणी सांगितली आहे. स्त्रियांना पुरुषांप्रमाणेच समान हक्क मिळाले पाहिजेत हे बाबासाहेबांचे विचार यात प्रकट होतात.

डॉ. आंबेडकरांनी समाजातील सर्व घटकांच्या उद्धारासाठी विचार मांडले तसेच कार्यही केले. त्यांनी समाजनीती, धर्मनीती, राजनीती, संस्कृती आदी सर्व विषयांवर मार्गदर्शन केले आहे.

डॉ. बाबासाहेब आंबेडकरांनी स्त्रियांना जी शिकवण दिली त्यामध्ये स्त्रियांनी शिक्षण घेतले पाहिजे हा कानमंत्र होता. शिक्षणातून स्त्रियांचा विकास होईल यावर त्यांची नितांत श्रद्धा होती.

डॉ. बाबासाहेबांनी महिलांना जो उपदेश केला तोही अत्यंत महत्त्वपूर्ण असा आहे.

त्या उपदेशात ते म्हणतात, ‘माझ्या माता, भगिनींनो, स्वच्छतेने राहायला शिका. सर्व दुर्गुणांपासून अलिप्त राहा, आपल्या मुलांना शिक्षण द्या. त्यांच्यात महत्त्वाकांक्षा निर्माण करा, ते फार मोठे असल्याची प्रेरणा त्यांच्यात रुजवा. मुलीच्या लग्नाची घाई करू नका कारण लग्न ही जबाबदारी असते. लग्नामुळे येणारी जबाबदारी सांभाळण्याची कुवत त्यांच्यात येत नाही तोपर्यंत तुम्ही तुमच्या मुलींच्या लग्नाची मुळीच घाई करू नका.’

डॉ. आंबेडकरांनी कुटुंब नियोजनाचे महत्त्व उघडपणे आणि स्पष्ट शब्दांत महिलांना सांगितले. त्या संदर्भात ते म्हणतात, ‘आपल्या मुलींची लग्न लहान वयात करू नका. तसेच लग्नानंतर जास्त मुले निर्माण करणे हा अपराध आहे हे लग्न करणारांनी लक्षात घ्यावे. मुला बाळांना चांगल्या स्थितीत ठेवण्याची जबाबदारी माता-पित्यांची आहे. लग्न करणाऱ्या प्रत्येक मुलीने आपल्या पतीच्या पक्षाच्या बाजूने उभे राहिले पाहिजे; त्याची दासी म्हणून नव्हे तर बरोबरीच्या नात्याने व मित्र म्हणून. या उपदेशाप्रमाणे तुम्ही वागाल तर तुम्ही स्वत:चा, समाजाचा अभ्युदय कराल व आपला सन्मान वाढवाल.’

१६ जून १९३६ रोजी मुंबईत स्त्रियांची एक परिषद भरविण्यात आली होती. त्या परिषदेत डॉ. आंबेडकरांनी जी विचारसरणी मांडली ती स्त्री उन्नतीच्या दृष्टीने अत्यंत परिणामकारक ठरली. त्यावेळेस बाबासाहेब म्हणाले होते, ‘स्त्री जात ही समाजाचा अलंकार आहे. प्रत्येक समाज स्त्रियांच्या चारित्र्याला अधिक मान देतो. आपली होणारी गृहिणी उत्तम कुळातील असावी अशी प्रत्येकजण अपेक्षा करतो व तशी भार्या मिळावी म्हणून खटपट करतो; कारण त्याला माहीत असते की, आपला आपल्या मुलाबाळांचा, आपल्या कुटुंबाचा व आपल्या कुळाचा नावलौकिक स्त्रियांच्या शीलावर अवलंबून आहे. इतकी थोरवी स्त्री वर्गाला प्राप्त झाली आहे?’ मात्र बाबासाहेब पारंपरिक दृष्टिकोनातून स्त्रीकडे न बघता स्त्रीच्या स्वतंत्र व्यक्तिमत्त्वाचा विकास होऊन ती आत्मोद्धार कसा साधेल याचा साकल्याने विचार करतात. आजपर्यंत स्त्रीच्या मानसिक विकासाकडे दुर्लक्ष झाले अशी खंत व्यक्त करून बाबासाहेब म्हणतात, ‘स्त्रियांनी गृहलक्ष्मी तेवढे व्हावे, त्याच्यापुढे स्त्रियांची मजल जाऊच नये का? ही मर्यादा अबला उन्नती प्रीत्यर्थ झटणाऱ्या बऱ्याच सुधारकांनी आपल्या पुढे ठेवल्याचे दृष्टोत्पत्तीस येते. आमच्या मते अशा प्रकारचे संकुचित ध्येय स्त्रीवर्गापुढे ठेवणे अनुदारपणाचे द्योतक आहे. दरेक व्यक्तिमात्राला पूर्णावस्थेस जाण्यास समाजाने अवसर दिला पाहिजे हे तत्त्व जर एकदा मान्य झाले तर मग स्त्रियांच्या पुढे असले हलके ध्येय ठेवण्यात यावे त्याचे आम्हाला नवल वाटते. ध्येय प्राप्ती न होणे हा गुन्हा नाही; पण कमी प्रतीचे ध्येय डोळ्यांपुढे ठेवणे हा मात्र मोठाच गुन्हा आहे.’

जुलै १९१३मध्ये बाबासाहेब पुढील उच्च शिक्षणासाठी न्यूयॉर्कला गेले. तेथील समतेचे वातावरण पाहून त्यांनी वडिलांच्या मित्राला लिहिलेल्या पत्रात म्हटले होते,

'आई बाप मुलाला जन्म देतात. कर्म देत नाहीत असे म्हणणे ठीक नाही. आई-बाप मुलांच्या आयुष्याला वळण लावू शकतात, ही गोष्ट आपल्या लोकांच्या मनावर बिंबवून मुलांच्या बरोबरच मुलींच्याही शिक्षणाची धडपड केली तर आपल्या समाजाची प्रगती झपाट्याने होईल.'

'शिक्षण' या संकल्पनेत स्त्रियांचे शिक्षणही बाबासाहेबांना अभिप्रेत होते. महाड सत्याग्रह परिषदेच्या वेळी अनेक उपक्रमात स्त्रीवर्गास व्याख्यान हा एक उपक्रम होता, त्या प्रसंगी स्त्रियांना उद्देशून बाबासाहेबांनी महिलांच्या शिक्षणाच्या संदर्भात मोठा मौलिक उपदेश केला.

सन १९४२मध्ये नागपूर येथे दलित वर्गातील स्त्रियांची परिषद भरली होती. त्यावेळी डॉ. आंबेडकरांनी जमलेल्या भगिनींना उपदेश करताना म्हटले होते, 'स्त्रियांची संघटना असावी या मताचा मी आहे. स्त्रियांना आपल्या कर्तृत्वाची महती समजली म्हणजे त्या समाज सुधारणेचे काम करू शकतील, याची मला कल्पना आहे. समाजातील घातक चालीरीतींचे उच्चाटन करून तुम्ही मोठी सेवा केली आहे. तुमच्या प्रगती विषयी मला समाधान नि खात्री वाटते. मुला-मुलींना शिक्षण द्या. त्यांच्या मनातून न्यूनतेची भावना काढून टाका. सर्वांत महत्त्वाची गोष्ट म्हणजे प्रत्येक मुलीने लग्नानंतर नवऱ्याशी एकनिष्ठ राहिले पाहिजे. त्याच्याशी मित्रत्वाने आणि बरोबरीच्या नात्याने वागावे. त्याची दासी होऊ नये... जर तुम्ही माझ्या उपदेशाप्रमाणे वागाल तर तुम्हाला सन्मान आणि वैभव प्राप्त झाल्याशिवाय राहणार नाही.' महाड सत्याग्रह परिषद प्रसंगी २६ डिसेंबर १९२७ रोजी स्त्रियांच्या सभेत बाबासाहेब म्हणाले, 'प्रपंचातील अडचणी स्त्री-पुरुष दोघेही मिळून सोडवितात त्याचप्रमाणे समाजातील अडचणीही स्त्री-पुरुष दोघांनी मिळून सोडवावयास पाहिजेत.' स्त्रियांना स्वातंत्र्य आवश्यक आहे असे सांगताना डॉ. आंबेडकर म्हणतात, 'पालकांनी आपल्या मुलींची लग्ने कमी वयात करून त्यांच्या जीवनाचे मातेरे करू नये. पत्नी कशी असावी याबद्दल पुरुषाचे मत घेतले जाते, तसेच पती कसा असावा याबद्दल पत्नीचेही मत लक्षात घेतले पाहिजे.' स्त्री ही एक व्यक्ती आहे आणि तिलाही व्यक्तिस्वातंत्र्य असले पाहिजे असे त्यांनी स्पष्ट केले.

कुटुंब नियोजनाची जबाबदारी स्त्री-पुरुष दोघांचीही आहे. एक-दोन मुलांचेच आपण चांगल्या प्रकारे संगोपन करू करतो. कमी मुले झाल्यामुळे स्त्रियांची जीवघेण्या बाळंतपणापासून सुटका होईल आणि तीच शक्ती इतर कामाकडे वळविता येईल असे उद्‍गार त्यांनी १९३८मध्ये विद्यार्थ्यांच्या एका सभेत काढले होते. डॉ. आंबेडकरांनी केवळ दलित स्त्रियांच्या विकासाचा विचार आणि कार्य केले असे नाहीतर कष्टकरी-मजूर स्त्री कल्याणाचाही त्यांनी विचार केला. १९४२ साली व्हॉईसरॉयच्या मंत्रीमंडळात मजूर मंत्री असताना स्वत:ची प्रतिष्ठा पणास लावून, त्यांच्या नैसर्गिक भावनांचा विचार करून,

अशा स्त्री मजुरांसाठी विशेष गोष्टी उपलब्ध करून दिल्या. कोळसा खाणीत काम करणाऱ्या मजूर स्त्रियांच्या गरोदरपणी त्यांच्या आरोग्याच्या सोयी, कामाच्या वेळा निश्चित करवून घेतल्या.

भारतीय संविधानाचे शिल्पकार आणि हिंदू कोड बिलाचे जनक या नात्याने बाबासाहेबांची कामगिरी अविस्मरणीय आहे. भारतीय स्त्री-धर्म आणि इतर अनेक प्रकारच्या गुलामगिरीत अडकलेली असताना, पुरुषाच्या बरोबरीचे समान हक्क संविधानात देऊन बाबासाहेबांनी तिला बंधमुक्त केले. देवदासी, सती, वेठबिगार या प्रथा घटनाबाह्य व गुन्हा ठरवून लहान मुले व स्त्रियांची विक्री कायद्याने बंद केली.

आंबेडकरी चळवळीतून अभावितपणे का होईना स्त्रीला मूल्यांबद्दलची जाणीव झाली; म्हणूनच निर्भयतेने ती पुरुषाच्या हातात हात घालून चालू लागली. आंबेडकरांनी आपल्या स्त्रीविषयक विचारातून जुने आदर्श व प्रतिमा हद्दपार केल्या. डॉ. आंबेडकर स्वत:च नव्या आदर्शाच्या रूपात समाजासमोर उभे राहिले. स्त्रीला संपत्तीचा वारसा हक्क, घटस्फोट, दत्तक घेण्याचा अधिकार, विधवा विवाह आदी विशेष सोयी उपलब्ध होण्याची तरतूद हिंदू कोडबिला मध्ये होती. हिंदू कोड बिलाच्या रूपाने डॉ. आंबेडकरांनी स्त्री मुक्ती आंदोलनावर सोन्याचा कळस चढविला. स्त्रियांच्या मुक्तीचा विचार करताना त्यांनी त्यांच्या परिवर्तनाचा विचार केला व तसा आग्रह धरला. पुरुषांच्या बरोबरीची समानता प्राप्त करून देण्यासाठी त्यांनी स्त्रियांच्यामध्ये जागरूकता निर्माण करण्याचा प्रयत्न केला. केवळ परिषदा, संमेलने, मेळावे यावरच भर न देता स्त्रियांच्या समानतेच्या दृष्टीने कायदेशीर तरतुदी करण्यात डॉ.आंबेडकरांची दूरदृष्टीच दिसून येते.

स्त्रीचा खरा उद्धार केवळ बाह्य परिवेशातील बदलाने, भौतिक संपन्नतेने होत नाही तर मानसिक विकासातून होतो, ही जाणीव करून देणारे डॉ. आंबेडकर स्त्री मुक्ती आंदोलनाचे आदर्श व कृतिशील प्रेरक ठरले.

डॉ. आंबेडकर स्त्री शिक्षणाचा विचार सातत्याने, संधी मिळेल तेव्हा बोलून दाखवतात. स्त्रियांसाठी त्यांनी सभा आयोजित केल्या. त्या सभांचेही नेतृत्व स्त्रियांनीच करावे यावर त्यांचा कटाक्ष ठेवला. हिंदू कोड बिलातील स्त्रियांच्या हक्कांसाठी झगडण्यात त्यांच्या आयुष्याची शेवटची काही वर्षे खर्ची पडली. त्या चर्चांचे दस्तऐवज वाचणारा त्यांच्या कळवळ्याची व्याप्ती आणि सूज्ञपणाची झेप पाहून थक्क होतो. या हिंदू कोड बिलावरील चर्चेचे संपादन वसंत मून यांनी केले आहे. भारतातील स्त्रियांची स्थिती समजावून घ्यावयाची असेल तर महाराष्ट्र शासनाच्या *'डॉ. बाबासाहेब आंबेडकर : लेखन व भाषणे'* या मालेतील खंड १४, भाग १ आणि २ जिज्ञासूंनी जरूर वाचावेत.

भारतातील सबंध स्त्री समाज एकेकाळी गुलामाप्रमाणे होता हे खरे असले तरी आधुनिक काळात हे चित्र बदलू लागले आहे. त्या परिवर्तनाची गती अगदी सावकाशीने

पुढे जाणारी असली तरी उच्चवर्गीय, शहरी आणि उच्च शिक्षित स्त्रियांमध्ये ती जाणवू लागली आहे.

स्त्रियांवर होणाऱ्या अन्यायाला वाचा फोडण्याचे कार्य एकोणिसाव्या शतकात अनेक समाज सुधारकांनी केले, तर विसाव्या शतकात डॉ. आंबेडकरांनी तिच्या सन्मानाला व स्वयंतेजाला नवे सामर्थ्य व स्वत्व मिळवून दिले. अर्थात, हे अजूनही शहरी जीवनापुरतेच मर्यादित असले तरी त्याला एक प्रकारची दिशा देण्यात आलेले यश ही समाधानकारक सुरुवात म्हणावी लागेल, यात शंका नाही.

पूर्वप्रसिद्धी :

आकाशवाणी, रत्नागिरी केंद्र येथे दि. १ ४ एप्रिल २०१५ रोजी केलेले भाषण.

२१.

डॉ. बाबासाहेब आंबेडकरांचे आर्थिक चिंतन

डॉ. बाबासाहेब आंबेडकरांचे नाव घेतले की, अगदी सामान्य माणूसही त्यांचा उल्लेख घटनेचे शिल्पकार असा करतो आणि तो योग्यही आहे. मात्र डॉ. आंबेडकर हे भारतीय इतिहासातील बहुआयामी असे व्यक्तिमत्त्व होऊन गेले.

विसाव्या शतकाच्या पूर्वार्धात भारताच्या सामाजिक आणि राजकीय जीवनावर ज्यांनी आपल्या विचारांचा व कर्तृत्वाचा ठसा उमटविला असे तत्त्वचिंतक आणि समाज सुधारक यांच्यामध्ये महात्मा गांधीजी आणि डॉ. बाबासाहेब आंबेडकर यांची प्रामुख्याने गणना होते. डॉ. बाबासाहेब आंबेडकरांनी धर्म, इतिहास, राजकारण समाजकारण आणि अर्थकारण अशा विविध विषयांवर शास्त्रशुद्ध पद्धतीने विपुल लेखन केले आहे. त्यांची भाषणे आणि लेख यांचे अनेक खंड महाराष्ट्र शासनानने प्रसिद्धही केले आहेत. अशा साधनांच्या आधारेच आज आपल्याला त्यांच्या पुण्य स्मरणाच्या निमित्ताने त्यांच्या अर्थ अथवा आर्थिक चिंतनाचा आढावा घ्यावयाचा आहे.

डॉ. आंबेडकरांचे आर्थिक विषयावरील लेखन दोन प्रकाराचे आहे. विद्यापीठात त्यांच्या अभ्यासाचा विषय अर्थशास्त्र होता. भारतातील वित्त व्यवस्था व चलन व्यवस्था हे विषय त्यांनी आपल्या प्रबंध लेखनासाठी निवडले होते. या परीक्षांच्या निमित्ताने नव अभिमत अर्थशास्त्रीय सिद्धांतांचा त्यांनी जो सखोल व्यासंग केला त्याचे प्रतिबिंब पुस्तक रूपाने प्रसिद्ध झालेल्या त्यांच्या प्रबंधात जागोजागी पडलेले दिसते. दादाभाई नवरोजी रमेशचंद्र दत्त यांचे अनुकरण करून राष्ट्रवादी दृष्टिकोनातून त्यांनी लेखन केले आहे. शासनाची जी धोरणे येथील सामान्य माणसाच्या जीवनास बाधक आहेत असे त्यांना वाटले त्यांच्यावर त्यांनी निर्भिडपणे परखड टीका केली आहे.

ईस्ट इंडिया कंपनीची शासनयंत्रणा आणि वित्तव्यवस्था हा डॉक्टर साहेबांनी कोलांबिया विद्यापीठाच्या एम. ए. च्या परीक्षेकरीता सादर केलेला प्रबंध होता. या प्रबंधात इ. स. १७९२ ते १८५७ या काळातील ईस्ट इंडिया कंपनीचा कारभार आणि

वित्त विषयक धोरण यांचा डॉ. आंबेडकरांनी आढावा घेतला आहे. कंपनी सरकारने बसविलेले निरनिराळे कर आणि निरनिराळ्या बाबींवर त्यांनी केलेला खर्च यांची आकडेवारी देऊन कंपनीची धोरणे लोकहितास कशी बाधक होती हे त्यांनी दाखवून दिली.

'ब्रिटिश काळातील प्रांतिक वित्तव्यवस्थेची उत्क्रांती' हा त्यांचा ग्रंथ १९२५ मध्ये प्रसिद्ध झाला. कोलंबिया विद्यापीठाला सादर केलेला पीएच्. डी. पदवीसाठी सादर केलेला हा प्रबंध आहे. १८३३ ते १९१९ या काळातील केंद्र व प्रांत यांच्यातील वित्तसंबंधांचा आढावा ह्या ग्रंथांत त्यांनी घेतला आहे. या विषयावरील हा पहिलाच ग्रंथ आहे.

बंगालमधील गव्हर्नरच्या हातात सत्तेचे केंद्रीकरण झाल्यावर महसूल आणि खर्च यांचे सर्व निर्णय केंद्र सरकारकडून घेण्यात येत. प्रांतिक शासनांना त्याबाबत कोणतेच अधिकार नव्हते. जमीनीवरील महसूल (सारा) ही शासनाच्या दृष्टीने उत्पन्नाची मोठी बाब होती. पण जमीन ही पूर्वीपासून शासनाच्या मालकीची बाब आहे असे गृहित धरून साऱ्याचे दर भरमसाठ वाढविण्यात आले. त्यामुळे उत्पन्नाला खीळ बसली. परदेशी व्यापाराप्रमाणे अंतर्गत व्यापारावरही जकात वसूल केली जात असल्यामुळे निरनिराळ्या भूप्रदेशात श्रमविभागणीला वाव राहिला नाही. आयात मालावरील कर इंग्लंडच्या सोयीनुसार ठरविले जात. आयात मालावरील कर अंतर्गत मालावरील जकातीपेक्षा कमी असल्याने परकीय मालाच्या स्पर्धेमुळे भारतीय उद्योगधंद्याची वाताहात झाली. ही कर पद्धती न्यायाधिष्ठित नव्हती. जमीनदार आणि वरिष्ठ अधिकारी यांचे उत्पन्न बरेच असले तरी त्यावर कर नव्हता. उत्पन्नापैकी ४५% भाग लष्करांवर व ७.९% कर्ज फेडीवर खर्च होत असे. शिक्षण, आरोग्य, कालवे, रस्ते, यासारख्या समाजहिताच्या बाबींवर खर्च करण्याची कंपनीला आवश्यकता भासत नसे. या पद्धतीमध्ये आपल्या जमाखर्चाची तोंड मिळवणी करण्याची प्रांतिक शासनावर काहीच जबाबदारी नसल्याने ती उधळपट्टी करीत आणि त्यांच्या जमाखर्च तुटीचा असे. बंगालच्या सचिवालयाला केंद्र आणि प्रांतांच्या कारभाराची जबाबदारी पत्करावी लागल्याने ती समाधानकार पार पाडणे त्याच्या आवाक्याबाहेरचे होते. गव्हर्नरच्या कौन्सिलमध्ये कामाची विभागणी नसल्यामुळे वित्ताकडे कोणाचेच लक्ष नव्हते, असा आंबेडकरांचा अभिप्राय आहे.

'रुपयाचा प्रश्न उगम आणि विकास' डॉ. आंबेडकरांचा ग्रंथ १९२३ मध्ये प्रसिद्ध झाला. १८३३-१९२३ या काळातील भारतीय चलन पद्धतीचा त्यात आढावा घेतलेला आहे. १८३३ साली केंद्र शासनाने सर्व प्रांतांसाठी रुपयाचे एकच चलन सुरु केले आणि यापुढे सोन्याची नाणी कायदेशीर चलन म्हणून स्वीकारली जाणार नाहीत असे जाहीर केले.

सुवर्ण विनिमय परिमाण पद्धती विचार करण्यासाठी ब्रिटीश सरकारने १९१३ मध्ये जोसेफ चेंबरलेन यांच्या अध्यक्षतेखाली एक आयोग नेमला होता. त्यानेही ही पद्धती भारताच्या हिताची आहे असाच निर्णय दिला होता. त्यांचे हे मत डॉ. बाबासाहेबांना मान्य नव्हते. सुवर्ण विनिमय परिमाण पद्धती भारताच्या हिताची नाही असा त्यांनी आपल्या अभ्यासाद्वारे निष्कर्ष काढला होता. बरीचशी आकडेवारी देऊन आणि इतर तपशील देऊन सुवर्ण परिमाणाचे दोष दाखविण्यात या ग्रंथाचा बराचसा भाग खर्ची घातला होता. रुपयाचे अवमूल्यन आणि चलनवाढ याबद्दलही त्यांनी विचार मांडलेली आढळतात. बाजारात रुपयाचे जे अवमूल्यन होते त्याला भारतातील महागाई कारणीभूत होती असे त्यांचे मत होते. पण हे कबूल करण्याची शासनाची तयारी नव्हती. भारताच्या परदेशाशी चालणाऱ्या व्यापारातील तूट हेच रुपयाच्या अवमूल्यनाचे खरे कारण होय असे शासनाचे प्रवक्ते सांगत होते. पण परदेशी व्यापारातील तूट अंतर्गत किमतीशी निगडीत असते. कुठल्याही वस्तूची अंतर्गत किमंत परदेशातील वस्तूच्या किमतीहून जास्त असेल तर ती आयात केली जाते. व अंतर्गत किंमत कमी असे तर ती निर्यात होते. म्हणून अंतर्गत किंमत वाढल्या की व्यापारात तूट निर्माण होते.

वस्तूंच्या पुरवठ्याच्या मानाने मागणी वाढली, कारण लोकसंख्येत वाढ झाली असेही एक कारण त्यावेळी पुढे करण्यात येत होते. पण केवळ लोकसंख्या वाढली व लोकांची क्रयशक्ती वाढली नाही तर लोकांकडून वस्तूंची मागणी वाढत नाही. युद्धाच्या काळात वस्तूंच्या किमती इतक्या वाढत्या की सामान्य लोकांना कुटुंबासाठी अन्न वस्त्रही विकत घेणे अवघड होऊन बसले. अशा स्त्री-पुरुषांनी आत्महत्या केल्या. तेव्हा महागाईची कारणे इतरत्र शोधली पाहिजेत, असे डॉ. आंबेडकरांचे मत होते. त्यांच्या मते, भाववाढीचे खरे कारण भारतात झालेली बेसुमार चलन वाढ हेच होय. १८९३ झाली अमलात आणलेल्या कायद्याने टांकसाळी बंद करण्यात आल्या होत्या. १८९८ साली तो अधिकार शासनाला परत देण्यात आला. लोकांना रुपये देऊन नाणे घेताना टांकसाळीचा खर्च द्यावा लागत असल्याने चलनाच्या मागणीला आपोआपच आला बसत असे. सरकारची गोष्ट वेगळी होती. बाजारात रुपयाची किंमत घसरत गेल्यावर बाजारातून धातू विकत घेऊन त्याचे रुपये पाडणे शासनाला फायदेशीर होऊ लागले आणि रुपयांचा पुरवठा वाढविण्यास शासनाला उत्तेजन मिळाले. १८९४ साली भारतमंत्र्यांनी सोने घेऊन त्याच्या बदल्यात भारत सरकारवर हुंडी देण्याची पद्धत पुन्हा सुरू केली. सरकारी कर्जरोख्याच्या पाठबळावर काढल्या जाणाऱ्या नोटांची राशी आठ कोटींवरून दहा कोटींवर नेण्यात आली. त्यामधून चलन वाढ झाली तर आश्चर्य नाही असा अभिप्राय डॉ. आंबेडकरांनी दिलेला आढळतो.

रुपयांचे अवमूल्यन केल्यास निर्यात वाढून निर्यातदारांचा फायदा होतो; पण काही

लोक समजतात तसा तो राष्ट्राचा फायदा नव्हे. विनिमयाचा दर खाली आल्याने आयात मालाच्या किमती वाढून येथील महागाई वाढणार असेल तर या राष्ट्रातील एका वर्गाचा फायदा होऊन इतरांचा तोटा होईल. ज्यांचा तोटा होईल ते लोक गरीब असल्याने गरिबांना अधिक गरीब करून श्रीमंतांकडे धनाचा ओघ वळविणारे धोरण देशाला कधीही हितकारक होणार नाही. असे त्यांनी स्पष्टपणे बजावले आहे. १९९१ पासून आपण स्वीकारलेल्या नवीन आर्थिक धोरणामुळे निर्यात वाढून देशाचे हित झाले असा जे लोक सध्या युक्तिवाद करीत आहेत. त्यांनी डॉ. आंबेडकरांच्या ह्या इशाऱ्याकडे गांभीऱ्याने लक्ष देण्याची गरज आहे.

पूर्वप्रसिद्धी :
आकाशवाणी रत्नागिरी केंद्रावर ६ डिसेंबर २०१५ रोजी केलेले भाषण.

२२.

भारतीय प्रजासत्ताक आणि डॉ. बाबासाहेब आंबेडकर

प्रजेच्या तंत्राने जे राज्य चालते ते 'प्रजासत्ताक' असा या संज्ञेचा शब्दश: अर्थ होय. ज्या राज्यांमध्ये लोकांसाठी त्यांच्यामधून निवडून आलेल्या प्रतिनिधींमार्फत सत्ता वापरली जाते ते प्रजासत्ताक होय अशी व्याख्या अमेरिकेच्या घटनेला पायाभूत असलेल्या 'फेडरॅलिस्ट' या निबंधसंग्रहात केलेली आढळते. लोकशाही पद्धतीमध्ये लोक प्रत्यक्ष राज्य करतात, तर प्रजासत्ताकात ते अप्रत्यक्ष राज्य करतात असा भेद या व्याख्येत करण्यात आला आहे. पण तो योग्य नाही. कारण प्राचीन काळामध्ये ग्रीस, भारत यासारख्या देशांमध्ये प्रत्यक्ष स्वरुपाची लोकशाही होती. पण नंतरच्या काळात, मध्ययुगापासून प्रातिनिधिक लोकशाहीचा व्यवहार लोकसंख्येच्या वाढीमुळे व राज्याच्या भौगोलिक विस्तारामुळे सुरू झाला. 'प्रजासत्ताक' म्हणजे प्रातिनिधिक लोकशाही हा शब्दश: अर्थ झाला, तर ज्या राज्यात सर्व प्रजेमध्ये समानता नांदते, कायद्यापुढे सर्व व्यक्ति समान असतात, उच्च-नीच, कनिष्ट-वरिष्ठ असा भेद भाव नसतो ते प्रजासत्ताक राज्य होय, असा या संज्ञेचा आशयात्मक अर्थ मानण्यात आला आहे. प्राचीन काळातील प्रजातंत्र राजसत्ताकाच्या काळात 'प्रजासत्ताक' अशी संज्ञा प्रथम प्रचारात आली. ॲरिस्टॉटल या ग्रीक तत्त्ववेत्त्याने राजेशाही, सरदारशाही व लोकशाही असे तीन प्रकार कल्पिले. काही आधुनिक विधिज्ञांच्या मते राजेशाही व प्रजसत्ताक असे दोनच प्रकार सत्ताधाऱ्यांच्या संख्येच्या निकषावर मानले जावेत. कारण किती अल्प जनांच्या हातात सत्ता एकवटलेली आहे ठरविणे दुरापास्त आहे. राजेशाही सुद्धा अभिजनांच्या पाठिंब्याशिवाय राज्य करु शकत नाही व प्रजासत्ताकामध्ये ही शासनात काही थोड्याच व्यक्ती प्रत्यक्ष प्रभावी असतात. जगाच्या इतिहासात जेथे जेथे राजसत्ता प्रभावी होती, तेथे तेथे राजेशाहीचा अंमल बहुतेक देशांमधून व प्रदेशांमधून बहुतेक कालावधीमध्ये परिणामकारक पद्धतीने चाललेला आढळून आला आहे. राजेशाहीहून भिन्न असा राजसत्तेचा प्रकार प्रजासत्ताकाच्या रूपाने प्रगट झाला.

प्राचीन काळी अलेक्झांडरच्या स्वारीच्या वेळी प्रजासत्ताक राज्ये बुद्धांना समकालीन व अन्य कालावधीमध्ये अस्तित्वात होती. युरोपात मध्ययुगात इटलीत प्रजासत्ताकांनी राज्य केले. पण त्याच्या उत्तरार्धापासून भारतात व अन्यत्र राजेशाहीचा अंमल निरंकुश रीतीने सुरू झालेला दिसतो. त्यापूर्वी भारतात मौर्य साम्राज्य, गुप्त साम्राज्य ही विजीगिषू व यशस्वी राजेशाहीची सर्वमान्य उदाहरणे नोंदली गेली होती.

प्रजासत्ताक हा राज्यप्रकार कार्यवाहीत आणण्यास बिकट होता व आहे. देशामधील प्रदेशांमधील लोकांमध्ये त्यासाठी सामंजस्य व किमान प्रमाणात एकोपा आवश्यक असतो. भारतामध्ये परकीय आक्रमणे थोपविण्याच्या कामी वायव्येकडील प्रजासत्ताके अपयशी ठरली, त्यामुळे लोकांनी आपसूकपणेच राजेशाही स्वीकारली. बहुजनांपेक्षा एका व्यक्तीवर लोकांचा विश्वास चटकन बसतो. एक व्यक्ति राजा आपल्या सत्तेचा अंमल एकसंघपणे अधिकाऱ्यांमार्फत प्रजेवर गाजवू शकतो. कौटिल्याने अर्थशास्त्रामध्ये 'प्रजासत्ताक' लोकांचे परचक्रापासून संरक्षण करू शकत नाही कारण ते अन्तर्विग्रहाने पोखरलेले असते असे म्हटले आहे. वस्तुत: बहुजन एकत्र आले तर राजसत्ता प्रबळ व्हावयास हवी असेही अर्थशास्त्रात नमूद केले आहे. पण असे प्रसंग विरळा दिसून आले. दळणवळणाची साधने अविकसित असल्यामुळे प्रजासत्ताक राज्ये निरनिराळ्या प्रदेशांमध्ये एकसूत्रता आणण्यात अयशस्वी ठरली.

भारतामध्ये बौद्ध धर्माच्या ऱ्हासाबरोबरच बौद्ध धर्मियांच्या प्रदेशांमध्ये अस्तित्वात असलेल्या प्रजासत्ताकांचा हिंदुधर्मीय राजांनी पाडाव केला. युरोपमध्ये ख्रिश्चन धर्माला अधिन राहून किंवा बरोबरीने राजेशाही उभी राहिली. नंतर सामंतांना नमवून व पोपच्या धर्माचे वर्चस्व झुगारून देऊन राजेशाहीने आपली निरंकुश सत्ता स्थापन केली.

१७८९ मध्ये यशस्वी झालेल्या फ्रेंच क्रांतीने प्रजासत्ताकाची घोषणा केली. तिचा किता गिरवून युरोपमधील काही देशांमधून प्रजासत्ताक राजे राजेशाहीच्या विरोधात आपली प्रजासत्ताक सत्ता स्थापन करण्यात यशस्वी झाली. पण एकोणिसाव्या शतकातील युरोपमधील प्रजासत्ताकांचा इतिहास रक्तरंजित आणि यश व अयपश यांच्या चढ उताराचा आहे. फ्रेंच राज्यक्रांतीने देशोदेशीच्या राजसत्ता कोलमडू लागल्या हे जितके खरे, तितकेच नेपोलियनचा पराभव झाल्यावर खुद्द फ्रान्समध्ये व अन्ययही राजसत्तेला नवजीवन प्राप्त होऊन त्या धाडसाने प्रजासत्ताकांना सामोऱ्या गेल्या हेही खरे!

आधुनिक प्रजासत्ताकांचा उदय : फ्रेंच राज्यक्रांतीच्या अगोदर १७७६ मध्ये अमेरिकेत ब्रिटिश साम्राज्यशाहीच्या विरोधात क्रांती होऊन युनायटेड स्टेटस् ऑफ अमेरिका हे जगामधील तत्कालीन सर्वात मोठे प्रजासत्ताक निर्माण झाले. तेव्हापासून जगापुढे प्रजासत्ताकाचा एक आदर्श अन्य देशांपुढे उभा राहिला. पण आश्चर्याची बाब अशी की, अमेरिकेच्या राज्यघटनेमध्ये तिने प्रजासत्ताक स्थापन केलेले असूनही प्रजासत्ताकाची

व्याख्या निर्देशित केलेली नाही. संयुक्त राज्य प्रत्येक घटक राज्याच्या शासनाची हमी देईल आणि परचक्रापासून त्या प्रत्येकाचे संरक्षण करील व विधीमंडळ वा (विधीमंडळाची सभा भरविता येत नसेल त्यावेळी) कार्यकारिणी त्या प्रत्येक घटक राज्याला अंतर्गत बंडाळी आणि हिंसाचारापासून वाचवेल असे प्रजासत्ताक राज्यासंबंधीचे नि:संदिग्ध आश्वासन अमेरिकेच्या राज्यघटनेत अंतर्भूत असूनही 'प्रजासत्ताक' या संज्ञेची व्याख्या करण्यास वेगवेगळ्या न्यायिक बाबींमध्ये नकार दिला आहे. ते ठरविण्याचा अधिकार तो विषय राजकीय स्वरुपाचा असल्याने अमेरिकन काँग्रेसचा विधीमंडळाचा वा काँग्रेसच्या अधिकार प्रदानाने राष्ट्राध्यक्षांचा आहे असा स्पष्ट निर्णय सर्वाच्च न्यायालयाने दिलेला आहे.

विसाव्या शतकातील बदल : विसाव्या शतकात पहिल्या महायुद्धानंतर युरोपमध्ये व अन्य कित्येक देशांमधून राजेशाहीऐवजी प्रजासत्ताकाची स्थापना झाली. या प्रजासत्ताकांच्या राज्यघटनांचे व प्रत्यक्ष शासन पद्धतीचे वेगवेगळे विशेष होते. संसदेची निवडणूक पद्धती, विधिमंडळ व कार्यकारिणी यांची रचना व कार्यपद्धती, संघराज्यांची संरचना, न्याय पद्धती, स्थानिक शासन पद्धती इत्यादी अंगासंबंधीचे वेगवेगळे प्रकार आणि व्यवहार या प्रजासत्ताकांमधून रुढ झाले. तेच ज्या देशांमध्ये राजसत्ता होत्या तेथेही दिसून आले. त्यामुळे केवळ राजेशाही विरुद्ध प्रजासत्ताक असे दोन शासन प्रकार कल्पून राज्याचे प्रत्यक्ष आकलन होत नाही. त्यासाठी राज्याचे व शासनाचे अन्य विशेष ध्यानात घ्यावयास हवेत. उदाहरणार्थ, मध्य व दक्षिण अमेरिकेतील काही प्रजासत्ताक राज्ये हुकूमशाही स्वरूपाची आहेत; तर हॉलंडमधील राजेशाही लोकशाही स्वरुपाची असून व्यक्तिस्वातंत्र्याची बूज राखतात, असे आढळून आले आहे. अमेरिका व रशिया (सोविएत युनियन) ही दोन्ही प्रजासत्ताक राष्ट्रे आहेत, पण पहिले व्यक्तिस्वातंत्र्याधिष्ठित, द्विपक्षीय उदारमतवादी लोकशाही स्वरूपाचे आहे; तर दुसरे एकाधिकारशाही वादी एकपक्षीय व साम्यवादी स्वरुपाचे आहे. इराण व इराक दोन्ही देय प्रजासत्ताकवादी मानले जातात, पण इराण कडवे धर्मवादी आहे तर इराकमध्ये तसे नाही. भारताप्रमाणे पाकिस्तानही स्वत:ला प्रजासत्ताक म्हणवितो, पण भारतात धर्मनिरपेक्ष लोकशाही आहे, तर पाकिस्तान इस्लामवादी, मर्यादित लोकशाहीचे आवरण घेतलेले लष्करशाही असणारे राष्ट्र आहे. लिबिया व केनिया हे दोन्हीही आफ्रिकेतील देश प्राजसत्ताक आहेत. पण लिबियाच्या अध्यक्षांची वर्तणूक राजासारखी आहे तर केनियाचा अध्यक्ष पक्षाचा पाईक कार्यकर्ता आहे.

भारताचे प्रजासत्ताक : १५ ऑगस्ट १९४७ रोजी देशाला स्वातंत्र्य मिळाल्यावर घटना समिती सर्वाभौम झाली आणि तिला कायदे मंडळाचे अधिकारही लाभले आणि तिच्या कार्याला गती लाभली. देशातील सर्वोत्तम कायदेतज्ज्ञ अभ्यासक, विविध जाती

जमातींचे प्रतिनिधी यांचाही समावेश होऊन घटना समिती सर्व समावेशक झाली. घटना तयार करण्याच्या कार्यातील विविध कार्याचे स्वरूप लक्षात घेऊन अनेक उपसमित्या तयार करण्यात आल्या. त्यापैकी मसुदा समितीच्या अध्यक्षपदासाठी डॉ. बाबासाहेब आंबेडकरांची निवड करण्यात आली. डॉ. आंबेडकरांनी अंतिम मसुदा तयार करण्याचे काम पार पाडले. बी. एन. राव या कायदेतज्ज्ञांचे सहकार्य त्यांना लाभले. घटना समितीने २६ नोव्हेंबर १९४९ रोजी मान्यता देऊन राज्यघटना स्वीकृत केल्याचा ठराव संमत केला आणि घटनात समितीचे अध्यक्ष डॉ. राजेंद्र प्रसाद यांनी आपली स्वाक्षरी करून त्यावर शिक्कामोर्तब केले. प्रजासत्ताकाची घोषणा आणि राज्यघटनेचा अंमल सुरू या पार्श्वभूमीवर २६ जानेवारी १९५० या दिवशी आजच्या राष्ट्रपती भवनातील दरबार हॉलमध्ये आयोजित केलेला कार्यक्रम ऐतिहासिक ठरला. या दिवशी सकाळी मावळते गव्हर्नर जनरल श्री. राजगोपालचारी यांनी भारत सार्वभौम लोकशाही प्रजासत्ताक झाल्याची घोषणा केली. त्याप्रमाणे राज्यघटना स्वीकृत झाल्याचा व २६ जानेवारी १९५० पासून ती अमलात येईल असे घोषित केले गेले. भारताच्या सर्वोच्च न्यायालयाचे न्यायाधिश हिरालाल कनिया यांनी डॉ. राजेंद्र प्रसाद यांना राष्ट्रपती पदाची शपथ दिली. या सर्व ऐतिहासिक कार्यक्रमाकरिता २६ जानेवारी हा दिवस निवडण्यामागेही विशेष कारण होते. या दिनाच्या बरोबर वीस वर्षे आधी म्हणजे २६ जानेवारी १९३० रोजी काँग्रेसने केलेल्या आवाहनानुसार ठिकठिकाणी देशातील हजारो लोकांनी बिटिशाकडून संपूर्ण स्वातंत्र्य मिळविण्यासाठी शपथ घेतली होती. त्यानंतर दरवर्षी आंदोलनाचा भाग म्हणून २६ जानेवारीचा दिवस स्वातंत्र्य दिन म्हणून पाळला जात असे. म्हणूनच राज्यघटना लागू करण्यासाठी या दिवसाची निवड करुन औचित्य साधले होते. प्रजासत्ताक दिनी लागू झालेल्या या घटनेची वैशिष्ट्ये पहिल्यास आदर्श लोकशाहीसाठी एक आदर्श अशी घटना साकार झाल्याचे दिसून येते, पण तिची अंमलबजावणी तितकीच महत्त्वाची ठरणार होती आणि त्या काळात त्या दृष्टीने घटनाकारांनीच काही महत्त्वाचे इशारे दिलेले होते. सामाजिक आणि आर्थिक क्षेत्रामध्ये लोकशाही मूल्यांची प्रस्थापना झाल्याखेरीज राजकीय क्षेत्रातील लोकशाही व समानता प्रत्यक्षात येणार नाही असा इशारा डॉ. आंबेडकरांनी घटना निर्मितीच्या वेळीच दिला होता. डॉ. आंबेडकरांनी दुसरा इशारा असा दिला होता की, विषमता व जातियतेची उतरंड अशीच राहिली तर परस्परविरोधी ताणांना सामोरे जावे लागेल. गेल्या सुमारे साडेसहा दशकांपेक्षा जास्त काळ लोटलेल्या या काळाचा देशाचा इतिहास पाहिल्यास असे दिसते की, जातिय, धार्मिक व वर्गीय ताणांचे दर्शन देशाला सतत घडत असते.

घटनेबाबत अशीही टीका होते की, स्वातंत्र्य चळवळीचे नेतृत्व सुशिक्षित वर्गाकडे राहिले. डाव्या विचारांच्या बुद्धिवाद्यांनी याबाबत विश्लेषण करताना असे म्हटले आहे की, या वर्गाने मूलतः भांडवलदार, जमीनदार वर्गाचेच हितसंबंध लक्षात घेतले. तसेच

बुर्झ्वा मूल्यचौकटीत लोकशाहीची स्वप्न पाहिली व त्यानुसार घटनेची रचना केली. कामगार, शेतकरी, शेतमजूर आणि आदिवासी यांच्या हिताबाबत व समतेच्या मूल्याबाबत काही तरतूदी घटनेत केल्या, पण त्या पुरेशा न ठरल्याने विषमतेची दरी गेल्या सुमारे साडे सहा दशकांमध्ये रुंदावतच गेली.

मात्र अशी सर्व टीका होत राहिली, तरी घटनेच्या चौकटीमध्ये लोकशाही प्रजासत्ताकाची अखंडित वाटचाल करणारे भारत हे जगातील महत्त्वाचे राष्ट्र ठरले आहे. म्हणूनच तर आपण ज्याप्रमाणे धार्मिक सणवार, उत्सव व ज्याप्रमाणे मोठ्या आनंदाने आणि उत्साहाने आणि कौतुकाने साजरे करतो त्याप्रमाणेच संपूर्ण भारतवासी काही राष्ट्रीय सण - उत्सव सुद्धा साजरे करतो. त्यातील एक सण म्हणजेच हा 'प्रजासत्ताक दिन होय'.

पूर्वप्रसिद्धी :

२६ जानेवारी २०१७ रोजी आकाशवाणी, रत्नागिरी केंद्रावरून केलेले भाषण

२३.

आधुनिक महाराष्ट्राच्या इतिहासातील कोकण गांधींचे सामाजिक कार्य

भारत देश एका अर्थाने भाग्यवान, ब्रिटिश साम्राज्यशाहीच्या विरोधात ब्रिटिश शासन उलथवून टाकण्यासाठी ज्या देशभक्तांनी प्रयत्न केले त्यांनी स्वातंत्र्यप्राप्तीनंतर आपली संपूर्ण शक्ती विधायक कामासाठी आणि आपले आयुष्य येथील लोकांचे सामाजिक, आर्थिक व धार्मिक जीवन सुधारण्यासाठी समर्पित केले.

सीताराम तथा अप्पासाहेब पटवर्धन (१८९४-१९७१) ज्यांना 'कोकणचे गांधी' म्हणून ओळखले जाते त्यांनी केवळ परकीय शासन उलथून टाकण्याचे नव्हे तर येथील लोकांच्या सामाजिक आणि आर्थिक विकासातही मोठे योगदान दिले.

अस्पृश्यता निवारणाचे प्रयत्न

"Live the life of Joy.	आनंदे रमू या जगती वा
All human in one and same,	मानव तितका एकचि आहे
This will be the truth at all	हेचि खरे ठरणार
Barrier of caste will	जाति जातिच्या तटबंदी
Certainly fall"	आता कोसळणार.

जात आणि अस्पृश्यता निर्मूलन हे अप्पांच्या जीवनाचे ध्येय होते. त्यांच्या आईच्या बायाच्या प्रभावामुळे व शिकवणुकीमुळे त्यांच्या व्यक्तिमत्त्वाला आकार मिळाला. त्यांच्या आईच्या मते, अस्पृश्यता हा मानवतेला लागलेला कलंक आणि सामाजिक गुन्हा होता.

अप्पांनी मुंबई विद्यापीठाच्या कर्सनदास मुळजी प्राईझ स्पर्धेमध्ये १५० रुपयांचे पारितोषिक मिळवले होते. त्या निबंधाचा विषय 'अस्पृश्य समाजाची स्थिती व त्याच्या उद्धाराचे प्रयत्न' असा होता. या निबंधाच्या तयारीसाठी विठ्ठल रामजी शिंदे यांच्या डिप्रेस्ड क्लास मिशनशी त्यांनी परिचय करून घेतला. याच मिशनच्या अस्पृश्यांच्या

वसतिगृहास त्यांनी भेट दिली. या वसतिगृहाचे अधीक्षक श्री. वामनराव सोहोनी हे खुद्द अप्पांच्याच आगरगुळे गावचे होते. यामुळे अप्पांना तेथील समस्या सहजपणे समजून घेता आल्या.

याच काळात आर्य समाजाचे अस्पृश्योद्धाराचे प्रयत्न चालू होते. या कार्याची माहिती घेण्यासाठी अप्पा त्यांच्या आर्य समाजपरिषदेत सहभागी झाले होते. त्याच सुमारास मुंबईत 'अस्पृश्यता निवारण परिषद' महाराज सयाजीराव गायकवाड यांच्या अध्यक्षतेखाली पार पडली. या परिषदेत लोकमान्य टिळक व बाबू बिपिनचंद्र पाल यांची अस्पृश्यता निवारणाला पाठिंबा देणारी भाषणे झाली. अप्पांनी आपल्या निबंधासाठी डॉ. केतकरांचे 'हिंदुस्थानातील जातिव्यवस्था' वरील दोन ग्रंथ वाचले होते. या सर्वांमुळे त्यांना हिंदू समाजाविषयी नवीन व मौलिक दृष्टी प्राप्त झाली. अस्पृश्यता हे जातिविषमतेचेच आत्यंतिक भयानक स्वरूप आहे हे त्यांच्या लक्षात आले.

अशा प्रकारे त्यांचे जीवनकार्य उक्ती आणि कृती यांचे वास्तवात दर्शन देणारे होते. निरीक्षण आणि कृती यामुळे त्यांना समस्येच्या मुळाशी जाणे सहजशक्य होई. गांधीजींच्या आश्रमातही एका ब्राह्मण आचाऱ्याला आणि एका भंग्याला सफाई करताना पाहून त्यांना धक्का बसला होता. ते आश्रमाकडे समानता, श्रमनिष्ठा आणि सार्वधार्मिकपणाचे उदाहरण म्हणून पाहत होते.

१९२१च्या दरम्यान अप्पांनी साबरमती आश्रम सोडला. रत्नागिरीत त्यांनी लगोलग आपल्या सक्रिय सामाजिक कार्याचा आरंभ केला. रत्नागिरीतील टिळक विद्यालयात त्यांनी एकत्र प्रार्थनेची पद्धत सुरू केली. यात उपनिषदातील प्रार्थना म्हटल्या जात. वेदांचा अधिकार नसलेल्या जातीचे विद्यार्थी असताना अशा तऱ्हेचे वेदमंत्र उच्चारणे एका अर्थाने धाडसाचेच कृत्य म्हणावे लागेल.

याच काळात वीर सावरकरांनी रत्नागिरीत स्थानबद्ध झाल्यानंतर अस्पृश्यता निर्मूलन व स्वदेशी चळवळीत भाग घेतला. अप्पांनी सावरकरांच्या बरोबरीने याच अंगीकृत कार्याला हातभार लावला. अस्पृश्यता निवारण्याच्या दृष्टीने महारवाड्यात दर एकादशीला भजन करण्याचा व विठ्ठल मंदिरातील गणेशोत्सवात स्पृश्यास्पृश्य मुलांचा 'अखिल हिंदू मेळा' काढण्याचा उपक्रम सावरकरांनी अप्पांच्या सहकार्याने सुरू केला. दुर्दैवाने त्यांच्यात काही मतभेद निर्माण झाले. तरीही अप्पांनी सहकार्यात बाधा आणली नाही. अप्पांच्या अशा प्रकारच्या कामामुळे कुर्धे गावातील ब्रह्मवृंदाने सर्वच आगरगुळेकरांवर बहिष्कार पुकारला. पावसच्या अण्णा देसाई यांनी तोड काढली आणि स्नान करून घरात येण्याची तडजोड केली. अशा अडचणी येत होत्या; तरीही अप्पांनी अस्पृश्यता निर्मूलन हे आपल्या आयुष्याचे ध्येय बनवले होते. अप्पा डॉ. आंबेडकरांनी काढलेल्या 'समाज समता संघाच्या' विद्यमाने झालेल्या स्पृश्यास्पृश्य सहभोजनातही सहभागी झाले होते. या वेळी बोलताना

'सामाजिक समता स्थापन करण्याचा उघड सहभोजन हा एक परिणामकारक इलाज आहे.' असे उद्गार त्यांनी काढले.

यानंतर अप्पांनी आपले विचार कृतीद्वारे प्रत्यक्षात आणण्यास सुरुवात केली. मालवणमधील चर्मकार श्री. गंगाराम आडवलकर यांच्या नवसाच्या सत्यनारायणाचे पौरोहित्य पोथीच्या साहाय्याने अप्पांनी केले. त्या काळी दिवाळीचे पोहे मागायला हरिजन दारोदार फिरत असत. अप्पांनी नरक चतुर्दशीच्या दिवशी गावातून फराळ गोळा करून तो महारवाड्यात येऊन वाटला. अप्पांनी मोठ्या समाधानाने या कार्याचा उल्लेख आपल्या आत्मचरित्रात केला आहे.

स्त्रीमुक्ती

अप्पांनी आपल्या आयुष्यात स्त्री जीवनाच्या अनेक शोकांतिका अनुभवल्या. दुर्दैवाने त्यांच्या आप्तांच्या वाट्याला असे अनुभव आले होते. त्यांची आई, आजी, आत्या आणि चार बहिणी यांची पोळलेली आयुष्ये त्यांना जवळून पाहावयास मिळाली.

अप्पांनी आपल्या 'पुण्यस्मरणे' या पुस्तकात लिहिले आहे. त्यांची आई 'बाया' देवधर्माकडे विशेष ओढा नसणारी, प्रेमळ, सहनशील आणि परोपकारी स्त्री होती. अप्पांचे वडील अनेकदा आजारी असत. त्यांच्या आईने निरक्षर असूनही घरातील प्रत्येक जबाबदारी समर्थपणे पेलली. तिने मुलांना त्यांचा कल ओळखून पुढे जाण्यास प्रोत्साहन दिले. तिची देवापेक्षा मानवतेवर नितांत श्रद्धा होती. अप्पांच्या लग्नाच्या बाबतीत अप्पांनी लग्न करून सून आणावी अशी बायाची इच्छा होती, परंतु ब्रह्मचारी राहण्याच्या अप्पांच्या निर्णयाला तिने पाठिंबा दिला. 'तू या लग्नाच्या भरीला पडू नको. लग्न करून ब्रह्मचारी राहायचे म्हणतोस; त्यातच आणखी तुरुंगात जायची तयारी करतोस.' या बायाच्या उद्गारांनी अप्पांनी लग्नाचा विचार सोडून दिला.

अप्पांना चार आत्या होत्या. त्या चारही विधवा होत्या. सर्वांत मोठी बाबी आत्या. चार-पाच वर्षांची असतानाच विधवा झालेली. तिचं सर्व आयुष्य विधवेचेच जीवन जगण्यात गेले.

अप्पांची दुसरी आत्या बायो, तिला छत्तीसाव्या वर्षी एकच मुलगा झाला व तो लहान असतानाच वैधव्य येऊन ती रत्नागिरीत येऊन राहिली. पुढे या मुलाचे अकाली निधन झाले.

गोदू आत्या ही अप्पांची तिसरी आत्या. तिची अप्पांवर मोठी माया होती. ती बालविधवा होती. स्वतंत्र वृत्तीची मूर्ती होती. दारिद्र्यातही तिने लाचार वृत्ती कधीच स्वीकारली नाही. ती अप्पांच्या लहानपणी कौरव-पांडवांच्या किंवा रामायणातील गोष्टी, गाणी, शनिमाहात्म्य, पांडवप्रताप, हरिविजय यासारख्या पोथ्याही वाचून घेत असे.

सर्वांत धाकटी काशी आत्या. तीही बालविधवा होती. अप्पांच्या सगळ्या आत्या अतिशय दु:खद आयुष्य जगल्या. त्यांचा स्वाभिमान, सहृदयता आणि सहनशीलता अप्पांसाठी मोठी प्रेरणा होती.

अप्पांना चार बहिणी होत्या. सर्वांत मोठी वाराणसी ऊर्फ अक्का. ही निरक्षर आणि गरीब होती तरी तिचा मोठा मुलगा दत्तोपंत करमरकर एम.एस्सी. झाला आणि परदेशी जाऊन शिक्षण घेऊन आला.

दुसरी बहीण साळूताई; तिसरीपर्यंत शिकली तिचे लग्न एका 'कार्ट्या'शी झाले. कार्टा म्हणजे स्मशानातील पौरोहित्य करणारा भट. तिनेही गरिबीत आणि सासुरवासात कुढत दिवस काढले.

तिसरी बहीण गुणूताई; अप्पांपेक्षा सात-आठ वर्षांनी लहान. ती लहानपणी मुळाक्षरे आणि बाराखडी शिकली. तिने लग्न झाल्यावर ज्ञानार्जन, प्रवास आणि सार्वजनिक कार्ये केली. गुजराथी, हिंदी आणि इंग्रजीचे ज्ञान तिने केवळ पुस्तकांच्या साहाय्याने मिळवले.

चौथी बहीण भिमी तितकीशी बुद्धिमान नव्हती. तिचेही शालेय शिक्षण झाले नाही. तिचा विवाह एका तरुण बिजवराशी लावून दिला आणि एका बाळंतपणानंतर ती क्षयाने वारली.

अप्पांची कौटुंबिक पार्श्वभूमी पाहिल्यास कौटुंबिक पातळीवर अप्पा दु:खी होते. त्यांना अस्पृश्यता आणि स्त्रियांचे दैन्य या मोठ्या समस्या वाटल्या. त्यांच्या लहानपणाच्या साऱ्या कौटुंबिक जीवनातच स्त्रियांच्या असहायतेचे व कुचंबणेचे विविध दाखले होते. त्यांनी आपल्या स्त्री नातलगांच्या दु:खी जीवनापासून प्रेरणा घेऊनच स्त्री मुक्तीचे कार्य केले.

गांधी आश्रम सोडल्यानंतर अप्पा ज्या वेळी रत्नागिरीत जिल्ह्यात स्थायिक झाले तेव्हा त्यांनी ही समस्या सोडवण्यास सुरुवात केली.

योगायोगाने, कोल्हापूरमध्ये लिंगायत पंथातील हविरे यांनी जयाबाई कांबळे या महार मुलीसोबत विवाह ठरवला होता. अप्पांना त्याचे अगत्याचे आमंत्रण होते. अप्पांनी आनंदाने आमंत्रणाचा स्वीकार केला आणि शुभाशीर्वाद दिले. या प्रसंगी माधवराव बागल, आचार्य अत्रे आणि समतानंद गद्रे यांसारखे मान्यवर उपस्थित होते. हा प्रसंग अप्पांच्या स्त्रीमुक्तीच्या प्रयत्नांचे मोठे उदाहरण म्हणून मानता येते. अप्पा अनेकदा अशा कार्यक्रमात भाग घेत.

अप्पांनी हिंद छात्रालयांतर्गत 'कन्याश्रम' सुरू केला. यामध्ये अस्पृश्य स्त्रियांना शिक्षणाची सोय निर्माण केली गेली.

त्यांच्या मते, समाजाचा विकास स्त्री मुक्तीशिवाय होणे अशक्य आहे. समाजाच्या उन्नतीसाठी अनेकदा स्त्रिया त्याग करतात. अप्पांनी त्यांच्या आईची चले जाव चळवळीत

तुरुंगातून पॅरोलवर सुटका झाल्यावर अखंड तेरा महिने मनोभावे सेवा केली.

भंगीमुक्ती

वर्णव्यवस्थेत भंगी अशा सेवेचा उल्लेख सापडत नाही. सातव्या शतकाच्या आसपास याबाबतचे काही उल्लेख सापडतात. लक्षात घेण्याजोगी गोष्ट म्हणजे महाराष्ट्रातील एकही भंगी महाराष्ट्रीयन नाही. सारे परप्रांतातून आणून वसवले आहेत. हे काम अत्यंत कमीपणाचे समजले जात असे.

सर्वसामान्य लोकांच्या दृष्टीने भंगीकामाला अजिबात प्रतिष्ठा नव्हती. वास्तविक ते मानवी जीवन आणि आरोग्याचे रक्षक होते. जीवनावश्यक व जीवन पोषक कामे ती किळसवाणी व कष्टाची म्हणून टाळणे आणि जातीच्या नावाखाली ती दीनदुबळ्या लोकांवर लादणे हे ढोंगीपणाचे आणि पाखंडीपणाचे आहे. हा आळस आणि पोकळ टेंभा ही जातीय तेढीची प्रबळ कारणे आहेत. या सर्वांवर प्रबळ तोडगा म्हणजे 'सफाई यज्ञ.' अप्पांनी मानवतेच्या खालोखाल स्वच्छतेच्या दृष्टीने समाजाची चिकित्सा केली आणि नवा मार्ग दाखवला.

अप्पांनी या अमानवी प्रवृत्तीला विरोध केला. स्वस्वच्छतेच्या मोहिमेतून भंगीमुक्तीच्या कार्याला सुरुवात केली. 'नवभंगी' या नावाने नवा संप्रदाय बनवून त्यांचा व्यावसायिक दर्जा निर्माण केला. 'भंगीमुक्ती आंदोलन निकराने चालवा आणि स्वच्छ भारत आंदोलन - यशस्वी करा' अशी त्यांची घोषणा होती.

अप्पांनी भंगी समस्येचा विचार अतिशय खोलात जाऊन केला होता. त्यांचा पोशाख वापरली जाणारी साधने इत्यादी बाबतीतल्या समस्यांचाही त्यांनी अभ्यास केला. त्यानंतर त्यांनी नवीन उपाय शोधले.

१९२८मध्ये रामनवमी उत्सवात वळवली येथे मोठ्या प्रमाणावर सप्ताह साजरा केला. अप्पांनी स्वच्छतेबाबत अनेक सूचना केल्या. चर खणून बांबूंच्या वापराने बनवलेल्या शौचालयाचे प्रयोग त्यांनी केले. या प्रयोगासाठी भारत सेवक समाजाचे सदस्य एस.एम. जोशी यांनी दीडशे रुपयांची मदत फ्लॉरेन्स नाईटिंगल गाव स्वच्छता निधीतून केली. याच काळात त्यांनी 'शेतकरी शौचालयाचा' म्हणजे चराच्या शौचालयाचा प्रचार सुरू केला. सावंतवाडीचे बापूसाहेब महाराज आणि हुबळी ट्रस्ट यांनी अशा प्रकारचे शौचालये बांधायला मदत केली.

१९४६-४७ साली गोपुरी आश्रमात 'गोपुरी शौचालयांचा' प्रारंभ झाला व तेथे त्याचे पद्धतशीर प्रयोग सुरू झाले. हे कमी खर्चाचे आणि सर्व मैला वाहून जाणारे असत.

७०% पेक्षा जास्त भारतीय शौचालयांच्या मूलभूत सोयींपासून वंचित होते. त्या काळी परवडणाऱ्या शौचालयाच्या सोयीची गरज होतीच. अप्पांनी गोपुरी शौचालयाच्या

अभिनव कल्पनेचा सहा वर्षे प्रसार आणि प्रचार केला. गांधी स्मारक निधी मार्फत या गोपुरी शौचालयाच्या प्रसाराचे काम सुरू झाले व त्याचा बोलबालाही झाला. यामार्फत साधारणपणे १०,०० शौचालये बांधून झाले व ५०,००० शौचालये बांधण्याचा संकल्प केला.

गांधी स्मारक निधीने भंगीमुक्ती कार्यक्रम मोठ्या प्रमाणावर हाती घेतला. अप्पासाहेबांच्या अध्यक्षतेखाली एक समिती स्थापन करण्यात आली. यामार्फत भंगी शिक्षणाची सोय, जेणेकरून सामाजिक दर्जा सुधारेल असे हेतू सिद्धीस नेण्याचा प्रयत्न चालू झाला. या समितीत बाळासाहेब खेर, निधीचे चिटणीस श्री. धोत्रे व कृष्णदास शहा असे आणखी तीन सन्माननीय सदस्य होते.

अप्पासाहेब यानंतर विनोबा भावे, श्री. देवदास गांधी, श्री. गोविंदराव पंत, श्री. शंकर वेळे, श्री. नारायणदास गांधी, श्री. सुब्रह्मण्यम यांनी गांधी स्मारक निधी एक अहवाल सादर केला. यात पंधरा वर्षाच्या आतील भंगी मुलाला भंगीकाम करण्यास मनाई करण्यात आली. त्यांच्यासाठी वेगळ्या व्यावसायिक प्रशिक्षणाची सोय करावी. तरच नवी पिढी या कामापासून मुक्त होईल. तसेच गोपुरी शौचालयांना प्राधान्य द्यावे अशा सूचना होत्या.

स्थानिक संस्थांनी भंगी मुक्तीसाठी पुढाकार घ्यावा. मुंबई राज्याच्या समाज कल्याण खात्यानेही अप्पांची कुटुंब कमोड शौचालयाची, सवर्णाद्वारा सफाई करविण्याची योजना मान्य केली. कामगारांचे वेतन व कमोड शौचालय बनवणाऱ्यांना ५०% साहाय्य देऊ केले. सरकारने रत्नागिरी, चिपळूण येथील नगरपालिकांना अप्पांच्या अहवालानुसार गोपुरी शौचालये बांधण्याचे आदेश दिले.

अन्य कार्य

अस्पृश्यता निवारण, स्त्रीमुक्ती, भंगीमुक्ती व चलनशुद्धी या मुख्य चळवळींमध्ये अप्पांनी पुढाकार घेतला होता. याशिवाय काही उल्लेखनीय चळवळींशी त्यांचे नाव जोडले गेले.

अप्पांनी 'कुणबी सेवा संघ' रत्नागिरी येथे स्थापन केला. ॲड. रेगे अध्यक्ष, सामंत गुरुजी व नाना वंजारे संस्थेचे सेक्रेटरी होते. लांजा येथे कुणबी सेवा संघामार्फत 'कुणबी छात्रालय' सुरू करण्यात आले. श्री. वंजारे यांची या कामी मोठी मदत झाली. त्यांच्यामुळे छात्रालय अल्पकाळातच लोकप्रिय झाले. याचवेळी आजूबाजूच्या गावातही शाळा उघडण्यात आल्या.

१९३७ साली काँग्रेस मंत्रिमंडळे प्रांताप्रांतातून तयार झाल्यापासून खादीला राजाश्रय मिळाला. अप्पांनी कणकवली जवळच्या कलमठ येथे खादी कार्यालय सुरू केले. हे

कार्यालय आश्रमासारखेच होते. कलमठच्या खादी कार्यालयाचा बोलबाला जिल्हाभर झाला. आश्रमाच्या खादी वर्गात बाळूदादा पानवलकर, काशिनाथपंत पटवर्धन, जानकीबाई शेट्ये, शांताबाई तेंडूलकर, काशीबाई चांदोरकर यांसारखे अनेक तरुण-तरुणी शिकून बाहेर पडले.

अप्पांनी केवळ भंगीमुक्तीचे कार्य केले नाही. त्यांनी 'भारत सफाई मंडळ' सुरू केले. याद्वारे रोज नियमपूर्वक पंधरा मिनिटे सफाईचे काम करणाऱ्यांची अखिल भारतीय नोंद सुरू केली. साऱ्या भारतातून २००-३०० कार्यकर्ते नोंदले गेले.

१९४९ ते १९६०मध्ये अप्पांनी कणकवली येथे गोपुरीमध्ये गरम सफाई सारखे उपक्रम सुरू केले. गोपुरी ही अप्पांची सामाजिक प्रयोगशाळा होती.

दरम्यानच्या काळात अप्पांनी दारूबंदीसाठीही जोराचे प्रयत्न केले. १९५९च्या मे मध्ये दारूबंदीसाठी एक कमिटी स्थापन करण्यात आली. अप्पांचाही त्यात समावेश होता. मालवणला असताना त्यांनी सत्याग्रहाद्वारे दारूच्या गुत्त्यांविरोधात अखंड निरोधन केले होते. मसुरा, आचरा आणि कणकवलीत त्यांनी असेच प्रयोग केले.

सरकारतर्फे आता गावोगावी स्वच्छतेसाठी 'निर्मल ग्राम योजना' राबविली जात आहे. खरे तर अप्पासाहेबांनाच या योजनेचे आद्य प्रवर्तक म्हणावयास हवे; कारण सुमारे ७० वर्षांपूर्वी हे काम स्वेच्छेने हाती घेतले होते आणि त्यांच्या हयातीतच त्यांनी ते पूर्णत्वास नेण्यासाठी शेवटपर्यंत प्रयत्नही केले होते.

संदर्भ व टिपा

१. बलवंत (साप्ताहिक) रत्नागिरी - दि. १७-११-१९३७, २६-२-१९४१, २३-७-१९४१ इत्यादी.

२. महाराष्ट्र टाइम्स दि. १०-३-२००८

३. दीक्षित, (डॉ.) शीला, *कोकण विविध दिशा आणि दर्शन*, पुणे, २०११

४. पटवर्धन, अप्पासाहेब, *माझी जीवनयात्रा*, परमधर्म प्रकाशन, वर्धा, १९७१

५. मंगळवेढेकर, राजा, *कोकणचे गांधी*, साधना प्रकाशन. पुणे, १९७३.

पूर्वप्रसिद्धी :

प्राचार्य आर. डी. गायकवाड गौरव ग्रंथ 'शोध इतिहासाचा' भाग २

संपादक : डॉ. अरुण भोसले, कोल्हापूर, २०१६.

२४.

कोकणातील इतिहासकार व इतिहाससंशोधक

महाराष्ट्र ही ज्याप्रमाणे संतांची भूमी म्हणून ओळखली जाते त्याप्रमाणे ती इतिहाससंशोधक आणि इतिहासकारांची भूमी म्हणूनही ओळखली जाते. एकोणिसाव्या शतकाच्या उत्तरार्धापासून ते आजतागायत या महाराष्ट्रभूमीने अनेक इतिहाससंशोधक पाहिले. वासुदेवशास्त्री खरे यांच्यापासून ते अगदी अलीकडे निवर्तलेल्या डॉ.अ.रा. कुलकर्णी आणि डॉ.वि.गो. खोबरेकर यांच्यापर्यंतच्या केवळ मराठी इतिहाससंशोधकांचीच ही यादी खूप मोठी आहे.

महाराष्ट्रात एकोणिसाव्या शतकाच्या अखेरच्या दशकात मराठ्यांच्या इतिहासाची साधने प्रकाशात आणून ती संगतवार प्रसिद्ध करण्याचे कार्य अनुक्रमे वासुदेवशास्त्री खरे आणि वि.का. राजवाडे या दोन इतिहासकारांनी केले. त्यांपैकी वासुदेवशास्त्री हे वयाने ज्येष्ठ. कोकणातील गुहागर येथे त्यांचा जन्म ५ ऑगस्ट १८५८ रोजी झाला. १८८० मध्ये ते शिक्षक म्हणून मिरजेला नोकरीस लागले. तेथेच त्यांना ऐतिहासिक कागदपत्रांचा खूप मोठा ठेवा पाहण्यास मिळाला आणि तो खनिजा पाहून आपला जन्म याच्या संशोधनासाठी झाला आहे असे मानून त्यांनी आपले सर्व आयुष्य मिरजेतच व्यतीत केले.

ऐतिहासिक परंपरेतील त्यांचे पहिले संशोधनात्मक पुस्तक म्हणजे नाना फडणविसांचे चरित्र (१८९२) हे होय. आजपर्यंतच्या नाना फडणविसांच्या चरित्रात हे चरित्र खूप विश्वसनीय आणि वाचनीय ठरले आहे. त्यानंतरचा त्यांचा ऐतिहासिक कामगिरीचा मोठा उद्योग म्हणजे पटवर्धनांच्या कागदपत्रांचा अभ्यास, त्यांचे संशोधन आणि संपादन हा होय. त्यातून त्यांची ऐतिहासिक लेखसंग्रहाची एकूण चौदा खंडांची मालिकाच प्रकाशित झाली. त्यांपैकी पहिले बारा खंड त्यांच्या हयातीत प्रकाशित झाले, तर उरलेले दोन खंड त्यांचे चिरंजीव यशवंतराव खरे यांनी संपादित करून प्रकाशित केले. ह्या लेखसंग्रहांच्या प्रस्तावना, तसेच न. चिं. केळकरकृत 'मराठे व इंग्रज' (१९१८) ह्या ग्रंथाची प्रस्तावना

ह्यांवरून वासुदेवशास्त्र्यांचा व्यासंग, विद्वत्ता आणि साक्षेपीपणा दिसून येतो. 'ऐतिहासिक लेखसंग्रहा'च्या पहिल्या चार खंडांना लिहिलेल्या प्रस्तावना नंतर त्यांच्या चिरंजिवांनी एकत्र करून 'मराठी राज्याचा उत्तरार्ध खंड १' या शीर्षकाने प्रसिद्ध केल्या (१९२७). या महान उद्योगामुळे खरेशास्त्री यांची गणना कोकणातील इतिहासकार व इतिहास-संशोधकांमधील एक उच्च दर्जाचा इतिहासकार म्हणून झाली. अशा या महान इतिहाससंशोधकाचे मिरजेतच ११ जून १९२४ रोजी निधन झाले.

प्रा. शेजवलकरांनी वासुदेवशास्त्रींचे मूल्यमापन करताना म्हटले होते, 'मराठी इतिहासास कै. शास्त्रीबुवांच्या गाढ संशोधनाची जोड मिळाली आहे. प्रारब्धकार्य पेशवाईच्या शेवटास नेण्याची त्यांना तळमळ लागली होती. साने, पारसनीस, राजवाडे, भावे, खरे हे इतिहाससंशोधक पंचायतन होते. ह्यात अत्यंत व्यवस्थेशीर अभ्यासक्रमास सोयीचे असे काम शास्त्रीबुवांचे आहे. 'इतिहास शहाणपणा शिकवितो' या बेकनच्या वचनाप्रमाणे मिळणारे मार्मिक ज्ञान व सखोल शहाणपणा शास्त्रीबुवांच्या अंगी मुरलेले होते. भाषाप्रभुत्व, रसिकता, विनोद हे त्यांच्या वाङ्मयातील गुणविशेष होते.'

इतिहाससंशोधन या एकाच आणि एकाच कार्यास ज्यांनी आपले आयुष्य निश्चयपूर्वक वाहिले आणि हाच आपला प्रपंच मानून आपली सर्वगामी बुद्धिमत्ता नि सर्व श्रम कामी लावले, ते विश्वनाथ काशीनाथ राजवाडे म्हणजे इतिहाससंशोधकांतील एक प्रचंड वादळ! त्यांचा जन्म कोकणात रायगड जिल्ह्यातील वरसईस २४ जून १८६३ रोजी झाला. 'मराठ्यांच्या इतिहासाची साधने' ह्या शीर्षकाचे अस्सल मराठी साधनांचे बावीस खंड १८९८ ते १९१७ या काळात त्यांनी संपादन करून प्रसिद्ध केले. या खंडांच्या प्रस्तावनांतून त्यांनी अनेक विषयांना स्पर्श केला. काही विषयांची चिकित्सक व मर्मज्ञ मीमांसा केली. आपणच प्रश्न उपस्थित करून त्यांना उत्तरे देण्याचा अथक प्रयत्न केला.

राजवाड्यांचे इतिहाससंशोधन व इतिहासविषयक लेखन केवळ इतिहासाच्या रूढार्थापुरतेच मर्यादित नाही; तर त्यात समाजशास्त्र, उत्क्रांतिवाद, मानसशास्त्र, विज्ञान इत्यादींचाही त्यांनी प्रसंगानुरूप परामर्श घेतला आहे. इतिहासविषयक संशोधनासाठी त्यांनी १९१०मध्ये पुण्यात 'भारत इतिहास संशोधक मंडळ' व अमळनेर येथे १९३२मध्ये 'इतिहास संशोधक मंडळ' स्थापन केले.

इतिहासविषयक लेखनाव्यतिरिक्त राजवाड्यांचे महत्त्वाचे कार्य म्हणून त्यांचे ज्ञानेश्वरीविषयक संशोधन आणि रामदास कादंबरी या विषयावरील तसेच भाषा व व्याकरण यासंबंधी केलेले लेखन नमूद करावे लागेल.

आयुष्याच्या शेवटी राजवाडे मराठीतील धातुपाठाकडे वळाले. सुमारे सोळा हजार पाठांच्या नोंदी त्यांनी केल्या . त्यांच्या मृत्युनंतर त्याचा मराठी धातुकोश १९३७मध्ये प्रकाशित झाला. तसेच १९४२मध्ये त्यांचा नामादि शब्दव्युत्पत्तिकोश प्रसिद्ध झाला. हा

त्यांचा ग्रंथ संदर्भग्रंथ म्हणून महत्त्वाचा आहे. राजवाडे हे बहुमुखी प्रतिमेचे संशोधक व चिकित्सक होते. डॉ. श्रीधर व्यंकटेश केतकर (ज्ञानकोशकार) ह्यांच्या मते इतिहास-संशोधनापेक्षा भाषाशास्त्रसंवर्धक म्हणून राजवाड्यांची कामगिरी अधिक मोलाची आहे. त्यांचे सारे संशोधन व लेखन राष्ट्रभक्तीच्या प्रेरणेतून झाले आहे. अशा या थोर संशोधकाचा मृत्यु ३१ डिसेंबर १९२६ रोजी धुळे येथे झाला. त्यांच्या निधनानंतर त्यांच्यावर अनेक गौरवपर लेख प्रसिद्ध झाले. प्रबोधनकार केशव सीताराम ठाकरे यांनी 'गेल्या तीनशे वर्षात असा माणूस झाला नाही.' असे प्रशंसोद्गार काढले होते.

इतिहासाचार्य राजवाडे यांच्या अगोदर ३ वर्षे म्हणजे १८६०मध्ये २० ऑगस्टला जन्मलेले कृष्णराव अर्जुन केळूसकर हे कोकणातील आणखी एक महत्त्वाचे इतिहाससंशोधक. त्यांचा जन्म वेंगुर्ले तालुक्यातील केळूस या गावी झाला. केळूसकरांची सर्वांत महत्त्वाची कामगिरी म्हणजे शिवचरित्राचे लेखन ही होय. १९०७ मध्ये हे चरित्र 'क्षत्रिय कुलावतंस छत्रपति शिवाजी महाराज यांचे चरित्र' या नावाने प्रथम प्रकाशित झाले. मराठीमधील समग्र आणि साधार असे हे पहिलेच शिवचरित्र म्हणावे लागेल. त्यात केळूसकरांमधील इतिहाससंशोधकही दिसून येतो. त्या ग्रंथाच्या मराठीमधील अनेक आवृत्त्या तर निघाल्याच; पण गुजराथी, हिंदी इत्यादी भाषांमध्येही भाषांतरे झाली. प्रा. नीलकंठ ताकाखाव यांनी The Life of Shivaji Maharaj या नावाने १९२१मध्ये इंग्रजी भाषांतर प्रकाशित केले. छ. शिवाजी महाराजांच्या चरित्राखेरीज तुकाराम महाराज. गौतम बुद्ध, रामचंद्र विठोबा धामणस्कर, एल्लाप्पा बाळाराम, गुणाजीराव घुले, जनाबाई रोकडे, माधवराव रोकडे, स्वामी गोविंद जनार्दन बोरकर इत्यादींचीही चरित्रे लिहून त्यांनी त्याद्वारे इतिहासकथन केले. बायबलचे फार सुरेख मराठी भाषांतरही त्यांनी केले.

केळूसकरांच्या कार्याची दखल मुंबईकरांनी घेतली, याचा येथे उल्लेख करायला हवा. ६ ऑक्टोबर १९३४ रोजी भरलेल्या पहिल्या मुंबई मराठी साहित्य संमेलनाच्या अध्यक्षपदी त्यांची नियुक्ती झाली. मुंबईतील विशेषत: ब्राह्मणेतर चळवळीशी संबंध असलेल्या अनेक सामाजिक संस्थांशी केळूसकरांच्या संबंध होता. परंतु त्यांच्यावर कोणीही जातीयवादाचा आरोप करू शकणार नाही इतकी त्यांची दृष्टी व्यापक होती. या महान संशोधकाचा मृत्यु १४ ऑक्टोबर १९३४ रोजी मुंबई येथे झाला.

महाराष्ट्राच्या समग्र इतिहासाचे संकलन करण्याचे अत्यंत परिश्रामाचे कार्य, हे आपले जीवितकार्य मानून सुमारे साठ वर्षे ज्यांनी आपली लेखणी चिकाटीने चालू ठेवली, अशा गोविंद सखाराम सरदेसाई यांचे नाव महाराष्ट्रात त्यांच्या रियासतीमुळे सर्वश्रुत झाले आहे. त्यांच्या 'रियासत' या मालिकेवरूनच त्यांना 'रियासतकार', ही सार्थ पदवी लोकांनी स्वयंस्फूर्तीने दिली.

गोविंदरावांचा जन्म १७ मे १८६५ रोजी रत्नागिरी जिल्ह्यातील गोविलनजीक हसोळ

येथे झाला. सुरुवातीचे शालेय शिक्षण त्यांनी रत्नागिरीतच घेतले. १८८८ मध्ये ते बी.ए. झाले. १८९८मध्ये त्यांनी आपल्या रियासतीच्या मालेचा 'मुसलमानी रियासत' या नावाने पहिला खंड प्रसिद्ध केला. याबरोबरच त्यांनी मॅकिअॅव्हॅलीच्या 'द प्रिन्स' आणि प्रा. सिली यांच्या 'एक्सपान्शन ऑफ इंग्लंड' या दोन ग्रंथांचे भाषांतर केले. ही दोन्ही पुस्तके सयाजीराव महाराज ग्रंथमालेतून पुढे यथावकाश प्रसिद्ध झाली. सुरुवातीच्या मुसलमानी रियासतीत त्यांनी प्रामुख्याने सर्व मुसलमान शाह्यांचा इतिहास संकलित केला आहे. पुढे इतिहासलेखन हेच आपले अवतारकार्य आहे, अशा प्रतिज्ञेने त्यांनी ते स्वीकारले आणि व्रतस्थ वृत्तीने तडीला नेले. १९२४ पासून ते पुणे-मुंबई मार्गावरील इंद्रायणी नदीकाठी कामशेत येथे स्थायिक झाले. उर्वरित जीवन त्यांनी इतिहासलेखन या एकमेव तपश्चर्येत व्यतीत केले आणि इतिहासाचे संकलन या एकाच उद्योगात ते मग्न झाले. 'इतिहासालाच त्यांनी आपला मुलगा मानलेले आहे.' हे साहित्यसम्राट न.चिं. केळकरांचे उद्‌गार खरोखरीच सार्थ वाटतात.

सर जदुनाथ सरकारांबरोबर त्यांनी पूना रेसिडन्सी करस्पाँडन्सचे पाच खंड संपादित केले. याशिवाय काव्येतिहाससंग्रहातील पत्रे, याद्या, भारतवर्ष व इतिहाससंग्रहातील महत्त्वाच्या कागदपत्रांचे संपादनही केले. ब्रिटिश शासनाने १९२९मध्ये त्यांच्याकडे पेशवे दप्तराच्या संपादनाचे कार्य सोपविले. ते त्यांनी कृ.पां. कुलकर्णी, य.न. केळकर, डॉ.वि.गो. दिघे या सहकाऱ्यांच्या साहाय्याने १९३०-३४ या काळात पूर्ण करून त्यातून पेशवे दप्तराच्या मालेच्या एकूण ४५ खंडांची निर्मिती केली. रियासतकारांनी मराठी रियासतीचे एकूण तेरा खंड प्रकाशित केले. ब्रिटिश रियासतीचे पूर्वार्ध आणि उत्तरार्ध असे दोन खंड प्रकाशित केले. मराठी रियासतीवर आधारित 'न्यू हिस्ट्री ऑफ द मराठाज् (तीन खंड) आणि पाटणा विद्यापीठात दिलेल्या व्याख्यानावर आधारित 'मेन करन्ट्स ऑफ मराठा हिस्ट्री' असे दोन ग्रंथ त्यांनी इंग्रजी भाषेत लिहिले. परिणामी त्यांच्या कार्याची आणि पर्यायाने मराठ्यांच्या इतिहासाची ओळख महाराष्ट्राबाहेरील अमराठी माणसांना झाली. सरदेसाईंच्या ५० वर्षांपूर्वीच्या रियासती मध्यंतरी (१९८८-९२ या काळात) पॉप्युलर प्रकाशनाने प्रसिद्ध केल्या. त्यांची तिसरी आवृत्ती नुकतीच प्रकाशित झाली यावरूनच रियासतकारांच्या कार्याचे महत्त्व लक्षात यावे. मराठी रियासतीच्या मूळ तेरा खंडांचे संपादन कै. स. मा. गर्गे यांनी आपल्या काही अभ्यासू सहकाऱ्यांच्या साहाय्याने केले असून तेरा खंडांतील मजकूर आठ खंडांत मांडला आहे.

अशा डोंगराएवढ्या कार्यामुळे रियासतकारांकडे अनेक मानसन्मान चालत आले. इंग्रज सरकारने १९३२मध्ये त्यांना 'रावसाहेब' तर १९३७मध्ये 'रावबहादूर' या किताबाने सन्मानित केले. १९५७मध्ये भारताच्या राष्ट्रपतींकडून त्यांना 'पद्मभूषण' या पदवीने गौरविण्यात आले. १९३४ मध्ये साताऱ्याच्या छत्रपतींनी रियासतकारांना मानाची साडेतीन

वस्त्रे देऊन गौरविले. बडोदा आणि भोर संस्थानच्या प्रमुखांनीही सरदेसाईंचा गौरव केलेला आढळतो. धुळ्याच्या राजवाडे मंडळाने त्यांना 'इतिहासमार्तंड' (इतिहासाचा सूर्य) ही पदवी बहाल केली.

१९५१मध्ये पुणे विद्यापीठाने त्यांना डी.लिट ही सन्माननीय पदवी बहाल केली तर त्याच वर्षी जयपूर येथे भरलेल्या 'इंडियन हिस्ट्री काँग्रेस'च्या अध्यक्षपदाचा मान त्या संस्थेने त्यांना दिला. अशा तऱ्हेने इतिहासकारांच्या राष्ट्रीय संस्थेने सरदेसाईंची अध्यक्षपदासाठी निवड केल्याने त्यांचा विशेष बहुमान झाला. २९ नोव्हेंबर १९५९ रोजी कामशेत येथे त्यांनी शेवटचा श्वास घेतला.

सरदेसाईंनी त्यांच्या आयुष्यात जे साध्य केले त्याची मनमोकळी प्रशंसा करताना सर जदुनाथ सरकार म्हणतात, 'माणसाचं आयुष्य सार्थकी कसे लागले हे पाहताना तो किती आयुष्य जगला, त्याने किती पैसा जमा केला आणि मौजमजा केली त्याची मोठ्याने जाहीर प्रशंसा करून त्यांचे मोजमाप होत नाही, तर त्याने आपल्या आयुष्यात जी चिरकाल टिकणारी कामगिरी केली त्यामुळे होते, या दृष्टिकोनातून पाहिल्यास गोविंद सखाराम सरदेसाई यांनी जे आयुष्य घालविले ते निरर्थक होते असे म्हणता येणार नाही.'

प्रा. सदाशिव आठवले लिहितात, 'सतराव्या शतकाच्या प्रथम चरणापासून ते एकोणिसाव्या शतकाच्या प्रथम चरणापर्यंतचा जवळजवळ दोनशे वर्षांचा चार हजारांहून अधिक पृष्ठांचा मराठी सत्तेचा समग्र इतिहास मराठीतून वाचकांच्या हाती देण्याचे महान कार्य रियासतकार गोविंद सखाराम सरदेसाई यांनी एकहाती पुरे केले. त्यासाठी त्यांनी निदान पन्नास वर्षे अपार कष्ट केले. ते कार्य पूर्ण झाल्यालाही आता अर्धशतकाहून अधिक काळ झाला आहे. त्या लेखनासाठी त्यांनी इतरांशी संशोधिलेल्या सर्व प्रकाशित व काही अप्रकाशित अस्सल कागदपत्रांचा तर उपयोग केलाच पण स्वत:ही काही नवी कागदपत्रे प्रसिद्ध केली. पैकी 'पेशवे दप्तरातून निवडलेल्या कागदांचे पंचेचाळीस खंड' हा तर साधनसाहित्याचा एक अमोल ठेवा आहे. रियासतकारांनी केलेल्या विविध प्रसंगांच्या विश्लेषणाच्या संदर्भात तसेच त्यांनी केलेल्या व्यक्तीच्या मूल्यमापनाच्या बाबतीत मतभेद होऊ शकतील, होत राहिलेले आहेत; पण त्यांनी एकत्रित स्वरूपात दिलेल्या भरपूर माहितीचे आणि तिच्या पुष्कळच सुबोध मांडणीचे महत्त्व कधीच नाकारता येणार नाही.'

कोकणातील इतिहाससंशोधकांचा विचार करता भारताचार्य चिंतामणराव वैद्यांचा निर्देश अपरिहार्य ठरतो. १८ ऑक्टोबर १८६१ रोजी त्यांनी कल्याणमध्ये जन्म घेतला आणि वयाच्या अठ्ठ्याहत्तराव्या वर्षी २० एप्रिल १९३८ रोजी कल्याणातच त्यांनी अखेरचा श्वास घेतला. स्वत: भारताचार्यांनी २९ ग्रंथ लिहून प्रसिद्ध केले. सुमारे ५० वर्षं (१८८६ - १९३६) केलेल्या संशोधनातून त्यांनी जवळपास पन्नास हजार पृष्ठांचे लेखन

केले. डॉ. श्रीनिवास साठे म्हणतात त्याप्रमाणे, 'या ग्रंथांसाठीच्या टिपणासाठी त्याच्या किमान दहापट वाचन व लेखन त्यांनी केले असे धरले तर साधारण पाच लाख हा आकडा येतो. म्हणजेच वर्षाला दहा हजार व रोज साधारण तीस बत्तीस पाने ते लिहित वाचत असणार.[५] चिंतामणरावांनी जे एकूण २९ ग्रंथ लिहिले त्यापैकी नऊ ग्रंथ इंग्रजीतून व वीस ग्रंथ मराठीतून लिहिले. विषयानुरूप या ग्रंथांची विभागणी करावयाची तर प्राचीन व अर्वाचीन इतिहास (१२), रामायण - महाभारत (८), प्राचीन धर्मग्रंथ (३), चरित्रे (२), सामाजिक (१), सामाजिक समीक्षा (१), कादंबरी (१) व नाटक (१) अशा प्रकारे होऊ शकेल.[६] १९०८ पुणे येथे भरलेल्या मराठी साहित्य संमेलनाचे अध्यक्षपद भारताचार्यांनी भूषविले होते. या संमेलनाला त्या वेळी 'ग्रंथकार संमेलन' असे म्हणत असत. त्यांनी एक इतिहाससंशोधक म्हणून पुण्याच्या भारत इतिहास संशोधक मंडळात २५ रुपये वर्गणी भरून प्रवेश केला व पुढे २८ वर्षे मंडळाचे पालकत्वही स्वीकारले होते. १९१७ ते १९ व १९२४ ते २६ या काळात ते या मंडळाचे उपाध्यक्ष होते तर १९२६ ते ३६ या काळात अध्यक्ष होते. मंडळाच्या कामात येणाऱ्या कायदेशीर व ऐतिहासिक अडचणी चिंतामणराव सहज सोडवीत. त्यांच्या विद्वत्तेने व संघटनकौशल्याने मंडळात प्रतिष्ठा प्राप्त झाली.

मराठ्यांच्या इतिहासावर स्पष्ट, धाडसी आणि वेगळ्या प्रकारची मते बिनधास्तपणे व्यक्त करणारे म्हणून प्रा. त्र्यं. शं. शेजवलकर यांनी मराठी इतिहासलेखनात आपला स्वतंत्र ठसा उमटविला. वस्तुनिष्ठ इतिहासकार अशी ओळख दिल्या जाणाऱ्या शेजवलकरांचा जन्म २५ मे १८९५ या दिवशी रत्नागिरी जिल्ह्यातील कशेळी येथे झाला. तरुणपणी मुंबईत नोकरी करत असता त्यांची बदली पुण्यात झाली आणि पुण्याच्या भारत इतिहास संशोधक मंडळातील संशोधकांशी त्यांचा परिचय वाढला. तेथील व्याख्याने, चर्चासत्रे यात ते सहभागी होऊ लागले. शेजवलकरांचा व्यासंग खूप मोठा होता. मात्र, त्या मानाने त्यांचे अक्षरवाङ्मय खूपच कमी आहे. 'पानिपत १७६१' ही त्यांची इंग्रजी (१९४६) आणि मराठी (१९६१) मधील मोठी कामगिरी. याशिवाय दत्तोपंत आपटे व्यक्तिदर्शन (१९४५), नागपूर अफेअर्स खंड १ (१९५४), खंड २ (१९५९) निजाम- पेशवे संबंध (१९५९), इत्यादी अत्यंत महत्त्वाची ग्रंथसंपदा असून त्यांनी मराठी इतिहासाच्या संशोधनात मोलाची भर घातली आहे. याशिवाय अनेक विषयांवर त्यांनी लेखरूपाने लेखन केले आहे. हे शेजवलकरांचे लेख भाग १, २ आणि ३ या नावाने श्री. ह. वि. मोटे यांनी अनुक्रमे १९४०, १९५९ व १९७७ या वर्षी प्रकाशित केले.

शेजवलकरांना एक संशोधकीय शिवचरित्र लिहावयाचे होते. त्याकरिता त्यांनी १९५९ ते १९६३ या काळात शिवचरित्राची एक महत्त्वाकांक्षी योजना आखली.

साधनग्रंथांचे चिकित्सक टिपणही केले. मात्र शेजवलकरांचे हे काम अपुरेच राहिले. २८ नोव्हेंबर १९६३ या दिवशी शेजवलकरांचे निधन झाले. मराठा मंदिरने श्रद्धांजली म्हणून या महान इतिहासकाराच्या योजनेचे ६५० पानांचे हस्तलिखित पुस्तकरूपाने छापले.

त्यांना कोकणचा इतिहास लिहावयाचा होता. परंतु ते काम त्यांच्याकडून पूर्ण झाले नाही. ते फक्त कोकणची ऐतिहासिक पार्श्वभूमी लिहू शकले. मात्र, केवळ ४१ पानांच्या या पुस्तिकेने अनेक संशोधकांना, विद्वानांना आजतागायत मार्गदर्शन केले आहे. ही पुस्तिका म्हणजे महाभारतकाळापासून शिवपूर्व काळापर्यंत संशोधनाधिष्ठित अनुमानांच्या आधारे रेखाटलेली कोकणच्या इतिहासाची रूपरेषा आहे.

'मराठ्यांच्या इतिहासाचा चालता बोलता ज्ञानकोश', असे ज्यांना म्हटले जाते व ज्यांनी अखिल भारतीय इतिहास परिषदेची स्थापना केली त्या म.म.द.वा. पोतदारांचा जन्म ५ ऑगस्ट १८९० रोजी महाड तालुक्यातील बिरवाडी, जिल्हा रायगड येथे झाला. १९१० साली ते बी.ए. झाले. पुढे एस.पी. कॉलेज, पुणे येथे ते मराठी आणि इतिहासही शिकवू लागले. १९३६मध्ये त्या कामातून ते निवृत्त झाले आणि अनेक संस्थांच्या कार्यात व इतिहाससंशोधनात मग्न झाले. 'मराठी गद्याचा इंग्रजी अवतार' (१९२२), 'थोरले माधवराव पेशवे' (१९२८). 'मराठी इतिहास व इतिहाससंशोधन' (१९३५), 'महाराष्ट्र साहित्य परिषद, इतिहास वृत्तविभाग व साधनविभाग' (१९४३), 'जयपूरदर्शन' (१९४८), 'सुमन सप्तक' (१९५०), 'टिळकांचे सांगाती', 'शिवचरित्राचे पैलू', 'भारताची भाषासमस्या' (१९६८) असेही अभ्यासविषय निवडून त्यांनी इतिहास लेखन केले.

जवळजवळ शंभराच्या आसपास संस्थांमध्ये ते कार्यरत होते व संपूर्ण भारतभर त्यांनी व्याख्याने दिली. याशिवाय अनेक ग्रंथांना त्यांनी प्रस्तावना वा पुरस्कार लिहिले. त्यांच्या या विविधांगी कार्यामुळेच त्यांच्याकडे अनेक मानसन्मान चालून आले.

प्रतिभावान विद्वान अभ्यासकांच्या परंपरेत प्रदीर्घ निरलस व्यासंगाने शोभणारे आणि इतिहाससंशोधनाला जीवनसर्वस्व वाहणारे ग.ह. उर्फ तात्यासाहेब खरे यांनी प्रपंच उभा केला तो असंख्य कागदपत्रांच्या साधनांचा आणि नाण्यांचा. त्यांचा जन्म १० जानेवारी १९०१ रोजी पनवेल येथे झाला. १९२८ मध्ये ते पुण्यात आले. १९२९ मध्ये त्यांनी भारत इतिहास संशोधक मंडळात नोकरी धरली. १९२९ ते १९८५ सुमारे पाच दशके ते मंडळाच्या कार्यात कार्यरत राहिले. भारत इतिहास संशोधक मंडळात मंडळाचे कार्याध्यक्ष म्हणून काम करीत असताना संशोधकाच्या खुर्चीत त्यांना ५ जून १९८५ रोजी मृत्यूने गाठले.

त्यांनी अनेक लिप्याचा अभ्यास केला. त्याचबरोबर मूर्तिविज्ञान, नाणकशास्त्र, शिलालेख, जुनी चित्रकला अशांसारख्या अभ्यास शाखांमध्ये ते पारंगत झाले. त्यांनी मंडळात अनेक घराण्यांची कागदपत्रे जमविली. त्यातून काही संपादित केली. उदा.

हिंगणे दप्तर खंड १ आणि २ इत्यादी. असे असले तरी त्यांच्या व्यासंगाचा नि आवडीचा विषय प्रामुख्याने मध्ययुगीन इतिहास आणि मराठा कालखंड हाच होता. त्यातही शिवकाळाचा अभ्यास त्यांनी अगदी बारकाईने केला. त्यांनी लिहिलेल्या लहान मोठ्या ५६ पुस्तकांमधून आणि ४०० पेक्षा जास्त शोधनिबंधातून त्यांच्या मान्यताप्राप्त पुस्तकांचा विचार करता महाराष्ट्रातील चार दैवते (१९५२), मूर्तिविज्ञान (१०३९), संशोधकांचा मित्र (१९५१), दक्षिणेच्या मध्ययुगीन इतिहासाची साधने खंड १, २, ३ (१९३०, ३४, ४९) पंढरपूरचा विठोबा (१९५८) इत्यादी पुस्तकांचा उल्लेख करावाच लागेल. 'मूर्तिविज्ञान' आणि 'संशोधकांचा मित्र' ही त्यांची मराठीतील विशेष गाजलेली पुस्तके होत. मूर्तिविज्ञानावर तर एवढा सूक्ष्म आणि अभ्यासपूर्ण ग्रंथ अद्यापही कोणी लिहिलेला नाही.

जीवनभर त्यांना आर्थिक हलाखीच काढावी लागली. त्यांच्या कार्याची फारशी दखलही घेतली गेली नाही. परंतु आयुष्याच्या अखेरच्या दहा पंधरा वर्षात त्यांना अनेक मानसन्मान मिळाले. त्यांच्या अमृतमहोत्सवानिमित्त 'स्टडीज इन इंडॉलॉजी ॲण्ड मेडिव्हल हिस्ट्री, या शीर्षकाने एक गौरवग्रंथ त्यांच्या चाहत्यांनी प्रसिद्ध केला होता (१९७७).

आतापर्यंत आपण ज्यांच्या ऐतिहासिक संशोधनाचा अत्यंत धावता आढावा घेतला त्यापैकी सर्व जणांनी मराठ्यांच्या इतिहासाचे संशोधन, लेखन केलेले आहे. तथापि कोकणात रत्नागिरीत जन्मलेल्या डॉ. धनंजय कीर यांनी मात्र एकोणिसावे आणि विसावे शतक आपल्या अभ्यासाचे क्षेत्र बनविले आणि थोर नेत्यांच्या चरित्रांच्या माध्यमातून त्यांनी भारतीय स्वातंत्र्यलढ्याचा इतिहासच वाचकांपुढे ठेवला.

२३ एप्रिल १९१३ रोजी त्यांचा जन्म रत्नागिरीत एका सामान्य कुटुंबात झाला. पुढे ते नोकरीनिमित्त मुंबई येथे गेले. नोकरीव्यतिरिक्तचा वेळ त्यांनी वाचनात घालवायला सुरुवात केली. त्या वाचनातून नंतर ते संशोधन-लेखनाकडे वळले. त्यातूनच त्यांची वीर सावरकर, गांधी, टिळक, डॉ. आंबेडकर, छत्रपती राजर्षी शाहू महाराज, बाबासाहेब बोले इत्यादी चरित्रे साकार झाली. फुले, आंबेडकर आणि शाहूंची चरित्रे धनंजयरावांनी इंग्रजी आणि मराठी अशा दोन्ही भाषांमधून सिद्ध केली. त्यांच्या सावरकरांच्या संदर्भातील इंग्रजी चरित्राचा द. पां. खांबेटे यांनी मराठीत अनुवाद केला.

वस्तुतः वरील सर्वच माणसे खूप मोठी होऊन गेली. प्रत्येकाचे कार्यक्षेत्र वेगळे, स्वभावगुण वेगळे, परंतु धनंजयरावांनी त्या सर्वांची चरित्रे अतिशय शास्त्रशुद्ध व पुराव्यानिशी लिहिली हे विशेष. आज महाराष्ट्रातील अनेक विद्यापीठांमध्ये 'आधुनिक महाराष्ट्राचा इतिहास' अभ्यासला जातो आहे. डॉ. य.दि. फडकेंसारख्या संशोधकाने तर 'विसाव्या शतकातील महाराष्ट्र' हाच आपला अभ्यासविषय केला होता. परंतु या आधुनिक महाराष्ट्राच्या इतिहासाच्या लेखनसंशोधनाची सुरुवात डॉ. कीरांनी केली, हे विसरता

कामा नये. अलीकडेच 'चरित्रकार धनंजय कीर' हे चरित्र राजेंद्रप्रसाद मसुरकर यांनी लिहून प्रकाशित केले आहे. त्या चरित्रात ते एके ठिकाणी म्हणतात, 'टिळक, गांधी, आंबेडकर आणि सावरकर या चार महापुरुषांची चरित्रे लिहून धनंजयरावांनी भारतीय स्वातंत्र्यलढ्याचा संपूर्ण इतिहासच वाचकांपुढे मांडला होता. त्या ग्रंथांमध्ये स्पष्ट झालेल्या सामाजिक इतिहासाची पूर्तता त्यांच्या फुले चरित्रातून झाली होती. शाहू चरित्र आणि बोले चरित्र लिहून त्यांनी महाराष्ट्रातील समाजसुधारणेचा इतिहास संकलित केला. ते इतिहासाचे खरे भाष्यकार ठरले.'[७]

कोकणातील आणखी एक संशोधक आणि प्रा. शेजवलकरांचे शिष्य म्हणजे प्रा. सदाशिव आठवले हे होत. १९२२-२००२ हा त्यांचा काळ. रायगड जिल्ह्यातील सातघर येथे त्यांचा जन्म झाला. त्यांनी इतिहासलेखन केले. राज्यशास्त्रावर लिहिले. विश्वकोश आणि समाजविज्ञान कोशातही लिहिले. सोबत आणि पुढारी या वृत्तपत्रांतून सदरलेखन केले. नवभारत, महाराष्ट्र साहित्य पत्रिकेच्या त्रैमासिकातून आणि भारत इतिहास संशोधक मंडळाच्या त्रैमासिकातूनही भरपूर लेखन केले. १९४३ पासून त्यांच्या लेखनाला सुरुवात झाली आणि २००० पर्यंत त्यांचे लेखन व संशोधन अव्याहतपणे सुरू होते. साहित्याच्या क्षेत्राचा विचार करावयाचा तर त्यांच्या नावावर १२ विनोदी कथासंग्रह, एक काव्यसंग्रह एक कादंबरी व एक नाटक एवढे लेखन आहे. तथापि, ते गाजले इतिहाससंशोधक आणि इतिहासकार म्हणूनच. इतिहाससंशोधनाच्या क्षेत्रात अर्थात मराठ्यांचा इतिहास हा त्यांच्या खास अभ्यासाचा विषय होता. तथापि त्यांनी १९५८ सालीच 'चार्वाक-इतिहास आणि तत्त्वज्ञान' या नावाने जडवादी पंथाचा इतिहास लिहिला तर १९६७मध्ये 'इतिहासाचे तत्त्वज्ञान' या नावाने इतिहासाची चिकित्सा करणारे पुस्तक लिहिले. दोन्ही पुस्तकांना शासनाचे पुरस्कार मिळाले. १९६२-७० या काळात विश्वकोशात त्यांनी वरिष्ठ संपादक म्हणून काम केले. तर त्या नंतर त्यांनी १९८२ पर्यंत अनुक्रमे कुर्डुवाडी आणि अहमदनगर येथील महाविद्यालयांचे प्राचार्य म्हणून काम केले. तथापि, याही काळात त्यांचे संशोधन सुरूच होते. 'शिवाजी आणि शिवयुग, मराठ्यांच्या सत्तेचा उत्कर्ष आणि ऱ्हास, नाना फडणवीस आणि इंग्रज, रामशास्त्री प्रभुणे चरित्र आणि पत्र, सरदार बापू गोखले' हे त्यांचे मराठ्यांच्या इतिहासावरील ग्रंथ तर मराठ्यांच्या इतिहासाच्या कागदपत्रांचे संशोधन करून त्यांचे संपादन करणे व त्या संपादनाला विवेचक प्रस्तावना लिहिणे अशी काही कामे त्यांनी करून ठेवली आहेत. पुण्याच्या भारत इतिहास संशोधक मंडळात ते १९८२ पासून नियमित जाऊ लागले व तेथील कागदपत्रे शोधू लागले. त्यातूनच त्यांच्याकडून 'हिंगणे दप्तर' (खंड ३) 'तुळशीबागवाले दप्तर', 'गद्रे-सावकरांची कागदपत्रे, हे तीन साधनग्रंथ तयार होऊ शकले. याशिवाय 'शिंदेशाही इतिहासाची साधने' हा आणखी एक ग्रंथ त्यांच्या नावावर आहे.

स.मा. गर्गे यांनी संपादित केलेल्या मराठी रियासतीच्या संपादक मंडळात ते एक प्रमुख संपादक होते व त्यांनी मूळच्या तेरा खंडातील रियासती ज्या आठ खंडात बसविल्या त्यातील खंड ३, ६, ७, ८ हे चार खंड एकट्याने संपादित केले. त्या त्या खंडांना त्यांनी लिहिलेली विभाग संपादकाची मनोगते ही मराठ्यांच्या इतिहासाच्या अभ्यासकाला निश्चित नवा विचार देतात यात शंकाच नाही.

वरील कामगिरी शिवाय त्यांनी 'उमाजीराजे मुक्काम डोंगर', 'दारा शुकोह', 'इब्राहिम आदिलशहा', 'राणा प्रताप', 'छत्रसाल' ही महाराष्ट्रातील व महाराष्ट्राच्या बाहेरील योद्ध्यांचीही चरित्रे अस्सल ऐतिहासिक साधनांच्या आधारेच लिहिली. भारताबाहेरील दोन व्यक्तींचीही चरित्रे त्यांनी लिहिली ती म्हणजे 'केमालपाशा' आणि 'जॉर्ज वॉशिंग्टन' यांची.

महाराष्ट्रातील इतर इतिहाससंशोधकांपेक्षा आठवल्यांचे हे वेगळेपण निश्चित कुणाच्याही लक्षात यावे.

शासकीय सेवेत अधिकारी म्हणून कार्य करीत असतानाही स्वतंत्रपणे संशोधन - लेखन कसे करता येऊ शकते याचा वस्तुपाठ घालून देणारे इतिहाससंशोधक म्हणून डॉ. वि. गो. खोबरेकर यांचा उल्लेख करता येईल. अलीकडेच त्यांचे निधन झाले. २० जुलै १९२३ रोजी पूर्वीच्या रत्नागिरी व आताच्या सिंधुदुर्ग जिल्ह्यातील कवठी या गावी त्यांचा जन्म झाला. १९५३ साली त्यांनी एम.ए. ची पदवी मिळवली आणि १९५४ साली शासनाच्या पुराभिलेख खात्यात संशोधन साहाय्यक या पदावर नोकरीची सुरुवात केली. त्याच खात्याचे ते पुढे संचालकही झाले. अनेक मानसन्मान त्यांना मिळाले. तथापि, त्यांच्या संशोधनामुळे ते त्यांच्याकडे चालून आले. इंग्रजी सत्तेविरुद्ध 'महाराष्ट्रातील सशस्त्र उठाव' (१९५९) आणि 'गुजरातेतील मराठी राजवट' या दोन ग्रंथांमुळे इतिहाससंशोधक म्हणून ते लोकांच्या नजरेत आले. त्यानंतर शेवटपर्यंत ते लिहितच गेले. त्यांनी विशेषत: संशोधकांना उपयुक्त ठरतील असे सूचिग्रंथ तयार केले; पण त्याचबरोबर 'मराठ्यांच्या स्वाऱ्यांचे मुक्काम', 'महाराष्ट्राचा इतिहास' (पेशवे काळ), 'कोकणचा राजकीय इतिहास', 'मराठेकालीन कोकणचे सामाजिक व आर्थिक जीवन', 'शिवकाळ १६३० ते १७०७' हे विशेष ग्रंथ लिहिले.

मुंबई मराठी ग्रंथसंग्रहालयाच्या इतिहास संशोधन मंडळाचे ते १९६८ पासून मानद संचालक म्हणून काम पाहत होते. इतिहास संशोधन मंडळातर्फे त्यांनी सात वेळा अधिवेशने व २१ वेळा चर्चासत्रे आयोजित केली होती. त्यांनी शेकडो व्याख्याने दिली व शेकडो व्याख्याने आयोजित केली होती. त्यांचा शिवकाळाचा अभ्यास दांडगा होता.

हे कोकणने जगाला दिलेले व इतिहासाला वाहून घेतलेले व्यासंगी विद्वान. त्यांच्या कार्याची ओळख निदान धावत्या स्वरूपात का होईना, पुढील पिढ्यांना व्हावी म्हणून

त्यांच्याविषयी थोडक्यात माहिती करून देण्याचा प्रयत्न केला आहे. तो जमला की नाही हे त्या सार्वभौम वाचकांनीच ठरवायचे!

संदर्भ व टिपा

१. कुलकर्णी, अ.रा., *मराठ्यांचे इतिहासकार*, पुणे २००७.

२. कुलकर्णी, गो.म., *मराठी ग्रंथकार (दिवंगत)*, मुंबई २००३.

३. आठवले, सदाशिव, *मराठी रियासत (सं.)* खंड ३, मुंबई १९८९-९१.

४. देशपांडे, सु.र., *मराठेशाहीचे आधुनिक भाष्यकार*, २००६.

५. साठे (डॉ.) श्रीनिवास द., *भारताचार्य चिंतामणराव वैद्य (आत्मकथन)*, कल्याण २०१२ प्रस्तावना पृ. ४.

६. कित्ता, पृ. १०८.

७. मसुरकर, राजेंद्रप्रसाद, *सं. चरित्रकार धनंजय कीर*, रत्नागिरी, २०११, पृ. १२७

पूर्वप्रसिद्धी :

रत्नप्रभा' ८६ वे अखिल भारतीय मराठी साहित्य संमेलन, स्मरणिका, चिपळूण, २०१३.

२५.

इतिहासकार सदाशिव आठवले यांचे इतिहासलेखन

महाराष्ट्र ही जशी संतांची भूमी म्हणून ओळखली जाते, तशीच ती इतिहास संशोधकांची भूमी म्हणून ओळखली जावी इतके काम संशोधक-इतिहासकारांनी या क्षेत्रात करून ठेवले आहे.

का.ना.साने, वासुदेवशास्त्री खरे, राजवाडे, सरदेसाई, पारसनीस, वि.ल.भावे यांच्यासारखे इतिहास संशोधनाच्या प्रांतातील एकापेक्षा एक रथी-महारथी होऊन गेले आणि त्यांनी अक्षरश: डोंगराएवढे कार्य करून ठेवले आहे, त्यांच्या कार्याचा आढावा घेणारे लेखनही मराठीतून झालेले आहे.[१]

आपटे, शेजवलकर, बेंद्रे, ग.ह.खरे, पगडी अशी इतरही काही नावे या क्षेत्रात नाव घेण्याजोगी होऊन गेली हे नि:संशय. त्यांच्या कार्याचा आढावा घेणारे लेखनही प्रसिद्ध झाले.[२]

याशिवाय आणखीही पुष्कळ इतिहास संशोधक होऊन गेले, काही हयात आहेत आणि त्यांच्याही कार्याचा आढावा एकत्रितपणे घेतला गेला आहे.[३]

या सर्वांमध्ये महाराष्ट्रात इतिहास संशोधनाच्या कार्यात आपल्या कार्याचा एक वेगळा ठसा उमटविणारे नाव घ्यावे लागते, ते नाव म्हणजे इतिहासकार सदाशिव आठवले यांचे होय. त्यांच्या कार्याचाही आढावा श्री.सु.र. देशपांडे यांनी घेतला आहे.[४] तथापि, त्यांच्या एकूण कार्याच्या मानाने तो फारच त्रोटक स्वरूपाचा आहे.

प्रा. सदाशिव आठवले यांचा जन्म अलिबाग पासून आठ मैलांवर असलेल्या सात या खेडेगावात ३ मार्च १९२३ रोजी झाला.[५] खेडेगावातच व अलिबागच्या शाळेत काही शिक्षण घेऊन पुढे त्यांनी १९४५मध्ये मुंबई विद्यापीठाची एम.ए. ही पदवी इतिहास व राज्यशास्त्र हे विषय घेऊन मिळविली. त्याचवर्षी ते पुण्याच्या एस.पी. महाविद्यालयात प्राध्यापक म्हणून कार्य करू लागले. १९४६ ते १९५० पर्यंत एस.पी. महाविद्यालयात काम केल्यानंतर शासकीय सेवेत रुजू झाले. १९५० ते १९५८ कोल्हापूरच्या राजाराम

महाविद्यालयात तर १९५८ ते १९६२ पर्यंत आणि मुंबईच्या एलफिन्स्टन महाविद्यालयात प्राध्यापक म्हणून काम केले. दोन्हीही ठिकाणी ते प्राध्यापक म्हणून अतिशय लोकप्रिय झाले होते याची साक्ष त्यांच्या निधनानंतर त्यांच्याच विद्यार्थ्यांनी आणि इतरांनी त्यांच्यावर लिहिलेल्या लेखांमुळे तसेच वृत्तपत्रातील प्रकाशित पत्रांमुळे पटते.[६]

आठवल्यांच्या इतिहास संशोधन, संपादन, लेखन आणि भाष्य यांचाच आढावा घ्यायचा असला तरी त्यांनी ललित साहित्यांच्या क्षेत्रातही खूप मोठी मजल मारली होती हे येथे जाता जाता नमूद केले पाहिजे. तथापि, त्यांची दखल मराठी समीक्षा जगतात एखादं दुसरा किरकोळ अपवाद वगळता कुठेच घेतलेली आढळत नाही.[७] ह्याची नोंद केलीच पाहिजे. तसेच राज्यशास्त्रावरही त्यांनी दोन छोटेखानी पुस्तके लिहिली असून ती त्या त्या वेळेस गाजली असे म्हणण्यास हरकत नाही; कारण त्यातील एका पुस्तकाची तर अवघ्या ५ वर्षांत दुसरी आवृत्तीही निघाली होती.[८] मात्र समाजविज्ञानकोशांमधून त्यांनी राज्यशास्त्रावर भरपूर लेखन केलेले आढळते.[९]

मराठी विश्वकोशात १९६२ ते १९७० या काळात त्यांनी मानव्य विद्याशाखेचे वरिष्ठ संपादक म्हणून कार्य केले. परंतु, केवळ संपादक म्हणूनच त्यांनी आपल्या कार्याचा ठसा उमटवला नाही तर विश्वकोशाच्या वेगवेगळ्या खंडांमधूनही त्यांनी इतिहासाच्या वेगवेगळ्या कालखंडावर, घटनांवर अथवा माणसांवर लेखन केलेले आढळते.[१०]

प्रा. सदाशिव आठवले यांचे इतिहास लेखन संशोधनातील महत्त्वाचे वैशिष्ट्य म्हणजे इतिहासाच्या कोणत्याही एकाच प्रांतात ते अडकून पडले नाहीत.

त्यांनी प्राचीन भारताचा अभ्यास केला, मध्ययुगीन कालखंडावर लिहिले, मराठा कालखंडावर तर त्यांचे विपुल लेखन आढळते. त्यांनी आधुनिक जगाचाही आढावा घेतला तर अर्वाचीन युरोपवरही एक ग्रंथ लिहिला. 'इतिहासाचे तत्त्वज्ञान'सारखा आणखी एक वेगळ्याच प्रकारचा ग्रंथ लिहून मराठी इतिहास लेखनात एक वेगळाच मानदंड निर्माण केला.

प्राचीन भारतीय इतिहासावरील लेखन

प्राचीन भारतावर आठवल्यांनी प्रसंगोपात पुष्कळ लेखन केले आहे. तथापि, ज्या एका ग्रंथामुळे ते गाजले किंबहुना ज्या ग्रंथामुळे त्यांचे नाव झाले तो ग्रंथ म्हणजे 'चार्वाक इतिहास आणि तत्त्वज्ञान' या ग्रंथाचा निम्म्याहून अधिक भाग मुळात लेखमालेच्या रूपाने 'नवभारत' या वाईहून प्रसिद्ध होणाऱ्या नियतकालिकातून प्रसिद्ध झाला. १९५८मध्ये या ग्रंथाची पहिली आवृत्ती निघाली. १९८०मध्ये दुसरी आणि १९९७मध्ये ग्रंथांची चक्क तिसरी आवृत्ती प्रसिद्ध झाली. अर्थात मराठी वैचारिक लेखनाच्या दृष्टीने विचार करता हे एक सुखद आश्चर्यच म्हटले पाहिजे, तशी भावना खुद्द लेखकानेच दुसऱ्या आवृत्तीच्या

मनोगतात व्यक्त केली होती.

'चार्वाक नावाची एकच व्यक्ती होती' असा आजसुद्धा अनेकांचा गैरसमज असतो. पण 'चार्वाक' हे विशेषनामही आहे आणि सामान्यही आहे.[११] असे आठवले यांनी स्पष्ट केले व पुढे ग्रंथात या तत्त्वज्ञान संप्रदायाचा साधकबाधक परामर्श आपल्या ग्रंथात घेतला आहे. चार्वाकांची कामगिरी पुढील शब्दात नमूद केली आहे. 'शेतीभाती, व्यापारधंदा, नोकरी करून माणसाने सुखाने जगावे. अर्थकाम हे पुरुषार्थ साधावे. परलोकादी समजुतींना बळी पडून धूर्त, लबाड भिक्षुकांच्या थापांनी फसून, माणसांनी आत्मघात करू नये, रसिकतेने जीवन जगावे, अशासारखा त्यांचा उपदेश प्राचीन भारताच्या समाज जीवनात असाधारण महत्त्वाचा मानावा लागेल. वर्णभेद आणि जातिभेद त्यांना हास्यास्पद वाटले. स्त्रियांवरील अन्यायाला त्यांनी वाचा फोडली. राजसत्ता मानली परंतु त्या सत्तेच्या वापरातही न्याय, विवेक, माणुसकी पाहिजे हे सुचविले. ह्या सर्व गोष्टींचा विचार केला तर चार्वाक दर्शनात सुसंघटित सामाजिक जीवनाचे एक समतोल तत्त्वज्ञान असलेच पाहिजे असे स्पष्ट दिसू लागते. हे साधे सरळ, परंतु बुद्धिनिष्ठ तत्त्वज्ञान सर्व काळच्या सर्व मानवी समाजांना योग्य मार्गदर्शन करणारे आहे.

हा बुद्धिवाद प्राचीन भारतात बुद्धपूर्वकालापासून मांडण्यात आला ही गोष्ट कौतुकाची.[१२] अर्थात, असे असले तरी प्रा. आठवले चार्वाकांच्या मर्यादा व अपयश नमूद करायलाही विसरत नाहीत. ते म्हणतात, 'प्रथमपासून अखेरपर्यंत चार्वाक बुद्धिनिष्ठ राहिले, पण कमालीचे निष्क्रियही राहिले. त्यांचे विचार क्रांतिकारक होते, पण ती क्रांती समाजजीवनात उतरविण्यासाठी काही कार्यक्रम नाही, काही कृतीच नाही. सर्वसाधारण भारतीयांच्या विचारपद्धतीत आणि मनाच्या ठेवणीत चार्वाकाला जागा नाही. या दृष्टीने चार्वाक इतिहासात अतिशय अयशस्वी झाले आहेत. या अपयशाचे बरेचसे खापर इतर कारणांच्या ठिकाणी फोडता येईल; पण थोडेसे तरी त्या निष्क्रिय आणि वाचाळ चार्वाकाच्या डोक्यावरच फोडावे लागेल.[१३]

आठवल्यांनी प्राचीन भारतीय इतिहासावर स्फूट लेखन भरपूर केले आहे. १९५० ते १९७५ या काळातील 'नवभारत'च्या विविध अंकातून तसेच भारतीय इतिहास परिषदांमधूनही त्यांनी विविध शोधनिबंध वाचले आणि ते विविध ठिकाणी प्रकाशितही झाले आहे.

महाभारतातील युद्ध हे इ.स.पू. आठव्या शतकातच झाले असे मानावे लागते, असे त्यांनी एका शोधनिबंधात म्हटले होते.[१४]

महाभारतावर त्यांनी इतरत्रही काही स्फूट लेखन केले. तथापि, पुढे त्यांनी 'महाभारत : ऐका भाऊबंदांनो, तुमची कहाणी' या शीर्षकाचा साडेतीनशे पृष्ठांचा ग्रंथच लिहिला.

या ग्रंथात त्यांनी लिहिलेल्या 'सुतोवाच' मध्ये म्हटले आहे. 'महाभारत हे एक लक्ष श्लोकांचे असल्याने आकाराने तरी ते निर्विवादपणे महाकाव्य आहे. मुळात ते एवढे प्रचंड नव्हते. तसेच महाभारत ही व्यासांची कृती मानली जात असली तरी आज आपल्यांसमोर जी येते ती सर्वच्या सर्व व्यासांची निर्मिती नाही.'[१५]

पुढे एकूण महाभारताचा बराच खल करून त्यांनी असे म्हटले आहे की, 'एकंदरीत महाभारत ही एक माणसांची महान कथा आहे आणि त्यातील माणूसच अधिक स्पष्ट व्हावा म्हणून त्याला देवत्वापासून, राक्षसत्वापासून बाजूला करून शाप आणि वरातून सोडवून, पण महाभारताच्या कर्त्याला किंवा कर्त्यांना जसा दाखवायचा आहे तसाच उभा करण्याचा हा एक प्रयत्न आहे. हा एक वेगळा प्रयत्न, एक प्रयोग आहे एवढेच. महाभारत एक अमोल ठेवा आहे. तो सगळाच्या सगळा सगळ्यांना उपलब्ध असावा.'[१६]

प्राचीन कालखंडावर त्यांचा पुढचा महत्त्वाचा ग्रंथ म्हणजे 'रामायण - एक माणसांची कथा' हा होय. केवळ १९४ पृष्ठांच्या या ग्रंथात लेखकाने एक प्रकारे वाल्मिकीचे रामायणच थोडक्यात मराठी गद्यात उतरविले आहे. त्या ग्रंथाला प्रस्तावना म्हणून जी 'भूमिका' मांडली आहे त्यात आठवले लिहितात, 'वाल्मिकीच्या स्वभाव रेखनात सर्वत्र माणूस आहे. तो माणसाची शक्ती व दौर्बल्य, चांगुलपणा आणि दुष्टपणा, भोगांचे हव्यास आणि त्यागाची तयारी सर्व काही सूक्ष्मपणे आणि तटस्थपणे दाखवितो. त्याने जे संस्कृत काव्याच्या माध्यमातून सांगितले तेच मी मराठी ग्रंथ स्वरूपात उतरविले आहे.'[१७]

वाल्मिकीवर कुठेही अन्याय करायचा नाही. त्याच्या नावावर स्वत:चेच असे काही खपवायचे नाही. मात्र, फक्त रामायणातील रामकथेवरच लक्ष केंद्रित करावयाचे. उपाख्याने वगैरेचा फापटपसारा अजिबात घ्यावयाचा नाही आणि निव्वळ रामचरित्र जे उरते तेही दैवी चमत्कार, शाप, वर आणि त्या काळातील माणसांना अशक्य अशा कृत्यांच्या भाकड कथांतून मुक्त करून भौतिक वास्तवाच्या किंवा निदान संभाव्यतेच्या पातळीवर आणायचे अशी दृष्टी ठेवून हा लेखनप्रपंच केलेला आहे.[१८]

राम हा काही मूल्ये मानणारा, त्यासाठी सर्व प्रकारच्या त्यागाला तयार असणारा एक माणूस होता. तो प्रजाहितदक्ष राजा होता. हे सगळे वंदनीय असले तरीही मी तो देव होता असे मानत नाही. तर तो एक माणूसच होता.[१९]

भगवान श्रीकृष्णाचे चरित्रही आठवल्यांनी लिहून पूर्ण केले आहे. परंतु, ते अप्रकाशित आहे.

मराठीतील पहिलाच मूलगामी लेखनाचा नमुना म्हणून आठवल्यांच्या 'इतिहासाचे तत्त्वज्ञान' या ग्रंथाचा उल्लेख केल्याशिवाय आठवल्यांच्या कार्याची ओळख पूर्ण होऊच शकत नाही. या ग्रंथाच्या प्रस्तावनेत आठवले लिहितात, 'भारतात आणि महाराष्ट्रातही इतिहासाचे अध्ययन पुष्कळ चालते. निरनिराळ्या कालखंडातील राजकीय आणि

सामाजिक घडामोडींच्या तपशिलाचे संशोधन आणि संकलन भरपूर होत असते; पण इतिहास ह्या ज्ञान प्रकाराच्या मीमांसेत इथल्या अभ्यासकांना रस आहे असे दिसत नाही. इतर भारतीय भाषांतही इतिहासाची मूलगामी तात्त्विक चर्चा करणारे महत्त्वपूर्ण असे लेखन झाले नसावे अशी माझी समजूत आहे. काही भारतीय लेखकांनी ह्या विषयांवर इंग्रजीत लिहिण्याचा थोडाफार उद्योग केलेला दिसतो, पण असे ग्रंथ मोजायला एका हाताची सगळी बोटे लागतील की नाही शंकाच आहे. अशा स्थितीत माझ्या पुस्तकाने दुसरे काहीही झाले नाही आणि हा एक महत्त्वाचा अभ्यास विषय आहे एवढी जाणीव जरी थोड्याबहुत प्रमाणात निर्माण झाली तरी माझ्या श्रमांचे सार्थक झाले असे मी मानीन.'[२०]

जवळजवळ सतरा-अठरा वर्षे अभ्यास करून आठवल्यांनी हा ग्रंथ साकार केला आहे. इतिहासाची संकल्पना, प्रकार, व्याप्ती, अर्थ-अनर्थ, अन्वयार्थ, नियम सिद्धान्त, उपयोग, दुरुपयोग, इत्यादी मूलभूत मुद्यांची तात्त्विक मांडणी या ग्रंथामध्ये आढळते. विविध तत्त्वज्ञांची व संप्रदायांची इतिहासविषयक दृष्टी विशद करताना प्रा. आठवले यांनी स्वत:चा दृष्टिकोनही जागोजागी मांडला आहे. इतिहासाला कोणत्याही नियमात वा सिद्धान्तात बांधता येत नाही, असा त्यांचा एकूणच सूर आढळतो. हा सूर एच.ए.एल. फिशर आणि बर्ट्रांड रसेल यांच्या सुरांशी जुळणारा आहे.[२१]

ग्रंथात इतिहासाचे दुरुपयोग कोणते आणि उपयोग कोणते याचे बरेच विस्तृत विवेचन आढळते. ग्रंथाचा शेवट करताना आठवले यांनी म्हटले आहे की, 'इतिहास ही आपल्या पूर्वजांनी काय केले त्याची कथा आहे.' ती जरूर ऐकावी, पण हे पक्के लक्षात असावे की पूर्वज भूतकाळाचे मालक होते. त्यांना हवा तसा तो काळ त्यांनी घडविला. आपण वर्तमानकाळाचे धनी आहोत आणि आपला काळ आपल्याला पाहिजे असेल तसा आपण बनवायचा आहे. आपण स्वतंत्र आहोत, इतिहासाचे अंकित नाही. माणसाने इतिहासाची वास्तपुस्त करावी पण, त्यांच्या पाशात अडकू नये. मानवाने इतिहासाचा योग्य तो मान अवश्य राखावा पण त्याचा गुलाम होऊ नये.[२२]

मराठ्यांचा इतिहास आणि प्रा. आठवले

मराठ्यांच्या इतिहासावरही आठवले यांनी संशोधन, संपादन, लेखन अशी त्रिविध स्वरूपाची कामगिरी केलेली आढळते. त्यांच्या या संदर्भातील लेखनावर प्रा.त्र्यं.शं. शेजवलकरांची कळत-नकळत छाप आढळते; कारण १९४८ ते १९५३ या काळात आठवले शेजवलकरांचे विद्यार्थी होते. नाना फडणवीस हा विषय घेऊन त्यांनी शेजवलकरांच्या मार्गदर्शनाखाली पीएच्.डी. चा अभ्यास केला होता. अर्थात, त्यांना पीएच्.डी. मिळाली नाही हा भाग वेगळा, पण त्यातूनच ते शेजवलकरांसारखे इतिहासाचे भाष्यकार झाले एवढे मात्र खरे. शेजवलकरांना ज्याप्रमाणे मराठ्यांना सामाजिक-आर्थिक

वगैरे इतिहास काही नाही असे वाटत होते.[२३] त्याचप्रमाणे आठवल्यांची भूमिका दिसते. शेजवलकरांना मराठ्यांचा इतिहास म्हणजे लढाया मागून लढायांचा इतिहास वाटतो.[२४] तसेच आठवल्यांचेही आहे.

आठवल्यांच्या म्हणण्याप्रमाणे मराठ्यांचा इतिहास म्हणजे शिवाजी आणि शिवाजीच. याबाबत त्यांनी म्हटले आहे की, 'तत्त्वाचे किंवा ध्येयाचे दृष्टीने मराठ्यांच्या इतिहासात शिवाजी हा एकच एक अपवाद झाला आणि म्हणूनच मराठ्यांना शिवाजी पूर्वीही इतिहास नव्हता आणि नंतरही नाही. मराठ्यांचा इतिहास म्हणजे शिवाजी आणि फक्त शिवाजीच.'[२५]

मराठी सत्तेच्या निर्मितीत रियासतकारांनी शहाजीमहाराजांना स्वराज्याच्या संकल्पकाचे स्थान दिले आहे.[२६] आठवल्यांना ते मान्य नाही.[२७] स्वराज्याची पार्श्वभूमी तयार करण्यास संतांच्या कामगिरीचा काही एक उपयोग झाला नाही असे मत व्यक्त करून आठवले म्हणतात, 'हिंदुधर्म विषयाचा अभिमान संतकार्यामुळेच जागता राहिला. संत रामदास मात्र इतर संतांपेक्षा त्यांना वेगळा वाटतो; कारण शिवकार्याचे महत्त्व जाणून त्याचा प्रचार आणि प्रसार करणारा तो मोठा माणूस होता.[२८]

त्यांच्या मतानुसार 'राजकीय सत्तेच्या दृष्टीने शिवाजीच्या उदयापूर्वी हा महाराष्ट्र अनेकांचा होता. तो नव्हता काय तो फक्त मराठ्यांचाच.'[२९]

या पार्श्वभूमीवर त्यांना छत्रपती शिवाजीमहाराजांचे कार्य खूप मोठे वाटते आणि ते तसे होतेही! पण बाकी कोणाला कसलेच श्रेय न देणे म्हणजे अतीच होते हे स्पष्टपणे म्हटले पाहिजे. संभाजीमहाराजांना त्यांनी स्वराज्याचा पहिला अपयशी वारस म्हटले आहे.[३०] तथापि, ते असेही मान्य करतात की, 'संभाजीने कदाचित जे जगून कधीच मिळविले नसते ते मरून मिळविले.'[३१] अर्थात आठवल्यांची ही मते १९६९ ते १९७० च्या दरम्यान आहेत. ती 'नवभारतातून' अगोदर प्रस्तृत झाली आणि नंतर पुस्तकरूपाने अर्थात त्या त्या वेळी त्यांच्या त्या मतांचाही प्रतिवाद करण्यात आला होताच व मराठ्यांचा इतिहास म्हणजे धर्मस्थापना, देवाब्राह्मणाचा प्रतिपाळ इत्यादी गोष्टी होत्या अशा प्रकारची मांडणी केली गेली होतीच.[३२] अर्थात, १९६९ ते १९७० मधील आठवल्यांची मते १९९० च्या दशकात थोडीशीच, पण अगदी थोडीशीच का होईना बदलली होती आणि मग शिवाजी नंतर अगदी पेशव्यांच्याही लढायांनी काहीच साधले नाही असे नाही, उलट मराठ्यांमुळेच हिंदू संस्कृती टिकून राहिली. त्यामुळेच भारताचा पाकिस्तान अथवा इराण झाला नाही हे काय कमी आहे? अर्थात, हिंदू संस्कृती टिकली पण त्यातही अनेक अवगुण आहेतच, पण त्या टिकलेल्या संस्कृतीमुळेच आज आपण काही आहोत ते आहोत असे सांगून आठवले लिहितात, 'शिवाजीनंतरच्या मराठ्यांच्या विशेषत: पेशवे, शिंदे, होळकर, नागपूरकर, भोसले इत्यादी सरदारांच्या दांडगायांचे समर्थन मुळीच करता

येणार नाही; पण त्यांच्या त्या मनस्वी उद्योगांच्या इतिहासालाही काही एक जमेची बाजू आहे ह्याची दखल घेतली पाहिजे.'[३३]

मराठ्यांच्या इतिहासावर आठवल्यांनी प्रसंगानुरूप पुष्कळ लेखन केले आहे. त्यात पहिला बाजीराव, नानासाहेब, माधवराव, नाना फडणवीस, महादजी शिंदे, दुसरा बाजीराव, इत्यादी सर्व आहेत.

निजाम-पेशवे संबंधावर शेजवलकरांचे स्वतंत्र पुस्तक आहे. त्यात त्यांनी एकूण पेशवे निजामापुढे सर्वस्वी हरले असाच सूर सर्वत्र लावला आहे.[३४]

आठवल्यांनी बाजीराव-निजाम संबंध आणि संघर्ष लेख लिहून बाजीरावांपुढे हिंदुपदपातशाहीचे ध्येय वगैरे काही नव्हते; पण ते होते म्हणून निजाम पूर्ण संपला नाही तरी बराचसा आवरला गेला असे म्हटले आहे.[३५] याच बाजीरावांच्या संदर्भात मराठा रियासतीच्या नवीन यातील तिसरा खंड आठवल्यांनी संपादित केला असून त्याला त्यांनी जे मनोगत जोडले आहे, त्यातही बाजीरावांकडे कुठलेही ध्येय नव्हते तथापि त्यामुळेच हिंदू संस्कृती टिकण्यास मदत झाल्याचे स्पष्ट केले.[३५अ] त्याच मनोगतात रियासतकारांबद्दल आदर व्यक्त करूनही त्यांच्या चुका स्पष्टपणे दाखवून दिल्या आहेत. ह्या संदर्भात आठवले लिहितात, 'पूर्वसुरींना प्रणाम केलाच पाहिजे पण म्हणून त्यांचे सर्व म्हणणे प्रमाण मानण्याचे कारण नाही.'[३५ब] पेशवा बाळाजी बाजीराव ऊर्फ नानासाहेब यावर आठवल्यांनी एक दीर्घ लेख लिहिला असून ह्या पेशव्यांची दोन दशकांची कारकीर्द अनेक राजकीय घडामोडींनी खच्चून भरलेली आहे त्यात काही विधायक कार्य दिसते; पण एकंदरीत तो भाग फारच जुजबी वाटतो. त्यात मोगली संस्कृतीचे वैभव नाही की पाश्चात्त्य संस्कृतीचे स्वागत नाही. सर्वसामान्यपणे मध्ययुगीन दौलतदारांसारखाच तो जगला तो काळाच्या पुढे नव्हता. कालमानही त्याला नीट समजले नाही, परंतु तरीही आपली वेगळी दौलत आहे ती मुत्सद्देगिरीने आणि शौर्याने राखावयाची, एवढे त्याला पक्के कळत होते. ती दौलत त्याने राखली म्हणूनच पुढे पेशवा माधवरावाला काही करता आले.[३६]

याच लेखाला आठवल्यांनी एक छोटेखानी परिशिष्ट जोडले आहे. ते म्हणजे सरदेसाईकृत 'नानासाहेब पेशवे' या चरित्राला (१९२६प्रथमावृत्ती) जोडलेली जी शेजवलकरांची गाजलेली प्रस्तावना आहे; त्यात शेजवलकरांच्या किती विसंगती आहेत हे दाखविण्याचा प्रयत्न आहे वस्तुत: या प्रस्तावनेमुळेच शेजवलकर इतिहासकार अथवा मराठ्यांच्या इतिहासाचे भाष्यकार म्हणून पुढे आले. त्यांच्या त्या गाजलेल्या प्रस्तावनेने भलेभले भारावून गेले. मात्र, आठवले असे एकच टीकाकार निघाले की ज्यांनी शेजवलकरांच्या विसंगती दाखवून दिल्या.

नानासाहेब पेशव्याला अनेक गोष्टी करता येण्यासारख्या होत्या तरी त्या त्याने केल्या नाहीत. याच्या मुळाशी त्याचे अज्ञान होते असे शेजवलकरांना वाटते. परंतु,

नानासाहेबांचे ते अज्ञान नसून त्यांच्या स्वार्थीपणामुळे त्यांना काही उद्योग करता आला नाही असे आठवले यांना वाटते.[३७] अर्थात, असे असले तरी जिज्ञासूंनी ती मूळ प्रस्तावना अवश्य पहावी अशी शिफारसही आठवले करताना आढळतात. त्यात विसंगती दिसल्या तरी ऐतिहासिक पुरुषांच्या कार्याच्या मूल्यमापनाचा तो एक अभ्यासनीय नमुना आहे यात शंकाच नाही अशी पुस्ती ते जोडतात.[३८]

सरदेसाईकृत नानासाहेब चरित्राची पहिली आवृत्ती १९२६मध्ये प्रकाशित झाली. नंतरच्या आवृत्तीमध्ये शेजवलकरांची ती मूळ प्रस्तावना आढळत नाही. अलीकडे मराठी रियासतीचे जे आठ खंड प्रसिद्ध झाले, त्यांपैकी चौथा खंड नानासाहेब पेशव्यांवर असून तो शिवाजी विद्यापीठाचे इतिहास विभाग प्रमुख (निवृत्त) डॉ.व्ही.एस. कदम यांनी संपादित केला आहे. त्यांनी आपल्या दोन खंडांत विभागलेल्या त्या रियासतीला दोन मनोगते लिहिली आहेत. त्यांच्या दुसऱ्या मनोगतात त्यांनी म्हटले आहे. 'रियासतकारांनी बाळाजी बाजीरावांचे स्वतंत्र असे चरित्र (रियासतीहून वेगळे) लिहिलेले आहे. सर्वसामान्यपणे चरित्रात त्यांनी रियासतीचेच मुद्दे घेतले आहेत. बाळाजी बाजीरावांच्या मूल्यमापनामध्येही सरदेसाई आणि शेजवलकर यांची मते अगदी भिन्न आहेत. तरीही रियासतकारांनी, बाळाजी बाजीरावांच्या चरित्रासाठी प्रा. शेजवलकरांची प्रस्तावना मुद्दाम मागून घेतली आणि या प्रस्तावनेत प्रा. शेजवलकरांनी त्यांच्या दृष्टीने बाळाजी बाजीरावांच्या कार्याचे मूल्यमापन केले आहे. प्रा. शेजवलकरांची पेशवा बाळाजी बाजीरावांबद्दलची वेगळी मते जनतेसमोर यावी या हेतूने रियासतकारांनी ही प्रस्तावना घेतली. रियासतकारांच्या या आग्रहावरून ऐतिहासिक चर्चेवरील त्यांचा विश्वास व्यक्त होतो. अशा चर्चेतूनच जास्तीत-जास्त वस्तुनिष्ठ ऐतिहासिक लेखनाकडे वाटचाल होऊ शकते, असा रियासतकारांचा विश्वास होता.'[३९]

वस्तुत: वेगळ्या नानासाहेब चरित्रासाठी जरी ती प्रस्तावना घेतली होती तरी रियासतीच्या नानासाहेबविषयक खंडात निदान परिशिष्ट म्हणून का होईना ती शेजवलकरकृत प्रस्तावना यावयास हवी होती असे मत नोंदवावेसे वाटते. एक गोष्ट मात्र नक्की की, ह्या शेजवलकरकृत मूळ प्रस्तावनेमध्ये आठवले म्हणतात, तशा विसंगती ती प्रस्तावना शांतपणे विचारपूर्वक वाचल्यानंतर लक्षात येतात.[४०]

वस्तुत: शेजवलकर हे आठवल्यांचे गुरू. त्यांच्याबद्दल त्यांनचा आदरही होता, तो त्यांनी 'त्या गुरूला नमस्कार असो.'[४१] या लेखात व्यक्तही केला आहे.

मात्र, मूल्यमापनाची वेळ आल्यावर ते मूल्यमापन केवळ आठवले यांचे स्वत:चे आणि स्वत:चेच असे यात शंका नाही. माधवराव पेशव्यांवरही असाच एक दीर्घ लेख त्यांनी लिहिला असून माधवरावांच्या कार्याचे मूल्यमापन केले आहे. त्यात ते म्हणतात. 'त्याच्याकडे योजनांचा अभाव दिसतो, तो परंपरागत राजकारणाचा पाईक होता. इंग्रजांची

ओळख होती ती त्याला अपुरी होती. त्याच्याकडे देण्यासारखे नवे असे काहीच नव्हते.' पण परंपरागत पद्धतीने जास्तीत-जास्त चांगले राज्य करण्याचा प्रयत्न करणारा तो एक कर्तबगार शास्ता होता. एवढे मान्यच करावे लागेल. 'स्वभाव दोषामुळे माधवरावांच्या कर्तबगारीला काहीसा उणेपणा आला.' तत्कालीन पत्रात माधवरावाला 'रुद्रावतार' म्हटले जाई. राज्य करणाऱ्यापाशी जरब पाहिजे पण विवेकही हवा. मोठमोठ्या मुत्सद्यांना, तोलामोलाच्या अधिकाऱ्यांना भरदरबारात वाटेल तशी शिवीगाळ करणे, रक्तबंबाळ होईपर्यंत चाबकाने फोडणे याला केवळ शिस्त म्हणणे कठीण आहे. पेशवाईच्या गादीवर बसणाऱ्या माणसाला या गोष्टी शोभणाऱ्या नव्हेत. त्याचे कर्तृत्व नाकारता येत नाही; म्हणूनच मराठ्यांच्या साम्राज्याचे पानिपतच्या मैदानावरही झाले नाही एवढे मोठे नुकसान माधवरावांच्या अकाली मृत्युने झाले; ह्या डफच्या अभिप्रायातील आणि बखरकारांच्या 'पेशवे यांच्या वंशात रावसाहेबांसारखा कोणी पुरुष झाला नाही' ह्या मतातील सत्याची दखल घ्यावीच लागेल. असे आठवले स्पष्ट करतात.'[४२]

नाना फडणवीस आणि महादजी शिंदे सारखेच संकुचित होते. मात्र, वेळप्रसंगी दोघेही एकमेकांना भाऊ-भाऊ म्हणतात असेही ते उपलब्ध मूळ साधनांच्या आधारे दाखवून देतात.[४३]

नाना फडणवीस हा आठवल्यांच्या खास अभ्यासाचा विषय. त्यावर त्यांनी स्वतंत्र असे लेखन केले नाही. मात्र, शिवाजी विद्यापीठाच्या मराठा इतिहास व्याख्यानमालेत नाना फडणवीस आणि इंग्रज या विषयावर प्रत्येकी दीड तासांची अशी तीन व्याख्याने दिली होती. ती विद्यापीठानेच एका छोट्याशा पुस्तिकेद्वारे प्रकाशित केली. त्या तीन व्याख्यानांसाठी आठवले यांनी पुण्याच्या 'डेक्कन कॉलेज' मधील काही अप्रकाशित हस्तलिखितांचा उपयोग करून इंग्रजांपुढे नाना कसा कमी पडला ते सप्रमाण दाखविले आहे. त्यांच्याच शब्दांत सांगायचे झाल्यास, 'नाना हा समकालीनांइतकाच सामान्य होता, इंग्रजी संस्कृतीचे सामर्थ्य त्याला कळले नाही. काही काळ त्याने पुणे दौलत व मराठी दौलत सांभाळली एवढी त्याची कर्तबगारी मान्य करावयास हरकत नाही पण ह्यापेक्षा अधिक कसलेही श्रेय त्याला देता येणार नाही.'[४४]

मराठी रियासतीच्या नव्याने संपादित केलेल्या आवृत्तीमध्ये तिसरा खंड आठवल्यांनी नव्या संदर्भासह संपादित केल्याचा उल्लेख वर एके ठिकाणी आलाच आहे. त्याबरोबरच त्यांनी खंड क्र. ६, ७ आणि ८ हे आणखी तीन खंड नव्या संदर्भासह संपादित केले. त्यालाही वरील खंडासारखी मनोगते लिहिली असून ती मनोगते म्हणजे ऐतिहासिक टीकेचा उत्तम नमुना किंवा ज्याला मूलगामी विचार अथवा इंग्रजीत ज्याला 'ओरिजिनॅलिटी' म्हणतात ती दिसते यात शंकाच नाही.[४५]

मराठी ऐतिहासिक अप्रकाशित कागदपत्रांचे संशोधन संपादन

आठवल्यांनी जसे प्रकाशित मूळ साधन साहित्याच्या आधारे लेखन केले तसेच त्याच आधारावर इतिहासविषयक भाष्य केले, त्याचप्रमाणे त्यांनी काही अप्रकाशित कागदपत्रे शोधून काढली व त्यांचे संपादन केले. अशा कागदपत्रांची संख्या सुमारे दीड हजार इतकी भरते. १९८६मध्ये त्यांचा 'हिंगणे दफ्तर' हा पहिला साधन ग्रंथ प्रकाशित झाला. त्याद्वारे त्यांनी हिंगण्यांच्या संदर्भातील १६३ कागद संपादित करून प्रकाशित केले. पैकी १ ते १०५ कागद राजकीय स्वरूपाचे, १०६ ते १५२ आर्थिक व्यवहाराचे, १५३ ते १६२ सामाजिक व्यवहाराचे पैलू दाखविणारे, तर १६३ वा कागद हा १८२५मध्ये अहमदनगरच्या कलेक्टरने काढलेला जाहीरनामा आहे. कै.ग.ह.खरे यांनी हिंगणे दफ्तर पहिला खंड १९४५मध्ये व दुसरा खंड १९४७मध्येच प्रकाशित केला होता. त्या दोन्ही खंडांमधून मिळून त्यांनी ३४३ पत्रे प्रकाशित केली होती. आठवल्यांनी पुढचा खंड संपादित करून संशोधकांच्या पुढील पिढीची एक चांगली सोय करून ठेवली आहे. हाती लागलेल्या कागदांशिवायही आणखी काही कागद या संदर्भातील असतील तेही काम पुढेमागे करता येईल व त्यातूनही एखादा खंड तयार करता येईल असे त्यांना वाटत होते.[४६]

या खंडाला त्यांनी जोडलेली ११ पानांची प्रस्तावना म्हणजे ऐतिहासिक कागदपत्रांकडे कसे बघावे याचा आठवल्यांनी घालून दिलेला वस्तुपाठच म्हणावा लागेल. याच प्रस्तावनेत त्यांनी ग.ह.ऊर्फ तात्यासाहेब खरे यांच्याबद्दलही चार चांगले शब्द लिहिले आहेत.[४७]

शिंदेशाही इतिहासाची साधने खंड १० आणि १२ हे दोन साधनग्रंथ संपादित करून त्याद्वारे त्यांनी १७५० ते १८०० या कालखंडावरील ५५९ कागदपत्रे प्रकाशित केली. दोन्ही खंडांना त्यांनी केवळ इंग्रजीतून प्रस्तावना लिहून त्यांना तळटीपांची जोड दिली आहे. त्या दोन्ही संपादकीय प्रस्तावना म्हणजे इंग्रजीतील शोधनिबंधांचा उत्तम नमुना म्हणता येईल अशा उतरल्या आहेत.[४८]

'तुळशीबागवाले दफ्तर' संपादित करून त्याद्वारे त्यांनी १७३ पत्रे प्रकाशित केली. याच खंडात पुण्याच्या पेशवे दफ्तरातील १४ अप्रकाशित पत्रेही प्रकाशित करून १७२३ ते १८२५ या सुमारे १०० वर्षांच्या काळातील पुण्याच्या सामाजिक, आर्थिक इतिहासाचे आठवल्यांनी दर्शन घडविले आहे. या खंडालाही आठवल्यांनी विवेचक प्रस्तावना लिहून 'पेशवाईच्या सावलीत' चे लेखन करणाऱ्या ना.गो.चाफेकर यांनी त्यांच्या लेखनात कशा गफलती केल्या आहेत, हे दाखवून दिले आहे.[४९]

पुण्याच्या गद्रे सावकारांच्या पत्रांचा एक खंड त्यांनी संपादित केला. त्यात फक्त ५२ पत्रे आहेत, पण भारत इतिहास संशोधन मंडळ स्थापन झाल्यापासून ते विसाव्या

शतकाच्या अखेरीपर्यंत कोणालाही असे काही कागद असतील असे वाटले नाही व कोणी त्याच्या वाट्याला गेले नाहीत. आठवल्यांना मात्र हे वेगळे काम हाती घ्यावे असे वाटले आणि त्यांनी ते हाती घेऊन हातावेगळे केलेही! १७४९ ते १७९५ या काळातील गद्रे आणि पेशवे, शिंदे, होळकर यांच्यातील कर्जासंबंधीच्या देवाण-घेवाणीवर एक निराळाच प्रकाश या पत्रांमुळे पडतो. या खंडातील ५२ वा कागद हा १८२१ मधील एक मोठा पंचनामा आहे. याही संपादनाला विवेचक प्रस्तावना तळटिपांसह लिहून त्याद्वारे आठवल्यांनी १९४९ ते १७९५ या काळातील आर्थिक व्यवहारावर काहीसा प्रकाश टाकण्याचा प्रयत्न केला आहे.[५०]

याशिवाय त्यांनी रामशास्त्री प्रभुणेंच्या संदर्भात १५७ पत्रे, सरदार बापू गोखले यांच्याविषयीची ३२ पत्रे आणि एक बखर तसेच उमाजी नाईकांबद्दलचे ११६ कागद शोधून संपादून प्रकाशित केलेले आहेत.[५१]

संशोधन व लेखन हा आठवल्यांचा ध्यास होता आणि म्हणूनच अशा कामांमधून फारसे नाव होत नसले, फारशी आर्थिक प्राप्ती होत नसली तरी ते काम करतच राहिले, अगदी शेवटपर्यंत! त्यांनीच म्हटल्याप्रमाणे, 'ह्या कामातून अर्थप्राप्ती किंवा नाव असे काही होत नसले तरी कामातील आनंद अवर्णनीय असतो, आपल्या या उद्योगाचा कुणाला तरी, केव्हा तरी काही उपयोग होईल असे वाटत असते आणि ते समाधानही मोठे असते.'[५२] आठवल्यांनी असे कामाचे मोठे समाधान खूपच मिळविले असेच कोणीही म्हणेल.

आठवले यांचे चरित्रलेखन

मराठीमध्ये सहसा ज्या नायकांवर लिहिले गेले नाही असे काही भूतकालीन नायक निवडून त्यांना न्याय देण्याचा प्रयत्न करून त्यांनी मराठी ऐतिहासिक चरित्र वाङ्मय खूप नाही परंतु काहीसे समृद्ध केले असेच म्हटले पाहिजे. आपण स्वत: चरित्र लेखनाकडे का वळलो याबद्दल त्यांनीच एके ठिकाणी म्हटले आहे की, 'सेवानिवृत्तीनंतर केव्हा तरी असे वाटू लागले की, इतिहासाच्या पुस्तकातून व प्रकाशित आणि अप्रकाशित, कागदपत्रांतून जे आपल्याला भेटले त्यांपैकी कित्येकांनी आपल्याला जो काही जीवनाचा आनंद दिला तो आपणही आणखी चार लोकांपर्यंत पोहचवावा म्हणजे मग जी माणसे मला भावली होती त्यांच्या कहाण्या शब्दबद्ध करून त्यांच्यापर्यंत ठेवणे क्रमप्राप्त होते. खरीखुरी ठसठशीत व्यक्तिमत्त्वे दाखवावीत असा निर्धार सुरू झाला आणि काम सुरू केले.'[५३]

पुढे त्यांनी असे म्हटले आहे की, 'मी काही मूल्ये मानतो, निष्ठा बाळगतो आणि म्हणूनच राजकीय स्वातंत्र्य, श्रद्धा स्वातंत्र्य, न्याय, जनकल्याण अशा काही ध्येयांसाठी धडपडून गेलेल्या इतिहासातील पुरुषश्रेष्ठांचे मला आकर्षण वाटते. अशा काही तत्त्वांसाठी

किंवा ध्येयांसाठी पूर्वी जे निष्ठापूर्वक लढले, त्यांनाही समजून घेतले पाहिजे. कुणाच्याही जीवनाचा अर्थ आणि त्यांच्या कार्याचे मूल्यमापन स्थळकाळाची जाण ठेवूनच व्हावयास हवे.'[५४]

'सत्य हा चरित्रलेखनाचा प्राण आहे.' असे सांगून आठवले लिहितात,

'आपल्याला संपूर्ण माणूस दाखवायचा आहे आणि होता तसाच उभा करायचा आहे. काहीही वाढवायचे नाही, काहीही कमी करायचे नाही व गढूळ किंवा पातळ करायचे नाही हे चरित्रकाराने पक्के ध्यानी धरले पाहिजे.'[५५]

चरित्रकाराने चरित्र नायकाचे गुण अवश्य सांगावेत. त्याच्या कार्याची नीट दखल घेऊन त्याला न्याय दिलाच पाहिजे; पण त्याच्या उणिवा किंवा अवगुण ह्यांचेवर पांघरूण घालण्याची मुळीच गरज नाही.[५६] आठवल्यांनी १९८८ ते २००० या काळात रामशास्त्री प्रभुणे, सरदार बापू गोखले, दारा शुकोह, उमाजी नाईक, केमालपाशा, इब्राहिम आदिलशहा, जॉर्ज वॉशिंग्टन, कृष्णदेवराय, छत्रसाल आणि राणाप्रताप ही दहा चरित्रे लिहिली. इतिहासाच्या सर्वसामान्य वाचकालादेखील हे पटेल की वर उल्लेखिलेल्या कोणावरही फारसे चरित्रात्मक लेखन मराठीत झालेले नाही. ती सर्व चरित्रे वाचल्यानंतर 'सत्य हा चरित्राचा प्राण आहे' हे तत्त्व आठवल्यांनी आपल्या लेखनात तंतोतंत पाळल्याचे स्पष्ट होते. तसेच कुणाच्याही कार्याचे मूल्यमापन करताना ते कुणालाही कमीअधिक झुकते माप देताना आढळत नाहीत. 'रामशास्त्री प्रभुणे' चरित्र आणि पत्र- हा वस्तुतः चरित्र ग्रंथ म्हणण्यापेक्षा साधन ग्रंथ म्हणजेच संयुक्तिक होईल कारण त्यात चरित्र केवळ २१ पृष्ठांचेच आहे. मात्र, रामशास्त्रींविषयीची १५७ कागदपत्रे प्रथमच प्रकाशात आली आहेत. त्या २१ पानी चरित्रासाठी अनेक प्रकाशित अस्सल आणि काही प्रस्तुत ग्रंथातीलच अप्रकाशित पत्रांचा आधार घेऊन आठवल्यांनी शेवटी रामशास्त्रींचे मूल्यमापन अतिशय काटेकोर शब्दांत केलेले आढळते. आठवले लिहितात, 'काही वेळा हा शास्त्री काहीसा प्रगतीकडे झुकलेला दिसतो. तथापि, तरीही एकंदरीत तो त्याच्या काळाच्या आणि ब्राह्मणी संस्कृतीच्या चौकटीतलाच माणूस आहे हे त्याचे न्यायनिवाडे पाहता लक्षात येते. तथापि, चारित्र्य म्हणजे काय आणि न्याय म्हणजे काय हे समजण्याच्या दृष्टीने रामशास्त्रींची जीवनकहाणी आजही उद्बोधक ठरावी.'[५७]

या ग्रंथाचे वाचक-समीक्षकांनी चांगले स्वागत केले होते. अहमदनगरच्या ऐतिहासिक वस्तुसंग्रहालयाचा 'जिनसीवाले पुरस्कार', साहित्य परिषदेचा 'द.वा. पोतदार पुरस्कार' या ग्रंथाला लाभला होता. डॉ. राजा दीक्षित यांनी या पुस्तकाचे परीक्षण केले होते. त्यात त्यांनी म्हटले होते, 'मराठ्यांच्या इतिहासाविषयीचा एक चांगला साधनग्रंथ वाचकांच्या हाती पडला आहे. ह्यामुळे तलवार आणि तख्ताच्या कहाणीत राहणाऱ्यांच्या मनाचा काटा जरा न्यायाच्या तराजूकडे झुकण्यास मदत होईल.'[५८]

बापू गोखल्यांचे चरित्र सांगून आठवले म्हणतात, 'तो त्याच्या काळातील इतरांपेक्षा असामान्य होता.'[५९] उमाजी नाईकांच्या बाबतीतही रामशास्त्रींप्रमाणे चरित्र व पत्रव्यवहार असेच ग्रंथाचे स्वरूप असून लेखकाला त्याची जीवनकहाणी चुटपूट लावणारी घटना वाटते.[६०] 'दाराशुकोह' हा औरंगजेब बादशहाचा भाऊ. तो ४४ वर्षे जगला. पैकी २५ वर्षे त्याने अभ्यासात व्यतीत केली यासाठी तो आठवल्यांना आवडतो. तो अपयशाचा धनी असला तरी म्हणूनच त्याला शब्दबद्ध करावेसे वाटले.[६१]

सतराव्या शतकातील राजा इब्राहिम आदिलशहाकडे त्याच्या काव्यातील गोडीमुळे, त्याच्या काळातील सांस्कृतिक विकासामुळे तसेच त्याला असलेल्या गणपती आणि सरस्वतीच्या आराधनेच्या सवयीमुळे आठवले आकर्षित होतात. चरित्राचा शेवट करताना ते लिहितात, 'एकंदरीत नसानसांतून हिंदुस्थानी झालेला हा सत्ताधीश होता. आपण मूळचे कोण, कुठले? तिथली भाषा, धर्म काय? ह्याचे विचार करण्याचे कारण नाही. जिथे आपण राज्य करणार आहोत तेथील लोक हे आपले आहेत, त्यांची संस्कृती ही आपली संस्कृती आहे अशी इब्राहिमची ठाम धारणा होती. असा माणूस गुरुस्थानी मानायला पाहिजे, खास! कुणी, कुणी? सर्व मूलतत्त्ववाद्यांनी आणि त्यांच्याहीपेक्षा जास्त सर्व राज्यकर्त्यांनी, विशेषत: भारतातल्या.'[६२]

विजयनगरचा सम्राट कृष्णदेवरायचे चरित्र आठवले यांनी लिहिले आहे. तथापि, त्यांच्या संदर्भात त्यांनी केलेली एक संशोधनात्मक टिप्पणी अधिक महत्त्वाची वाटते. अनेक संशोधक 'सूरत्राण' चे मूळ सुलतानमध्ये शोधतात ते त्यांना चुकीचे वाटते ते कसे, ते त्यांनी अनेक इंग्रजी आणि संस्कृत ग्रंथातील आधार देऊन स्पष्ट केले आहे.[६३]

कृष्णदेवरायमुळे दक्षिणेत मुसलमान सत्ता फार पसरली नाही. त्यांना दुबळे करून जागेवर बसवून ठेवण्यात त्याचा उद्योग पुष्कळच कारणीभूत झालेला होता. कृष्णदेवरायचे हे मोठे ऋण होय असे त्यांनी म्हटले आहे.[६४]

याशिवाय त्याच्या कारकिर्दीत भरभराटीला आलेले साहित्य, नृत्य, नाट्य, संगीत आठवल्यांना महत्त्वाचे वाटते.[६५] त्याहीपेक्षा महत्त्वाची वाटते ती वास्तुशिल्पादींची निर्मिती.[६६] तथापि, सामाजिक बाबतीत मात्र तो काही फारसा क्रांतिकारक विचार करू शकत नव्हता हे त्यांनी दाखवून दिले आहे.[६७]

बुंदेलखंडाचा राजा छत्रसाल ह्यानेही हिंदुधर्म रक्षणार्थ दिलेला लढा आठवल्यांना महत्त्वाचा वाटतो. त्याचे चरित्र त्यांनी अनेक इंग्रजी, हिंदी, मराठी साधनांच्या आधारे चित्रित केले. आपल्या समालोचनात ते म्हणतात, 'सर्व देशाचा विचार करता छत्रसालने पुरी साठ वर्षे इस्लामला मध्यभारतात बरेच रोखून धरले ही त्याची खरी देणगी होय, असे धुरंधर होऊन गेले म्हणून आपण आहोत, त्यांचे ऋण मान्य करू या.'[६८]

आठवल्यांच्या हयातीतील शेवटचे चरित्र म्हणजे 'राणाप्रताप.' त्यातही त्यांनी

राणाप्रताप सारख्यांनी इस्लामला प्रखर विरोध केला म्हणूनच येथे इस्लाम खूप वाढला तरीही हिंदू धर्म व संस्कृतीही पुष्कळच राहिली. ही धर्म-संस्कृती फार आदर्श आहे असे मुळीच नाही. तरीही तुलना करायचीच झाल्यास हिंदूधर्म संस्कृती अधिक चांगली म्हणावी लागेल. ती असहिष्णु नाही व तिच्यात जिहादचे पुकारे कधी होत नाहीत हे आवर्जून लक्षात घ्यावयास हवे.[६९] असे म्हटल्याचे आढळते.

ह्या ग्रंथात जवळजवळ पुस्तकभर अकबर-राणाप्रताप यांच्या संघर्षाची आणि लढायांची वर्णने आली आहेत. तथापि, एके ठिकाणी त्यांनी स्पष्ट केले आहे की, बाप्पा रावळपासून राणा संगापर्यंत मेवाडच्या कित्येक राजांना मुसलमान सुलतानाविरुद्ध राजकीय तसेच धार्मिक कारणासाठी लढावे लागले होते.

त्यांना हिंदू म्हणून उभे राहावे लागले होते. राणाप्रताप व अकबर ह्यांच्यामधील संघर्षात त्या बादशहापुरतेच पाहिले तर हा धर्माचा प्रश्न उद्‌भवण्याचे कारण नव्हते.[७०]

अकबर हा इतर मुस्लीम सत्ताधीशांपेक्षा आठवल्यांना अगदी थोडाच पण वेगळा वाटतो आणि ते त्या वेगळेपणाची मोकळेपणाने दखल घेतात.[७१]

विसाव्या शतकामध्ये तुर्कस्थानचा चेहरामोहरा बदलवून टाकणाऱ्या केमालपाशाचे चरित्रही मराठीमध्ये त्यांनी लिहिले असून तो स्वातंत्र्योत्तर काळातील पहिलाच प्रयत्न होय.[७२]

पदवीपर्यंतच्या किंवा पदव्युत्तर इतिहासाचा अभ्यास करणाऱ्यांना केमालपाशा थोडाफार माहिती असतो पण सामान्यांना तो तसा माहिती असण्याची सुतराम शक्यता नसते. विसाव्या शतकातील तुर्कस्थानाचा आढावा घेऊन त्यात केमालपाशाची जडणघडण त्यांचे तुर्कस्थानच्या प्रमुख पदापर्यंत चढत जाणे इत्यादींचा परामर्श घेऊन शेवटी म्हटले आहे, 'केमालने आपल्या देशाच्यासाठी तर बरेच काही केले पण जगावरही त्यांचे उपकार आहेत. धार्मिक प्रश्न कसे हाताळावेत ह्याबाबत त्याने शासकांना जो धडा घालून दिला तो केवळ अमोल होय'[७३] अशी पुस्ती जोडली आहे. मात्र, तो मद्यासक्त होता. त्याने स्त्रियांच्या संदर्भात कायदे वगैरे केले असले तरी आपल्या पत्नीशी लतीफाशी त्याचे वर्तन कसे गैर होते व त्याने तिच्यावर कसा अन्याय केला[७४] हे सांगायलाही आठवले विसरले नाहीत.

भारताबाहेरील आणखी एका इतिहासप्रसिद्ध पुरुषाचे चरित्र आठवल्यांनी रेखाटले आहे. तो चरित्रनायक आहे, अमेरिकेचा पहिला राष्ट्राध्यक्ष जॉर्ज वॉशिंग्टन! या चरित्राच्या मनोगतात ते लिहितात, 'मराठीत इतिहास लेखन फार कमी होते. त्यातही भारताबाहेरच्या, किंबहुना महाराष्ट्राबाहेरच्या गतकाळासंबंधी लेखकांना फारसा रस दिसत नाही. महाराष्ट्राच्या इतिहासापैकीही शिवाजी ते पेशवाई अखेर, हा कालखंड बहुतेकांना फार भावतो असे दिसते.

अलीकडे एकोणिसाव्या आणि विसाव्या शतकातील प्रबोधन, सामाजिक चळवळी, राजकीय आंदोलने अशा विषयांकडेही बरेच लक्ष गेले आहे, पण त्यात निष्पक्षपाती इतिहासकथनापेक्षा अभिनिवेषाचा आणि आवेशांचा भागच जास्त वाटतो.

महाराष्ट्राबाहेर देश आहे; देशाबाहेर जग आहे, त्या जगात शेकडो भाषा बोलणारे, विविध धर्म, पंथ, संस्कृती असणारे अनेक मानवसमूह आहेत आणि त्यांचा भूतकाळ जाणून घेणे आपल्याच प्रगतीच्या दृष्टीने अगत्याचे आहे याचे मी भान ठेवले आहे. आता वरीलसारखा भान ठेवणारा मी एकटाच आहे असे नाही. आणखी कित्येकांना ते आहे, माझ्यापेक्षाही जास्त आहे; पण कित्येकांना ते अजिबात नाही हे सत्य आहे. ह्या दुसऱ्या वर्गातील अभ्यासकांनी आपले मन मोठे करावे, चौफेर दूरवर नजर फिरवावी असे आवाहन करीत आहे.[७५]

एकूण बारा प्रकरणांमधून वॉशिंग्टनच्या कारकिर्दीची मांडणी करून शेवटच्या तेराव्या प्रकरणात त्याच्या कार्याचे समालोचन केलेले आढळते. त्यात त्यांनी त्यांच्या अंगी असलेले सेनापतीचे गुण सांगितले पण शेवटी म्हटले आहे, 'वॉशिंग्टनची जगाच्या इतिहासातील अव्वल दर्जाच्या सेनापतींमध्ये गणना करता येणार नाही.'[७६] ग्रंथाच्या शेवटी मात्र म्हटले आहे, 'नवयुगाचा शिल्पकार;' आजची समर्थ आणि संपन्न अमेरिका ही एकट्या वॉशिंग्टनची निर्मिती नाही पण तेथील विज्ञाननिष्ठ आणि विशेषत: लोकशाही जीवनपद्धतीच्या भक्कम इमारतीचा पक्का पाया घालणारा वास्तुविशारद म्हणजे जॉर्ज वॉशिंग्टन हाच होय.[७७]

असे आहे आठवल्यांचे इतिहास लेखन! त्यात वस्तुनिष्ठपणा आहे, सडेतोडपणा आहे. त्यामुळे त्यांची मते सर्वांनाच पटतील असे नाही. स.ह. देशपांडे यांनी म्हटले आहे, 'त्यांचे भाष्य वाचताना छाती फुगून येईल. बाहू फुरफुरू लागतील असा अनुभव येणे कठीण आहे.'[७८] आठवले यांचे लेखन वाचणाऱ्यांना देशपांडे यांचे अनुमान अचूक आहे हे नक्की जाणवेल.

चरित्रलेखनात फार भरीव नाही पण नोंद घ्यावीच लागेल इतके कार्य आठवल्यांनी करूनही 'प्रदक्षिणा' सारख्या ग्रंथाच्या निर्मात्यांना मात्र त्यांच्या कार्याची दाखल घ्यावीशी वाटली नाही.[७९]

अशा वेगळेपणामुळेच असेल कदाचित शेवटी इतिहासकार सदाशिव आठवले यांचे इतिहासलेखन एवढ्या प्रचंड कामाच्या मानाने त्यांना मानसन्मान-पुरस्कार मात्र फारसे लाभले नाहीत. तथापि, त्यांच्या निधनानंतर प्रसारमाध्यमांनी त्यांच्या कार्याची दखल जरा बऱ्यापैकी घेतली. त्यांच्या हाताखालून गेलेल्या विद्यार्थ्यांनी त्यांच्या कार्यनिपुणतेचा आढावा घेणारे लेख लिहिले. प्रा. गुरुनाथ नाडगोंडे यांनी राजाराम महाविद्यालय, कोल्हापूर येथील त्यांच्या आठवणी सांगून म्हटले होते, 'कोणत्याही

पदावर वा सन्मानावर डोळा न ठेवता काम करत राहणे हे त्यांचे वैशिष्ट्य होते. जमवून घेणे वा घडवून आणणे या बाबी त्याच्या पारदर्शक व्यक्तिमत्त्वात बसत नव्हता. त्यांनी चुकूनही अनिष्ट प्रवृत्तींशी हस्तांदोलन केले नाही. त्यांचा वैचारिक दृष्टिकोन निकोप होता. लौकिक अर्थाने ते अधिक सन्मानित व्हावयास हवे होते. पण लौकिक गणित त्यांच्या खिसगणतीतही नव्हते; कारण सरस्वतीच्या दरबारातील ते एक प्रामाणिक सारस्वत होते.'[८०] आठवल्यांची कारकीर्द ज्यांना माहीत असेल त्यांना प्रा.नाडगोंडांचे अनुमान योग्य असेच वाटेल यात शंका नाही.

संदर्भ व टिपा

१. ताटके, अरविंद, *संशोधक सप्तर्षी,* इनामदार बंधू प्रकाशन, पुणे-२, १९६२ यामध्ये वरील नावांव्यतिरिक्त जदुनाथ सरकारांच्या कार्याचीही ओळख करून दिलेली आहे.

२. देशपांडे, सु. र. *मराठेशाहीचे भाष्यकार* श्री. गोकुळ मासिक प्रकाशन, पुणे १९९४, पृ. ११४-६३

अलीकडे ग.ह.खरे, सेतुमाधवराव पगडी, शेजवलकर इत्यादींवर एम.फिल. किंवा पीएच. डी. चे प्रबंध लिहिले गेले आहेत. द.वा. पोतदारांवर तर गौरवग्रंथ, स्मृतिग्रंथ अनुक्रमे त्यांच्या साठीला आणि जन्मशताब्दी वर्षात निघाले आहेत. त्यांच्या कार्याचा आढावा घेणारे स्फूट लेखनही भरपूर झाले असून ६ ऑक्टोबर २००२ रोजी 'दत्तो वामन' हा ग्रंथ प्रसिद्ध झाला असून लेखिका व प्रकाशिका, सौ. शुभलक्ष्मी ना. पोतदार, १८०, शनिवार पेठ, दामोदर भवन, पुणे-३० या आहेत. या ग्रंथातील पृ. ६२-८० हे दत्तो वामनांच्या इतिहासविषयक कार्यकर्तृत्वाचा आढावा घेण्यासाठी खर्ची घातले आहेत.

३. देशपांडे, उपरोक्त पृ. १७३-२०३

४. कित्ता, पृ. १९८-२००

५. अनेक ठिकाणी आठवल्यांची जन्मतारीख ३ मार्च १९२३ अशीच आढळते. मात्र, एके ठिकाणी ती ३ जुलै १९२२ अशी दिलेलीही आढळते.

पहा. : जोशी अ.ल., मराठी सारस्वत, अनमोल प्रकाशन, पुणे १९८६, पृ. ३८.

६. ८ डिसेंबर २००१ रोजी प्रा. सदाशिव आठवले यांचे निधन झाले. त्यानंतर १० डिसेंबर २००१ रोजी डॉ. राजा दीक्षितांचा श्रद्धांजलीपर लेख आला होता. केसरी पुणे तसेच प्रा. नाडगोंडे यांचा कोल्हापूर सकाळच्या दि. १६ डिसेंबर २००१च्या रविवार पुरवणीत एक लेख, सकाळ, पुणे २३/१२/२००१ च्या अंकात सु.र. देशपांडे यांचा एक लेख, सामनामध्ये (मुंबई) रविवार आवृत्तीत २३ डिसेंबर २००१च्या अंकात लेख होता. तसेच सकाळमध्ये त्यांच्या काही विद्यार्थ्यांनी पत्ररूपाने काही आठवणी वाचकांच्या पत्रव्यवहारात सांगितल्या. पुणे सकाळ आणि मुंबई लोकसत्ता यांनी संपादकीय स्फूट लेख लिहिले होते. प्रस्तुत लेखकाने १६/१२/२००१च्या रत्नागिरी एक्स्प्रेसमध्ये 'त्या गुरूला नमस्कार असो' असा एक लेख आणि ३० डिसेंबर २००१ च्या रत्नागिरी टाइम्समध्ये प्रसिद्धीपासून दूर राहिलेला इतिहास संशोधक असे दोन श्रद्धांजलीपर लेख लिहिले होते. रत्नागिरीमध्ये आठवले यांचे काही जुने विद्यार्थी भेटले. (ज्यांनी आता सत्तरी, पंच्याहत्तरी ओलांडली आहे) त्यांनीही एक उत्तम वक्ता तसेच विद्यार्थीप्रिय

प्राध्यापक म्हणून अनेक वेळा माझ्यापाशी त्यांची स्तुती केलेली आहे.

७. कागदी पुंग्या काव्यसंग्रह, १९५१, १२ कथासंग्रह, (प्रकाशन १९६० ते १९८१), २ छोटेखानी कादंबऱ्या प्रकाशन १९५५, एक नाटक - 'हा व्यवहार आहे' (१९५३. सहलेखिका विजया आपटे (आताच्या डॉ. विजया राजाध्यक्ष) असे ललित साहित्य त्यांच्या नावावर आहे. मात्र मराठीतील कोणत्याही समीक्षकाने त्यांची भलीबुरी दादफिर्याद घेतलेली दिसत नाही. 'प्रदक्षिणा'च्या पहिल्या खंडात पृ. ३९३ वर अनेक कथा लेखकांच्या नामावलीत एक नाव आहे सदाशिव आठवले. पहा प्रदक्षिणा, आवृत्ती ५ वी, कॉन्टिनेन्टल प्रकाशन, पुणे १९७२.

याशिवाय राम कोलारकरांनी त्यांच्या सर्वोत्कृष्ट कथा या वीस खंडांच्या मालिकेतील एका खंडाच्या संपादकीय पृष्ठांवर १९५०च्या दशकातील विनोदी कथाकारांच्या मालिकेतील एक नाव म्हणजे सदाशिव आठवले असे म्हटले आहे.

८. लोकमत ९९ पानांचे छोटेखानी पुस्तक असून लोकमतचा शासनावर आणि समाजव्यवहारावर कसा प्रभाव पडतो याचे अतिशय चांगले विवेचन या छोटेखानी पुस्तकात असून या विषयावरील मराठीतील ते पहिलेच पुस्तक आहे. प्रकाशक समाज प्रबोधन संस्था, पुणे १९६३, राज्यशास्त्रावरील दुसरे महत्त्वाचे पुस्तक म्हणजे लोकशाहीचा कारभार. हेही पुस्तक समाज प्रबोधन संस्था, पुणे यांनी १९६० मध्ये प्रकाशित केले होते. १९६५ मध्ये या पुस्तकाची दुसरी आवृत्ती निघाली.

९. समाज विज्ञान कोशाच्या खंड १ ते ५ मिळून राज्यशास्त्रावर आठवल्यांनी जे लेखन केले आहे त्यातून एक खंड भरेल इतके लेखन केलेले आढळते. म्हणजेच राज्यशास्त्रावर समाजविज्ञान कोशात सर्वाधिक लेखन करणारे फक्त आठवलेच होते. समाजविज्ञान कोशात एकूण ८८ वेगवेगळ्या लेखकांनी हजेरी लावली असून राज्यशास्त्रावर लेखन करणारे मुख्य संपादक श्री.स.मा. गर्गे यांच्यासह एकूण २६ लेखक होते. हे लक्षात घेता आठवल्यांचे काम खरोखरच आश्चर्यकारक वाटते. पहा : समाज विज्ञान कोश (संपा.) स.मा. गर्गे खंड ६, पुणे १९९३, संपादकीय निवेदन, पृ. ६-७.

१०. मराठी विश्वकोशात खंड क्र. १, २, ६, ९, १०, १४ या खंडांमध्ये एक पासून ८ ते १० पर्यंत प्राचीन, अर्वाचीन भारत आणि सामाजिक इतिहासाचे संदर्भात त्यांचे लेखन आढळते.

११. चार्वाक इतिहास आणि तत्त्वज्ञान, तिसरी आवृत्ती, प्राज्ञ पाठशाळा मंडळ, वाई, १९८०, पृ.४.

१२. कित्ता, पृ. ७३-४

१३. कित्ता, पृ. ८७

१४. Humanist Review Vol. I - No. 2, April-June 1969.

१५. *ऐका भाऊबंदांनो तुमची कहाणी*, श्रीविद्या, पुणे १९९८, 'सुतौवाच', पृ. ९

१६. कित्ता, पृ. ३०

१७. *रामायण : एक माणसाची कथा*, श्रीविद्या, पुणे १९९७, भूमिका, पृष्ठ १५/१६

१८. कित्ता

१९. कित्ता

२०. *इतिहासाचे तत्त्वज्ञान*, प्राज्ञ पाठशाळा मंडळ, (पहिली आवृत्ती) प्रकाशन १९६७, प्रस्तावना, पृ.१

२१. कित्ता, पृ. ३५, १०५, ११९, १२५, १४१, १४२, १५४, १९५, १९८ इत्यादी. पाहा - अंतर्नाद (मासिक) फेब्रुवारी २००१, पुणे, पृ. ३३-८

२२. कित्ता, पृ. १९९, या संदर्भात त्यांचा भूतकाळ पूर्वजांचा, भूतचेष्टा आमच्या हाही लेख वाचनीय आहे, अंतर्नाद फेब्रुवारी २००१.

२३. डॉ. कुलकर्णी, अ.रा. *शिवकालीन महाराष्ट्र* राजहंस प्रकाशन, पुणे १९९३ पृ. ९ (शिवकालीन महाराष्ट्राची जन्मकथा, यात प्रा.शेजवलकर आणि डॉ. कुलकर्णी यांच्यातील या संदर्भातील संवाद डॉ. कुलकर्णी यांनी नमूद केला आहे.)

२४. शेजवलकर, त्र्यं.शं., *निजाम-पेशवे संबंध,* पुणे विद्यापीठ प्रकाशन, पुणे १९६३, सर्व पुस्तकभरच त्यांचा हा सूर आढळतो.

२५. *शिवाजी आणि शिवयुग,* अजब पुस्तकालय, कोल्हापूर, १९७१, पृ. २०६.

२६. *म.रि.* (गर्गे आवृत्ती) खंड १, पॉप्युलर प्रकाशन, मुंबई १९८८, पृ. ११७.

२७. *आठवले,* उपरोक्त, पृ. ४४.

२८. कित्ता, पृ. २८

२९. कित्ता, पृ. २९

३०. कित्ता, पृ. १७९

३१. कित्ता, पृ. १७७

३२. *मराठी साम्राज्य सत्तेमागील हेतू* , प्रा. आचार्य, नवभारत, जून १९६९

३३. *सरदार बापू गोखले,* श्रीविद्या, पुणे १९९०, पृ. ३२/३

३४. शेजवलेकर, त्र्यं.शं., *निजाम-पेशवे संबंध,* पुणे विद्यापीठ प्रकाशन, पुणे - ७, प्रथमावृत्ती, १९५९, पुनर्मुद्रण १९६३.

३५. दीक्षित, म.श्री., ओक, प्रमोद (संपादक) *वीरश्री,* पुणे २०००, पृ. १० ते १५.

३५अ. *मराठी रियासत, खंड* - ३ पॉप्युलर प्रकाशन, मुंबई १९८९, पाहा : विभाग संपादकाचे मनोगत, पृ. २०९-११

३५ब. कित्ता, पृ. २१२

३६. कुलकर्णी अ.रा., खरे, ग.ह. *मराठ्यांचा इतिहास खंड - २,* कॉन्टिनेन्टल प्रकाशन, पुणे १९८५, पृ. १२७, जिज्ञासूंनी पृ. ८२-१२७ वरील सर्व लेखच मुळात पहावा.

३७. कित्ता, पृ. ४२९/३०

३८. कित्ता

३९. *म.रि.* खंड ४, मुंबई, १९९०, पृ. २२२

४०. कानिटकर, वि.ग.(सं.) *गाजलेल्या प्रस्तावना,* उन्मेष प्रकाशन, पुणे १९८९, पृ. १४६-१७१ तसेच शेजवलकरांचे लेख पुस्तक दुसरे, ह.वि.मोटे प्रकाशन, मुंबई - १४, १९५९, पृ. १ ते ३१

४१. वैद्य (डॉ.) सरोजिनी, *शेजवलकर व्यक्तित्व आणि कर्तृत्त्व,* राज्य मराठा विकास संस्था प्रकाशन, मुंबई १९९५, पृ. १५३-८

४२. कुलकर्णी, खरे, उपरोक्त, पुणे १९८६, पृ. ३७ ते ३९, आठवले सदाशिव, सासवडकर, प्र.ल. *मराठी सत्तेचा विकास आणि ऱ्हास,* साधना प्रकाशन, पुणे १९७४, पृ. १४७-४९

४३. म.स.वि. ऱ्हास पर्व. २४०

४४. *नाना फडणवीस आणि इंग्रज* - शिवाजी विद्यापीठ प्रकाशन, कोल्हापूर १९८०, पृ. ३४

४५. *मराठी रियासत खंड ६*, पॉप्युलर प्रकाशन, मुंबई १९९१, पृ. २४-७
कित्ता, खंड ७, पॉप्युलर प्रकाशन, मुंबई १९९१, पृ. २१ ते २४
कित्ता, खंड ८, पॉप्युलर प्रकाशन, मुंबई १९९२, पृ. २५-७

४६. *हिंगणे दफ्तर* - खंड ३ रा, भा.इ.सं.मं. प्रकाशन, पुणे १९८६, उपोद्घात पृ.३.

४७. कित्ता, पृ. २/३

४८. *शिंदेशाही इतिहासाची साधने, खंड १२*, मुंबई १९९४, Introduction पृ. १ ते १६ आणि कित्ता, खंड १०, मुंबई १९९५, Introduction पृ. १ ते १०.

४९. *तुळशीबागवाले दफ्तर*, भा.इ.सं.मं. प्रकाशन, पुणे १९९८, पृ. १ ते २४

५०. *गद्रे सावरकरांसंबंधीचे कागद*, भा.इ.सं.मं. प्रकाशन, पुणे २००० पृ. १ ते १६

५१. *रामशास्त्री प्रभुणे चरित्र व पत्रे*, श्रीविद्या, पुणे १९८८, पृ. २९ ते १६७ *सरदार बापू गोखले*, श्रीविद्या पुणे, १९९०, पृ. १६१-१८०, १८४ ते २११, *उमाजी राजे मुक्काम डोंगर*, कॉन्टिनेन्टल प्रकाशन, पुणे १९९१, पृ. १२०-२८३

५२. *गद्रे सावकारांसंबंधीचे कागद* आणि *तुळशीबागवाले दफ्तर* यातील निवेदन पहावे पृ.क्र. नाहीत.

५३. *महाराष्ट्र साहित्य पत्रिका*, ऑक्टोबर ते डिसेंबर पुणे १९९७, पृ. ७६

५४. कित्ता, पृ. ७७

५५. कित्ता, पृ. ८३

५६. कित्ता

५७. *रामशास्त्री प्रभुणे-चरित्र आणि पत्रे*, श्रीविद्या प्रकाशन, पुणे १९८८, पृ. २१

५८. *सोबत*, पुणे २५/१२/१९८८

५९. *सरदार बापू गोखले*, श्रीविद्या प्रकाशन, पुणे १९९०, पृ. १५०

६०. *उमाजी राजे, मुक्काम डोंगर*, कॉन्टिनेन्टल प्रकाशन, पुणे १९९१, पृ. ११४

६१. *शहजादा दारा शुकोह*, श्रीविद्या प्रकाशन, पुणे १९९२, पृ. ७५-७७, पृ. १२५-३७ इ. विशेष महत्त्वाचे.

६२. *जगद्गुरु, इब्राहिम आदिलशहा*, श्रीविद्या, पुणे - १९९७, पृ. १६९.

६३. *The Quarterly Journal of the mythic society,* Benglore, Vol. No. of Lxxx, VIII Issue No. 3, July-Sept. 1997.

६४. *विजयनगरचा सम्राट कृष्ण देवराय*, श्रीविद्या प्रकाशन, पुणे १९९९, पृ. १८४.

६५. कित्ता, पृ. ९७-११२.

६६. कित्ता, पृ. ११३-१३६.

६७. कित्ता, पृ. १३७-६२.

६८. *बुंदेलखंडचा महाराजा छत्रसाल*, श्रीविद्या प्रकाशन, पुणे २०००, पृ. १५१

६९. *राणाप्रताप*, श्रीविद्या, पुणे २००१, पृ. १२६

७०. कित्ता पृ. १२३

७१. कित्ता पृ. १२४

७२. आठवल्यांच्या अगोदर श्री. सय्यद अमीन यांनी एक छोटेखानी चरित्र आता तुर्क गाझी केमाल पाशा या नावाने लिहिले होते. सांगली, १९४२. पहा - दाते, शं.ग. मराठी ग्रंथसूची १८०० ते १९५०

७३. केमाल पाशा, श्रीविद्या प्रकाशन, पुणे १९९४, पृ. २६७

७४. कित्ता, पृ. २३३-६

७५. *जॉर्ज वॉशिंग्टन*, श्री गोकुळ मासिक प्रकाशन, पुणे १९९६, मनोगत, पृ.क्र. नाही.

७६. कित्ता, पृ. २००

७७. कित्ता, पृ. २०६

७८. अंतर्नाद (मासिक), पुणे ऑगस्ट २०००, पुणे, पृ. २५-३३

७९. प्रदक्षिणा, खंड २, कॉन्टिनेन्टल प्रकाशन, पुणे १९९८ (दुसरी आवृत्ती), जिज्ञासूंनी सदर ग्रंथातील प्रकरण सात - स्वातंत्र्योतर चरित्रलेखन पृ. २८३-३०३ अवश्य पहावीत.

८०. सकाळ (कोल्हापूर) रविवार पुरवणी दि. १६ डिसेंबर २००१

पूर्वप्रसिद्धी :

'संशोधक' अमृत महोत्सव सांगता विशेषांक जुलै-सप्टेंबर २००३.

२६.

भारत इतिहास संशोधक मंडळ आणि इतिहासकार सदाशिव आठवले

महाराष्ट्रात साने, खरे, राजवाड्यांपासून चालत आलेली इतिहास संशोधकांची परंपरा अभ्यासायची तर अगदी अलीकडे दिवंगत झालेल्या डॉ. अ. रा. कुलकर्णी यांच्यापर्यंतची एक दीर्घ यादी करता येईल. या सर्वांनी फार मोठे संशोधनाचे कार्य केले आहे आणि त्यांच्या कार्याचा आढावा घेणारे लेखनही मराठीमध्ये प्रकाशित झाले आहे. या नामावलीमध्ये आणखी एक नाव घ्यावे लागते ते म्हणजे इतिहास संशोधक आणि इतिहासकार सदाशिव आठवले यांचे.

आठवले यांनी वस्तुत: इतर सर्वच इतिहास संशोधक आणि इतिहासकार यांच्यापेक्षा खूप महत्त्वाचे असे कार्य करून ठेवले आहे. इतिहास संशोधनाबरोबरच त्यांनी राज्यशास्त्रावर लेखन केले आहे. तसेच कथा, काव्य, नाटक, कादंबरी या प्रांतातही भरपूर सैर केली आहे. 'चार्वाक इतिहास आणि तत्त्वज्ञान' व 'इतिहासाचे तत्त्वज्ञान' हे दोन त्यांचे महत्त्वाचे ग्रंथ. इतिहासामध्ये चरित्रलेखन हाही प्रकार त्यांनी हाताळला व त्यातून इतरांनी ज्याला मराठीमध्ये फारसा हात घातला नाही अशा नायकांना न्याय देण्याचा प्रयत्न केला आहे. केमालपाशा, दाराशुकोह, रामशास्त्री प्रभुणे, बापू गोखले, कृष्णदेवराय, राणा प्रताप, इब्राहीम आदिलशहा, जॉर्ज वॉशिंग्टन, उमाजी नाईक ही त्यांनी साकारलेली चरित्रे!

मराठी विश्वकोश आणि समाजविज्ञानकोशामध्येही त्यांनी भरपूर लेखन केले आहे. या लेखापुरते बोलावयाचे झाल्यास भारत इतिहास संशोधक मंडळात ते सुमारे १९४५ सालापासून ये-जा करत होते असे त्यांनीच एकदा प्रस्तुत लेखकाला सांगितले होते. तथापि, १९८२मध्ये ते अहमदनगरच्या सारडा महाविद्यालयातून प्राचार्य म्हणून निवृत्त झाले आणि पुण्यात स्थायिक झाल्यानंतर १९८२ ते २००१ पर्यंत मंडळात जवळ जवळ रोज हजेरी लावणाऱ्यांपैकी ते एक होते. (अर्थात, संशोधन, व्याख्याने या निमित्ताने ते

जर पुण्याबाहेर गेलेले असतील तेव्हा अर्थातच ते मंडळात नसत!)

१९८२ ते २००१ या काळात आठवल्यांनी अक्षरश: डोंगराएवढे काम केले. तथापि, त्यांची सर्वात महत्त्वाची कामगिरी म्हणजे ऐतिहासिक कागदपत्रांचे संशोधन आणि संपादन. इतिहासाचार्य वि. का. राजवाडे यांच्यापासून जुनी हस्तलिखिते प्रकाशित करण्याचे काम महाराष्ट्रात सुरू झाले, ते अनेक संशोधकांच्या प्रयत्नांनी साधारणपणे १९६० सालापर्यंत अखंडितपणे चालू होते. पुढे त्यात खंड पडला. १९८४-८५ सालापासून आठवले यांनी ते काम पुन्हा सुरू केले आणि त्यांनी त्यांच्या हयातीत सुमारे दोन हजार पत्रांचे संशोधन आणि संपादन केले. संशोधनाचे काम ते एवढ्या चिकाटीने करीत असत की, भारत इतिहास संशोधक मंडळातील खूप धूळ अंगावर घेऊन आणि खूप वेळ घालवूनही कधी-कधी त्यांना संबंधित विषयावरचा एखादाच अस्सल कागद हाती लागत असे.

रामशास्त्री प्रभुणे, सरदार बापू गोखले आणि उमाजी नाईकांवर संशोधन करीत असता त्यांना त्या तिघांविषयी फक्त एकेकच कागद मंडळात मिळाला. तथापि, त्या एकेका मूळ अप्रकाशित कागदाचा ते फार साक्षेपाने उपयोग करून घेत असत.

इतिहासकार गो. स. सरदेसाई यांच्या रियासतीचे स. मा. गर्गे यांच्या प्रमुख संपादकत्वाखाली नव्याने संपादन करण्याचे निश्चित झाले. त्या वेळेस त्या संदर्भातील सभा भारत इतिहास संशोधक मंडळातच पार पडली होती. त्या सभेला गर्गे यांच्या विनंतीवरून प्रा. आठवले उपस्थित होते. त्या सभेतच त्यांनी, 'आपण सांगाल तेवढा भाग मी नव्याने संपादित करीन' असे गर्गे यांना सांगून त्याप्रमाणे नव्या संचातील आठपैकी एकूण चार खंड किंवा सुमारे १००० पाने संपादित केली. त्या संपादनाच्या वेळेस त्यांनी मंडळाच्या त्रैमासिकाचे जवळ जवळ सर्व प्रकाशित अंक वाचून काढले व त्यांचा योग्य उपयोग आपल्या नव्या संपादनात केला. उदाहरणार्थ, बाजीरावाच्या पत्रसंभाराच्या संदर्भात रियासतकार लिहितात, 'बाजीरावकालीन पत्रांची संख्या सुमारे साडे तीन हजार भरेल इतकी आहे.' त्याला उत्तर देताना आठवले म्हणतात, 'रियासतकारांचा साडेतीन हजार आकडा जरा जास्तच वाटतो. त्रैमासिक २०-३-२५ शके १८६१च्या अंकावरून असे स्पष्ट होते की, हा आकडा ३१०५ इतकाच भरतो' (म.रि. : गर्गे, आवृत्ती खंड ३, पृ.४०१).

खंड सहा, सात, आठ आठवले यांनीच संपादित केले असून त्यामध्येही त्रैमासिकाचा उपयोग केल्याचे स्पष्ट होते. (पाहा : खंड ६, पृ. २२७ आणि खंड ८, पृ. ५९८-५९९) मंडळाच्या त्रैमासिकामध्ये मात्र त्यांनी फारसे लिहिलेले आढळत नाही. १९७४मध्ये शिवराज्याभिषेकाच्या त्रिशताब्दी सोहळ्याच्या निमित्ताने एक लेख, तसेच मंडळाच्या अमृत महोत्सव स्मरणिकेत (वर्ष ६७, अंक १-४, जुलै १९८८ ते एप्रिल १९८९).

'मराठ्यांचा इतिहास आणि स्वातंत्र्योत्तर काळातील मराठी ऐतिहासिक ललित साहित्य' हा एक लेख प्रकाशित झालेला आढळतो. (पृ. ३९-५०). याशिवाय डॉ. एम.आर.कंटक यांनी संपादित केलेल्या Rajwade & his thoughts या मंडळाने प्रकाशित केलेल्या ग्रंथात 'Rajwade's Interpretation on Maratha History' हा एक लेख आढळतो. त्या पलीकडे मंडळाच्या प्रकाशनात त्यांचे शोधनिबंध आढळत नाहीत. परंतु मंडळामध्ये खूप शोध घेऊन त्यांनी हिंगणे दप्तर (खंड ३, १९८६), गद्रे सावकारांसंबंधीची कागदपत्रे (२०००), तुळशीबागवाले दप्तर (१९९७) ही तीन दप्तरे संपादित केली. ती त्यांची फार मोठी कामगिरी म्हटली पाहिजे.

याशिवाय शिंदेशाही इतिहासाची साधने या मालेतील खंड क्र. १० आणि १२ हे दोन साधनग्रंथही त्यांनी संपादित केले. हिंगणे दप्तराच्या तिसऱ्या खंडामधून त्यांनी एकूण १६३ कागद संपादित केले, तर तुळशीबागवाले दप्तराच्या माध्यमातून त्यांनी १७३ पत्रे प्रथमच प्रकाशित केली. पुण्याच्या गद्रे सावकारांसंदर्भात एक स्वतंत्र खंड प्रकाशित करून त्याद्वारे मराठ्यांच्या इतिहासावर नवा प्रकाश पडू शकेल असा ५२ कागदपत्रांचा संग्रह त्यांनी अभ्यासकांना उपलब्ध करून दिला. वरील सर्वच संशोधित-संपादित खंडांना त्यांनी जोडलेल्या प्रस्तावना म्हणजे ऐतिहासिक कागदपत्रांकडे कसे पाहावे याचा आठवले यांनी घालून दिलेला वस्तुपाठच आहे.

वर म्हटल्याप्रमाणे मंडळाच्या त्रैमासिकांमध्ये त्यांनी फारसे लिहिलेच नाही. मात्र, मंडळात होणाऱ्या पाक्षिक सभेस ते आवर्जून उपस्थित राहत असत. त्या सभेत एखाद्या शोधनिबंधाच्या माध्यमातून एखाद्या नवोदित संशोधकाने एखादे मत मांडले आणि ते जर त्यांना मान्य नसले तरी त्यांनी नवोदितांचा कधी उपहास केला नाही.

त्यांच्या मते, संशोधन म्हणजे घटनेची अचूकता दर्शविणे. त्याचबरोबर उपलब्ध पुराव्यांचे वैचारिक विश्लेषण झाले पाहिजे. विरुद्ध असलेली मते मुख्यत: कसास लावली पाहिजेत ही त्यांची भूमिका कायम होती. प्रत्येक व्यक्तीचे गुणदोष दोन्ही दाखविले पाहिजेत. मूळ स्रोतांकडे जाण्यावर त्यांचा भर होता. त्या मूळ साधनांचे विश्लेषण प्रत्येकाने आपापल्या पद्धतीने केले पाहिजे. विश्लेषण स्थळ, काळ निरपेक्ष असू शकत नाही. पण सर्व स्रोतांचे उलट सुलट विचारांचे विश्लेषण झाले पाहिजे व तुमचे निष्कर्ष शक्यतो काटेकोर व स्थळ, काळ, व्यक्ती निरपेक्ष असले पाहिजेत अशी त्यांची भूमिका होती व त्याच दृष्टीने त्यांनी वरील सर्व दप्तरांचे संशोधन व संपादन करून त्यांना खास आठवले शैलीतील संपादकीय लिहिलेले आढळते.

१९८६ ते १९९० या काळात आठवले मंडळाचे उपाध्यक्ष होते. श्री. पु. गोखले यांच्या आग्रहाखातर ते त्या पदावर आले. तथापि त्यांना त्या पदावर राहून फारसे चांगले कार्य न करता आल्याने त्यांनी आपल्या पदाचा राजीनामा देऊन टाकला. तरीही संशोधनासाठी ते शेवटपर्यंत मंडळात येतच राहिले. मराठ्यांच्या इतिहासात लढाया

मागून लढायाच असून मुख्यत: तोच मराठ्यांचा इतिहास किंवा मराठ्यांना शिवाजीपूर्वीही इतिहास नव्हता व शिवाजीनंतरही नाही. मराठ्यांचा इतिहास म्हणजे शिवाजी आणि शिवाजीच अशी मते मांडणारे आठवले मंडळाच्याच कागदपत्रात काही चित्रे सापडल्यानंतर मात्र श्री. म. श्री. माटे यांच्याकडे पाठवितात व आपण त्याच्यावर काही लिहा, आपला तो विषय आहे असेही म्हणतात, हेही लक्षात घेण्यासारखे आहे. रामशास्त्रींवर त्यांचे पुस्तक प्रकाशित झाल्यानंतर डॉ. चंद्रकांत अभंग यांनी या संदर्भात त्यांना मिळालेली (मंडळातच) एक दोन अप्रकाशित पत्रे दाखविली तेव्हा आठवले यांनी त्यांचे कौतुक करून तुम्ही त्यावर एक शोधनिबंध प्रकाशित करा असे सांगितले होते. विशेष म्हणजे आठवल्यांना मिळालेल्या पत्रांपेक्षा ती एक दोन पत्रे वेगळ्या आशयाची होती. आठवल्यांनी त्यांच्या रामशास्त्रीमध्ये केलेल्या मांडणीला त्यामुळे थोडाफार छेद मिळणार होता. याचाच अर्थ असा की इतरांचे नवे संशाधेन पुढे आल्याने आपल्या स्वत:च्या लेखन संशोधनाला जरी थोडाफार धक्का लागत असला तरी त्या बाबतीत ते स्वागतशील होते.

मंडळाच्या संदर्भातील आठवल्यांचे आणखी एक अप्रकाशित, परंतु महत्त्वाचे काम म्हणजे मंडळाने ICHR साठी मंडळातील अप्रकाशित कागदपत्रांची सूची तयार करण्याचा प्रकल्प हाती घेतला होता. त्यात त्यांनी मोलाची कामगिरी त्यांच्या वयाच्या मानाने केली होती.

भा.इ.सं.मंडळाच्या त्रैमासिकातून आणि इतर ठिकाणी मिळून द.वा. पोतदारांनी जे लेखन केले होते त्याबाबत त्यांनी असे म्हटले होते की, 'पोतदारांनी फिरण्यात आणि भाषणात व गप्पांमध्ये वेळ घालवला असा आक्षेप घेतला जातो. मात्र ग.ह. खरे यांनी त्यांच्या लेखनाची जी सूची तयार केली आहे ती जर पाहिली तर लक्षात येईल की सर्व ठिकाणचे पोतदारांचे लेखन एकत्र केले तर पोतदारांचे मराठीमधील लेखन सुमारे तीन हजार पाने भरेल इतके तर इंग्रजीतील लेखन पाचशे पानांचे होईल.' (म.सा.प. जाने - मार्च १९८७)

अशा प्रकारे मंडळाच्या संदर्भातील प्रकाशित आणि अप्रकाशित संदर्भ साधनांबद्दल अतिशय बारीकसारीक माहिती असलेला संदर्भ ग्रंथ म्हणजेच सदाशिव आठवले होते असे म्हटल्यास फारसे वावगे होणार नाही.

संदर्भ व टिपा

१. डॉ. म. श्री. माटे, डॉ. चंद्रकांत अभंग यांनी दिलेल्या माहितीवर तसेच प्रत्यक्ष आठवल्यांच्या सहवासात राहिल्याने व त्यांचे जवळजवळ सर्व साहित्य वाचले व त्यांच्याबरोबर भा. इ. सं. मंडळात वावरल्याने त्या माहितीवर आधारित वरील लेखन केले आहे.

पूर्वप्रसिद्धी :

भा. इ. सं. मंडळ, शताब्दी स्मरणिका'

संपादक - डॉ. राजा दीक्षित, पुणे, २०१०.

२७.

कोकणातील महत्त्वाच्या ऐतिहासिक घटना

कोणत्याही भूप्रदेशाच्या अभ्यासामध्ये 'इतिहास' या विषयाला महत्त्व आहेच; कारण इतिहास म्हणजे केवळ राजकीय घडामोडींचा आढावा नव्हे. एखाद्या भूप्रदेशाचा इतिहास म्हणजे विविध काळातील मानवी जीवनाच्या विविध अंगांना स्पर्श करणारा आलेख असतो. अभ्यासक आवश्यकतेनुसार या इतिहासाचा विचार करतो. एखाद्या भूप्रदेशाचा सामाजिक, राजकीय, वाङ्मयीन इतिहासही स्वतंत्रपणे मांडता येतो. तसेच ललितकलांचाही इतिहास मांडता येतो. जीवनाची जेवढी अंगे, त्या प्रत्येकाला इतिहास असतो. त्या त्या काळातील घडणाऱ्या विशिष्ट घटना त्या-त्या भूप्रदेशाच्या या सांस्कृतिक इतिहासाशी अनुबंध राखत असतात. सांस्कृतिक इतिहास हा मी शब्द उच्चारतो याचा अर्थ त्या वेळी या घटना जीवनाच्या विविध अंगांना स्पर्श करणाऱ्या घटना असतात.

येथे म्हणूनच कोकणातील महत्त्वाच्या घटना हा स्वतंत्र लेखाचा विषय म्हणून मुद्दाम नोंदवला आहे. कोकणातील भूप्रदेशातील या घटना कोकणच्या विकासक्रमात अर्थपूर्णता आणणाऱ्या घटना आहेत, म्हणूनच या घटनांना एक सांस्कृतिक असा समृद्ध आयाम आहे. या भूप्रदेशाला या घटनांनी एक वैभव आणि संपन्नता प्राप्त करून दिलेली आहे. ही संपन्नता जीवनाच्या विविध अंगांना अर्थपूर्ण बनविणारी आहे.

बंदरातून जलमार्गे व्यापार

कोकणातील महत्त्वाच्या ऐतिहासिक घटनांचा आढावा घेताना कोकणपट्टीतील प्राचीन बंदरातून झालेल्या व्यापार-व्यवहाराचा उल्लेख सुरुवातीलाच करणे आवश्यक वाटते.

कोकणचा किनारा प्राचीन काळापासून निर्यात-व्यापारासाठी प्रसिद्ध होता. ठाणे जिल्ह्यातील चिंचणी, डहाणूपासून सिंधुदुर्ग जिल्ह्यातील विजयदुर्गपर्यंतची अनेक बंदरे आयात-निर्यातीसाठी प्रसिद्धीस आली होती.

इ.स. पूर्व चौथ्या शतकापासून ते इ.स. तेराव्या शतकापर्यंत कोकणपट्टीत अनेक

वैभवसंपन्न बंदरे होती. ग्रीक, रोमन व अन्य राष्ट्रांची शेकडो जहाजे वर्ष-दोन वर्षातून एकदा तरी या बंदरातून ये-जा करीत असत. त्यांच्या दुरुस्ती, देखभालीसाठी शासकीय आणि खासगी कारखाने असत. मोठ्या नौकांच्या सुरक्षिततेसाठी दगडी बांधणीचे धक्के असत. प्रत्येक बंदरावर चौकशी, मार्गदर्शन, नोंदणी व कर आकारणी करण्यासाठी कार्यालये असत. धोक्याच्या परिसरात नौकांच्या मार्गदर्शनासाठी ठरविलेल्या खुणा (Fixed Known Objects) व क्वचित प्रसंगी दीपस्तंभ बांधले जात. आवश्यक वस्तू, मसाल्याचे पदार्थ, औषधी वनस्पती, एवढेच नव्हे तर मोर, पोपट यांसारखे प्राणी पक्षी यांची मोठ्या प्रमाणावर निर्यात होत असे.

अशा प्रकारे आर्थिक, सामाजिक आणि सांस्कृतिक इतिहासाच्या दृष्टीने विचार करता कोकणातील बंदरांमधून सुरू झालेली देवाणघेवाण ही कोकणाच्या इतिहासातील एक महत्त्वाची सांस्कृतिक घटना म्हटली पाहिजे.

पोर्तुगिजांचे आगमन

इ.स. १५११मध्ये पोर्तुगिजांनी विजापूरकर आदिलशहाकडून गोवा घेतले व कोकणपट्टीवरील त्यांच्या अमानुष कारभाराला सुरुवात झाली. केवळ राजकीय सत्ता काबीज करणे, हे यांचे ध्येय नव्हते. तर ते ख्रिस्तीधर्म प्रचार-प्रसारासाठी झपाटलेले होते. (पां. स. पिसुर्लेकर, पोर्तुगीज-मराठा संबंध, पुणे १९६७, पृ. ५८-९)

पोर्तुगिजांनी कोकणात अक्षरश: हैदोस घालून दीव दमणपासून वसईपर्यंत आपली सत्ता प्रस्थापित केली. १५३१-३६ दरम्यान जवळजवळ संपूर्ण उत्तर कोकणात त्यांनी आपली दहशत निर्माण केली होती. (पो.म.सं., मुंबई, १९८९, पृ. २५)

मोगल, मराठे असतानाही गोवा स्वतंत्र पण अंकित राज्य राहिले. १८१८मध्ये इंग्रज सत्ता आली. तरीही त्यांना गोव्यातून पोर्तुगिजांना घालवता आले नाही.

१९२८मध्ये मुंबई येथे गोवा कॉंग्रेस कमिटी स्थापन झाली. १९४६मध्ये राम मनोहर लोहिया यांच्या नेतृत्वाखाली कायदेभंगाचे आंदोलन झाले. भारत स्वतंत्र झाल्यावर गोवा मुक्तिसंग्रामाचा जोर अधिक चढला. ऑगस्ट १९६१मध्ये भारतीय संघराज्याला गोवा जोडला गेला.

पारशी लोकांचे आगमन

कोकणात वरीलप्रमाणे घटना घडत असताना आणखी एक महत्त्वाची घटना घडून आली. ती म्हणजे, कोकणात कल्याणला इसवी सनाच्या नवव्या शतकात झालेले पारशांचे आगमन. इ.स. ८००-१२०० पर्यंतचा काळ हा राष्ट्रकूट व शिलाहार यांच्या भरभराटीचा काळ. ठाण्याचा विकास त्याच काळातला. या ठाण्याजवळ असलेल्या कल्याणला इ.स. ८५०-८६०च्या दरम्यान पारशी समाज व्यापारासाठी, उपजीविकेसाठी तसेच

अरबांपासून सुरक्षित, सागरापासून आडमार्गावर परंतु पूर्वपरिचित नगरात कल्याणात वसतीसाठी आल्याचे अनुमान डॉ. श्रीनिवास साठे यांनी केले आहे. (शोधनिबंध संग्रह, कोकणच्या इतिहासावरील पहिले राज्यस्तरीय चर्चासत्र, रत्नागिरी, फेब्रुवारी २००३, पृ. ४३)

पारशी कल्याणातच का आले असाही प्रश्न समोर येऊ शकतो. मुंबई, पुणे, नगर, नाशिक किंवा अजून दक्षिणेला असलेल्या रत्नागिरीला ते का नाही पोहोचले? ह्या सर्व भागात त्या काळात पारशी नसावेत, हे आज खात्रीपूर्वक सांगता येते; कारण वरील कोणत्याही ठिकाणी कल्याणसारखे त्यांच्या वास्तव्यांचे अवशेष आढळत नाहीत. पुणे, नगर, नाशिक हे मार्ग कल्याणहूनच जात होते. दख्खनचा तो घाटमार्गच होता; परंतु पारशी समाज घाटावर राहण्यास गेला नाही, ते न जाणे तेथील भौगोलिक स्थिती आणि त्या जागेपर्यंत जाणाऱ्या मार्गावरील निबिड अरण्ये, घाट हे असू शकते. तसेच त्यांनी स्वीकारलेला व्यवसाय बहुतेक करून नौकानयन, मत्स्य व कापड उद्योग, बागायती शेती, कलाकुसर हाच असणार. त्यांना घातलेल्या अटींप्रमाणे भाषा आणि वेशभूषा यामुळे त्यांच्या संचारावर निर्बंध पडून उत्तर ठाणे जिल्हा ते खंबायत हाच पट्टा त्यांना सोईचा होता. चौलच्या पुढे रत्नागिरीपर्यंत ते तेथील हवामानामुळे गेले नसावेत तसेच नंतर कदंब, मुसलमान, पोर्तुगीज व हबशी यांच्या भांडणामुळे त्यांनी चौलही सोडले असणार. १३१८ ते १८१८ म्हणजे यादवांचा ऱ्हास ते मराठेशाहीचा अस्त अशा पाच शतकांच्या काळात हा समाज सत्तेच्या वळचणीला सतत गेलेला दिसतो. जन्मजात लाभलेले सौंदर्य व रूप यामुळे परकीयांना ते आपलेसे वाटत राहिले. कोणतीही राजवट आली तरी ते त्या राजवटीशी जुळवून घेत. प्रक्षुब्ध व महत्त्वाकांक्षी न होता ते तेथे सहज खपून गेले. 'सरशी तेथे पारशी' ही म्हण ह्याच कालखंडात रूढ झाली असणार. (कित्ता, पृ. ४४)

छत्रपती शिवरायांच्या नौदलाची स्थापना

छत्रपती शिवाजीमहाराजांचा कोकणशी संबंध आला तो १६५५-५६च्या सुमारास १६५७मध्ये महाराजांनी कल्याण आणि भिवंडीवर आपल्या सैन्याच्या तुकड्या रवाना करून तेथे आपले अधिकारी नेमले. समुद्र आणि खाड्यांनी वेढलेला हा प्रदेश ताब्यात आल्यानंतर या भागावर आपला व्यवस्थित अंकुश ठेवण्यासाठी आपल्याजवळ आरमारी सामर्थ्य असणे आवश्यक आहे, हे महाराजांच्या चाणाक्ष नजरेने लगेच हेरले आणि त्यातूनच त्यांनी मराठ्यांच्या नौदलाची उभारणी केली. (B.K. Apte, History of Maratha Navy and Merchantship, Bombay, 1974 p. 71)

शिवाजीमहाराजांच्या (मराठ्यांच्या) नौका पनवेल, भिवंडी, कल्याण वगैरे बंदरातून

ये-जा करू लागल्याने आणि त्यांचे एक चांगले नौदल उभे राहत असल्याचे दिसू लागल्याने समुद्रकिनाऱ्याच्या भागात सत्ताधीश होऊन राहिलेल्या पोर्तुगिजांसारख्या पाश्चात्यांनाही हे सगळे जाणवले. कोकणातील घटनांचा विचार करता, महाराजांनी कोकणात मालवणजवळ सिंधुदुर्ग किल्ला उभारणे ही अतिशय महत्त्वाची घटना म्हटली पाहिजे. २५ नोव्हेंबर १६६४ रोजी सिंधुदुर्ग बांधण्याची सुरुवात करून मार्च १६६७मध्ये किल्ल्याचे बांधकाम पूर्ण झाले. समारोप प्रसंगी महाराज जातीने हजर होते. बखरकाराने म्हटले आहे. 'चौऱ्याऐंशी बंदरात हा जंजिरा अठरा टोपीकरांचे उरावर शिवलंका अजिंक्य जागा निर्माण केला. सिंधुदुर्ग जंजिरा जगी अस्मानी तारा. जैसे मंदिराचे मंडन श्री तुलसीवृंदावन. राज्याचा भूषणास्पद अलंकार. चतुर्दश महारत्नांपैकीच पंधरावे रत्नच महाराजांना प्राप्त झाले.' (का.ना.साने, चित्रगुप्त विरचित शिवाजीमहाराजांची बखर, पुणे, १९१५, पृ.१३३)

शिवराज्याभिषेक

कोकणच्या इतिहासातील महत्त्वाच्या घडामोडींचा विचार करताना आठवते ती घटना म्हणजे रायगडावर ५ जून १६७४ या दिवशी शिवाजीमहाराजांनी स्वत:ला राज्याभिषेक करवून घेऊन जे सिंहासनारोहण केले ती होय. हा सोहळा मुद्दाम जास्तीतजास्त थाटामाटाचा करण्यात आला. तिथे हजर असलेल्या इंग्रज वकील ऑक्झेंडनसारख्या परकीयांसह सर्वांच्या मनावर स्वराज्य स्थापन झाल्याचे चांगले बिंबून राहावे, यासाठीच ती योजना होती. याच हेतूने महाराजांची सुवर्णतुलाही करण्यात आली आणि याच कारणाने मुठी भरभरून दक्षिणा, देणग्या आणि वस्त्रे यांची खैरात करण्यात आली. स्वत: छत्रपती आणि त्यांचे दरबारी, मानकरी यांच्या पदव्या आणि स्थाने सगळे मुक्रर करण्यात आले आणि सर्वांत महत्त्वाचे म्हणजे, नव्या शकाचा आरंभ झाल्याची ग्वाही म्हणून 'राज्याभिषेक शक' किंवा 'राजशक' म्हणून नवीन कालगणना सुरू केली. 'सुवर्ण होन' पाडण्यात आले. अनंत कृष्णाजी सभासद यांच्या शब्दांत सांगायचे म्हणजे ''येणेप्रमाणे राजे सिंहासनारूढ जाले. या युगी सर्व पृथ्वीवर म्लेंच्छ बादशहा हा मऱ्हाटा पातशहा येवढा छत्रपती जाला. ही गोष्ट काही सामान्य जाली नाही.'' (र.वि. हेरवाडकर, कृष्णाजी अनंत सभासद-विरचित शिवछत्रपतींचे चरित्र, पुणे १९८६, पृ. १०३)

छत्रपती संभाजीमहाराजांची कैद आणि त्यांचा वध

शिवाजीमहाराजांच्या निधनानंतर त्यांचे थोरले पुत्र संभाजीराजे छत्रपती झाले. त्यांनी १६८०-८९ या आपल्या नऊ वर्षांच्या काळात खूप मोठे पराक्रम गाजविले. (जयसिंगराव पवार, संभाजी स्मारक ग्रंथ, कोल्हापूर, १९९०, पृ. २०७-४७). तथापि, मराठ्यांच्या किंवा कोकणच्या इतिहासाच्या दृष्टीने अत्यंत महत्त्वाची; परंतु दुर्दैवाची

घटना म्हणजे संभाजीराजे औरंगजेबासारख्या शत्रूच्या हाती लागले, ते कोकणातच संगमेश्वराजवळ. (गो.स.सरदेसाई, मराठी रियासत, खंड २, मुंबई १९९१, पृ. ११२).

पुढे औरंगजेब बादशहाने संभाजीराजांचे हालहाल करून त्यांचा वध केला. परिणामी, संपूर्ण महाराष्ट्र पेटून उठला. त्यांच्याच परिणामी राजाराम महाराज तिकडे लांब जिंजीला असतानाही मराठ्यांनी औरंगजेबाशी नेतृत्वहीन हिंदवी स्वराज्याचा लढा सुरूच ठेवला. राजाराम महाराजांचे वयाच्या केवळ तिसाव्या वर्षी निधन झाले आणि त्यानंतर मराठ्यांच्या स्वातंत्र्ययुद्धाचे नेतृत्व त्यांची पत्नी ताराबाई यांनी अत्यंत समर्थपणे केले.

सिद्दीचा पराभव

बाळाजी विश्वनाथांनी कान्होजी आंग्रे यांना शाहू महाराजांकडे वळविले. १७२९ पर्यंत कोकण किनारपट्टीचे अनेक शत्रूंपासून संरक्षण करण्याचे फार मोठे काम कान्होजी आंग्रे यांनीच केले. याशिवाय कोकणात पुष्कळ बऱ्या-वाईट घटना पेशवाईत घडून आल्या. कोकणात सिद्दीने धुमाकूळ घालणे, परशुराम मंदिरावर त्याने हल्ला करणे, चिमाजीआप्पांनी त्याला वठणीवर आणणे, मराठ्यांनी गोवळकोटवर स्वारी करणे इत्यादी परंतु केवळ कोकणच्याच नव्हे तर संपूर्ण भारताच्या दृष्टीने महत्त्वाची ठरलेली पोर्तुगिजांविरुद्धची चिमाजीआप्पांची १७३९ची वसईची लढाई आणि त्यात मराठ्यांचा विजय ही तर कोकणाच्या इतिहासातील अतिशय महत्त्वाची घटना होय. चिमाजीआप्पाने त्या लढाईत पराक्रमाची शर्थ केली. वसईचा किल्ला लवकर हाती येईना तेव्हा 'माझे शिर तरी किल्ल्यात पडेल असे बघा', असे उद्गार काढून मराठी सरदारांना आप्पांनी स्फूर्ती दिली ती याच युद्धाच्या वेळी (र.वि.हेरवाडकर, संपा. कृष्णाजी विनायक सोहनी - विरचित पेशव्यांची बखर, पुणे, १९७५. पृ.२८) त्यांच्या उदारपणाचा आणि चांगुलपणाचा गौरव तर शत्रुपक्षानेदेखील केला. (पिसुर्लेकर, पो.मं.सं. पृ. १६१) यामुळे युरोपियन हे मराठ्यांना अजिंक्य नाहीत, हा संदेशही सर्वत्र पोहोचला.

पेशवाईचा उदय, मराठ्यांचा पोर्तुगिजांवर विजय आणि वसईचा लढा यशस्वी होणे या फार महत्त्वाच्या घटना कोकणच्या इतिहासाच्या दृष्टीने महत्त्वाच्या म्हणायला हव्यात. ज्या कोकणात चिमाजीआप्पांनी पराक्रमाची शर्थ करून पोर्तुगिजांवर विजय मिळविला. त्याच चिमाजीआप्पाच्या पुतण्याने-बाळाजी बाजीराव ऊर्फ नानासाहेब पेशव्याने आंग्रे यांच्या विरोधात इंग्रजांची मदत घेऊन मराठ्यांचे आरमार नष्ट करण्यास हातभारच लावला. (गो.स. सरदेसाई, मराठी रियासत, खंड ४, मुंबई १९९२, पृ. ३८०-४१३). ही कोकणच्या इतिहाससंदर्भातील एक दुर्दैवी घटनाच म्हटली पाहिजे.

वसईचा तह

नानासाहेबांनंतर माधवराव पेशवे पदावर आले. त्यानंतर नारायणरावांची अल्पायुषी

कारकीर्द, त्यानंतर काही काळ राघोबा, मग सवाई माधवराव आणि शेवटी दुसरा बाजीराव सत्तेवर आला. ज्याच्या काळात पेशवाईचा पर्यायाने मराठी सत्तेचा अस्त होऊन भारतात इंग्रजी सत्तेची मुहूर्तमेढ रोवली गेली.

सवाई माधवरावांच्या काळात राघोबादादांचे राजकारणातील स्थान ढासळत गेले, तेव्हा त्यांनी इंग्रजांशी संधान बांधून मराठेशाहीच्या दृष्टीने कुप्रसिद्ध असा वसईचा तह इंग्रजांबरोबर घडवून आणला. ३१ डिसेंबर १८०२चा हा तहनामा म्हणजे मराठेशाहीचा मृत्युनामाच ठरला.

त्यानंतर १८०३ आणि १८१८मध्ये मराठ्यांचा इंग्रजांशी लढा झाला. त्यात कोकणातील एका माणसाने पराक्रमाची शर्थ केली. तो माणूस म्हणजे सरदार बापू गोखले! इंग्रजांच्या माऱ्यापुढे तो टिकू शकला नाही. पेशवे पळून गेले; पण मराठी राज्य टिकले पाहिजे, या भावनेने बापू शेवटपर्यंत लढत राहिले आणि मराठी सत्तेसाठीच अखेर धारातीर्थी पडले. बखरकाराने म्हटले आहे, बापूची जीवनकथा शके १७३९च्या माघ शुद्ध पौर्णिमेस समाप्त झाली. (सदाशिव आठवले, सरदार बापू गोखले, पुणे, १९९० पृ. १३६).

उमाजी नाईकाचे कार्य

३ जून १८१८ रोजी शनिवारवाड्यावर इंग्रजांचा युनियन जॅक फडकला आणि त्याबरोबरच पेशवाईचा व मराठेशाहीचा अस्त घडून आला.

वरीलप्रमाणे पेशवाई संपली आणि महाराष्ट्रात इंग्रजी सत्तेचा अंमल सुरू झाला. या सत्तेचा कुणी स्वीकार, तर कुणी धिक्कार केला.

इंग्रजी राज्याचा धिक्कार करणाऱ्यांमध्ये पहिला होता उमाजी नाईक. त्याने घाटावर आणि कोकणात अशा दोन्ही ठिकाणी राहून इंग्रजी सत्तेला आव्हान दिले. हीदेखील कोकणच्या इतिहासाच्या दृष्टीने महत्त्वाचीच घटना होय.

इंग्रजांबरोबर लढताना त्यांच्या तयारीची त्याला पूर्ण कल्पना होती. १८२७च्या डिसेंबरमध्ये हळूहळू देशावरून घाट उतरून कोकणात शिरण्याचा रस्ता त्याने धरला. दुसऱ्या पंधरवड्यात आपल्या रामोशी सहकाऱ्यांसह कोकणात, सध्याच्या रायगड जिल्ह्यात तो उतरला. त्या बाजूला इंग्रजांनी पुरेसा बंदोबस्त केलेला नव्हता. २५ डिसेंबर १८२७ रोजी उमाजीने स्वतःच एक जाहीरनामा काढून इंग्रज अंमलदारांना चांगलेच भडकाविले. त्याचा हा जाहीरनामा रत्नागिरी आणि ठाणे या सुभ्यांसाठी होता. त्यात म्हटले होते की, 'ह्या भागातील पाटील, मामलेदार वगैरेंनी इंग्रजांच्या अधिकाऱ्यांकडे महसूल भरू नयेत; ते आम्ही घेणार आहोत. आम्ही केव्हाही येऊ, पैसे तयार असले पाहिजेत. नसल्यास त्याचे परिणाम भोगावे लागतील.' (सदाशिव आठवले, उमाजी राजे, मुक्काम डोंगर, पृ. ४५).

याचा सरळच अर्थ असा आहे की, यापुढे राज्य इंग्रजांचे नाही, उमाजीचे व त्याच्या रामोशांचे आहे असे उमाजीला ठणकावून सांगावयाचे होते. एकूण तेरा गावात असा हुकूमनामा फिरला. अर्थात, उमाजींचा हा सगळा खटाटोप फारसा यशस्वी झाला नाही. पुढे त्याला इंग्रजांनी पकडले व फाशी दिले. ३ फेब्रुवारी १८३२ रोजी! जिवंतपणी सतत ताठ राहिलेली मान जीव गेल्यावरच वाकली. (कित्ता. पृ. १०१)

भारतीय समाजात हलक्या समजल्या जाणाऱ्या, गुन्हेगार मानल्या गेलेल्या रामोश्यांसारख्या जमातीत जन्मलेल्या एका माणसाने 'आम्ही चोर नाही, बंडखोर आहोत,' असा खणखणीत निरोप इंग्रजांना पाठवून एका देशव्यापी क्रांतीचे स्वप्न बघावे व त्यासाठी आमरण झटावे ही या देशाच्या राजकीय आणि सामाजिक इतिहासातही एक हुरहूर लावून जाणारी घटना घडून गेली. ही घटना घडवून आणणाऱ्या उमाजीने काही काळ कोकणाचा आश्रय घेतला. कोकणातूनच इंग्रजांना व वरिष्ठांना दटावणारा एक जाहीरनामा काढला. म्हणूनच कोकणच्या ऐतिहासिक घटनांमध्ये त्याची नोंद तितकीच महत्त्वाची ठरते.

उमाजी नाईकसारख्या इतर अनेकांनी अनेक ठिकाणी इंग्रजांविरुद्ध अनेक लहान-मोठे उठाव १८१८ ते १८६० पर्यंत सुरू ठेवले होते.

१८५७च्या स्वातंत्र्ययुद्धातील सहभाग

१८५७ चे स्वातंत्र्ययुद्ध ही आधुनिक भारताच्या इतिहासातील एक अतिशय महत्त्वाची घटना. ही घटना उत्तरेतच घडून आली. दक्षिणेचा त्याच्याशी काही संबंध नाही. अशी अगदी आता-आतापर्यंत समजूत होती. मात्र, दक्षिणेकडील लोकांनीही त्यात सशस्त्र सहभाग घेतला होता व त्याचे प्रायश्चित्त त्यांना मिळाले होते असे अलीकडील नवीन संशोधनाने सिद्ध झाले आहे. (V.D.Divekar, South India in 1857 in 1857 War and Independance, Pune, 1993 P. 19-21) कल्याणस्थित इतिहास संशोधक डॉ. श्रीनिवास साठे यांचे अलीकडचे '१८५७चे अंदमान काळे पाणी' हे पुस्तक प्रसिद्ध झाले असून त्यातून कोकणच्या १८५७च्या स्वातंत्र्ययुद्धामधील सहभागाविषयी काही नवी माहिती उजेडात आली आहे. या स्वातंत्र्ययुद्धात या ना त्या कारणाने भाग घेतलेल्या एकूण चौतीस लोकांना इंग्रजांनी अंदमानात धाडले होते, असे स्पष्ट होते. संपूर्ण महाराष्ट्रातून असे १४८ लोक अंदमानात पाठविले होते. त्यांपैकी काहींना फाशी देण्यात आले तर काहींना आजन्म करावास भोगावा लागला होता. ('१८५७चे अंदमान काळे पाणी' पृ. १६४-१७०)

अगदी अलीकडे मधू आडलेकर या सामाजिक कार्यकर्त्यांच्या प्रयत्नाने १८५७ च्या स्वातंत्र्य संग्रामातील शिक्षा झालेल्या, भोगलेल्या व ब्रिटिशांचे अत्याचार असह्य होऊन तिथेच शेवटचा श्वास घेतलेल्या ३१० हुतात्म्यांची नावे पुढे आली असून त्यापैकी

१७१ मराठी लोक असल्याचे स्पष्ट झाले आहे. मात्र त्यापैकी किती कोकणी आणि किती बिगरकोकणी हे मात्र अजून स्पष्ट झालेले नाही. (महाराष्ट्र टाइम्स, मुंबई १० मार्च २००८, पृ. १)

कोकणात सार्वजनिक वाचनालयांची सुरुवात

इंग्रजी राज्य महाराष्ट्रात स्थिरावले. हळूहळू इंग्रजी भाषा एतद्देशीय शिकू लागले. इंग्रजांची ज्ञानलालसा पाहून मराठी तरुणही नवविचार घेऊन शिक्षणाकडे वळले. ज्ञान ज्यात ग्रथित केले जाते, ते ग्रंथ वाचण्याची आवड तरुणांना लागली. त्यातूनच महाराष्ट्रात मुद्रणकला आली नव्हती त्याच काळात १८२८मध्ये महाराष्ट्रात पहिले सार्वजनिक वाचनालय अथवा ग्रंथालय सुरू झाले. प्रथम हा मान मिळाला कोकणातील रत्नागिरी या शहराला. कोकण बुक सोसायटी या नावाने ग्रंथालय सुरू झाले. पुढे १८५०मध्ये 'नेटिव्ह जनरल लायब्ररी' असे त्याचे नामकरण झाले. इंग्रजांनी नेटिव्ह शब्द काढून टाकून नुसतेच 'जनरल लायब्ररी' असे नामकरण केले, तर रत्नागिरीला वास्तव्यात असताना सावरकरांनी रत्नागिरीच्या वाचनालयाचे 'रत्नागिरी नगर वाचनालय' असे नामकरण केले. आज तेच रूढ आहे.

रत्नागिरी जिल्ह्यातील साहित्यिक चळवळीत या वाचनालयाचे मोठे योगदान आहे.

मराठीतील ज्येष्ठ कादंबरीकार प्रा.ना. सी. फडके यांच्या अध्यक्षतेखाली १९४० मध्ये अ.भा. मराठी साहित्य संमेलन रत्नागिरीला भरले होते. त्याचे यजमानपद रत्नागिरीच्या वाचनालयाकडे होते. १९९०मध्ये पद्मश्री मधु मंगेश कर्णिकांच्या अध्यक्षतेखाली झालेल्या साहित्य संमेलनाचे धुरीणत्व याच वाचनालयाने केले. याच संमेलनातून कोकण मराठी साहित्य परिषदेची स्थापना झाली.

या वाचनालयाने एक अभिनव उपक्रम गेली काही वर्षे हाती घेतला आहे. तो म्हणजे, एस.एस.सी. च्या परीक्षेत ८०% पेक्षा अधिक गुण मिळविणाऱ्या विद्यार्थ्यांना पुढील दोन वर्षे मोफत सभासदत्व देण्याचा! असा अभिनव निर्णय घेणारे हे पहिले आणि एकमवे वाचनालय असावे.

चिपळूणच्या ग्रंथालयाचीही शताब्दी केव्हाच होऊन गेली. १८६४मध्ये कै. बालाजी सखाराम काशीकर वकिलांनी चिपळूणच्या ग्रंथालयाची मुहूर्तमेढ रोवली. याही वाचनालयाचे नाव नेटिव्ह जनरल लायब्ररी असेच होते. १९३८मध्ये त्याचे नामकरण 'लो. टिळक स्मारक वाचन मंदिर' असे करण्यात आले. या ग्रंथालयाचे वैशिष्ट्य म्हणजे मराठी काव्यविश्वातील नामवंत कवी 'माधव' तथा माधव केशव काटदरे, कवी आनंद तथा वि.ल. बरवे असे दिग्गज साहित्यिक संस्थेला अध्यक्ष म्हणून लाभले होते. सध्या प्रकाश देशपांडे यांच्या नेतृत्वाखाली आलेल्या संचालक मंडळाने अनेक नवे उपक्रम

सुरू केले आहेत. त्यामुळे कोकणातील सांस्कृतिक चळवळीचे महत्त्वाचे केंद्र म्हणून लोकमान्य टिळक स्मारक वाचन मंदिराला ओळखले जाते.

पहिले कोकण मराठी साहित्य संमेलन, ७६ वे अ. भा. मराठी नाट्यसंमेलन, बालकुमार साहित्य संमेलन, दहावे समरसता साहित्य संमेलन, इतिहास संकलन समिती अधिवेशन, असे विविध उपक्रम सातत्याने सुरू असल्याने एक नांदते जागते ग्रंथालय म्हणून संपूर्ण कोकणातच नव्हे तर महाराष्ट्रात गाजते आहे. ग्रंथालयात ५८ हजार ग्रंथ होते. २००५च्या जुलैमध्ये आलेल्या महापुरात ४० हजार ग्रंथ वाहून गेले. पण कार्यकर्ते जिद्दीने उभे राहिले आणि आज पुन्हा ५८ हजार पुस्तके वाचकांना वाचनानंद देत आहेत. शासनाने याची नोंद घेतली आणि ग्रंथपाल सौ. वाणी यांना २५ हजार रुपयांचा डॉ. एस.आर. रंगनाथन पुरस्कार बहाल केला. (एकता, जुलै २००९, पृ. ३९).

कोकणातील राजापूर हे इतिहासप्रसिद्ध गाव. तेथे १८६७मध्ये नेटिव्ह जनरल लायब्ररी सुरू झाली. पुढे त्याचे रूपांतर 'राजापूर नगर वाचनालय' मध्ये झाले. या वाचनालयाचे वैशिष्ट्य म्हणजे ग्रंथालय चळवळ खेडोपाडी नेण्यासाठी संचालक सतत प्रयत्नशील असतात. राजापूर तालुका ग्रंथालय संघ स्थापन करून अनेक ग्रंथालयांना मदतीचा हात देऊन ती उभी करण्यामध्ये या वाचनालयाने मोलाची कामगिरी बजावली आहे.

यशवंत पाध्ये, कै. रवींद्र पिंगे यांची जडण घडण या वाचनालयामुळे झाली आहे. तालुक्यातील किमान पाच हजार मुलांना वाचनाची आवड लावण्याचे अतिशय महत्त्वाचे काम या वाचनालयाने केले आहे.

१९१०मध्ये देवरुख येथे ग्रंथालय सुरू झाले. म्हणजेच २०१०मध्ये त्या ग्रंथालयाची शताब्दी झाली. आज ते ग्रंथालय 'सद्गुरु लोकमान्य वाचनालय' या नावाने ओळखले जाते. ग्रंथालयाची इमारत सद्य:स्थितीत अपुरी पडते म्हणून नवीन इमारत बांधण्यासाठी संस्थेने जागा खरेदी केली असून इमारत पूर्णत्वाला नेण्याचा प्रयत्न संस्थेचे अध्यक्ष प्रा.जी.के. जोशी आणि कार्यवाह श्री. शरद बोंद्रे संचालक मंडळाच्या सहकार्याने करीत आहेत.

गुहागरचे 'ज्ञानरश्मि वाचनालय' म्हणजे जुन्या दुर्मिळ ग्रंथांचा खजिना आहे. येथे विशेषत: जुन्या नाटकांची पुस्तके उपलब्ध आहेत. वाचनालयाची इमारत जुनी आहे. १९२२मध्ये दापोली येथे सुरू झालेले वाचनालय आज 'हरी केशव गोखले' या नावाने ओळखले जाते.

१९३९मध्ये लांजा येथे सुरू झालेल्या वाचनालयाला अद्याप 'अ' वर्ग मिळालेला नाही. तो मिळण्यासाठी संचालक मंडळ प्रयत्नशील आहे. विद्यमान अध्यक्ष श्री. मनोहर शेट्ये व कार्यवाह श्री. काशीनाथ लांजेकर यांच्या नेतृत्वाखाली ग्रंथालय सतत नवनवीन उपक्रम करीत असते.

कोकणातील रत्नागिरी जिल्ह्यापुरता ग्रंथालय चळवळीचा विचार करता असे दिसते की, याबाबतीत मंडणगड तालुका मात्र खूपच मागे आहे. पूर्वी मंडणगडला एक वाचनालय होते. कालांतराने ते बंद पडले. आता पुन्हा नव्याने सुरू झाले आहे. खेडचे वाचनालयही जुने असून येथील वाचनालयाला स्वतंत्र इमारत आहे.

कुडाळच्या वाचनालयाची वाटचाल शतकोत्तर सुवर्णमहोत्सवाच्या दिशेने सुरू आहे. या वाचनालयाने कुडाळ तालुक्यासाठी फिरते वाचनालय सुरू केले आहे.

१८७१मध्ये वेंगुर्ले येथे वाचनालय सुरू झाले. सुरुवातीला अर्थातच त्याचे नाव 'नेटिव्ह लायब्ररी' असे होते. स्वा. सावरकरांच्या वेंगुर्ल्याच्या दौऱ्याच्या वेळी त्यांच्या सूचनेनुसारच या वाचनालयाचे नामांतर 'नगर वाचनालय, वेंगुर्ला' असे करण्यात आले.

स्वामी विवेकानंद, डॉ. राजेंद्र प्रसाद, जयप्रकाश नारायण, संत तुकडोजी महाराज, सी.डी. देशमुख, सानेगुरुजी, आचार्य अत्रे, अनंत काणेकर, वि.स.खांडेकर आदी थोरामोठ्यांनी या सार्वजनिक वाचनालयाला भेटी दिल्या आहेत. सावंतवाडी येथे 'श्रीराम वाचन मंदिर' नावाचे सार्वजनिक वाचनालय १८ एप्रिल १८५२ रोजी स्थापन झाले. श्रीराम वाचन मंदिराच्या सुरुवातीच्या काळात आणखी एक वाचनालय सावंतवाडीस होते. छत्रपती शिवाजी महाराज वाचनालयाची सभासद संख्या होती १८५. श्रीराम वाचन मंदिराचे सुरुवातीचे सभासद होते ६०, तर 'छत्रपती शिवाजी महाराज वाचनालय' असे प्रगतिपथावर असता एकाएकी बंद का पडले, हे मात्र समजू शकत नाही. १९२८ पर्यंत वाचनालयाच्या दफ्तराची भाषा इंग्रजी होती. १९२९ पासून ती मराठी झाली. या वाचनालयाची आतापर्यंत जी भराभराट झाली आहे ती माजी आमदार आणि पत्रकार श्री. जयानंद मठकर आणि त्यांच्या अनेक सहकाऱ्यांमुळे. जयानंद मठकर यांच्या कार्याची पावती म्हणजे १९९९-२००० या वर्षीचा 'ग्रंथमित्र पुरस्कार' देऊन शासनाने त्यांचा केलेला गौरव होय. कोकणात हा पुरस्कार प्रथम मिळविण्याचा मान श्री. मठकर यांच्याकडेच जातो. (भारतीय इतिहास आणि संस्कृती त्रैमासिक वर्ष ४४, जानेवारी-मार्च २००८, पृ. १४-२३)

सिंधुदुर्ग जिल्ह्यातील 'आचरा' हे मालवण तालुक्यातील छोटेसे गाव. तिथे १८९४ मध्येच 'रामेश्वर सार्वजनिक वाचनालय' सुरू झाले. तर १९०६मध्ये मालवणला सार्वजनिक वाचनालय सुरू झाले. २००६मध्ये या वाचनालयाने आपली शताब्दी साजरी केली.

उत्तर कोकणात ठाणे आणि रायगड जिल्ह्यातही फार पूर्वीच ग्रंथालय चळवळ सुरू झाली. १८५७च्या स्वातंत्र्ययुद्धानंतर अल्पावधीतच १८६३मध्ये वसई येथे सार्वजनिक ग्रंथालय सुरू झाले. पुढच्याच वर्षी म्हणजे १८६४मध्ये भिवंडी आणि उरण येथे प्रत्येकी एक सार्वजनिक वाचनालय सुरू झाले.

१८६६मध्ये पनवेल येथे सार्वजनिक वाचनालय सुरू झाले. ८ जानेवारी १९०६

रोजी रायगड जिल्ह्यातील पाली येथे सार्वजनिक वाचनालय सुरू झाले. ७ व ८ जानेवारी २००६ या दोन दिवशी या वाचनालयांचा शताब्दी सोहळा पार पडला. त्या निमित्ताने एक स्मरणिका प्रकाशित करण्यात येऊन त्यात वाचनालयाचा प्रारंभ व इतिहास कथन केला आहे; पण त्यातून फारसे काही हाती लागत नाही. मात्र, रायगड जिल्ह्यातील पन्नास- पाऊणशे वर्षे पूर्ण केलेल्या काही सार्वजनिक वाचनालयांची माहिती मात्र त्या स्मरणिकेत दिलेली आहे, ती उल्लेखनीय आहे. (पाली सार्वजनिक वाचनालय, पाली, जन्मशताब्दी स्मरणिका, २००६, पृ. ६५-६७)

नगरपालिकांचे युग

लॉर्ड रिपनने स्थानिक स्वराज्य संस्थांचा कायदा केला आणि आपल्याकडे नगरपालिकांचे युग सुरू झाले, असे म्हणतात.

मात्र, ते फारसे खरे नाही कारण अगदी प्राचीन काळातही आपल्याकडे स्थानिक स्वराज्य संस्था उदयास आल्या होत्या आणि त्यांची कामेही आजच्या नगरपालिकां-सारखीच चालत होती. (Fr. Kumud, Radhamukund, Mukarji, Local Govt. in Ancient India. Culcutta, 1936, P. 2, 3, 4)

तथापि, इंग्रजाच्या आगमनानंतर अल्पावधीतच कोकणात निरनिराळ्या ठिकाणी नगरपालिका उदयास आल्या, हे मात्र खरे. ह्या नगरपालिकांचा उदय हादेखील कोकणाच्या इतिहासातील एक महत्त्वाचा टप्पा मानावयास हवाच! ठाणे गॅझेटियरप्रमाणे कल्याणची नगरपालिका १ नोव्हेंबर १८५५ रोजी स्थापन झाली. तर पनवेलची नगरपालिका २७ फेब्रुवारी १८५५ रोजी स्थापन झाली. (Gazetteer of the Bombay Presidency, Thane Dist. Vol. 14, Bombay, 1882, p.295)

कल्याण पालिकेचा शतक महोत्सव १९५५ आणि शतकोत्तर रौप्यमहोत्सव १९८० मध्ये पार पडला. शतकोत्सवाच्या स्मरणिकेत स्थापनेविषयीची फारशी माहिती आलेली नाही. कल्याण आणि पनवेल या दोन्ही नगरपालिका कोकणातील त्या वेळच्या ठाणे जिल्ह्यातील पहिल्या पालिका आहेत. ठाणे, वसई, भिवंडी या नंतरच्या आहेत. (कित्ता. पृ. ३६, ४८, ३४८) पुणे नगरपालिकेने १९४२च्या आंदोलनात सरकार विरोधी ठराव संमत केला होता. त्यापूर्वी सविनय कायदेभंगाच्या आंदोलनात नानासाहेब दामले यांनी ठाणे नगरपालिकेवर झेंडा फडकाविला होता. (इतिहास परिषद, शोधनिबंध संग्रह, कल्याण, २००५, पृ. ५२). रत्नागिरी, राजापूर, चिपळूण, सावंतवाडी, मालवण, वेंगुर्ला याही ठिकाणी वरील काळाच्या आगेमागे नगरपालिकांची निर्मिती झाली. (Gazetteer of Bombay Presidency, Vol. X Ratnagiri & Sawantwadi, Bombay 1996, pp. 281 & 365 etc.) चिपळूण नगरपालिकेची स्थापना १४ एप्रिल १८५८ रोजी झाली.

मात्र, त्या नगरपालिकेच्या नामफलकावर १८७८ हे चिपळूण नगरपालिकेचे स्थापना वर्ष दिसते. कै. रंगनाथ बापूजी पत्की हे या नगरपालिकेचे पहिले नगराध्यक्ष बनले. १९४७ पर्यंत ते ह्या पदावर कार्यरत होते. १ एप्रिल १८६७ रोजी रत्नागिरी नगर परिषदेची स्थापना झाली. १९३० नंतर परिषदेत राखीव जागांची तरतूद करण्यात आली. संयुक्त महाराष्ट्राची चळवळ ऐन बहारात असताना रत्नागिरी नगर परिषदेचे अध्यक्ष, उपाध्यक्ष व सर्व सभासदांनी संयुक्त महाराष्ट्राच्या ज्वलंत प्रश्नावर आपल्या पदांचे राजीनामे दिले होते. (अनिल श्रीखंडे, रत्नागिरी नगरपरिषदेची ११५ वर्षांची वाटचाल, सकाळ, मुंबई, २६ जानेवारी १९९२), १९७२ मध्ये मूळच्या नगर पालिकेच्या रचनेत काही बदल करण्यात येऊन १९७४ मध्ये प्रत्यक्ष प्रौढ मतदान पद्धतीने नगराध्यक्षपदाची निवडणूक होऊन डॉ. ज.शं. केळकर हे नगराध्यक्षपदी निवडून आले. (प्रत्यक्ष केळकरांची मुलाखत).

१ जानेवारी १८७८ रोजी सावंतवाडी नगरपालिकेची स्थापना झाली. ही नगरपालिका राजाश्रयाने जन्माला आली. श्रीमंत बापूसाहेब महाराजांनी या संस्थेला सावतामाळ्याप्रमाणे जपले. संस्थानची राजधानी आणि त्या ठिकाणची नगरपालिका मोठ्या मानाची होती. १९५२ पासून या नगरपालिकेत प्रौढ मतदान पद्धतीने निवडणुका होऊ लागल्या. नगर पलिकेचा स्वत:चा आयुर्वेदिक दवाखाना हे या नगरपालिकेचे वैशिष्ट्य म्हटले पाहिजे (शोधनिबंध संग्रह, कल्याण २००५, पृ. ६७).

अलौकिक शाळा

शैक्षणिक इतिहासाचा विचार करता १८६३मध्ये रत्नागिरीला स्थापन झालेल्या इंग्रजी शाळेचा उल्लेख अपरिहार्य ठरतो. (Gazetteer of Bombay Presidency, Vol X, Opcit, P.P. 283) या शाळेच्या निर्मितीमुळेच कोकणातील शैक्षणिक विकासाला सर्वात जास्त हातभार लागला. ही शाळा केवळ रत्नागिरी अथवा कोकणचीच नव्हे, तर संपूर्ण भारताची भूषण मानली जाते.

सर रामकृष्ण भांडारकर, विष्णुशास्त्री चिपळूणकर, म. म. डॉ. पां. वा. काणे, चिं. वि. जोशी ही या शाळेतील काही शिक्षकांची नावे, तर 'सुधारक' कर्ते गोपाळ गणेश आगरकर, 'काळकर्ते' शि.म. परांजपे, स्त्रियांच्या सर्वांगीण उन्नतीचा ध्यास घेतलेले महर्षी धोंडो केशव कर्वे, मराठा चेंबर ऑफ कॉमर्सचे संस्थापक बँक महर्षी वामनराव वर्दे आणि प्रख्यात इतिहास संशोधक रियासतकार गो.स. सरदेसाई हे या शाळेचे विद्यार्थी होत. मुंबई इलाख्याचे पहिले शिक्षण संचालक आर.पी. पटवर्धन, बीजगणित आणि भूमिती या विषयांची पुस्तके लिहिणारे प्रा. आठवले व प्रा. आगाशे; तसेच मुंबईच्या रूपारेल आणि पार्ला महाविद्यालयाचे पहिले प्राचार्य सी.बी.जोशी ही शिक्षणक्षेत्रात पुढे नामवंत म्हणून ओळखली गेलेली मंडळी याच शाळेचे विद्यार्थी. मुंबईचे पहिले मुख्यमंत्री

बाळासाहेब खेर व नामदार पी.के. सावंत ही राजकीय क्षेत्रातील कर्तृत्ववान मंडळी हीदेखील याच शाळेचे विद्यार्थी! मुंबई विद्यापीठातून अर्थशास्त्र विषय घेऊन एम.ए. ला विद्यापीठात पहिला क्रमांकाने उत्तीर्ण होऊन पुढे खेड्यात काम करण्यासाठी कणकवली-जवळ गोपुरी येथे येऊन राहिलेले कै. अप्पासाहेब पटवर्धन ऊर्फ 'कोकण गांधी' हे जसे याच शाळेचे विद्यार्थी, तसेच पुण्यातील गाजलेल्या कॅपिटल बॉम्ब केसचे सूत्रधार प्रभाकर साळवी हे क्रांतिकारकही याच शाळेचे विद्यार्थी.

जगन्नाथ शंकरशेठ पारितोषिक मिळविणारी सर्वप्रथम विद्यार्थिनी व बॅरिस्टर होणारी पहिली स्त्री सीताबाई नारायण आजगावकर ऊर्फ सीताबाई परमानंद ह्याही याच शाळेच्या विद्यार्थिनी!

अखिल भारतातील ही अशी एकमेव शाळा आहे की, ज्या शाळेतील एक शिक्षक म.म.पां.वा. काणे आणि विद्यार्थी धोंडो केशव कर्वे हे पुढील आयुष्यात 'भारतरत्न' या सर्वोच्च किताबाचे मानकरी ठरले. कोकणात हळूहळू इतर शैक्षणिक संस्था सुरू होऊन स्थिरावू लागल्यानंतर १९३९मध्ये ही शाळा बंद करण्यात आली आणि तिथे ट्रेनिंग कॉलेज सुरू करण्यात आले. तेच आजचे शासकीय अध्यापक (बी.एड.) महाविद्यालय! (सरिता गुजराती, श्री अक्षरधन त्रैमासिक रत्नागिरी विशेषांक जानेवारी-मार्च २००१, पृ. ३३-३४).

कोकणातील उच्च शिक्षणाच्या संदर्भात विचार करता, १९४५ मध्ये स्थापन झालेल्या गोगटे महाविद्यालयाचा उल्लेख टाळून चालणारच नाही. सुरुवातीला कला आणि विज्ञान या दोन शाखा सुरू झाल्या तर १९६०मध्ये वाणिज्य शाखा सुरू झाली, म्हणजेच २००९-१० हे शैक्षणिक वर्ष महाविद्यालयाच्या वाणिज्य शाखेचे सुवर्णमहोत्सवी वर्ष होय. सुरुवातीला 'गोगटे महाविद्यालय' असे नाव असलेल्या महाविद्यालयाचे वाणिज्य शाखेच्या विस्ताराबरोबरच नावही विस्तारले व ते गोगटे-जोगळेकर महाविद्यालय या नावाने ओळखले जाऊ लागले. १९९५मध्ये महाविद्यालयाने सुवर्णमहोत्सव साजरा केला, तर २००५-०६ या शैक्षणिक वर्षात हीरकमहोत्सव संपन्न होऊन आता महाविद्यालयाची वाटचाल अमृतमहोत्सवाच्या दिशेने सुरू आहे.

नॅकचे नामांकन मिळविलेले कोकणातील हे पहिले व महाराष्ट्रातील पाचवे महाविद्यालय असून एप्रिल २००८मध्ये दुसऱ्यांदा नॅकने नामांकन करून 'अ' श्रेणी बहाल केलेले हे कोकणातील पहिलेच महाविद्यालय होय!

काळाच्या बरोबरीने जाऊन नवनवीन अभ्यासक्रम सुरू करणे; त्याबरोबरच अभ्यासेतर उपक्रमांमध्येही सातत्याने विद्यापीठ, राज्य, राष्ट्रीय आणि आंतरराष्ट्रीय स्तरावर भाग घेऊन अनेक बक्षिसे महाविद्यालयाने आणली आहेत.

दु.का. संत, म.ना. अदवंत, विंदा करंदीकर हे साहित्यिक काही काळ या

महाविद्यालयामध्ये प्राध्यापक होते, तर सुप्रसिद्ध शास्त्रज्ञ डॉ. वसंतराव गोवारीकर हे याच महाविद्यालयाच्या पदार्थविज्ञान (Physics) विभागात अगदी सुरुवातीच्या काळात कार्य करून गेले.

ह.मो. मराठे यांच्यासारखे पुढे नावारूपाला आलेले अनेक विद्यार्थी येथून पदवी घेऊन बाहेर पडले आहेत. या महाविद्यालयाची अनेक वैशिष्ट्ये आहेत; त्यांपैकी एक म्हणजे सातत्याने पन्नास वर्षांपेक्षा अधिक काळ सुरू असलेली कालिदास स्मृती व्याख्यानमाला! ही व्याख्यानमाला भारतात केवळ तीन ठिकाणीच सुरू आहे. एक उज्जैन, दोन नागपूर आणि तीन रत्नागिरीचे गोगटे-जोगळेकर महाविद्यालय येथे!

स्वातंत्र्यवीर सावरकरांचे व इतर मान्यवरांचे रत्नागिरी जिल्ह्यातील कार्य

कोकणाच्या इतिहासातील महत्त्वाच्या घटनांचा आढावा घेताना स्वातंत्र्यवीर सावरकरांच्या रत्नागिरी पर्वाचा (१९२४-३७) उल्लेख करणे केवळ आवश्यक आहे असे नाही तर अपरिहार्य आहे. अर्थात, या रत्नागिरी पर्वावर बाळाराव सावरकरांचा एक स्वतंत्र ग्रंथच आहे. (बाळाराव सावरकर, 'हिंदू समाज संरक्षक स्वातंत्र्यवीर सावरकर.') सक्रिय राजकारणात भाग घ्यायचा नाही, पूर्व अनुज्ञेविना जिल्ह्याबाहेर जायचे नाही, अशा शर्तींवर सावरकरांना स्थानबद्धतेत ठेवण्यासाठी रत्नागिरीला आणले, तो दिवस होता ६ जानेवारी १९२४ (कित्ता, पृ. १).

१९२४-१९३७ या काळात तात्याराव सावरकर वरील अटींच्या स्वाधीन राहून रत्नागिरीत राहिले. त्यांनी त्या वेळी जे कार्य केले, ते भारताच्या सामाजिक इतिहासात लाखमोलाचे आहे. अस्पृश्यता नष्ट करणे, स्वदेशीची चळवळ, दारूबंदी, भाषाशुद्धी, लिपीशुद्धी, तरुणांमध्ये राष्ट्राभिमान जागृत करणे, इत्यादी उपक्रम करण्यास त्यांनी सुरुवात केली. त्यांच्या या सामाजिक क्रांतीला डॉ.म.ग.शिंदे, रावबहादूर परुळेकर, ॲड. नानल, ॲड. चिपळूणकर, अच्युतशेठ मलुष्टे, नारायण दामले, वैजनाथ आठल्ये व सर्वांत महत्त्वाचे म्हणजे भागोजी शेठ कीर यांनी फार मोलाची मदत केली.

अखिल भारतातील समाजक्रांतीची गंगोत्री समजल्या जाणाऱ्या पतितपावन मंदिराची १९३१मध्ये त्यांनी स्थापना केली. याच मंदिरामध्ये सवर्ण-अस्पृश्य असा सहभोजनाचा कार्यक्रम सावरकरांनी घडवून आणला होता. हा समाजक्रांतीचा उपक्रम पाहण्यासाठी कर्मवीर विठ्ठल रामजी शिंदे आले असता, त्यांनी उद्‌गार काढले होते की, 'उभ्या आयुष्यात आम्हाला जे जमले नाही, एवढे महान कार्य सावरकरांनी अल्पावधीत केले आहे. माझे उर्वरित आयुष्य परमेश्वर त्यांना देवो.' (कित्ता, पृ. २७६-७७). याच काळात सावरकरांनी रत्नागिरीच्या बळवंत, मुंबईच्या श्रद्धानंद, पुण्याच्या ज्ञानप्रकाश, केसरी, मराठा इत्यादी नियतकालिकांत जनजागृतीसाठी लेखन केले. सावरकरांचे लेख वाचून येथील शिंदे यांच्या

कर्मठ कुटुंबीयांनी धर्मा महार नावाच्या माणसाला घरगडी म्हणून ठेवून घेतले होते. सावरकरांनी घडवून आणलेल्या वैचारिक क्रांतीचे ते बोलके उदाहरण होते.

सावरकरांच्या रत्नागिरीच्या वास्तव्याच्या काळात त्यांना भेटावयास आलेल्या महान व्यक्तींमध्ये महात्मा आणि कस्तुरबा गांधी, डॉ. हेडगेवार, भाई परमानंद, कर्मवीर विठ्ठल रामजी शिंदे, डॉ. बाबासाहेब आंबेडकर, सेनापती बापट, डॉ. मुंजे, युसूफ मेहरअली, रवींद्रनाथ संन्याल, नेपाळचे प्रिन्स राणा ठाकूर, चंदनसिंग, इरावती कर्वे, 'भाला'कार भोपटकर अशी नावे सांगता येतील. (डॉ.वि.म.शिंदे, सहवासातील साहित्यिक, पृ. १७-२५).

अप्पासाहेब पटवर्धन ऊर्फ कोकण गांधी यांचा गोपुरी आश्रम

कोकण गांधी म्हणून सर्वपरिचित असलेले अप्पासाहेब पटवर्धन यांच्या कार्याचा विचार महत्त्वाची घटना म्हणून अनिवार्य ठरतो. अप्पासाहेब पटवर्धन म्हटले की, डोळ्यांसमोर उभा राहतो तो त्यांचा कणकवलीजवळचा गोपुरी आश्रम. स्वातंत्र्यलढ्यामध्ये भाग घेतल्यामुळे रत्नागिरीच्या तुरुंगात शिक्षा भोगत असताना तेथील संडाससफाई करणाऱ्या दलितबांधवांचे क्लेश आणि त्यांच्यावर या कामासाठी होत असलेली सक्ती पाहून अप्पासाहेबांमधील कार्यकर्ता पेटून उठला. त्यांनी संडाससफाईचे काम स्वत:कडे मागून घेतले आणि आपल्या सवर्ण साथीदारांसोबत ते पारही पाडले.

स्वातंत्र्यप्राप्तीनंतर अप्पासाहेबांनी आपले हे स्वच्छतेचे व्रत सोडले नाही. दलितसेवेचे कार्य तर त्यांनी हिरिरीने केलेच, पण दलितसेवा हेच आपले कर्तव्य मानून त्यासाठीच त्यांनी सारी हयात घालविली. महात्मा गांधीजींचे एक निकटचे सहकारी म्हणून आप्पासाहेब ओळखले जात. १९१९मध्ये पुण्यातील सर परशुरामभाऊ महाविद्यालयातील प्राध्यापकाची नोकरी सोडून ते साबरमतीस गेले आणि तेथेच गांधीजींच्या आचार-विचारांशी समरस झाले. त्यांनी अनेकदा तुरुंगवासही भोगला. त्यानंतर गांधीजींचे आशीर्वाद घेऊन ते १९३९मध्ये समाजसेवा करण्यासाठी कोकणात आपल्या जन्मभूमीत आले. १९४८मध्ये त्यांनी 'गोपुरी' आश्रमाची मुहूर्तमेढ रोवली. वर्धा येथील सेवाग्राम आश्रमात डॉ. कॅसल यांनी बनविलेला चरांचा संडास अप्पासाहेबांच्या पाहण्यात आला होता. त्या संडासात आमूलाग्र बदल करून अप्पासाहेबांनी निर्गंधी, निर्भंगी आणि उत्तम खत देणारा 'गोपुरी' संडास तयार केला आणि तो कालांतराने भारतभर प्रचारात आणला. त्यामुळे भंगीबांधवांची संडास सफाईसारख्या किळसवाण्या कामातून मुक्तता व्हायला हातभार लागला.

निर्भंगी संडासातून मिळणारे 'सोनखत' आणि जागोजागी बनविलेल्या मुताऱ्यांपासून मिळणारे 'हिराखत', त्याचप्रमाणे मेलेल्या जनावरांपासून केलेले कंपोस्ट खत वापरून

शेतकऱ्यांनी आपल्या शेतीचा उत्कर्ष करावा, हा दृष्टिकोन बाळगणाऱ्या अप्पासाहेबांना शेतकऱ्यांसमोर काही प्रात्यक्षिके करून दाखविण्याची आवश्यकता भासली म्हणून त्यांनी आश्रमाच्या तेवीस एकर जागेमध्ये निसर्ग खताचा वापर करून शेती आणि फळझाडांची लागवड केली, असा उल्लेख 'माझी जीवनयात्रा' या त्यांच्या आत्मचरित्रात आला आहे.

१९३२मध्ये नागपुरात झेंडा सत्याग्रह झाला. त्याचाच एक भाग म्हणून अप्पांनी रत्नागिरीत झेंडा सत्याग्रह यशस्वी केला. अप्पांनी कोकणात ठिकठिकाणी मिठाचे सत्याग्रह घडवून आणले. याशिवाय त्यांनी येथे दारूबंदी, व्यसनमुक्ती, कुणबी सेवा संघ, भारत सफाई मंडळ, मराठी भाषेसाठी सत्याग्रह, मिश्र विवाहाचा पुरस्कार, भूदान चळवळ, शेतकऱ्यांचे प्रबोधन इत्यादी बहुविध प्रकारचे कार्य करून कोकणाचा सर्वांगीण विकास साधण्याचा मन:पूर्वक प्रयत्न केला. (कित्ता, तसेच कोकणचे गांधी शोधनिबंध संग्रह, रत्नागिरी २००३, पृ. १५३-१५५०; बाळ सामंत, महापर्व, पृ. २६१-२७५) सरकारतर्फे आता गावोगावी स्वच्छतेसाठी 'निर्मलग्राम योजना' राबविली जाते आहे. तथापि, अप्पासाहेब पटवर्धनांनाच या योजनेचे आद्यप्रवर्तक मानायला हवे. कारण साठ वर्षांपूर्वी त्यांनी हे कार्य स्वेच्छेने हाती घेऊन नेटाने पूर्ण केले.

डॉ. आंबेडकरांचा महाडचा चवदार तळ्याचा सत्याग्रह

अनेक मार्गांनी भारतीय समाजाला जागे करण्याचा प्रयत्न डॉ. बाबासाहेब आंबेडकरांनी केला. तथापि, शतकानुशतके गुलामगिरीत खितपत पडलेल्या समाजाला जाग येणे अवघड आहे, हे ओळखून बाबासाहेबांनी जनआंदोलनाचा मार्ग स्वीकारला. आपल्या अस्पृश्यबांधवांची संघटना करून सवर्ण हिंदूंची सामाजिक मक्तेदारी मोडून काढण्यासाठी त्यांनी अनेक चळवळी उभारल्या. अशाच काही चळवळींपैकी महाडचा चवदार तळ्याचा सत्याग्रह केवळ कोकणच्या इतिहासातीलच नव्हे, तर अखिल भारतीय इतिहासातील एक महत्त्वाचा टप्पा होय. कुलाबा (सध्याचा रायगड) जिल्ह्यातील महाड येथे १९ व २० मार्च १९२७ रोजी अस्पृश्यांची एक सभा भरविण्यात आली. त्या सभेला महाराष्ट्र आणि गुजरातमधून जवळजवळ दहा हजार लोकांचा समुदाय जमला होता. त्यात कामगार, अस्पृश्यांचे पुढारी, तसेच इतरही काही प्रतिनिधी होते. त्या सभेला डॉ. आंबेडकरांनी संबोधित केले. चवदार तळ्यातील पाणी डॉ. आंबेडकर यांनी स्वत:च्या हातांनी घेतले व ते पाणी ते प्यायले. त्यांच्या कृतीनंतर तशीच कृती तेथे जमलेल्या हजारो लोकांनी केली. आपल्या हक्कासाठी आपणच प्रत्यक्ष कृती करून हक्क पदरात पाडून घेण्याचा हा प्रसंग इतिहासात प्रथमच घडत होता. या वेळी बाबासाहेबांनी केलेले भाषण त्यांची अस्पृश्यांबद्दलची तळमळ व अन्यायाविरुद्धची चीड व्यक्त करणारे होते. ते म्हणतात, 'मित्रहो, आपण माणसांसारखीच माणसे आहोत, तरी आपणास

जनावरांसारखे जीवन कंठावे लागत आहे. ही मोठी नामुष्कीची गोष्ट आहे. तुम्ही हाडामांसाचे हिंदू आहात, तरी तुम्हाला पाणवठ्यावर पाणी मिळत नाही. देवळात जाऊन देवाचे दर्शन घेता येत नाही किंवा सार्वजनिक ठिकाणी दिमाखाने वावरता येत नाही. हा अन्याय सहन करता कामा नये. तुम्ही स्वतःच आपल्या पायावर उभे राहून आपल्या हक्कांसाठी झगडले पाहिजे. त्यासाठी तुमची पिढी खलास झाली तरी बेहत्तर!' (धनंजय कीर, 'डॉ. बाबासाहेब आंबेडकर' पृ. ७६; अधिक तपशिलासाठी प्रस्तुत ग्रंथाची पृ. ६९-८० जरूर पाहावीत.)

डॉ. बाबासाहेब बोले यांचे लढे

खोती हा कोकणातील एक सामाजिक आर्थिक प्रश्न, त्याविरुद्ध बाबासाहेब बोले यांनी विधिमंडळात आणि विधिमंडळाबाहेर मोठी कामगिरी बजाविली, हाही कोकणाच्या इतिहासातील एक महत्त्वाचा टप्पा होय. त्यामुळे त्याची नोंद घेणे आवश्यक ठरते. १५ डिसेंबर १८९५ रोजी डॉ. बाबासाहेब बोले यांनी परळ येथे रत्नागिरी जिल्ह्यातील कुणबी समाजाची एक सभा घेऊन त्याद्वारे खोती कुळांची गाऱ्हाणी प्रथमच मांडली (धनंजय कीर 'लोकहितकर्ते - डॉ. बाबासाहेब बोले' पृ. १६६). त्यानंतर मार्च आणि मे १९२६ मध्येही बाबासाहेबांनी खोती कुळांच्या कोकणात जंगी सभा भरविल्या होत्या. (कित्ता, पृ. १६९-१८१). त्यानंतर १९३६मध्ये त्यांनी विधिमंडळात कोकणातील शेतकऱ्यांच्या कर्जाचा प्रश्न उचलून धरला होता. (कित्ता, पृ. २२२). १९४१ मध्ये त्यांनी कोकण प्रांत शेतकरी संघाची तेरावी आणि चौदावी परिषद भरवून सरकारला अशी विनंती केली होती की, शक्य तितक्या लवकर खोत, सावकार वगैरे लोकांनी शेतकऱ्यांकडून वसूल घेताना त्यांना पावत्या द्याव्यात (कित्ता. पृ. ३२०).

त्यानंतरच्या काळात १९४३ मध्ये बाबासाहेब बोले यांच्या अध्यक्षतेखाली धान्य परिषद भरविण्यात आली. सरकारने शिधावाटप हाती घ्यावे व सारावसुलीची सरकारने घिसाडघाई करू नये, अशी सरकारला विनंती करण्यात आली होती. (रत्नागिरी जिल्हा धान्य परिषदेचा अहवाल, रत्नागिरी, १९४४, पृ. ५-६).

अशा प्रकारे बाबासाहेब बोले यांनी विधिमंडळात आणि विधिमंडळाबाहेर शेतकऱ्यांचे प्रश्न हाती घेऊन कोकणातील शेतकरी चळवळ अथवा शेतकरी आंदोलन सतत तेवत ठेवण्याचा प्रामाणिक प्रयत्न केला.

भारतीय स्वातंत्र्यलढा आणि कोकण

महात्मा गांधीजींचे असहकार आंदोलन, १९३०-३२ चा मिठाचा कायदेभंग, १९४१चा वैयक्तिक सत्याग्रह आणि १९४२ चे 'चले जाव' आंदोलन यातही कोकणाने अतिशय निर्भीडपणे व समर्पणाच्या भावनेतून व प्रखर राष्ट्रप्रेमाने प्रेरित होऊन भाग घेतला.

मिठाच्या सत्याग्रहाच्या काळात ठाणे जिल्ह्यात घणसोलीला प्रचंड आंदोलन झाले. पोलिसांनी सत्याग्रहींवर बेछूट लाठीमार केला. दक्षिण कोकणात मात्र जवळजवळ रक्तहीन क्रांती झाली. १९४२च्या आंदोलनात कोकणातील अनेकांनी भाग घेतला व ते पकडले गेले. बहुतेकांना ठाण्याच्या तुरुंगात स्थानबद्ध करण्यात आले. ठाण्याच्या कारागृहाला राजकीय बंद्यांच्या छावणीचे रूप प्राप्त झाले. भूमिगत चळवळीतही कोकणी तरुण मागे नव्हते. एवढेच नव्हे, तर १९४२च्या आंदोलनात कोकणातील काही तरुण महिलाही आपले शिक्षण सोडून सहभागी झाल्या होत्या. छोडो भारत आंदोलनाच्या संदर्भात कोकणात आणखी एक विशेष घटना घडली, ती म्हणजे रायगड जिल्ह्यातील महाड येथे १९४२च्या आंदोलनात सामान्य शेतकऱ्यांनी घेतलेला सहभाग. त्यांच्या परिषदाही झाल्या. त्यांनी उल्लेखनीय संपही घडवून आणले. (ना.ना. पाटील, 'कथा एका संघर्षाची' पृ.६५). अर्थातच सरकारने गोळीबार केला. शेतकऱ्यांनीही प्रत्युत्तर दिले. त्यात पंधरा पोलीस आडवे झाले. इतर पळून गेले. (गो.चिं.जोग आणि ज.छ. तलाठी, रायगड जिल्ह्याचा स्वातंत्र्यसंग्राम, पेण १९९२, पृ. ७२-७४).

एकंदरीत गांधीजींच्या या 'छोडो भारत' आंदोलनामध्ये कोकणाने चांगलीच साथ दिली. ती देणाऱ्यांमध्ये रावांपासून-रंकांपर्यंत, सुशिक्षित, अशिक्षित, शेतकरी, कष्टकरी, विद्यार्थी आणि महिला असे सर्वच घटक सक्रिय होते. पुढे अल्पावधीतच १५ ऑगस्ट १९४७ रोजी देश स्वतंत्र झाला. तो स्वातंत्र्य सोहळाही कोकणामध्ये ठिकठिकाणी आयोजित करून स्वातंत्र्याचा आनंदोत्सव मोठ्या उत्साहाने साजरा करण्यात आला.

संदर्भ

१. राजे, उमाजी, *मुक्काम डोंगर*, आठवले सदाशिव कॉटिनेंटल, पुणे १९९१.

२. कीर, धनंजय, *डॉ. बाबासाहेब आंबेडकर*, पॉप्युलर, मुंबई १९९०.

३. कीर, धनंजय, *लोकहितकर्ते डॉ. बाबासाहेब बोले*, पॉप्युलर, मुंबई १९७८.

४. कोलते, वि. भि., *महाराष्ट्रातील काही ताम्रपट व शिलालेख*, म.सा.सं. मंडळ, मुंबई १९८७.

५. खोबरेकर, वि.गो., *इंग्रजी सत्तेविरुद्धचे महाराष्ट्रातील उठाव*, पॉप्युलर मुंबई, १९५९.

६. खोबरेकर, वि.गो., *कोकणचा राजकीय इतिहास*, इतिहास संशोधन मंडळ, मुंबई १९९७.

७. ढेरे, रा. चिं., *(सं.) महिकावतीची बखर*, पुणे १९७३.

८. पिसुर्लेकर, पां.स., *पोर्तुगीज मराठा संबंध*, पुणे. विद्यापीठ पुणे १९६७.

९. देसाई, स. शं., *पोर्तुगीज-मराठा संबंध*, म.रा.सा.सं. मंडळ, मुंबई १९८९.

१०. मिराशी,वा. वि., शिलाहार राजवंशाचा इतिहास आणि कोरीव लेख, विदर्भ संशोधन मंडळ, नागपूर, १९७४.

११. पवार, जयसिंगराव, *छत्रपती संभाजी स्मारक ग्रंथ*, मंजुश्री, कोल्हापूर, १९९०.

१२. पाटील, ना.ना., *कथा एका संघर्षाची*, अलिबाग, १९९४.

१३. प्रियोळकर, अ.का., *मराठी ग्रंथांचे आदर्श संग्रहालय*, मुंबई मराठी ग्रंथ संग्रहालय प्रकाशन,

मुंबई १९६९.
१४. सरदेसाई, गो.स., *मराठी रियासत खंड १ ते ३*, पॉप्युलर प्रकाशन, मुंबई १९८८-९२.
१५. डॉ. साठे, श्रीनिवास द., *१८५७ चे अंदमान 'काळे' पाणी*, इतिहास संशोधन मंडळ, कल्याण २००७.
१६. साने, का.ना., (सं.) *चित्रगुप्त विरचित शिवाजीमहाराजांची बखर*, चित्रशाळा, पुणे १९१५.
१७. सावरकर बाबाराव, *हिंदू समाज संरक्षक स्वातंत्र्यवीर सावरकर*, सावरकर स्मारक, मुंबई १९८३.

इंग्रजी संदर्भ

1. Apte, B.K., *History of Maratha Navy & Merchantship,* State Board of Literature and Culture, Bombay, 1974.
2. Divekar, V. D., *South India in 1857,* Tilak Smark Trust, Pune 1993.
3. Herman, Kalker, *A History of India,* Dietmar, Rother Mone, Rupa and Co. Culcultta, 1990.
4. Nairne Rev. Alexander, *History of the Konkan,* Govt. Press Bombay, 1894.
5. Ratnagiri & Thana Gazetteer - Bombay Presidency Vol. X & XIV, 1880 & 1882 etc.

पूर्व प्रसिद्धी :
कोकण : दिशा आणि दर्शन',
संपादक - डॉ. लीला दीक्षित, पुणे २०११.

२८.

दक्षिण कोकणचा इतिहास : मांडणी आणि पुनर्मांडणी

कोकण इतिहासाविषयी आजपर्यंत जे लेखन झाले आहे त्याचा संक्षिप्त आढावा घेऊन कोकणासंबंधी आणखी कोणकोणत्या दिशेने संशोधन करणे आवश्यक आहे, या विषयाचा विचार प्रस्तुत लेखात करण्यात आला आहे.

दक्षिण कोकणच्या इतिहासलेखनाची आजपर्यंतची वाटचाल

कोकणचा समुच्चित असा इतिहास प्रथम १८९४मध्ये प्रसिद्ध झाला.[१] त्यानंतर असा समग्र इतिहास लिहिण्याचा प्रयत्न डॉ.वि.गो. खोबरेकर यांनी केला आहे.[२]

मधल्या काळात विशेष उल्लेखनीय म्हणजे डॉ. वा. वि. मिराशी यांचे कार्य. त्यांनी आपल्या 'शिलाहार वंशाचा इतिहास आणि कोरीव लेख'[३] या ग्रंथात शिलाहारांच्या राजकीय इतिहासाबरोबरच त्यांच्या सांस्कृतिक अंगांचाही विचार केलेला आढळतो.[४]

वरील दोन-तीन ग्रंथांच्या सुमारासच भारतीय पुरातत्त्ववेत्ते डॉ.एच.डी. सांकलिया आणि त्यांचे शिष्य डॉ.म.श्री. माटे यांचे 'महाराष्ट्रातील पुरातत्त्व'[५] हे अभ्यासपूर्ण पुस्तक प्रकाशित झाले. त्याद्वारे असे स्पष्ट झाले आहे की, घाटावरील अनेक नगरे घाटांच्या माध्यमातून कोकणाशी जोडली गेली होती. कोकणच्या इतिहासाची पार्श्वभूमी विशद करणारे अगदी छोटेखानी असे एक पुस्तक प्रा.त्र्यं.शं. शेजवलकर यांनी लिहून ठेवले आहे.[६] या छोटेखानी पुस्तकाचे वैशिष्ट्य म्हणजे आकाराने लहान असलेल्या या पुस्तकातील विचारधन खूप मोठे आहे. पोर्तुगीज इतिहासासंबंधी डॉ. पांडुरंग पिसुर्लेकर यांनी मुख्यत: त्याच भाषेत लेखन केले असले तरी त्यांनी पोर्तुगीज-मराठे संबंधाविषयी जे लेखन केले आहे त्या ग्रंथांचे इंग्रजी अनुवाद उपलब्ध आहेत.[७] या विषयावर पिसुर्लेकर यांनी मराठीत एक ग्रंथ लिहिला आहे.[८] पिसुर्लेकरांप्रमाणेच स. शं. देसाई यांनी काही पोर्तुगीज कागदपत्रे मराठीत भाषांतरित करून पोर्तुगीज-मराठे संबंधावर प्रकाश टाकण्याचा प्रयत्न केला आहे.[९] त्यातून कोकणचा इतिहास काही प्रमाणात उलगडण्यास मदत होते.

पिसुर्लेकर आणि स.शं.देसाई यांनी जशी साधने प्रकाशित केली तशी खोबरेकर यांनीही कोकणच्या इतिहासावरील काही कागदपत्रे संपादित व प्रकाशित केली आहेत.[१०] खोबरेकरांच्या अगोदर काही वर्षे असाच एक प्रयत्न शां.वि.आवळसकर यांनी केलेला आढळतो.[११]

सावंतवाडीकर[१२] आंग्रे[१३] अशा स्फूट विषयांवर लेखन झालेले आहे. अलीकडे काही विश्वविद्यालयांमध्ये या विषयावर एम.फिल. आणि पीएच.डी.चे प्रबंध लेखनही झालेले आढळते.[१४] वरील सर्व संशोधन लेखनसंभाराचा भार मुख्यत: कोकणचा राजकीय इतिहास लिहिण्यावर आहे. अभ्यासाची आणखी एक दिशा म्हणजे कोकणचा सागराशी असणारा घनिष्ठ संबंध. कोकणच्या राजकीय इतिहासाची साधारण रूपरेषा आता स्पष्ट झालेली आहे. सातवाहन काळापासून ते ब्रिटिश काळापर्यंत झालेली स्थित्यंतरे ज्ञात झालेली आहेत. गोमंतकाची कदंब, मौर्य अशी स्थानिक घराणी त्या त्या भागावर राज्य करीत होती. त्यांच्यावर चालुक्य, यादव यांसारख्या कर्नाटकातील व देशावरील सत्ता आक्रमण करीत. या गोंधळात केवळ कोकणचे म्हणावे, कोकणात उत्पन्न झालेले व कोकणापुरतेच मर्यादित राहिलेले घराणे म्हणजे शिलाहारांचे. उत्तर कोकणातील शिलाहारांचा काळ इ.स. ८०० ते १२५९ तर दक्षिण कोकणातील शिलाहारांचा काळ इ. स. ७६५ ते १०२४ असा मानला जातो. शिलाहारांचा संपूर्ण इतिहास ज्ञात नाही, तरी एका बाबतीत अंदाज करता येतो. किनारपट्टीवर असणाऱ्या या राज्यांना आपल्याजवळ नौदल असावे अशी जाणीव व इच्छा असणे स्वाभाविकच नव्हे तर आवश्यक होते. मिराशी यांनी बोरिवलीला असणाऱ्या वीरगळांवर कोरलेल्या नाविक युद्धांच्या शिल्पाच्या आधारावर असा अंदाज व्यक्त केला आहे. यादवांच्यापाशी नौदल असल्याचे पुरावे मिळत नाही. बहामनी व निजामशाही सल्तनतही बहुतांशी अरब नाविकांवर अवलंबून राहत. विजापूरच्या आदिलशहांनी दक्षिण कोकणवर ताबा ठेवण्यासाठी त्यांचाच उपयोग केला असावा.

स्वतंत्र नौदल उभारण्याचा उपक्रम शिलाहारांनंतर छत्रपती शिवाजी राजांनी केलेला दिसतो. याविषयी डॉ.भा.कृ. आपटे यांचा ग्रंथ आजही प्रमाण मानला जातो.[१५] कारवार बसरूर या भागाकडे महाराजांनी सागरी-मार्गाने स्वारी केली. त्यात अनेक नौका नेल्या होत्या. शिलाहार आणि शिवाजीराजे यांच्यात आणखी एक साम्य दिसते, ते म्हणजे हे दोघेही कोकणचे राजे होते. राजांनी १६७० नंतर देशावर मोहिमा केल्या तरी स्वराज्याचा मुख्य गाभा कोकणच होते. कोकणच्या सुरक्षित भागाचा उपयोग करवून घेऊन सागरपट्टीचे आव्हान स्वीकारून आरमार उभे करणाऱ्या या दोनच राजवटी होत्या. या दृष्टीने कोकणातील नावा बांधणे, चालविणे, चालविणारे लोक, त्यांचा समाज यांचा सखोल अभ्यास करता येईल. त्यातून कोकणच्या राजकीय इतिहासाचा अधिक बोध होईल असा थोडा फार

प्रयत्न मराठीमध्ये झालेला दिसतो. एक जरा जुना तसा एक अगदीच नवीन असा आहे.[१६]

आता प्रयत्न थोड्या निरनिराळ्या दिशेने करणे गरजेचे आहे. कोकणातील समाज व त्या समाजाची विशिष्ट संस्कृती यांचा अधिक वापर करावयास हवा.

आधुनिक काळात कोकणातील जाती-जमातींची माहिती एकत्र केलेली आहे ती एन्थोवेन यांनी.[१७] पण त्याआधी कित्येक शतके कोकणातील वसाहती, तेथील निरनिराळ्या समाजाची जडणघडण या विषयी परंपरा अस्तित्वात होत्या. याचा अधिक विस्तार करावयास हवा. भारतीय पुराणामध्ये कोकणपट्टीच्या वसाहतीसंबंधी ज्या कथा प्रचलित आहेत त्यात परशुरामाची कथा सर्वाधिक ज्ञात आहे. समुद्राला मागे हटवून परशुरामाने कोकणभूमी मानवी वस्तीला लायक केली. ह्या कथेतील ऐतिहासिक भाग कोणता ते सांगता येणार नाही; पण त्यातील गर्भितार्थ थोड्या रसिकतेनेच समजून घेतला पाहिजे. अतिप्राचीन काळी केव्हा तरी भूकवचाच्या हालचाली होऊन पश्चिम किनारपट्टी तयार झाली असेल. परंतु, कोणत्याही गोष्टीचे कर्तृत्व देवतेकडे देण्याची प्राचीन परंपरा आहे.[१८] आणि तिला अनुसरून या कामाकडे परशुरामाची योजना झाली. आणखी एक बारकावा ध्यानात घेण्यासारखा आहे. त्याचे मुख्य आयुध परशू-कुऱ्हाड आहे. जंगल तोडण्यासाठी अत्यंत आवश्यक आणि उपयुक्त असे हे हत्यार आहे. कोकणातील वसाहतींच्या प्रारंभी सगळ्यांत जास्त आवश्यकता या हत्याराची असणार हे उघड आहे. परशुरामकथा सर्व परशुरामभूमीत म्हणजेच पश्चिम किनारपट्टीत प्रचलित आहे. केरळपर्यंत ज्ञात आहे. तेव्हा आपण परशुराम ही ऐतिहासिक व्यक्ती होती का? तो विष्णुचा अवतार होता की नाही याची शहानिशा करण्यापेक्षा या कथेमध्ये कोकणातील प्रारंभीच्या वसाहतींच्या स्मृती परंपरेने टिकवून धरल्या आहेत एवढाच अर्थ ध्यानात घ्यावा. हा पौराणिक दंतकथेचा, मिथकाचा भाग सोडून दिला आणि इतिहासकाळात आलो म्हणजे सुरुवातीला भेटतात ते ग्रीक आणि रोमन व्यापारी.

टॉलेमी, स्ट्रॅबो यांच्या लिखाणात पण त्याहीपेक्षा 'पेरिपलस ऑफ द एरिथ्रियन सी' या ग्रंथात कोकण किनारा व त्यावरील बंदरे, व्यापारी पेठा यांचा स्पष्ट उल्लेख आहे. भडोच, सोपारा, कल्याण अशी ही नावे आहेत. या बंदरांचा पैठण व तगर म्हणजेच मराठवाड्यातील तेर या पेठांशी मोठा व्यापार होता असे दिसते. या बंदरांपैकी काही ठिकाणी तर या ग्रीक व रोमन व्यापाऱ्यांच्या लहानमोठ्या वसाहती असाव्यात असा अंदाज फारसा चुकणार नाही. तीन-चार शतके व्यापारांच्या निमित्ताने ये-जा चालू होती. तिला काही स्थैर्य आणण्यासाठी अशा वसाहती असणे स्वाभाविक दिसते. पुढे अरबांनी तेच केले. रोमन व्यापारी आणि धनिक यांनी बौद्ध विहारासाठी दानधर्म केल्याचे उल्लेख पश्चिम महाराष्ट्रातील काही शिलालेखांमध्ये आहेत. त्यामुळे या अंदाजास पुष्टीच मिळते. चवथ्या पाचव्या शतकापासून पुढे ग्रीक-रोमन व्यापाऱ्यांऐवजी अरब व्यापारी येऊ लागले.

त्यांनी तेथे वस्त्या केल्या. पुढे अरबस्थानात इस्लामचा प्रचार झाल्यावर त्यांनी त्या धर्माचा स्वीकार केला. सातव्या-आठव्या शतकात भडोच, ठाणे व दाभोळ या बंदरांवर काही अरबांनी नाविक हल्ले केले. परंतु, खलिफा उमरने अशा मोहिमांवर बंदी घातली. याचे कारण असे असावे की अशी आक्रमणे चालू झाली तर त्याचा व्यापारावर अनिष्ट परिणाम होईल. या मंडळींनी येथे प्रतिष्ठा मिळविली. राष्ट्रकूट, यादव या राजांनी त्यांना प्रशासनात अधिकारपदे दिली. मात्र, उत्तरेत झाले तसे स्वधर्मप्रचाराचे काम या व्यापारी मंडळींनी हाती घेतले नाही. ते सर्वार्थाने स्थानिक झाले. दुसरे असे की सह्याद्रीच्या रांगा ओलांडून ते देशभागाकडे गेले नाहीत.

बऱ्याच कालावधीनंतर आफ्रिकेतून हबशी (सिद्दी) लोक प्रथम गुलामांच्या रूपाने कोकण किनाऱ्यावर आले; पण तेथे न थांबता ते देशावर गेले आणि तेथील सल्तनीत मोठ्या पदावर चढले. जंजिऱ्याचे सिद्दी सोडले तर कोकणात हबशी मंडळींच्या वसाहती दिसत नाहीत. मात्र, पूर्वीपासून येथे स्थायिक झालेला मुसलमान समाज आजही 'कोकण मुसलमान' या नावाने प्रसिद्ध आहे आणि 'कोकणी' हीच आपली बोली भाषा असल्याचे तो अभिमानाने सांगतो.[१९] पुढे युरोपियन व्यापारी येथे आले. परंतु, त्यांपैकी फक्त पोर्तुगीज लोकांनी वसाहती केल्या. कोकणच्या समाजात आणखी एक प्रवाह आणला. या परकीयांच्या आगमनाने कोकणच्या समाजावर व संस्कृतीवर काही बाबतीत परिणाम झाला हे खरे, पण ते संख्येने अल्प होते. कोकणातील बहुसंख्य समाज हा हिंदू. ते कोठून आले की तेथीलच होते, यासंबंधी विसाव्या शतकाच्या आरंभीच्या इंग्रज अभ्यासकांनी काही अंदाज सांगितले आहेत. त्यांनी त्यासाठी मुख्यत: आधार घेतले ते परंपरागत कथा-पुराणे, तसेच काही मध्ययुगीन तवारिखांचे.

क्रॉफर्ड याने चिपळूण येथे असलेल्या एका वयोवृद्ध ब्राह्मणाकडून अनेक पोथ्या वाचून घेतल्या आणि त्यातील मजकुरावरून येथील समाजाविषयी त्याने काही माहिती दिली. ती अशी - प्रथम धनगर देशावरून कोकणात आले. त्यांच्या नंतर देशावरचे महार आले. हे दोघे कोकणचे मूळ निवासी. त्यांनी देशावरून शूद्र व शेतकरी आणले. त्यांच्या पाठोपाठ वैश्य आले. या मंडळींना विशिष्ट देवदेवता व आचारधर्म नव्हता. ही घडामोड केव्हा झाली हे सांगता येत नाही. पुढचा महत्त्वाचा टप्पा बहामनींच्या काळातील. त्यांनी देशावरून इकडे ब्राह्मण, राव म्हणजे क्षत्रिय मराठे आणले व त्यांच्या पाठोपाठ शूद्र आले. लोकसंख्या विरळ असल्याने शेतीभाती होईना. राज्याला महसुली उत्पन्न मिळेना; म्हणून या नवागतांना त्यांनी अत्यंत अल्प मोबदल्यात जमिनी दिल्या. जंगलतोड करून त्या लागवडीखाली आणाव्यात अशी त्यांच्याकडून अपेक्षा होती.[२०]

अर्थात, हे अंदाज आहेत आणि या सगळ्यात हिंदूंमधील जाती-जमाती कशा झाल्या याची ऐतिहासिक म्हणावी अशी माहिती उपलब्ध नाही. त्यातल्या त्यात शिक्षित

असा जो समाज म्हणजे चित्पावन व शेणवी. यांनी परस्परांच्या उत्पत्तीविषयी कथा प्रचलित केल्या. मात्र, कऱ्हाडे, देवरुखे, इत्यादी ब्राह्मण आणि कोळी, आग्री या जातींविषयी दंतकथासुद्धा उपलब्ध नाहीत. चित्पावनांची उत्पत्ती तसेच शेणवींची उत्पत्ती कशी झाली याविषयी अनेक दंतकथा प्रचलित आहेत. तथापि, त्यात तथ्यांश असण्याची सुतराम शक्यता नाही. अशा या समाजांना आपण कोठून आलो, केव्हा आलो की येथीलच आहोत हे माहीत नाही. तरीही आपले वेगळेपण, आपले श्रेष्ठत्व सिद्ध करण्यासाठी ते दंतकथा, पुराणे यांचा आधार घेतात. परंतु, ज्यांचा आधार घेतात ती कथा पुराणे निराधार आहेत, हे इतिहास अभ्यासकांनी स्पष्ट सांगितले पाहिजे; त्यातल्या विसंगती स्पष्ट केल्या पाहिजेत. त्याहीपेक्षा महत्त्वाचे म्हणजे निरनिराळ्या समाजाच्या अंतरंगात शिरून त्यांच्या आचारविचारांचा सूक्ष्म अभ्यास करून त्यांच्यातील वैधर्म्यापेक्षा साधर्म्य अधिक आहे, हे दाखवून देणे आवश्यक आहे. त्यासाठी इतिहासाचे अभ्यासक, समाजशास्त्राचे अभ्यासक यांनी एकत्रित प्रयत्न करणे गरजेचे आहे. सध्या बहुविद्याशाखीय अभ्यासाचा (Multidisciplinary) खूप बोलबाला आहे. येथे दोन शाखा एकत्र आल्या तरी पुरेसे होईल. कोकणातील सर्वच लोकांना एकाच भौगोलिक परिस्थितीने, पर्यावरणाने एकत्र बांधून ठेवले आहे आणि त्यामुळे येथील सांस्कृतिक परंपरांचे बंधही घट्ट आहेत, हे पटवून देण्यात इतिहासकारांची मदत होईल. त्यांनी ती केली पाहिजे.

कोकणच्या सामाजिक इतिहासाचा अभ्यास करताना एका थोड्याशा दुर्लक्षित साधनांचा उल्लेख करावयास हवा. तो म्हणजे सुलतानशाहीच्या काळातील शिलालेख व काही आज्ञापत्रे. गोव्याचा म्हणून प्रसिद्ध असलेला एक शिलालेख १५७०-७१ सालचा असून त्यात पहिल्या अली आदिलशहाचे फर्मान नोंदविले आहे. त्यात म्हटले आहे की या भागात आतापर्यंत अशी पद्धत होती की एखादा मनुष्य निपुत्रिक वारला तर त्याची स्थावर जंगम मालमत्ता सरकारजमा करण्यात येईल. त्यामुळे त्याच्या नातेवाईकांना उपजीविकेच्या साधनांना मुकावे लागे व ते देशोधडीला लागत. हा अन्याय दूर करण्यासाठी असे फर्माविण्यात आले की निपुत्रिकाची मालमत्ता जप्त न करता त्याच्या धर्माप्रमाणे जे योग्य वारस ठरतील त्यांना देऊन टाकावी. निपुत्रिकाच्या मालमत्तेवर त्याच्या वारसांचा हक्क सुलतानांनी मान्य केला आहे.[२१]

अशाच अर्थाचे एक आज्ञापत्र अहमदनगरच्या निजामशहाने काढले आहे. त्याचा काळ १६०७-०८ असा आहे. ते मूर्तजाबाद म्हणजे चेऊलच्या अधिकाऱ्याला उद्देशून लिहिले आहे. 'महालेहाये मजकूरी निपुत्रिक मयेती होतात. त्याचा माल (व) स्तणाव दिवाणात जमा करीत होते ते हाली हुजरुन मना केले असे हेंदु (हिंदु) व मुसलमान हर कोणीही मयत होत असे त्याचा माल व वस्तभाव हरयेक जीनस व मिळकती जे असेल ते त्याचे वारस बिराजर व आवरत व बेटी असतील हर कोणी असतील त्यास दुमला

करीत जावे.'[२२]

अशा तऱ्हेची फर्माने देशावर काढलेली आढळत नाहीत. त्यामुळे ही पद्धत फक्त कोकणातच चालू असावी असे वाटते. आदिलशाही फर्मानात आणखी दोन वाक्ये आहेत. ती कोकणी समाजमन किंवा वृत्ती जाणून घेण्यास उपयुक्त ठरतात. अत्यंत क्षुल्लक रकमेच्या लाभासाठी परस्परांशी वैरभाव धरून कोकणातील माणसे एकमेकांवर वाटेल त्या फिर्यादी करतात. त्याचा परिणाम एवढाच होतो की दोघेही भणंग होतात. या फर्मानाद्वारे बजावण्यात येते की कोणी एकमेकांविरुद्ध अशा तक्रारी केल्या तर त्यांना चांदीचे चार टंका एवढा दंड करून कैदखान्यात डांबून ठेवावे.[२३] अर्थात, कज्जेदलाली हा कोकणचा मक्ता नव्हे. देशावर पिढ्यान्‌पिढ्या जमिनीचे दावे चालत. फरक फक्त एवढाच की गरिबी असल्याने कोकणातील माणसे त्यात खंक बनत. अली आदिलशहाला ते जाणवले.

इतिहासकाळासंबंधी अभ्यासाला जे प्रमुख साधन आहे ते म्हणजे लिखित साहित्य. प्राचीन काळासंबंधी शिलालेख, ताम्रपट यांचा उपयोग होतो, तर मध्यमयुगासाठी मुख्यत: कागदपत्रे, सनदा, पत्रव्यवहार यांचा उपयोग होतो. सर्वांत प्राचीन शिलालेख सोपाऱ्याला अशोकाचा आहे. नंतरच्या काळातही चालुक्य, कदंब, मौर्य यांच्या राजवटी अभ्यासण्यासाठी अशाच साधनांचा उपयोग होतो. मध्ययुगीन कागदपत्रांचा अभ्यास आवश्यक व उपयुक्त ठरतो. या साधनांच्या पलीकडे जाऊन कोकणची संस्कृती किंवा जीवनपद्धती समजून घेण्यासाठी गेल्या दशकभरात प्रयत्न सुरू आहेत. तेच जर संघटितरीत्या पद्धतशीरपणे पुढे चालू राहिले, तर कोकणच्या ताडामाडात लपलेला कितीतरी इतिहास पुढे येईल.

दक्षिण कोकणच्या इतिहासाचे अभ्यास विषय

आतापर्यंत आपण दक्षिण कोकणच्या इतिहासाचा किंवा समग्र कोकणच्या इतिहासाचा साधारण कोणता अभ्यास कोणी केला याचा शोध घेण्याचा एक अल्पसा प्रयत्न केला आहे. अलीकडे इतिहासाचा अभ्यास हा अनेक अंगांनी जसा सामाजिक, आर्थिक, सांस्कृतिक होऊ लागला आहे, तसा तो झाला पाहिजे. महाराष्ट्राच्या भौगोलिक परिस्थितीचा विचार करता देश आणि कोकण असे त्याचे दोन भाग केले तर कोकणची विविध वैशिष्ट्ये दिसतात. त्यातही दक्षिण कोकण (रत्नागिरी-सिंधुदुर्ग जिल्हा) आणि उत्तर कोकण (रायगड, ठाणे व मुंबई) असे दोन स्पष्ट भाग दिसतात. तेव्हा त्या वैशिष्ट्यांनुसारही दक्षिण कोकणच्या इतिहासाचा अभ्यास करणे शक्य होईल.

कोकणाला फार मोठा सागर किनारा असून प्राचीन काळापासून येथील अनेक बंदरात आंतरराष्ट्रीय स्वरूपाचा आयात-निर्यात व्यापार चालू होता. दक्षिण कोकणामध्ये संगमेश्वर, चिपळूण, खेड, दाभोळ, रत्नागिरी, राजापूर, मालवण, विजयदुर्ग, देवगड, वेंगुर्ले, रेड्डी अशा दक्षिण तसेच उत्तर कोकणातील बंदरांचा एकत्रित अभ्यास Study of

Ancient Ports या नावाने आपल्या विद्यावाचस्पती पदवीसाठी डॉ. शरद हेबाळकर यांनी केला आहे.[२४] त्यानंतर मध्ययुगीन आणि आधुनिक काळाच्या दृष्टीने बंदरांचा अभ्यास झालेला आढळत नाही. तो होणे गरजेचे आहे; कारण कोकणातील बंदरातून सुरू झालेली देवाणघेवाण ही कोकणच्या इतिहासातील एक सांस्कृतिक घटना आहे.

मध्ययुगीन आणि मराठाकालीन राजकीय इतिहासावर कोकणच्या इतिहासाच्या संदर्भात एक अभ्यास प्रकाशित झाला आहे. तो अर्थात वि.गो.खोबरेकर यांनी केला असून तो ग्रंथ म्हणजे त्यांनीच लिहिलेल्या कोकणवरील इंग्रजी ग्रंथाचा मराठी अवतार आहे.[२५] खोबरेकरांना एकूण १०-१२ खंडांमध्ये कोकणचा समग्र इतिहास लिहावयाचा होता. त्यासाठी शेवटपर्यंत त्यांची धडपडही चालू होती. तथापि, ते काम पूर्णत्वास नेऊ शकले नाहीत. तथापि, कोकणचा सांस्कृतिक इतिहास मात्र त्यांनी भालचंद्र आकलेकर यांच्याकडून लिहून घेतला.[२६] तसेच मराठेकालीन कोकणच्या सामाजिक, आर्थिक जीवनावर प्रकाशित आणि काही प्रमाणात अप्रकाशित अस्सल साधनांच्या आधारे डॉ.अ.रा. कुलकर्णी यांनी प्रकाश टाकण्याचा प्रयत्न केला आहे. त्यांचे त्या विषयीचे लेखन इंग्रजी आणि मराठीतून प्रकाशितही झाले आहे.[२७] मात्र, अजूनही कोकणवर स्वतंत्र लेखन झालेले आढळत नाही.

कोकणामध्ये जे विविध समाज एकत्रित नांदतात, त्यामध्ये मुख्यत: भंडारी आणि मुसलमान समाजांची ऐतिहासिक कामगिरी वाखाणण्याजोगी आहे. त्या दृष्टीने विचार करता त्या समाजांचा (जातींचा) इतिहास लिहिला जाणे आवश्यक आहे. भंडारी समाजाबद्दल माहिती देणारे 'भंडारी जातीचा इतिहास' असे एक छोटेखानी पुस्तक उपलब्ध आहे.[२८] त्यापलीकडे मात्र काही नाही.

कोकणात इस्लाम आला तो आक्रमणांमार्फत आलेला नाही. तो अरब व्यापाऱ्यांच्या सोबत आला. कोकणच्या किनारपट्टीशी अरब व्यापाऱ्यांचा संबंध सातव्या शतकात म्हणजे इस्लामच्या जन्मकाळी आला.[२९] इस्लामपूर्व काळात अरबांचा कोकणशी व्यापारी संबंध होता. त्यामुळे राज्यकर्त्यांना त्याचा आर्थिक फायदा होत असे. त्यामुळे राज्यकर्ते त्यांच्या बाबतीत अधिक उदार होते.

कोकणी मुसलमानांचे जलवाहतुकीतील योगदानही अभ्यासण्याजोगे आहे. कोकणातील मशिदी, मशिदींची रचना हेही अभ्यासविषय होऊ शकतात. अर्थात, गॅझेटिअरच्या माध्यमातून याचा धावता आढावा घेण्यातही आलेला आहे.[३०] मात्र, तो अधिक आणि सखोल तसेच शास्त्रशुद्ध पद्धतीने होणे आवश्यक आहे.

कोकणचे किल्ले हाही अभ्यासातील असाच एक दुर्लक्षित विषय आहे. अलीकडच्या काळात काही हौशी पर्यटकांनी पर्यटकांच्या सोयीसाठी किल्ल्यावर काही पुस्तिका/पुस्तके लिहिलेली आढळतात.[३१] शत्रूंपासून संरक्षण करण्यास सुलभ जावे आणि

सभोवतालच्या प्रदेशावर नियंत्रण ठेवता यावे म्हणून बांधलेल्या वास्तू असे किल्ला किंवा दुर्ग याचे वर्णन केलेले आढळते.[३२] फार प्राचीन काळापासून किल्ल्याची वर्णने मिळतात. प्राचीन, मध्ययुगीन आणि मराठा किंवा अर्वाचीन काळ अशी विभागणी करून त्या त्या किल्ल्यावर घडलेला इतिहास उलगडता येऊ शकेल.

कोकणातील लेणी, मंदिरस्थापत्य आणि मूर्तिशास्त्र हाही अभ्यासाचा विषय होऊ शकतो. कोकणातील मंदिरे यावर एकेक जिल्हा घेऊन मोरेश्वर कुंटे यांनी कोकणातील जवळ जवळ प्रत्येक गावाला भेट देऊन तेथील मंदिरांवर पुस्तके लिहिलेली आहेत.[३३] त्यांचे कष्ट वाखाणण्याजोगे आहेत. परंतु, त्याला अधिक शास्त्रशुद्ध रूप देता येईल.

कोकणच्या लोकरंगभूमीचा अभ्यासही असाच महत्त्वाचा ठरतो. लोकरंजन आणि समाजप्रबोधनाचे काम या काळातही या कला करत असत. चित्रकथी, नमन, खेळे, जाखडी नृत्य; इत्यादी या भागातील महत्त्वाचे आविष्कार पण अलीकडे मनोरंजनाच्या आधुनिक साधनांची रेलचेल झाल्याने ही कला टिकून राहणे अवघड आहे. अशा परिस्थितीत निदान त्याचा इतिहास तरी लिहिला जाणे गरजेचे वाटते.

वृत्तपत्रे किंवा नियतकालिकांचा कोकणचा फार मोठा इतिहास आहे. एकोणिसाव्या शतकातच 'दर्पण' नंतर बारा वर्षांत येथे 'जगन्मित्र' सुरू झाले. टिळकांच्या केसरीच्या अगोदर रत्नागिरीत 'सत्यशोधक' सुरू झाले. त्यांच्या प्रकाशनामागे व्यावसायिक दृष्टी नसून ध्येयवादी, सामाजिक आणि राष्ट्रीय कार्याची प्रेरणा होती.[३४] हा इतिहास जतन करून तो पुढच्या पिढ्यांपर्यंत पोहोचविला पाहिजे. ग्रंथालय चळवळीचा फार मोठा इतिहास कोकणात आहे. पुण्या-मुंबई अगोदर येथे सार्वजनिक वाचनालये स्थापन झाली असून शतकोत्तर सुवर्ण महोत्सव आणि शतकोत्तर अमृत महोत्सव साजरा केलेली सार्वजनिक वाचनालये आजही कोकणात ताठ मानेने उभी आहेत. सध्याच्या माध्यमांच्या गर्दीतही कोकणात वाचन संस्कृती टिकवून ठेवण्यात या ग्रंथालयांनी मोठा हातभार लावला आहे.

प्रस्तुत लेखकाने मुंबई विद्यापीठासाठी 'रत्नागिरी सिंधुदुर्ग जिल्ह्यांतील शतकोत्तर ग्रंथालयांचा इतिहास' हा एक संशोधन प्रकल्प केला होता.[३५] चिपळूणच्या सार्वजनिक ग्रंथालयाचा इतिहास सांगणारे एक छोटेखानी पुस्तक प्रकाशित झाले आहे; तर अलीकडे सुधागड-पाली येथील ग्रंथालयाच्या शतक महोत्सवानिमित्त एक स्मरणिका प्रकाशित झाली आहे. त्यापलीकडे या विषयावर लक्षात येण्याजोगे लेखन, संशोधन झालेले नाही. संशोधनाच्या या क्षेत्राकडे सहज वळता येईल. कोकणचे साहित्यिक आणि वाङ्मयीन कार्य असाही एक विषय कोकणच्या वाङ्मयाविषयक इतिहासासंदर्भात संशोधनासाठी घेता येऊ शकतो.

कविता, नाटक, कथा, कादंबरी या प्रतिभानिर्मित लेखनाबरोबर संपादन, संशोधन,

समीक्षा, वैचारिक लेखन या क्षेत्रांतही कोकणातील कार्य लक्षवेधी आहे. आधुनिक मराठी कवितेचे अग्रणी केशवसुत हे रत्नागिरी जिल्ह्यातील. कवी माधव, कवी आनंद, आरती प्रभू, साने गुरुजी हे कोकणचेच. न.चिं.केळकर, वा.म.जोशी, वि.स.गुर्जर, र.वा.दिघे, मधु मंगेश कर्णिक यांनी कादंबरी प्रांतामध्ये लेखणी चालविली; तर मामा वासुदेवशास्त्री खरे, मो.ग.रांगणेकर, जयवंत दळवी, प्र.ल.मयेकर, मच्छिंद्र कांबळी यांनी नाट्य क्षेत्रात योगदान दिले आहे. त्याचा स्वतंत्र अभ्यास होणे गरजेचे आहे.

कोकणातील संत हाही एक अभ्यासाचा विषय होऊ शकतो. शंकराचार्य प्रणीत, दत्तसंप्रदायी, वारकरी संप्रदायी असे अनेक संत या भूमीत होऊन गेले. त्यांचा अभ्यास आवश्यक ठरतो.

इंग्रजी सत्तेच्या स्थापनेनंतर भारतात, महाराष्ट्रात जसे काही परिवर्तन घडून येऊन शैक्षणिक विकास होऊ लागला, त्याप्रमाणे कोकणातही ब्रिटिशांच्या आगमनानंतर ज्या शैक्षणिक संस्था सुरू झाल्या आणि त्यातून अनेक नामवंत विद्यार्थी बाहेर पडले, त्याचाही इतिहास तसा दुर्लक्षितच आहे.

स्वातंत्र्यवीर सावरकरांचे तसेच डॉ. आंबेडकरांचे सामाजिक क्रांतीच्या क्षेत्रातील कार्य म्हणजे आधुनिक भारताच्या इतिहासातील एक महत्त्वाची परिवर्तनाची चळवळ म्हटली पाहिजे. डॉ. आंबेडकर आणि सावरकरांच्या चरित्रकारांनी एकूण चरित्राच्या संदर्भात त्या दोघांच्या कार्याची योग्य ती दखल आपापल्या लेखनांतून घेतलेली आहे.[३६] कोकणगांधी म्हणून ओळखले जाणारे गोपुरी आश्रमाचे संस्थापक आप्पासाहेब पटवर्धन यांचे कार्य सामाजिक, आर्थिक आणि राजकीय क्षेत्रातही फार महत्त्वाचे आहे. त्यावर त्यांचे स्वत:चे आत्मचरित्र प्रकाश टाकते.[३७] मात्र स्वतंत्रपणे त्या घटनांचा अभ्यास होणे गरजेचे आहे.

१८५७च्या उठावापासून ते १९४७मध्ये भारताला स्वातंत्र्य मिळेपर्यंत जे अनेक लढे भारतात, महाराष्ट्रात झाले त्यातही कोकणाने मोलाची कामगिरी बजाविलेली आहे. यावर अत्यंत अल्प लेखन झालेले आहे.[३८] तेव्हा १८५७-१९४७ असा नव्वद वर्षांचा कोकणचा राजकीय इतिहासही अभ्यासता येईल. नव्हे तसा तो अभ्यासला गेला पाहिजे.

शेतकरी, कष्टकऱ्यांचा अभ्यास ही आजकाल इतिहासाच्या अभ्यास शाखेतील महत्त्वाची घटना समजली जाते. कोकणामध्ये स्वातंत्र्यपूर्व काळात खोतीविरुद्ध डॉ. बाबासाहेब बोले यांनी जे लढे उभारले त्यावर एक पुस्तक प्रकाशित झाले आहे.[३९] परंतु, ते तितकेसे पुरेसे नाही. त्यावर संशोधन व्हायला हवे.

अशा प्रकारे कोकण प्रांताचे वरील वेगवेगळ्या अंगाने इतिहास लेखन आणि संशोधन करता येऊ शकेल.

संदर्भ व टिपा :

१. Nairn, Rev Alexander, *History of the Konkan*, Govt. Press, Bombay, Gazzetteer. Vol. I Part II. 1894.

२. Khobarekar, *V.G. Konkan from the Earliest Times to 1818*, A.D. Pune, 2002

३. मिराशी, वा.वि., *शिलाहार राजवंशाचा इतिहास आणि कोरीव लेख*, विदर्भ संशोधन मंडळ, नागपूर, १९७४

४. कित्ता, पृ. ३८, या ग्रंथाचा इंग्रजी अवतार म्हणजे *Incriptions of Shilahars, Delhi,* 1977

५. सांकलिया, माटे, *महाराष्ट्रातील पुरातत्त्व*, म.सा.सं.मं., मुंबई १९७६, पृ. ५६

६. शेजवलकर त्र्यं.शं., *कोकणच्या इतिहासाची पार्श्वभूमी*, १९६१ - वस्तुत: कोकणाचा इतिहास त्यांना लिहावयाचा होता. ते काम त्यांच्या हातून पूर्ण झाले नाही. ते फक्त कोकणच्या पार्श्वभूमीवर लिहू शकले. संशोधकांना, विद्वानांना मार्गदर्शक म्हणून ते पुस्तक मात्र फार मोठ्या प्रमाणावर उपयोगी पडते.

७. Kakodkar P.A., *The Portugese and Marathas,* Bombay, 1975

८. पिसुर्लेकर, पां.स., पोर्तुगीज, मराठा संबंध, पुणे १९६७ - हा ग्रंथ म्हणजे मार्च १९६४ मध्ये पिसुर्लेकरांनी दिलेली पोर्तुगीज-मराठे संबंधांवरील सात व्याख्याने असून काही अप्रकाशित कागदपत्रांवर आधारित असा मराठीतील पहिलाच ग्रंथ असून अजूनही त्या तोडीचा ग्रंथ मराठीत झालेला नाही. द.वा. पोतदारांची 'ग्रंथाचा पुरस्कार' ही अतिशय वाचनीय प्रस्तावना आहे. ऐतिहासिक ग्रंथाची प्रस्तावना कशी असावी याचा उत्तम नमुना म्हणता येईल.

९. देसाई, स.शं. (संपादक - अनुवादक).

अ. शिवशाही पोर्तुगीज कागदपत्रे - शिवाजी विद्या प्रकाशन, कोल्हापूर, १९७७

ब. मराठ्यांच्या इतिहासाची साधने, पोर्तुगीज दप्तर, खंड दुसरा (म.सा.सं. मंडळ)

क. करवीरचे छत्रपती आणि पोर्तुगीज, करवीर छत्रपती प्रतिष्ठान, कोल्हापूर

ड. पोर्तुगीज - मराठा सबंध, म.रा.सा.सं. मंडळ, मुंबई १९८९

१०. खोबरेकर, गो. वि., *कोकणच्या इतिहासाची साधने*, मुंबई १९७१

११. आवळसकर, शां.वि., *ऐतिहासिक साधने*, मुंबई १९६३

१२. *सावंतवाडी संस्थानचा इतिहास* १९११मध्ये व्ही.पी. पिंगुळकरांनी स्वत: प्रकाशित केला. हे पुस्तक आजकाल खूप दुर्मीळ आहे. अलीकडे डिसेंबर २०१०मध्ये महादेव झिलू सगम यांनी सावंतवाडी संस्थानचा इतिहास प्रसिद्ध केला आहे.

१३. आवळसकर, शां.वि.,

अ. *आंग्रेकालीन पत्रव्यवहार*, भा.इ.सं.मं. ग्रंथमाला, पुणे १९४८

ब. *आंग्रेकालीन अष्टागार*, भा.इ.सं.मं. ग्रंथमाला

क. ढबू दा.गो., *कुलाबकर आंग्रे, सरखेल*, अलिबाग, १९३९

१४. शिवाजी विद्यापीठामध्ये डॉ. अंकुश सारंग यांनी External Relations of Sawantwadi State हा प्रबंध शिवाजी विद्यापीठाला सादर करून पीएच. डी. प्राप्त केली आहे. आणखी एका विद्यार्थ्याने Angre-Peshwa Relations या विषयावर एम.फिल. ची पदवी प्राप्त केली आहे. डॉ. अंकुश सारंग यांच्या प्रबंधाचे इंग्रजी पुस्तक बाजारात येऊन त्याच्या दोन आवृत्त्या

प्रकाशित झाल्या आहेत, तर आंग्रो, पेशवे संबंध हा एम.फिल.चा प्रबंध शिवाजी विद्यापीठाच्या पुराभिलेखागारात उपलब्ध आहे.

१६. टेंबे, मेहेंदळे आणि शिंदे, *भारताचा* सागर विक्रम, मुंबई, १९३५, शिवछत्रपतीचे आरमार, परममित्र प्रकाशन, ठाणे २०१०

१७. Enthover R.E., Tribes and Caste of Bombay Presidency, Bombay 1922

१८. आठवले, सदाशिव, इतिहासाचे तत्त्वज्ञान (दुसरी आवृत्ती), वाई १९८६, पृ. २९-३९

१९. Dalvi, M.A., Kokani Musalman Samaj, Pune, 1999

२०. Grawford, Legends of Konkan, Allahabad, 1909

२१. Epigraphical Indica, Arabic and Persion Supplement, 1965, pp. 39-65

२२. आवळसकर, शां.वि., ऐतिहासिक साधने, मुंबई १९६३, ले.३

२३. Epigraphica India, opcit, pp. 39-46

२४. Hebalkar, Dr. *Sharad, Study of Ancient Ports,* unpublished thesis, Aurangabad

२५. खोबरेकर, वि.गो., *कोकणचा राजकीय इतिहास,* मुंबई १९९७

२६. आकलेकर, भालचंद्र, *कोकणचा सांस्कृतिक इतिहास,* इतिहास संशोधन मंडळ, मुंबई २००३

२७. कुलकर्णी, अ.रा., *शिवकालीन गो.महाराष्ट्र* (इंग्रजीआणि मराठी), जेधे शकावली (सं.) *आज्ञापत्र* (सं.) *मराठाज अँड मराठाज कंट्री वगैरे* (कोकणच्या संदर्भात बोलावयाचे झाल्यास मालवणकर स्वतंत्र संशोधन)

२८. गोलतकर, स.ह., *भंडारी समाजाचा इतिहास*

२९. Dr. Tarachand, *Influence of Islam on Hindu Culture*

३०. ठाणे गॅझेटिअर, पृ. ३५

३१. घाणेकर, प्र.के., *अथातो दुर्ग जिज्ञासा, जलदुर्गांच्या सहवासात,* पुणे १९९१ आणि १९९४

३२. गद्रे, प्रभाकर, *भारतातील इतिहास प्रसिद्ध किल्ले,* नागपूर, २००२

३३. कुंटे, मोरेश्वर, *कोकणातील मंदिरे*

३४. लेले, रा.के., *मराठी वृत्तपत्रांचा इतिहास,* पुणे १९९४

३५. अप्रकाशित शोध प्रकल्प, बीसीयुडी, मुंबई विद्यापीठ, २००३-०४

३६. कीर, धनंजय, *डॉ. बाबासाहेब आंबडेकर, मुंबई,* १९९०, पृ. ६९-८०

३७. पटवर्धन, आप्पा, *माझी जीवनगाथा,* कणकवली, १९७१

३८. खोबरेकर, वि.गो., *इंग्रजी सत्तेविरुद्ध महाराष्ट्रातील सशस्त्र उठाव,* मुंबई १९५९
डॉ. साठे श्री.द., *१८५७ चे अंदमान, काळे पाणी,* कल्याण, २००७
Divekar, V.D., South India in1857 War and Independance, Pune 1993

३९. आडलेकर, मधू, महाराष्ट्र टाइम्स, १० मार्च २००८

४०. कीर, धनंजय, *लोकहितकर्ते डॉ. बाबासाहेब बोले,* मुंबई १९७८

पूर्व प्रसिद्धी : *महाराष्ट्राचा इतिहास मांडणी व पुनर्मांडणी*

महाराष्ट्राचा इतिहास : मांडणी व पुनर्मांडणी या विषयावर शिवाजी विद्यापीठ कोल्हापूर येथे २०१० मध्ये आयोजित करण्यात आलेल्या परिषदेत वाचलेला निबंध.

याच नावाचा ग्रंथ (सं.) डॉ. जयसिंगराव पवार, शिवाजी विद्यापीठ प्रकाशन, कोल्हापूर, २०११

२९.

१८५७ संबंधीची निवडक संदर्भ साधने

१८५७चा उठाव हा भारताच्या इतिहासातील महत्त्वाचा टप्पा असून त्याबद्दल अनेक भाषांमध्ये अनेकांनी लिहिले आहे. इंग्रजी आणि मराठीतूनही त्यावर पुष्कळच लेखन झाले आहे.[१] तरी आजही संशोधकांना या घटनेच्या अभ्यासाचे महत्त्व वाटतेच आहे व म्हणूनच भारतात आणि भारताबाहेरही या घटनेवर संशोधन, संपादन, लेखन चालूच असते.[२] या ठिकाणी काही प्रकाशित इंग्रजी आणि प्रकाशित परंतु दुर्लक्षित मराठी साधनांचा आढावा घेण्याचा प्रयत्न केला आहे.

अप्रकाशित रोजनिशा

लंडनमधील इंडिया हाऊसचे ग्रंथालय हा एक अमोल ठेवा आहे. ज्यांना भारतविषयक लिखाण करावयाचे आहे त्यांना तेथील ऐतिहासिक कागदपत्रे, रोजनिशा, हस्तलिखिताच्या स्वरूपात आहेत. त्यातील अनेक हिंदुस्थान संबंधीच्या आहेत.[३] १८५७च्या उठावाच्या काळातील व नंतरच्या रोजनिशा वेगवेगळ्या प्रकारच्या आहेत. उठावाच्या काळात निरनिराळ्या इंग्रजांना वेगवेगळे अनुभव आले. त्यातील काहींनी आपले अनुभव आपल्या रोजनिशीत नमूद केले आहेत. तिकडे निवृत्त जीवन जगणारा एलफिन्स्टन आपल्या रोजनिशीत या उठावावर चिंता करताना आढळतो.[४] अशा या रोजनिशीचा अभ्यासकांना फार मोठा उपयोग आहे. विशेषत: एलफिन्स्टन व १८५७च्या उठावाच्या वेळच्या रोजनिशा छापून प्रसिद्ध व्हावयास हव्यात. १८५७च्या मे महिन्यात उठाव झाला आणि त्यासंबंधीचे अनुभव, तत्कालीन परिस्थिती या संबंधीचे लेखन लगेचच प्रसिद्ध झाले. असे साहित्य इंग्रजांनीच प्रसिद्ध केल्याची कल्पना 'क्वार्टर्ली रिव्ह्यू' या लंडनमधून निघणाऱ्या त्रैमासिकावरून येऊ शकते. अशा या त्रैमासिकाच्या दोन अंकांचा उल्लेख येथे करावयास हवा. एक म्हणजे १८५७च्या जुलै ते ऑक्टोबर १८५७ समकालीन अंकांचा आणि जुलै ते ऑक्टोबर १८५७च्या दुसऱ्या अंकाचा जो अंक आहे त्यात

१८५७च्या उठावावर लिहिल्या गेलेल्या काही ग्रंथांची परीक्षणे असून त्यात परीक्षण लेखक म्हणतो की १८५७ चा उठाव हा एकाएकी झाला असा समज इंग्लंडमध्ये असला तरी तो चुकीचा आहे. इंग्लंड हे हिंदुस्थानातील घडमोडींबाबत नेहमीच अंधारात राहिले. सैन्यातील हिंदू आणि मुसलमान शिपायांत सारखाच असंतोष पसरला होता; पण त्याचे गांभीर्य लॉर्ड डलहौसीच्या लक्षात आलेच नाही.[५] क्वार्टर्ली रिव्ह्यूच्या १८५७च्या जानेवारी-एप्रिल या अंकात आणखी काही समकालीन इंग्रजी ग्रंथांची परीक्षणे असून त्यात काडतूस प्रकरण हे उठावाचे केवळ निमित्त असून परके व परधर्माचे लोक आपल्या पवित्र भूमीवर राज्य करावयास आले याचा हिंदुस्थानी लोकांना संताप आला होता आणि त्यामुळेच हा संघर्ष पेटला असे म्हटले आहे.

हिंदी सैनिकांना आपणच (इंग्लंडने) नवी शस्त्रे दिली व ती आपल्यावरच उलटली असेच अंकात म्हटले आहे. भारतीय हिंदू सैनिकांचे आपल्या मायभूमीवर खूपच प्रेम आहे. त्यामुळे तो परदेशी जात नाही, तसेच मुसलमानांनी येथे काही काळ राज्य केले. तसेच हिंदू-मुसलमानांना ख्रिश्चनांपेक्षा जवळचे वाटत होते. काही चालीरीतींची दोघांच्यात देवाणघेवाण झाली होती व दोघेही एकाच भूमीचे आहोत असे मुसलमानांना वाटत होते. ही त्यांची भावना इंग्रजांबद्दल मात्र नव्हती. ईस्ट इंडिया कंपनीचे प्रशासकीय आणि लष्करी अधिकारी कमी शिकलेले तसेच कमी कार्यक्षम होते म्हणूनही उठाव झाला असे ह्या अंकात म्हटले आहे. ईस्ट इंडिया कंपनीने आणलेल्या व्यवस्थेत सत्ता केंद्रित होत होती. पलटणींच्या अधिकाऱ्यांच्या हाती फारशी सत्ता नाही. त्यामुळे त्याला तो जुमानीसा झाला याचा परिणाम शिस्तीवर होऊन उठाव झाला. येथे जरी बंड झाले तरी सूड उगविता कामा नये असेही मत अंकात व्यक्त केले आहे. एवढेच नव्हे तर अन्यायाविरुद्ध दाद मागणारे नागरिक प्रत्येक जिल्ह्यात तयार झाले तर त्यांना प्रोत्साहन हवे असेही मत अंकात व्यक्त करण्यात आले आहे.[६] हा उठाव झाला व दाबला गेला. त्यानंतर कंपनीचे राज्य जाऊन ब्रिटिश पार्लमेंटची सत्ता आली. ५७ चा उठाव दबला जाणे अटळ होते. इंग्रजांपाशी आधुनिक शस्त्रे होती. वासुदेवशास्त्री खरे यांनी म्हटल्याप्रमाणे 'धातूचे भांडे व मातीचे भांडे एकमेकांवर आदळल्यास मातीचे भांडे फुटणार हे उघड आहे.'[७] तसेच १८५७चे झाले.

सीतामाऊच्या भालेराव संग्रहात ४५७ हस्तलिखिते असून पुडके क्र. ९,१०,१२ आणि २५ यात विविध प्रकारची दानपत्रे व बक्षिसपत्रे आहेत. एका गटात ब्राह्मणांना दिलेली दानपत्रे आहेत. दुसऱ्या गटात १८५७ साली शिंदे सरकारची एकनिष्ठ सेवा करणाऱ्या लोकांना दिलेली बक्षिसपत्रे आहेत. या बक्षिसपत्रात दिनकरराव राजवाडे यांचे नाव उल्लेखनीय आहे.[८]

महात्मा जोतीराव फुले आणि १८५७ चा उठाव

१८५७च्या उठावाकडे बघण्याचा जोतीराव फुले यांचा दृष्टिकोन त्यांच्या लिखाणात ठिकठिकाणी दिसून येतो. शूद्रातिशूद्रांच्या गळ्यातील गुलामगिरीचा पट्टा काढणाऱ्या इंग्रजी राज्याबद्दल सहानुभूती, ब्राह्मणी वर्चस्वाबद्दलची मनातील चीड आणि बंडाचा पुढारी नानासाहेब पेशवा हा ब्राह्मण असल्यामुळे त्याच्याबद्दलचा राग यामुळे फुले या उठावाकडे विशिष्ट दृष्टिकोनातून बघतात. 'गुलामगिरी' या आपल्या ग्रंथात ते एके ठिकाणी या उत्पातांचे वर्णन 'भटांनी उपस्थित केलेले बंड' असे करतात व त्या बंडखोरांची काडीमात्र पर्वा न करता संकटकाळी... शूद्र, संस्थानिक शिंदे, होळकर यांनी इंग्रज सरकारला मदत केल्याबद्दल शूद्रांच्या कळवळ्याने ते म्हणतात, देवाजीने एकदा शूद्रावर दया करून इंग्रज बहाद्दराचे हातून भटनानाचे बंड मोडविले म्हणून बरे झाले, नाही तर त्या शादावलाच्या पुढल्या लिंगापुढे रुद्र करणाऱ्या सुधारल्या भटांनी आजपावेतो कित्येक महारास एकेरी धोतर नेसल्यामुळे अथवा कीर्तनामध्ये संस्कृत श्लोकांचा उच्चार केल्यामुळे काळे पाणी दाखविले असते.[९]

१८५७च्या घटनेच्या संदर्भातील मराठी साधनांचा विचार करत असताना गोडसे भटजी यांच्या 'माझा प्रवास' या आत्मचरित्राचे मोल ऐतिहासिक साधन म्हणून मोठेच मानले पाहिजे. त्या आत्मचरित्रात ते लिहितात, ब्रह्मावर्तजवळ इलाबाद म्हणजे प्रयागास जाणारी मोठी नाव येते तीत ६०-७५ मडमा, १५ लहान मुले व १०-१२ पंधरा सोळा वर्षांचे उमेदवार असतात. ध्रुवघाटावरचा गोलंदाज तोफेचा गोळा टाकून त्यांचा नाश करण्याची परवानगी मागतो. त्यावर श्रीमंत नानासाहेब यांनी ऐकिल्यावर त्या गोलंदाजास असे सांगितले की त्या नावेत बायकामुले असतील तर आपणास ठार मारण्याचे कारण नाही. पलटणी लोकांनी फार आग्रह केला की आम्हांस गोरे लोकांस ठार मारण्याबद्दल हुकूम यावा. तेव्हा नानासाहेब असे बोलले की, स्त्रिया व मुले यांस मारण्याचा आम्ही हुकूम देणार नाही. कारण कोणत्याही काळात व राज्यात स्त्रियांचा वध करावा अशी रीत नाही; असे भाषण ऐकून पलटणी फार तप्त होऊन आवेशाने तेथून निघोन कैदखान्यात येऊन तरवारीने व बंदुकीचे गोळ्यांनी दरोक्त मुले व बायका त्या निर्दय चांडाळांनी ठार मारिली... मोठे मोठे शहाणे व वृद्ध असे बोलू लागले की या प्रसंगी आम्हांस असे वाटत होते की काळे लोकांस जय मिळून गोरे विलायतीस जातील व पुन्हा हिंदू मुसलमानी होईल. परंतु, ती आशा आता राहिली नाही. स्त्रियांनी जरी मोठा अपराध केला तरी देहांत शिक्षा देऊ नये असे असून हे दुष्टकर्म घडले त्यापेक्षा आता जय काळे लोकांस मिळावयाचा नाही. यांचा राज्ये सोडविण्याचा भर जाहला आहे असे किती लोक बोलू लागले.[१०]

मुंबईकर व १८५७ चा उठाव

इ.स. १८५७मध्ये बंगाल इलाख्यातील पलटणीच्या लोकांनी दंगा सुरू केला व बंडाचे ते लोण उत्तर हिंदुस्थानमध्ये सर्वत्र पसरले व सर्व हिंदुस्थानमध्ये भयाचे वातावरण पसरले. परंतु, मुंबईमध्ये असे काही झाले नाही. मुंबईतील लोकही भयभीत झाले होते. परंतु, ईश्वरकृपेने मुंबई इलाख्यातील पलंटणीत काही बंड झाले नाही व मुंबईत राहणाऱ्या लोकांच्या केसासही धक्का लागला नाही. या वेळी मुंबई सरकारने मोठ्या चातुर्याने मुंबईचा बंदोबस्त ठेवला होता. याबाबतची इंग्रजीतील कागदपत्रे मुंबई पुरालेखागारात उपलब्ध आहे.

'हिंदुस्थानातील लोकांचा संक्षिप्त इतिहास' हे इंग्रजीतून मराठीत भाषांतर केलेले एक समकालीन पुस्तक असून रावजी शास्त्री सदाशिवशास्त्री गोडबोले यांनी ते भाषांतरित केले आहे. त्या ग्रंथात नानासाहेबा बद्दल म्हटले आहे 'कानपूरच्या जवळच ब्रह्मावर्त (बिथूर) इथे शेवटच्या पेशव्यांचा वारस धोंडोपंत यांचा वाडा होता. ह्याचे नानासाहेब हे विशेष नाव प्रसिद्ध आहे व हेच त्यांचे नाव दुष्कीर्तीच्या संबंधाने निरंतर निघत जाईल. प्रथमत: नानासाहेब हा इंग्लिशांशी इमानाने वागण्याविषयी तोंडभर बोलत होता. परंतु, ता. ६ जून रोजी जेव्हा शिपायांनी बंड केले तेव्हा त्यांचा मुख्य झाला आणि त्यांनी हा मराठी लोकांचा पेशवा असा दांडोरा पिटविला.[११] त्यांच्या हिमती विषयी म्हटले आहे- इंग्लिशांच्या विरुद्ध वागण्याच्या कामी नानासाहेबाच्या अंगची जी विलक्षण हिम्मत दिसून आली, ती त्याच्या अंगी उत्पन्न होण्यास मूळारंभी तात्या टोपेचे युद्धनैपुण्यच कारण झाले होते.[१२]

समकालीन मराठी वृत्तपत्रे : वरील साधनांशिवाय आणखी एका मराठी साधनाचा आवर्जून उल्लेख करावयास हवा तो म्हणजे समकालीन मराठी वृत्तपत्रांचा! १८३२मध्ये बाळशास्त्री जांभेकरांनी दर्पण सुरू करून मराठी वृत्तपत्र सृष्टीचा पाया घातला.[१३] त्यानंतर मराठीमध्ये ज्ञानोदय, ज्ञानप्रकाश, वृत्तवैभव, अरुणोदय, ज्ञानसिंधू, प्रभाकर, विचारलहरी, मित्रोदय, धूमकेत ही वृत्तपत्रे निघाली.[१४] त्यांपैकी काहींनी आपल्या अंकात १८५७ची दखल घेतलेली दिसते. मराठी वृत्तपत्रात उठावाच्या बातम्या १८५७ पासून पुढे काही वर्षे प्रसिद्ध होत असल्याचे आढळते. तसेच उठाव करणाऱ्यांबद्दल लोकांच्या मनात सहानुभूतीही असल्याचे दिसते. पूर्वीच्या राजवटीतील वतनदारांच्या मनात ब्रिटीश सत्तेविरुद्ध रोष होता. इनाम कमिशनच्या झागड्यामुळे तो वाढलाही होता. सातारा, औरंगाबाद, कोल्हापूर, इत्यादी ठिकाणी छोटे-मोठे उद्रेक झाले. जनतेच्या मनात उठावाबद्दल कुतुहलही होते. बातम्या देताना ज्ञानप्रकाशसारखे पत्र व ज्ञानोदयसारखे मिशनरी वृत्तपत्र यांच्या दृष्टिकोनातील फरक स्पष्ट दिसून येई. सुरक्षित जनतेत मात्र उठावाबद्दल आपुलकी नव्हती.[१५]

ज्ञानप्रकाशमध्ये उठावासंबंधी बातम्या व संपादकीय टिप्पणी १८५९ पर्यंत म्हणजे बंडाची धामधूम पूर्ण ओसरून जाईपर्यंत येत असल्याचे आढळते. २५ मे १८५७च्या ज्ञानप्रकाशात 'उत्तर हिंदुस्थानातील दंगा' असे एक संपादकीय प्रसिद्ध झाले होते. त्यात म्हटले होते की यापासून मोठा फायदा आहे असे नाही. हा दंगा मिटून जाईल पण हे दंगेखोर व्यर्थ प्राणास मुकतील कारण 'अकल का जोर सबसे उपर.' अकलेपुढे सर्व अज्ञानी लोकांची जूट कस्पटाप्रमाणे आहे. बंडवाल्यांचा जय व्हावा असे लोकांना वाटत असले तरी इंग्रज लोकांच्या हातून हा देश तूर्त जावा अशी विचारी लोकांची इच्छा नाही.[१६]

१ सप्टेंबर १८५७ च्या ज्ञानोदयात ब्रिटिशसरकारची बाजू घेऊन म्हटले होते की जेव्हा बंड होऊ लागले तेव्हा सिंह झोपेत होता आणि कोल्ह्यांनी त्याच्या शेपटाचे कित्येक केस उपटले मग तो जागा होऊन त्याने पहिल्याने एक पंजा हलविला आणि कोल्हे पळू लागले. परंतु, सिंह उभा राहील तेव्हा कोठे लपतील?[१७]

रावसाहेब विश्वनाथ नारायण मंडलिक यांनी उठावाबद्दल, 'हा मतिभ्रममूलक जो स्फोट झाला आहे ते आमच्या राष्ट्रावर एक मोठे अरिष्टच आले आहे असे मानल्याशिवाय माझ्याच्याने राहवत नाही.'[१८] असे म्हटले होते तर विष्णुशास्त्री चिपळूणकरांचे मत १८५७च्या बंडाचे कारण देशाभिमान नसून धर्माभिमान होता[१९] असे होते.

१८५७ संबंधी मराठीतील प्रकाशित-अप्रकाशित साधने अत्यल्पच आहेत. काही काळाच्या ओघात नष्टही झाली असण्याची शक्यता आहे तर वर उल्लेखिलेल्या जुन्या समकालीन ग्रंथांचे महत्त्व नवीन संशोधकांच्या लक्षात न आल्याने त्यांच्याकडे दुर्लक्ष होण्याची शक्यता नाकारता येत नाही. परंतु, समकालीन साधनांचे महत्त्व संशोधकांना कधीच नाकारता येत नाही; म्हणूनच वर काही समकालीन मराठी साधने एकत्रितपणे मांडण्याचा प्रयत्न केला आहे. ती परिपूर्ण आहेत असे नाही. परंतु, त्यामुळे समकालीन लोकांची उठावाकडे बघण्याची दृष्टी, सामान्यांची दृष्टी, तत्कालीन महाराष्ट्राची स्थिती हे समजण्यासाठी वरील साधने नक्कीच उपयुक्त ठरू शकतील याबद्दल शंकाच नाही.

संदर्भ व टिपा :

१. स्वा. सावरकरांचे *'अठराशे सत्तावन्नचे स्वातंत्र्यसमर'*, प्रा.न.र. फाटकांचे *'१८५७ची शिपाईगर्दी,'* ना.के.बेहेरे यांचे *'सन १८५७'* हे मोजकेच पण लगेच आठवणारे या विषयावरील ग्रंथ असून इंग्रजीत तर या विषयावर अक्षरशः शेकडो ग्रंथ प्रकाशित झाले आहेत. इतिहासाच्या कुणाही अभ्यासकाला इंग्रजीतील पटकन आठवणारे ग्रंथ म्हटले की R.C. Mujumdar - The Sepoy Mutiny and Revolt of 1857, S.B.Chaudhari - Civil Rebellion in Indian Mutinies 1857-1859, S.B.Chaudhari - Theories of Indian Mutiny, S.N.Sen 1857, H.P.Chatopadhyay : The Sepoy Mutiny of 1857 A Social Anslysis T.A. Embree,

1857 in India Kay and Malleson, History of the Sepoy War in India 6 Vol.

२. १८५७ च्या उठावाला २००७ मध्ये १५० वर्षे पूर्ण झाली त्या निमित्ताने काही जुन्या पुस्तकांची पुनर्मुद्रणे झाली. उदा. ना.के.बेहेरे यांच्या 'सन १८५७' आणि 'माझा प्रवास' ह्या गोडसे भटजींच्या पुस्तकाचे उल्लेख करता येतील इंग्रजीमध्ये South India in 1857 हे दक्षिण भारताची उठावाची कामगिरी स्पष्ट करणारे पुस्तक प्रकाशित झाले आहे. सर्वात महत्त्वाचे म्हणजे ICHR ने 1857 : A Select Bibilography : complied by P.N. Sahay with an Introduction by Sabyasachi Bhattacharya. हे पुस्तक प्रकाशित केले असून त्यात १८५७ वर प्रकाशित झालेल्या ७१४ ग्रंथांची यादी आणि ९५ कागदपत्रांची सूची दिली आहे. ती दिल्लीच्या National Archives मध्ये उपलब्ध आहे.

३. Bloomfield B.K. Report on Indis House Library Londan 1980 : Article by : Allen B Indian Parties, 1719-1956

४. कित्ता -

५. १८५७च्या प्रत्यक्ष उठावाच्यावेळी लॉर्ड कॅनिंग हा भारताचा गव्हर्नर जनरल होता; म्हणून काही अभ्यासक त्याला उठावासाठी जबाबदार धरतात; पण ते बरोबर नाही. लॉर्ड डलहौसीचे १८४८-१८५६ या काळातील धोरण उठावाला बऱ्याच अंशी कारणीभूत ठरले ही वस्तुस्थिती आहे. क्वार्टरली रिव्ह्युमध्ये लॉर्ड डलहौसीवर जो ठपका ठेवला आहे तो योग्यच आहे. क्वार्टरली रिव्ह्यू हे अंक मुंबईच्या Times of India च्या ग्रंथालयात उपलब्ध आहेत.

६. एकूणच १८१८-१८५६ या काळात इंग्रजांनी काही सुधारणा केल्या; पण अनेक अधिकाऱ्यांनी येथील संस्थानिक आणि सर्व सामान्य जनतेवर अन्यायच अधिक केला. त्यामुळे सर्वसामान्य जनता व संस्थानिक दुखावले गेले ही वस्तुस्थिती आहे. त्यामुळे अंकातील मत मान्य करण्यास हरकत नसावी. हा अंकही Times of Indiaच्या मुंबईच्या ग्रंथालयात उपलब्ध आहे.

७. श्री. केळकर न.चिं. - मराठे व इंग्रज, पुणे १९१८ (प्रथमावृत्ती) उपोद्घात : वा.वा.खरे, या ग्रंथाची पाचवी आवृत्ती १९६३मध्ये प्रकाशित झाली आहे. मराठे व इंग्रज या न.चिं.केळकर यांच्या ग्रंथाला लिहिलेली खरेशास्त्रींची प्रस्तावना त्या काळी मूळ ग्रंथापेक्षाही अधिक गाजली. ही प्रस्तावना विस्तृत आहे, चिकित्सक आहे आणि मराठेशाहीच्या ऱ्हासाची निर्भीड मीमांसा करणारी आहे. इतिहासाच्या कुणाही जिज्ञासूने ती प्रस्तावना मुळातून वाचावी अशी आहे.

८. इतिहास आणि संस्कृती (त्रै.) मुंबई, एप्रिल-जून १९८६, पृ. १५.

९. फडके य.दि. - महात्मा फुले समग्र वाङ्मय, पाचवी आवृत्ती मुंबई, नोव्हेंबर १९९१, पृ. १६८-१७९.

१०. गोडसे विष्णुभट (वरसईकर) बाळकृष्ण : माझा प्रवास, व्हिनस प्रकाशन, पुणे, २०००, ७ वे पुनर्मुद्रण, पृ. ४१-४४.

११. गोडबोले रावजी सदाशिव : हिंदुस्थानातील लोकांचा संक्षिप्त इतिहास, दुसरी आवृत्ती, मुंबई १८९२, पृ. ३२८

१२. कित्ता पृ. ३३२

विनायक कोंडदेव ओक (१८४०-१९१४) चरित्रकार, निबंधकार, कथाकार व कवी म्हणूनही प्रसिद्ध होते. वयाच्या पस्तिशीत यांनी लेखनाला सुरुवात केली. त्यांनी चरित्रपर सोळा पुस्तके लिहिली. १८५७ वरील त्यांचे पुस्तक त्यांच्या ३४ व्या वर्षी म्हणजे १८७४मध्ये प्रकाशित झाले. तेही पुस्तक स्वानुभवावर आधारलेले असल्याने त्यातील माहितीला विश्वसनीयतेचे मोल आहेच आहे.

१३. लेले, रा.के. : मराठी वृत्तपत्रांचा इतिहास, दुसरी आवृत्ती पुणे २०००, पृ. ५४.

१४. कित्ता, पृ. ७०-१३७.

१५. कित्ता पृ. १४०.

१६. भारतीय इतिहास आणि संस्कृती : जून १९८६, पृ. २३-२४.

१७. लेले, उपरोक्त, पृ. १४०.

१८. कित्ता पृ. १४०.

१९. कित्ता

पूर्व प्रसिद्धी :

भारतीय इतिहास आणि संस्कृती एप्रिल जून २००९ .

इचलकरंजी येथे २००८ मध्ये झालेल्या राज्यस्तरीय चर्चासत्रात वाचलेला निबंध.

३०.

रत्नागिरी जिल्ह्यातील प्राचीन शिल्पे आणि मंदिरे

महाराष्ट्रातील कोकण प्रांत आणि रत्नागिरी जिल्हा आजही इतर प्रदेशांच्या मानाने हिरवागार आहे. आज अनेक लोक पर्यटनासाठी या जिल्ह्यात येतात. रत्नागिरीत आल्यावर लोक काय पाहतात तर पुळ्याचा (गणपतीपुळे) गणपती आणि स्वरूपानंदांचे पावस. ही दोन ठिकाणे पाहण्यासारखी आहेत. पण त्याचबरोबर मंडणगडपासून ते राजापूरपर्यंत अशी अनेक ठिकाणे आहेत, की जी पर्यटक आणि इतिहास, शिल्पशास्त्र मूर्तीविज्ञान इत्यादी दृष्टींनी निश्चित पाहण्यासारखीच व अभ्यासण्यासारखी आहेत.

तसे पाहिले तर कोकणातील प्रत्येक गाव पाहण्यासारखे आहे आणि त्यावर लिहिण्यासारखेदेखील आहे. तसा प्रयत्न एखाद्या अभ्यासकाने केलाच तर त्यातून एखादा ग्रंथराज सहज साकार होईल. येथे एका निबंधाच्या चौकटीत रत्नागिरी जिल्ह्यातील काही इतिहासप्रसिद्ध पण दुर्लक्षित अशा ठिकाणांचा व तेथील मूर्ती व शिल्पांचा परिचय करून देण्याचा हा एक अल्पसा प्रयत्न.

रत्नागिरी म्हटले की, भारतीय असंतोषाचे जनक लोकमान्य टिळक लगेच आठवतात आणि ते स्वाभाविकही आहे. लोकमान्यांचे जन्मस्थान रत्नागिरी. पण त्यांचे मूळ गाव चिखलगाव. या चिखलगावात केशवलक्ष्मीची एक मूर्ती आहे. मूर्ती फार प्राचीन वाटत नाही. पण या दगडी मूर्तीच्या पाठीवर 'कारागर धर्म' असा शिलालेख आहे. सुमारे ६५-७० सेंटिमीटर उंचीची ही पाषाणमूर्ती जरी केशवलक्ष्मीची मानली जात असली, तरी त्या ठिकाणी फक्त एकच पुरुष आहे. या मूर्तीच्या हातातील आयुधांचा क्रम 'गपशंच' म्हणजे गदा, पद्म, शंख, चक्र असल्यामुळे ती मूर्ती मूर्तिशास्त्रदृष्टीने विष्णूचीच ठरते. (केशवाची नव्हे!) पायामध्ये असणारे तोडे, गळ्यामध्ये असणाऱ्या कौस्तुभमाळा, छातीवर उमटलेले पादचिन्ह आणि करंडक मुकुट यावरूनही ही मूर्ती एकट्या विष्णूचीच असल्याचा दुजोरा मिळतो.

दापोलीच्या परिसरात असलेले श्री केशवराजाचे मंदिर पाहण्यासारखे आहे.

मंदिराच्या प्रकारात दगडी गोमुखातून येणारे थंड, रुचकर पाणी आणि नीरव शांतता अंतर्मुख करते. मंदिराच्या गाभाऱ्यात थोडा काळोखच आहे; पण त्या अंधारातही 'पशंचग' या क्रमान आयुधे असल्याने ही विष्णूमूर्ती केशवाची आहे, हे स्पष्ट होते. तेथून जवळच मुरुड गावात असलेले दुर्गादेवीचे मंदिर म्हणजे लाकडी कोरीव कामाचा उत्तम नमुना होय. देवळातील घंटेवरचा पोर्तुगीज लेख आणि दारावरचा कलादर्शक शिलालेख इतिहास संशोधकांनी आणि पुरातत्त्व शास्त्राच्या अभ्यासकांनी अभ्यासण्यासारखा आहे.

दुर्गादेवीच्या मंदिराच्यामागे पाहण्यासारखी आणखी एक गोष्ट म्हणजे रहाटगाडगे. आता सगळीकडे विद्युत पंप बसल्यामुळे रहाटगाडग्याला सर्वांनीच 'राम राम' ठोकला आहे. रहाटगाडग्याला 'पर्शियन व्हिल' असे म्हणतात. इराण आणि कोकण या दोनच ठिकाणी बैलांनी फिरवायची, छोटे-मोठे लोटे अडकवलेली दोरांची माळ चाकावरून फिरवून विहिरीतून पाणी वर काढण्याची ही सोपी पद्धत; पण हे रहाटगाडगे इराण आणि कोकणातच का? इतरत्र का नाही? हे निश्चितच ऐतिहासिक दृष्टीने एक संशोधन विषय होईल, असे वाटते.

हर्ण्याचे बंदर, दीपगृह ही आणखी आकर्षणे. हर्णे हे कान्होजी आंग्रे यांचे आजोळ. कान्होजींच्या उत्कर्षाला दिशा मिळाली ती येथील सुवर्णदुर्गावरच. हर्णे गावातील एकनाथ मंदिर आणि तिथल्या असंख्य देखण्या मूर्ती या पुरातत्त्व अभ्यासकांच्या नक्कीच अभ्यास विषय होऊ शकतील. आंजर्ले येथील कड्यावाचा गणपती हा शिल्पशास्त्राचा एक उत्तम नमुना होय. येथे कोरलेला रामारमण कवींनी रचलेला श्लोकबद्ध शिलालेख तेथील इतिहास (मंदिराचा) समजून घेण्यास निश्चितच उपयुक्त ठरेल.

या ठिकाणची सिद्धिविनायकाची मूर्ती पावणेदोन मीटर उंचीची असून ऋद्धी सिद्धी गणेशावर चवऱ्या ढाळीत आहेत. सिंहासन व मूर्ती काळ्या पाषाणाची आहे. दाभोळच्या धोंडू पाथरवट यांनी ती कोरली आहे.

दापोलीजवळ असलेले दाभोळ म्हणजे विजापूरकर सुलतानाचे मुख्य बंदर. मक्का-मदिनेची यात्रा करून पुण्य जोडायचे तर दाभोळचे बंदर सोईचे पडे. तिथली कवठी मशीद म्हणजे इस्लामी स्थापत्यशास्त्राचा उत्तम नमुना. दाभोळचे चंडिकादेवी देवीचे गुहा मंदिरदेखील स्थापत्य आणि शिल्प कलेचा उत्तम नमुना.

दापोलीजवळच असलेले आणखी एक उपेक्षित ठिकाण म्हणजे प्रणालक दुर्ग म्हणजेच पन्हाळेकाझी होय. संशोधकांनी येथील लेण्यांचा ऐतिहासिक दृष्टीने अभ्यास करणे निश्चित गरजेचे आहे. कारण त्या अभ्यासातून इतिहासावर निश्चित असा प्रकाश टाकता येईल. १९७२ मध्ये पुरातत्त्व खात्याने या परिसराचे उत्खनन केले. त्यातून शिलाहारांच्या इतिहासावर थोडाफार प्रकाश पडला. परंतु नंतर ते काम थंडावले. शिलाहार राजा पहिला अपरादित्य याला कोकणातून कदंबांनी हुसकला व स्वतःचा मुलगा प्रणाल याला दक्षिण कोकणचा अधिपती बनवला. त्याची राजधानी प्रणाल म्हणजे आजचा

पन्हाळे अन् त्याचे राज्य ते प्रणालक राज्य.

प्रणालक दुर्गाच्या दक्षिण भागात गौर लेणे हा डोंगरकुशीत असणारा भाग आहे. मठवाडी या नावाने ओळखल्या जाणाऱ्या लेण्यांचा हा समूह दक्षिणाभिमुख आहे. तीन लेण्यांपैकी मधल्या लेण्यात शिवलिंग आहे. लेण्यांच्या मध्ये एक खोल प्रांगण व तीन छोटी लेणी कडेने आहेत. प्रांगणाच्या दक्षिणेकडील भिंतीच्या थोरल्या कोनाड्यात लक्ष्मी, गणेश, सरस्वती यांच्या मूर्ती कोरलेल्या आहेत. तर समोरच्या भिंतीत मुख्य लेणे आहे. येथील त्रिपुरसुंदरीय शिल्प वेधक आहे. उत्तर बाजूच्या कड्यावरील भिंतीत भैरव व हनुमान यांच्या मूर्ती कोरलेल्या आहेत. कोटजाई आणि धाकटी या नद्यांच्या संगमाजवळच २६ लेण्यांचा समूह आहे. इसवी सनाच्या दुसऱ्या-तिसऱ्या शतकापासून ते चौदाव्या शतकापर्यंत येथील लेणी आकारास येत होती. ही लेणी उत्तराभिमुख आहेत. यांपैकी काही लेणी हीनयान पंथियांनी खोदली. पुढे या पंथियांचे वर्चस्व कमी झाल्यावर ती नव्या पंथियांच्या ताब्यात गेली.

दुसऱ्या क्रमांकाच्या लेण्यात सात मानुषी बुद्ध कोरले आहेत. १९ व्या लेण्यात छतावर रामायण महाभारतातील प्रसंगांचे शिल्पपट कोरले आहे. २१ वे लेणे गणेश लेणे म्हणून ओळखले जाते तर २२ व्या लेण्यात गणेश व सरस्वतीच्या मूर्ती समोरासमोरच्या भिंतीवर तर गाभाऱ्यात नाथयोगी कोरलेला आहे.

रत्नागिरी शहरातला थिबा पॅलेस आज जरी उजाड झाला असला तरी ऐतिहासिक दृष्टीने व कलाकुसरीच्या दृष्टीने बघण्यासारखा आहे. ब्रह्मदेशाचा राजा थिबा याला इंग्रजांनी १८८६ पासून मृत्युपर्यंत म्हणजे १९१६ पर्यंत येथे अटक करून ठेवले होते. त्याच्या वास्तव्यासाठी बांधला गेलेला वाडा तो थिबा राजवाडा. हा राजवाडा तिमजली असून त्याची छप्परे निमुळती होत गेलेली आहेत. लाकडी झालर असणाऱ्या या छप्परांची एक उत्तम लय साधली गेली आहे. अर्धवर्तुळाकार माथा असणाऱ्या खिडक्या इटालियन काचांच्या विविधरंगी तावदानांनी सुशोभित केल्या होत्या. तळमजल्याच्या पोर्चच्यावर असणाऱ्या गच्चीतून रत्नागिरीच विलोभनीय दर्शन घडते, तर दुसऱ्या मजल्याच्या गच्चीवरून गरजणाऱ्या सागराचे नयनरम्य दर्शन होते. (वर जाणारे जिनेच अर्थात आता सध्या बंद केले आहेत.)

तळमजल्यानंतरच्या मजल्यावर एक प्रशस्त नृत्यगृह बांधले होते. त्याची पूर्ण फरशी संगमरवरी आहे. रंगीत काचांची सुशोभित केलेल्या खिडक्यांसमोर ठेवलेल्या मेणबत्त्यांमुळे बाहेरून पाहणाऱ्याला रंगीबेरंगी प्रकाश बाहेर टाकणारा प्रचंड आकाशदिवाच आहे की काय, असं वाटत असे. मूर्तीसौंदर्याच्या दृष्टीने विचार करावयाचा झाल्यास जयगड जवळील कोळी समाजाच्या केशवलक्ष्मी मंदिराचाही विचार व्हावयास हवा. या मंदिरातील मूर्ती दीड मीटर उंचीची असून काळ्याभोर पाषाणशिल्पाचे सौंदर्य शब्दातीत आहे. मूर्तीच्या खालच्या उजव्या हातात कमळ, वरच्या उजव्या हातात शंख, वरच्या डाव्या हातात चक्र

आणि खालच्या उजव्या हातात गदा अशी आयुधे या सस्मित तेजस्वी पुरुषाने धारण केली आहेत. मूर्तिशास्त्रदृष्ट्या 'पशंचग' क्रमामुळे ही मूर्ती केशवाची आहे. करंडक मुकुट आणि इतरही प्रमाणबद्ध अलंकार सुबकपणे कोरलेले आहेत. मूर्तीच्या उजव्या बाजूस गरुड व जय तर डाव्या बाजूस श्री लक्ष्मी व विजय यांच्या मूर्ती कोरलेल्या आहेत. मूर्तीच्या मागील प्रभावळीत मत्स्य, कूर्म, वराह, वामन, नरसिंह हे अवतार मूर्तीच्या उजव्या बाजूस तर परशुराम, कृष्ण, राम, बुद्ध, कल्की हे अवतार डाव्या बाजूस कोरलेले आहेत. या मंदिरात केशवाची स्थापना इ.स. १५१० च्या सुमारास झाली. मूळ मंदिरात कालमानानुसार, दुरुस्ती, फेरबदल झाल्याच्याही नोंदी आढळतात.

चिपळूण शहरापासून ५/६ कि.मी. वर असणाऱ्या रावतळे भागातील विंध्यवासिनीची देवतामूर्ती बहुधा यादवकालीन असावी. ही शाक्तपंथियांनी पूजनीय मानलेली देवतामूर्ती होय. प्रसन्नवदना, आनंदरूपा अशी ही विंध्यवासिनी अष्टभुजा आहे. एका हातात कृद्ध नाग, दुसऱ्या हातात धनुष्य, तिसऱ्या हातात ढाल, चौथा हात खंडित आहे. हे झाले देवीच्या डाव्या हाताचे; तर उजवीकडे एका हातात तलवार, दुसऱ्या हातात चाप, तिसऱ्या हातात बाण तर चौथा हात खंडित आहे. देवीचा उजवा पाय रेड्याच्या पाठीवर दाबून धरला आहे. शस्त्राघाताने रेड्याचे तोंड खाली तुटून पडले आहे; तर रेड्याच्या मागून वाघ त्यावर हल्ला करीत आहे. महिषासुराला मारून अमांगल्याचा नाश केल्याने देवी सुहास्यवदना झाली. याच गाभाऱ्यात मयुरवाहन कार्तिकेयाची अतिशय देखणी मूर्ती आहे. काळ्या पाषाणातून घडविलेल्या या दोन्ही मूर्ती म्हणजे शिल्पकलेचा उत्कृष्ट नमुनाच आहेत.

चिपळूणपासून जवळच असलेल्या परशुराम मंदिरात काळ्याशार पाषाणाच्या तीन मूर्ती आहेत. या मंदिराच्या जवळ गेले, की मंदिराचे कळस दिसतात. सभामंडप सोळा खांबी असून मंदिर साधे पण भव्य असून मन वेधून घेणारे आहे. या तीन मूर्तींपैकी डावीकडची खालचे दोन्ही हात उताणे सोडलेली कामांची मूर्ती, मधली जरा उंच असलेली परशुरामाची मूर्ती. खालचा उजवा हात अभयहस्त तर उरलेल्या हातांमध्ये धनुष्य-बाण आणि परशू आहे. उजवीकडील मूर्ती कालाची बरीचशी कामसारखीच. या मूर्ती पुण्याच्या बंकरराम नामक शिल्पकाराने घडविल्या आणि १७८९ मध्ये त्या येथे आल्या. काम परशुराम काळ या एकत्र का बसविल्या गेल्या हे कळत नाही. काहीजण यांनाच ब्रह्मा, विष्णु, महेशही मानतात. या परशुराम मंदिराच्या मागे माता रेणुकेचे मंदिर बांधलेले आहे. या रेणुका मातेच्या मंदिराच्या पुढील खांबावर काही शिल्पे आहेत. त्यातील सगळ्यात वेधक शिल्प म्हणजे गरुडाला दिलेले मानव रूप.

चिपळूणपासून २७ मैलांवर असलेल्या गुहागरचे व्याडेश्वर मंदिर. या प्राचीन व प्रख्यात मंदिरात महादेवाची काळ्या पाषाणातील पिंड आहे. गाभाऱ्यातून तीर्थ व स्नानोदक वाहून जाण्यासाठी गायमुख आहे. मंदिर चिरेबंदी व प्रासाद फरसबंदी आहे. भवताली

तटबंदी आहे. प्रांगणात गणपती, देवी, विष्णू आणि सूर्य यांच्या मूर्ती असणारी मंदिरे आहेत. या सर्व मूर्ती संगमरवरी आणि अतिशय देखण्या आहेत. श्री व्याडेश्वरासमोर स्वतंत्र मंडपीत लाल-पांढऱ्या शिळेतून घडवलेला नंदी आहे. त्यासमोर तीन त्रिपूर आहेत. देवरुखजवळील मार्लेश्वर हे ठिकाणदेखील शिल्पकलेचा उत्तम नमुना म्हणता येईल असे आहे. मार्लेश्वर शंकराचे स्थान एका विलक्षण सौंदर्याने पुरेपूर भरलेले आहे. दाट झाडी, शेजारचा धारेश्वरचा धबधबा, बावनदीचा खळखळणारा प्रवाह असे बरेच काही आहे.

गुहेच्या दारातच गंगोत्री टाक्याचे थंडगार पाणी आहे. बारमाही टिकणारे हे रुचकर तीर्थ आहे. गुहेत गेले की श्री मार्लेश्वराचे पवित्र स्थान आहे. गुहेच्या उजव्या हाताला भुयार आहे. गुहेच्या अगदी समोर खोल डोह आहे.

संगमेश्वरचे कर्णेश्वर मंदिर हे कोकणातल्या इतर मंदिरांपेक्षा जरा वेगळे आहे. अंदाजे चारशे मीटर क्षेत्रफळाच्या जागेवर ते बांधले आहे. सव्वीस मीटर लांब आणि तेवीस मीटर रुंदीचे हे भव्य मंदिर आहे. मुख्य प्रवेशमार्ग पूर्वेकडे आहे; तर उत्तर आणि दक्षिणेकडे एकेक दार आहे. पूर्वेच्या दारातून आत शिरले की १० मी. चा भव्य सभामंडप आहे. त्यानंतर गर्भगृह. त्यात शंकराची पिंड आणि पार्वतीची मूर्ती आहे. हे मंदिर दीड मीटर उंचीच्या चौथऱ्यावर उभारले गेले आहे. मंदिराच्या बाह्यांगावर पानाफुलांचे नक्षीकाम केलेले आहे. 'संगमेश्वर महात्म्य' नावाच्या ग्रंथात मंदिराबद्दल तपशीलवार माहिती दिलेली आढळते.

याशिवाय, लक्ष्मीनृसिंह मंदिरही शिल्पशास्त्र दृष्टीने पाहण्यासारखे आहे. लक्ष्मीनृसिंहाचे हे जागृत देवस्थान अंदाजे आठशे वर्षांपूर्वीचे आहे. श्री नृसिंहाची मांडी घालून बसलेली चतुर्भूज मूर्ती आहे. डाव्या मांडीवर श्रीलक्ष्मी आहे. नृसिंहाचा डावा हात लक्ष्मीला आधार देत आहे; तर उजवा हात उजव्या गुडघ्यावर टेकला आहे. वरच्या बाजूच्या दोन हातात शंख, चक्र आहेत. उग्र डोळे, मुखाबाहेर आलेले दोन सुळे आणि डोक्यावर सात फणांचा नाग आहे. प्रसन्न मुद्रेची ही मूर्ती काळ्या पाषाणात घडवलेली आहे.

संगमेश्वरातच सूर्य आणि गणपती मंदिर आहे. त्याचबरोबर सप्तेश्वर, सोमेश्वर, काशी विश्वेश्वर, काळभैरव, कार्तिकेय, केदारेश्वर अशी बरीच मंदिरे आहेत. ती त्यांच्या इतिहास, मूर्ती आणि शिल्प सौंदर्यासाठी एकदा पाहायलाच हवीत.

थोडक्यात, रत्नागिरी जिल्ह्यातील अनेक पुरातत्त्व मंदिरे आणि शिल्पकृती पुरातत्त्व अभ्यासकांसाठी एक कुतूहल विषय आहेतच, पण पर्यटन उद्योगाच्या वाढीसाठीही त्यांचा कल्पक वापर करून घेता येईल.

पूर्वप्रसिद्धी :

प्रस्तुत निबंध प्रत्यक्ष क्षेत्रभेट आणि निरीक्षणावर आधारित असल्याने संदर्भ दिलेले नाहीत. हा निबंध झुनझुनवाला महाविद्यालय नवी मुंबई येथे १ सप्टेंबर २०१० रोजी आयोजित आंतरराष्ट्रीय परिषदेत वाचला होता.

३१.

विजयदुर्ग आणि मराठ्यांचा इतिहास

'आरमार म्हणजे स्वतंत्र एक राज्यांगच आहे. जसे ज्यास अश्वबळ तशी त्याची पृथ्वी प्रजा आहे, तद्वतच ज्याजवळ आरमार त्याचा समुद्र.'[१]

शिवकालीन प्रसिद्ध मुत्सद्दी रामचंद्रपंत अमात्य यांनी आज्ञापत्रात प्रसिद्ध केलेले वरील विचार जणू काही छत्रपती शिवाजी महाराजांचे हृद्‌गतच व्यक्त करीत आहेत.

इंग्रज, पोर्तुगीज, सिद्धी इत्यादी सागरावरील शत्रूंना स्वत:चे आरमार स्थापन करून त्यांच्यावर दरारा प्रस्थापित करणारा पहिला महापुरुष म्हणजे छत्रपती शिवाजी महाराज होत. सिंधुदुर्ग, पद्मदुर्ग, खांदेरी, कुलाबा असे अनेक जलदुर्ग बांधून महाराजांनी किनारपट्टीची सुरक्षितता वाढवली. निश्चित केली.

पश्चिम समुद्र किनारपट्टीवर अनेक जलदुर्ग आहेत. त्या दुर्गांच्या आश्रयाने त्या त्या काळी इतिहासही निश्चितपणे घडला आहे. त्या सर्वांवर आजकाल काही हौशी मंडळी अधूनमधून काही वृत्तपत्रीय पुरवण्यांमधून लेखन करतानाही आढळतात. प्रा.प्र.के. घाणेकरांसारखे[२] वेगळ्या विषयाचे अभ्यासकही मोठ्या जिद्दीने गेली काही वर्षे महाराष्ट्रातल्या अनेक ऐतिहासिक वास्तूंचा अभ्यास करताना आढळतात. कोकणातील सर्वच जलदुर्गांचा अभ्यास करावयाचा झाल्यास त्यासाठी अभ्यासाला काही वर्षांचा तरी वेळ द्यावयास हवा. त्यातून एखादा ग्रंथराज नक्कीच तयार होईल. येथे मात्र काही शब्दांच्या मर्यादेत कोकणातील एखाद्या जलदुर्गाचा आढावा घ्यायचा असल्याने 'विजयदुर्ग' या सागरी किल्ल्यावरील मराठा कालखंडातील घडामोडींचा थोडक्यात आढावा घेण्याचा प्रयत्न केला आहे. शिवाजी महाराजांनी वाघोटण्याच्या खाडीच्या मुखाशी असलेल्या विजयदुर्ग या शिलाहारकालीन किल्ल्याचे आरमारी ठाणे यादृष्टीने महत्त्व ओळखून त्याची दुरुस्ती केली. तिहेरी तट, बुरुज व आतील इमारती यांची उभारणी महाराजांनी केलेली आहे. परंतु हा किल्ला विजयदुर्ग या नावाने सार्थ ठरला तो सरखेल कान्होजी आंग्रे[३] यांच्या काळातच.

इंग्रज लोक जहाजांसाठी आपले परवाने घेत नाहीत म्हणून कान्होजी आंग्रे यांनी इंग्रजांची जहाजे जप्त करून विजयदुर्ग बंदरात ठेवली. त्यामुळे साहजिकच इंग्रज-मराठ्यांमध्ये तेढ वाढली. मुंबईचा गव्हर्नर बून याने १७१७च्या जूनमध्ये विजयदुर्गावर अचानक हल्ला करून तो किल्ला ताब्यात घेण्याचे ठरविले. प्रत्यक्ष कार्यवाहीच्या वेळेस इंग्रजांना वेगळाच अनुभव आला. विजयदुर्ग दृष्टिक्षेपात येताच इंग्रजांना असा साक्षात्कार झाला की, किल्ल्याचा तट अतिशय उंच आहे. तटाला शिड्या लावून किल्ला घेण्याचा प्रयत्न करावयाचा, तर तटावर पोहोचण्यास पुरेशा शिड्या लोकांकडे नव्हत्या. तोफांचा मारा इंग्रजांनी आरंभापासून सुरू केला; परंतु तो तटबंदीला काहीही करू शकत नाही असे त्यांच्या लक्षात आले. मराठ्यांनी आपली जहाजे खाडीच्या आतील बाजूस नांगरून ठेवली होती. इंग्रजांनी या जहाजापर्यंत जाऊन आंग्र्यांचे आरमार जाळून टाकण्याचे ठरविले; परंतु जमिनीवर उतरून जहाजांच्या दिशेने चालू लागताच त्यांना सजमले की, पुढील सर्व प्रदेश दलदलीचा आहे व जहाजांपर्यंत पोहोचणे अशक्य आहे, मग इंग्रजांनी आपल्या जहाजांकडे परतण्यास सुरुवात केली. या वेळी त्यांना तटावरून होणाऱ्या मराठ्यांच्या तोफांच्या माऱ्यास तोंड द्यावे लागले. इंग्रज सैन्याने कशीबशी एकदाची जहाजे गाठली व १८ जूनला हे पराभूत झालेले इंग्रजांचे आरमार मुंबईस परतले.[४] झालेला हा पराभव धुऊन काढण्याचे गव्हर्नर बूनने ठरविले. त्याने तयारी करून पुढे तीन वर्षांनी विजयदुर्गवर चढाई करण्यासाठी वॉल्टर ब्राऊन याच्या हाताखाली आरमार पाठविले. हे आरमार १९ सप्टेंबर १७२० ला विजयदुर्गास पोहोचले. सुमारे ५०० सैनिक जहाजावर होते. दोन दिवसांच्या निष्फळ माऱ्यानंतर २२ सप्टेंबर रोजी गॉर्डन ५० जणांच्या तुकडीसह किनाऱ्यावर उतरून घर ताब्यात घेण्यासाठी निघाला. किल्ल्यातून मराठा सैनिकांची एक तुकडी गॉर्डनवर हल्ला करण्यासाठी पाठविण्यात आली. गॉर्डनने ताबडतोब माघार घेतली; परंतु मराठ्यांनी त्याच्या कित्येक सैनिकांना ठार केले, कित्येक जखमी झाले. परिणामी निराश होऊन इंग्रज आरमाराने मराठ्यांपुढे माघार घेतली.[५]

१७२४ साली इंग्रजांप्रमाणेच डच आरमाराशी मराठ्यांचा संबंध आला. आंग्र्यांनी परवान्याच्या सबबीवर डचांची जहाजे जप्त केली. त्यामुळे डचांनी विजयदुर्गवर हल्ला केला, पण इंग्रजांप्रमाणेच डचांनाही माघार घ्यावी लागली.

१७३८मध्ये डिसेंबर महिन्याच्या सुरुवातीस संभाजी आंग्रे विजयदुर्गवर आरमारी प्रमुख होता. तेव्हा इंग्रजांनी पुन्हा विजयदुर्गवर हल्ला केला. त्यातही त्यांना यश आले नाही.[६]

संभाजी आंग्रे यांच्या मृत्यूनंतर विजयदुर्ग तुळाजी आंग्रे यांच्या ताब्यात आला. तुळाजी हा संभाजीप्रमाणेच पराक्रमी होता. कारभारावर येताच पहिल्याच वर्षी त्याने इंग्रजांचे एक जहाज जिंकले. पुढच्या वर्षी दुसरे जिंकले, १७४५मध्ये सिंद्यांविरुद्ध मोहीम

काढून त्याच्याकडील 'अंजनवेल' जिंकला. १७४९मध्ये इंग्रजांची आणखी एक युद्धनौका जिंकली. १७५४मध्ये झालेल्या लढाईत तुळाजीने डचांचे एक मोठे जहाज जिंकले व दुसरी दोन बुडविली. याशिवाय इंग्रजांची ६-७ जहाजे तुळाजीने जिंकून घेतली. ऑक्टोबर १७५४मध्ये तुळाजीने इंग्रजांकडे सख्यत्वासाठी तहाचा मसुदा पाठविला. परंतु इंग्रजांच्या जहाजांनी तुळाजीचे दस्तक घ्यावे हे इंग्रजांना मान्य नव्हते. त्यांनी तुळाजीस मोठ्या ताठ्याने लिहिले-

'Can you imagine that English will over submit to take the passes of any Indian nation, this they can-not do, we grant passes but take non from anybody.'[7]

मराठ्यांच्या सागरी सत्तेचा उज्ज्वल आणि स्फूर्तिदायक इतिहास घडविणाऱ्या विजयदुर्गने राष्ट्रीय मनाला असह्य वेदना देणारी दुर्दैवी घटनाही अनुभवली आहे. याच सुमारास पेशवे व आंग्रे वैमनस्य विकोपाला गेले. तुळाजी आंग्र्यांवर संयुक्त स्वारी करण्यासंबंधी पेशव्यांच्या इंग्रजांकडे वाटाघाटी चालू झाल्या. डोईजड झालेल्या सरदाराचा बंदोबस्त करण्यासाठी परकीय सत्तेची- इंग्रजांची मदत कोणत्या मर्यादेपर्यंत घ्यावयाची आहे याचे भान नानासाहेब पेशव्यास राहिले नाही! १९ मार्च १७५५ रोजी तुळाजी आंग्रे यांच्यावर स्वारी करण्यासंबंधी पेशवे व इंग्रज यांच्यामध्ये करार झाला. ७ फेब्रुवारी १७५६ रोजी मुंबईहून इंग्रजांचे आरमार निघाले, ते ११ फेब्रुवारीस विजयदुर्गास पोहोचले. अनेकवेळा पराभव पत्करावा लागल्यामुळे इंग्रजांना आंग्रे यांचा सूड घेण्याची ही नामी संधी चालून आली. ॲडमिरल वॅटसन आणि क्लाइव्ह या मोहिमेचे सूत्रधार होते. पेशव्यांच्या वतीने रामाजी महादेव व खंडोजी माणकर यांनी या मोहिमेत भाग घेतला. त्याचदिवशी ॲडमिरलने किल्ला स्वाधीन करण्याबद्दल किल्लेदारास लिहिले. त्यास किल्लेदाराने शेवटच्या क्षणापर्यंत किल्ला लढविण्याचा निर्णय कळविला.

हल्ल्यास सुरुवास होण्यापूर्वी चार दिवस तुळाजी आंग्रे यांने खंडोजी माणकरामार्फत सलोखा घडवून आणण्याचा प्रयत्न केला. यासंबंधी शंकराजी केशव याने पेशवा नानासाहेब यांना पुढीलप्रमाणे पत्र पाठविले-

'तुळाजी आंगरे खंडोजी माणकरास येऊन चार दिवस अगोदर भेटले. रामजीपंत व इंग्रज जंजीरे मजकुरास (विजयदुर्ग) गेले, त्यास तुळाजी आंग्रे भेटीस आले. ते म्हणो लागले की, 'तुम्ही इंग्रज कशास आणिला, मी तुमचे भेटीस आलो. मजला श्रीमंताकडे घेऊन चला. श्रीमंत आपणास बारगिरी सांगतील तर कबूल करीन; पण इंग्रज फिरवा. विजयदुर्ग पाहिजे तरी आपले स्वाधीन करून घ्या. इंग्रज टोपीवाला बेईमानी करील, त्यास हा विचार रामजीपंताचे चित्तास नये व इंग्रजही आपले यश जाते म्हणोन न ऐक.'[८]

इंग्रजांना या वाटाघाटीची कल्पना व भीती होतीच. त्यांनी १२ फेब्रुवारी रोजी

दुपारी दोन वाजता तोफांच्या माऱ्यास सुरुवात केली. तुळाजीची जहाजे वाघोटण्याच्या खाडीत नांगरलेली होती. तुळाजीच्या व मराठ्यांच्या दुर्दैवाने इंग्रजांच्या तोफेचा एक गोळा तुळाजीच्या जहाजावर जाऊन पडला व त्या जहाजाने पेट घेतला. त्याबरोबरच ती आग पसरत जाऊन सारे आरमार जळून नष्ट झाले. दुसऱ्या दिवशी सकाळपासून माऱ्यास सुरुवात झाली. तेथे पुन्हा तुळाजीचे दुर्दैव आड आले. दोन वाजण्याच्या सुमारास किल्ल्यातील दारुगोळ्याने अचानक पेट घेतला. मग चार वाजता तहाचे निशाण किल्ल्यावर लागले. क्लाइव्हने जमिनीवर उतरून पेशव्यांच्या सैन्याचा किल्ल्याचा जाण्याचा मार्ग बंद करून टाकला. सव्वापाच वाजता किल्ला शरण आला. दुसऱ्या दिवशी इंग्रजांनी किल्ल्यात प्रवेश केला. या स्वारीत तुळाजी आंग्रे याचा मोड झाला हे खरे; पण मराठ्यांचे जे आरमार जाळण्यात आले, त्यामुळे मराठ्यांच्या आरमारी सामर्थ्यांचे फार मोठे नुकसान झाले. पुढे बराच घोळ घालून काही कालानंतर विजयदुर्ग किल्ला इंग्रजांनी पेशव्यांच्या ताब्यात दिला, तारीख २८ ऑक्टोबर १७५६ या दिवशी.[९]

वरील घटनेनंतर आनंदराव धुळप या कर्तबगार आरमार सेनानीच्या देखरेखीखाली विजयदुर्गचा आरमारी सुभा पुन्हा सामर्थ्यसंपन्न होऊ लागला. आनंदरावांच्या हाताखाली विचारे, सुर्वे, जावकर, कुवेसकर आदि अनेक आरमारी सरदार उदयास आले. थोरले माधवराव पेशवे (१७६१-१७७२) यांनी १७६५ साली आनंदराव धुळप यांस दिलेल्या सनदेत आरमारविषयक व सागरी शत्रूबद्दल दक्षता व्यक्त करणारे विचार आढळून येतात.[१०]

सागरी सत्तेच्या स्पर्धेत मराठ्यांचा जोम पुन्हा वाढू लागला. १९ मार्च १७७२ रोजी पोर्तुगिजांच्या लढाऊ जहाजाबरोबर मराठ्यांच्या आरमाराचा झालेला सामना इतिहासात चिरस्मरणीय आहे. मराठे तिथे अजिंक्य ठरले.[११]

विजयदुर्ग येथील रामेश्वराच्या देवालयासमोरील पठारावर रोवलेली संतान जहाजाची डोलकाठी या पाडाव केलेल्या जहाजाच्या भव्यतेची कल्पना देत असते. विजयदुर्गच्या गौरवचिन्हात या दुर्गापासून दोन मैलांवर असलेल्या आंग्र्यांच्या आरमारी गोदीचा अवश्य समावेश होतो. या गोदीचे प्रवेशद्वार उत्तरेला असून ते दगडांनी बांधून काढले आहे. गोदी ३५५ फूट लांब व २२७ फूट रुंद असून ५०० टनी जहाजे या गोदीतून सहज जाऊ शकत होती. आजही ती गोदी पाहून त्या काळच्या रचना-नैपुण्याबद्दल आश्चर्य वाटल्यावाचून राहात नाही.

१७८३मध्ये आनंदराव धुळपांनी इंग्रजांबरोबर झालेल्या सागरी युद्धात मोठा प्रसंशनीय विजय मिळविला. या विजयाबद्दल पेशव्यांनी आनंदराव धुळपांना बहुमानाचा खासगीकडील पोशाख व शिरपेच, तसेच मोत्याची कंठी व कडी देऊन गौरविले.[१२]

या विजयशाली प्रसंगावर शाहीर भिकू बाळा पोवाड्यात म्हणतो,

इंग्रजाला धास्ती नव्हती कली काळाची।
अवचित गाठ पडली आनंदराव धुळपाची॥
नदी वाहते, वाहते हो अशुद्धाची।
तीन साठ शिरे उडविली त्याने शत्रूची॥
घायाळ मुर्दे घुमती राव फार।
घोशा धुळपाचा अति आनंदराव रणशूर॥[१३]

त्या काळी नौदलविद्येत पुढारलेले म्हणून मिरवणाऱ्या डच, इंग्रज, पोर्तुगीज इ. युरोपीय शत्रूंचा नाविक युद्धातच कित्येक वेळा सपशेल पराभव करून, मराठ्यांच्या सागरी सत्तेचा विजयशाली इतिहास ज्याच्या परिसरात घडविला गेला, तो हा विजयदुर्ग गौरवशाली गतस्मृतीचे स्फूर्तिकेंद्र आहे.

संदर्भ व टिपा

१. (सं.) जोशी, प्र.न., रामचंद्रपंत अमात्य यांचे आज्ञापत्र, व्हीनस प्रकाशन, पुणे १९६०, पृ. ४०, याच आज्ञापत्रातील किल्ल्याविषयीचे प्रकरणही जिज्ञासूंनी अवश्य पहावे, कित्ता पृ. ३०-३९.

२. प्र.के. घाणेकर हे वनस्पतीशास्त्राचे निवृत्त प्राध्यापक असून त्यांनी महाराष्ट्र आणि महाराष्ट्राबाहेर खूप भ्रमंती करून आत्तापर्यंत ५६ पुस्तके लिहिली असून त्यांना जवळजवळ २५ विविध पुरस्कार प्राप्त झाले आहेत. त्यांच्या काही पुस्तकांना दोन-दोन, चार-चार आवृत्त्यांचे भाग्य लाभले आहे. त्यांनी आतापर्यंत सुमारे ८०० व्याख्याने दिली असून आजही ते मोठ्या उत्साहाने भ्रमंती करत असतात. अथातो दुर्ग जिज्ञासा, साद सह्याद्रीची, भटकंती किल्ल्यांची, सिंधुदुर्ग, सज्जनगड इ. किल्ल्यांविषयीची त्यांची पुस्तके प्रसिद्ध आहेत.

३. सरदेसाई गो.स. *मराठी रियासत, खंड ३*, गर्गे आवृत्ती, विभाग संपादक, आठवले, सदाशिव, मुंबई १९८९, पृ. ९५-९८, १०६-१०८, १११-११६ इ.

४. Foster W. History of Indian wars, P. 31

५. कित्ता, पृ. ६ (या ग्रंथाचे प्रकाशन वर्ष व ठिकाण मिळाले नाही.)

६. ढबू, दा.गो., *कुलाबकर आंग्रे*, अलिबाग १९३९, पृ. ५४-५५.

७. कित्ता, पृ. १०७-१०८

८. कित्ता, पृ. ११४

९. खरे, ग.ह., *हिंगणे दप्तर खंड १ ले*, १९२, भा.इ.सं. मंडळ, स्वीय ग्रंथमाला, पुणे १९४५. पेशव्यांनी (नानासाहेबाने) आंग्रे यांचे, पर्यायाने मराठ्यांने आरमार बुडविले का? याविषयी राजवाड्यांपासून ते सरदेसाईंपर्यंत आणि प्राचार्य सदाशिव आठवले ते मराठी रियासतीच्या चौथ्या खंडाचे संपादन करणाऱ्या डॉ. वसंतराव कदम यांच्यापर्यंत अनेकांनी चर्चा करून आंग्रे विरुद्ध इंग्रजांची मदत घेण्यात पेशव्यांनी चूकच केली असे म्हटले आहे. सरदेसाईंनी मात्र या बाबतीत परस्पर विरोधी मते व्यक्त केली असून त्या बाबतीत त्यांचा गोंधळ उडालेला दिसतो. पहा - मराठी रियासत, खंड ४, पॉप्युलर प्रकाशन, मुंबई १९९०, प्रकरण सातवे, पृ. ३८०-

४१३, राजवाडे, शेजवलकर, आठवले आणि डॉ. कदम यांनी पेशव्यांना याप्रकरणी दोष दिला आहे आणि ते बरोबरही आहे.

१०. *मराठी रियासत* - खंड ५, गर्गे आवृत्ती, विभाग संपादक, देशपांडे दि. के., पॉप्युलर प्रकाशन, मुंबई १९९०, पृ. २४९.

११. पिसुर्लेकर, पां.सं., *पोर्तुगीज - मराठा संबंध*, पुणे, १९६७, पृ. २७२ ते २७४

१२. *मराठी रियासत*, खंड ६, गर्गे आवृत्ती, विभाग संपादक, आठवले, सदाशिव. पॉप्युलर प्रकाशन, मुंबई १९९१, पृ. २६१

१३. केळकर, य.न., *ऐतिहासिक पोवाडे, खंड ३* , पुणे, १९६९, पृ. ४५३.

पूर्व प्रसिद्धी :
'संशोधक' धुळे
वर्ष ८०, अंक १, जानेवारी-मार्च २०१४

३२.

मराठा कालखंडातील दुष्काळ आणि त्यावरील उपाययोजना

दुष्काळ ही प्राचीन काळापासून चालत आलेली जागतिक वस्तुस्थिती आहे. बायबलमध्ये जोसेफ नामक एका ज्यू प्रशासकाने इजिप्तच्या फेअरो राजांना दुष्काळ निवारण कार्याबद्दल सल्ला दिल्याची एक कथा आहे.[१] तेव्हापासून विसाव्या शतकाच्या शेवटापर्यंत आणि आजही महाराष्ट्राचा काही भाग दुष्काळाने गांजला आहे. अशा परिस्थितीत मराठ्यांच्या इतिहासात महाराष्ट्रात दुष्काळ पडला होता का? त्यापासून निर्माण झालेल्या संकटांवर मराठा शासकांनी कोणते उपाय योजले? हे पाहणे उद्बोधक होईल.

दुष्काळ ही अशी जागतिक समस्या आहे तशीच ती भारतीय समस्या असून, आपणाला प्राचीन काळापासून भेडसावत आहे. कौटिलीय अर्थशास्त्रात दुष्काळाच्या वेळी सरकारने करावयाच्या उपाययोजनांबाबतचे उल्लेख आढळतात.[२] त्या अर्थी मौर्य काळामध्ये भारतात दुष्काळ पडले असले पाहिजेत असे मानायला आधार आहे. मोगल काळातही अकबर, शहाजहान आणि औरंगजेबाच्या कारकिर्दीत दुष्काळ पडल्याची माहिती मिळते. त्या प्रत्येक सम्राटाने कर कमी करणे, अन्नधान्य कमी किमतीत पुरविणे इत्यादी उपाययोजना केली होती.[३]

प्रा. धनंजयराव गाडगीळ यांनी दुष्काळाची व्याख्या करताना असे म्हटले आहे की, 'अवर्षण पडून अथवा अतोनात किंवा अवेळी पाऊस पाडल्यामुळे पिकांची नासाडी होऊन खाण्यास दाणागोटा नाहीसा होणे म्हणजे दुष्काळ.'[४]

या व्याख्येचा विचार करता महाराष्ट्रात मराठा कालखंडात (१६००-१८१८) अनेक वेळा लहान-मोठे दुष्काळ पडले होते व मराठा राज्यकर्त्यांनी त्या दुष्काळाच्या दुष्परिणामांपासून प्रजेची थोडीफार का होईना सुटका होण्यासाठी निश्चित प्रयत्न केले असून त्या संबंधीचे पुरावे उपलब्ध आहेत.

इंग्रज इतिहासकारांनी मात्र भारतात इंग्रजांच्याच काळात दुष्काळ निवारणाचे प्रथम प्रयत्न झाल्याचे म्हटले आहे.[५] इंग्रज इतिहासकारांनी त्यांच्या दृष्टिकोनातून लेखन केले. तसेच आपले शासन हे तुमच्या देशातील मागील राज्यकर्त्यांपेक्षा कसे चांगले आहे ते दाखवून देण्यासाठी त्यांनी तशी मांडणी केलेली आहे. मात्र, वस्तुस्थिती तशी नाही. छत्रपती शिवाजी महाराजांच्या जन्माच्या सुमारास महाराष्ट्रात मोठा दुष्काळ पडला होता. १६२९-३० यावर्षी निर्माण झालेली दुष्काळी परिस्थिती ही महाराष्ट्रातील एक अपूर्व अशी आर्थिक घटना होय. या दुष्काळाचे परिणाम मराठी मुलुखाला दीर्घकाळ भोगावे लागले.

बादशहानामा, इंग्लिश फॅक्टरी रेकॉर्ड्स आणि कित्येक मराठी साधनांमधून त्या दुष्काळाचे वर्णन व राज्यकर्त्यांनी त्यावर केलेली उपाययोजना वाचावयास मिळते. राधामाधवविलासचंपू यांच्या प्रस्तावनेत, परमानंदांच्या शिवभारतात, संत रामदास आणि संत तुकाराम महाराजांच्या वाङ्मयातही १६२९-३०च्या दुष्काळाची वर्णने आढळतात. जेधे शकावली या एका शिवकालीन अस्सल साधनातही या दुष्काळाचा उल्लेख आढळतो. लोकांनी आपली वतने अवघ्या वीस-वीस होनांना विकून टाकली होती.[६] होनाजी निंबरे नावाच्या इसमाने एक पायली ज्वारी एक सुवर्ण होनास खरेदी केली होती.[७] गावचा पाटीलदेखील या संकटातून वाचला नाही. त्याचे एक उदाहरण पाहण्यासारखे आहे. 'याही काळ दुकोळ प्रजा कुल बेमवसर झाली. गावची मिरासी गावी नाहीत. काळ दुकोळ कहर पडला. दरमणी होन दीड जाला. आपले दाईज व गात्रीज होते ते सुजोन मेले व आपली माणसे व आपण पोटाविण सुजो लागली.'[८]

वरील काही उदाहरणांवरून दुष्काळाची भीषणता सहज लक्षात येते.

या दुष्काळामुळे सारे ग्रामीण जीवन उद्ध्वस्त झाले. आर्थिक व्यवहार खुंटले. लोक देशोधडीला लागले. गुरेढोरे दुष्काळाच्या भक्ष्यस्थानी पडली. गुलामगिरी, कमालीचे दारिद्र्य, शेती व्यवसायाची आणि कारागिरीची धुळधाण, महागाई, उपासमार अशा प्रकारच्या दुष्काळाच्या परिणामांना मराठी सत्ता उदयाच्या काळात तोंड देत होती. मात्र, दुष्काळाच्या काळात परागंदा झालेल्या लोकांना परत आपापल्या गावात आणण्याचे प्रयत्न शिवकाळात झाले. पुण्याची जहागीर सांभाळण्याची जबाबदारी दादोजी कोंडदेवांनी आपल्या शिरावर घेतली तेव्हा हा भाग उद्ध्वस्त झालेला होता. त्यातच मुरार जगदेव या विजापुरी सरदाराने पुणे शहर याच काळात जाळून टाकले होते. अशा परिस्थितीत दादोजींनी देश कुलकर्णी, पाटील इत्यादींना गाव लावण्याची (पुनर्वसाहत करण्याची) ताकीद दिली.[९] १६३७च्या सुमारास दुष्काळामुळे परागंदा झालेल्यांना दादोजींनी आपापल्या भागात येऊन आपली भूमी नांगरटीखाली आणावी व राजापासून इनाम घ्यावे असे आवाहन केले. मावळ्यांनीही त्याला साथ दिली आणि अगदी थोड्या कालावधीत तो भाग

लागवडीस योग्य करून दाखविला.[१०]

दुष्काळी भागात पुन्हा वसाहती कराव्यात अशी दादोजींनी वसाहती सोडून गेलेल्यांना विनंती केली व त्यासाठी त्यांना किफायतशीर सवलतीही दिल्या. कायम वसाहतीसाठी आवश्यक त्या सनदा त्यांना दिल्या. साऱ्याबाबत पुष्कळच सूट दिली. परिणामी अनेक लोक आपल्या मुलखाकडे आकर्षित झाले आणि अल्पावधीतच पुष्कळ भाग लागवडीखाली आला. खेडेबारे या ठिकाणी दादोजी कोंडदेवांनी एक पेठ वसविली. बागायती, आमराया यांची वाढ घडवून आणली.[११] मुठे मावळ तरफेतदेखील दादोजीने वसाहतीच्या कामासाठी तेथील देशमुखांशी करार केला. तेथील बाहुली गाव त्यांनी भरभराटीस आणले.[१२] अशा रीतीने वसाहतीच्या कार्याला हात घालून दुष्काळावर मात करून स्थिर अर्थव्यवस्थेचा पाया दादोजींनी घातला आणि त्याच्या या प्रारंभीच्या महत्त्वपूर्ण कार्याचा फायदा पुढे महाराजांना घेता आला. शिवाजी महाराजांच्या जन्माच्या आसपास पडलेल्या मोठ्या दुष्काळाप्रमाणेच महाराजांचे स्वराज्य स्थापनेच्या दृष्टीने प्रयत्न चालू होते, त्यावेळेस म्हणजे सन १६५७ मध्येही महाराष्ट्रात सुपे प्रांतात दुष्काळ पडला होता. त्यावेळेस धान्य खूपच महाग झाले होते. कित्येक लोक उपासमारीने मेले.[१३] या दुष्काळावर मात करण्यासाठी महाराजांनी शेतकऱ्यांना कर्ज देण्याचा आदेश दिला होता. या पैशातूनच त्यांनी बी-बियाणे आणि शेतीची अवजारे घ्यावीत अशी अपेक्षा होती. विशेष म्हणजे हे कर्ज बिनव्याजी होते.[१४]

छत्रपती संभाजी महाराजांच्या काळात महाराष्ट्रात मोठा दुष्काळ पडल्याची वर्णने मराठी कागदपत्रात सापडतात. सन १६८५मध्ये चाकणच्या बाजूला पाऊस पडला नव्हता. त्यामुळे तेथील ६४ खेड्यांतील मोकदमांनी अकरा दिवस अनुष्ठान केले. कचेश्वर भट, सिद्धेश्वर भट ब्रह्मे यांच्या हरिकथेमुळे पाऊस पडल्याचा उल्लेख सापडतो.[१५]

सातारा जिल्ह्यातील परगणे माण येथेही दुष्काळ पडला होता. सांगोल्याचा देशकुलकर्णी सांगोजी बाबाजी व नागोजी बाबाजी यांच्यावर दुष्काळामुळे कठीण प्रसंग आला होता.[१६] पुरंदर तालुक्यातही असाच दुष्काळ पडला होता. या दुष्काळात माळशिरस येथील गाव खराब पडला होता. काळ कठीण आला होता. कित्येक लोक सुजोन मेले. कित्येकांची घरे बुडाली. कित्येकांनी गावे सोडली. कित्येकांनी आपली वतने विकली.[१७] असे दुष्काळाचे वर्णन आहे.

या परिस्थितीवर मात करण्यासाठी दुष्काळपीडित जनतेला छत्रपती संभाजी महाराजांनी सर्व प्रकारच्या सवलती दिल्या होत्या. सरकारकडून कमी व्याजात दीर्घ मुदतीची कर्जे दिल्याचाही उल्लेख मिळतो.[१८] १६८७मध्ये दुष्काळामुळे मराठी राज्याचे शेतीचे उत्पन्न कमी होऊन राज्यावर खर्चाचा बोजा वाढला असतानाच शेतकऱ्यांना सर्व प्रकारच्या सवलती छत्रपती संभाजी महाराजांनी दिल्या. परंतु, खर्चाची तोंडमिळवणी करण्याकरिता

त्यांनी राजापूरच्या फ्रेंचांकडून पाँडेचेरीच्या खजिन्यात परतफेड करण्याच्या बोलीवर १५०० पॅगोडे कर्ज घेतले.[१९] त्या कर्जातून त्यांनी आपल्या साम्राज्यातील दुष्काळपीडित जनतेला सवलती उपलब्ध करून दिल्या. तसेच छत्रपती संभाजीराजांनी शेतकऱ्यांनी जमिनीवरील करातही सूट दिली.[२०]

पेशवे काळातही महाराष्ट्रात अनेक लहानमोठे दुष्काळ पडले. त्यांपैकी १७५३चा दुष्काळ अधिक तीव्र स्वरूपाचा होता. राम जोशी यांनी त्याचे वर्णन एका पोवाड्यात केलेले आढळते.[२१] १७५३च्या दुष्काळाप्रमाणेच १७९०, १७९१, १७९२ या वर्षात निरनिराळ्या भागात दुष्काळ पडल्याचे तत्कालीन कागदपत्रांवरून स्पष्ट होते.

ज्याप्रमाणे छत्रपती शिवाजी महाराज आणि छत्रपती संभाजीमहाराजांनी दुष्काळाला तोंड देण्यासाठी काही उपाययोजना केल्या त्याप्रमाणे पेशव्यांनीदेखील काही उपाययोजना आखल्या होत्या याबद्दल वाद नाही.

१७४७-४८ जलालाबाद आणि बालकवाडा परगण्यांमध्ये दुष्काळ पडला होता. तेव्हा त्यापासून रयतेची सुटका करण्यासाठी तेव्हाचे पेशवे म्हणजेच मराठा साम्राज्याचे पंतप्रधान बाळाजी बाजीराव ऊर्फ नानासाहेब यांनी छत्रपती संभाजी महाराजांनी ज्याप्रमाणे १६८७च्या दुष्काळात कर्ज काढून दुष्काळग्रस्तांना मदत केली होती तशाच प्रकारचा उद्योग केला.[२२]

छत्रपती शिवाजी महाराज आणि छत्रपती संभाजी महाराजांनी ज्याप्रमाणे दुष्काळी परिस्थितीत कर कमी केले अथवा संपूर्ण माफ केले तसेच धोरण पेशव्यांनीही अवलंबिले होते.[२३]

दुष्काळप्रसंगी दुष्काळग्रस्तांना त्वरेने धान्य आणि कपडा पुरविण्याची आवश्यकता असते. पेशव्यांच्या काळात १७९२-९३मध्ये पुणे, जुन्नर इत्यादी ठिकाणी पडलेल्या दुष्काळप्रसंगी संबंधितांना कपडा, धान्य सरकारमधून पुरविल्याची नोंद मिळते.[२४] १८०३-०४ मध्ये काही ठिकाणी पडलेल्या दुष्काळामुळे दुष्काळपीडितांनी कोल्हापूरसारख्या ठिकाणी स्थलांतर केले. अशा वेळी स्थलांतरितांसाठी कोल्हापूरचे तत्कालीन अधिपती दुसरे शिवाजी महाराज यांनी अन्नछत्र उघडून संबंधितांच्या पोटापाण्याची सोय केली होती.[२५] दुष्काळप्रसंगी दुष्काळग्रस्तांसाठी दुसऱ्या भागातून अन्नधान्याची आयात करून ते दुष्काळग्रस्तांना पुरविण्याचे काम छत्रपती संभाजीराजांनी केले होते.[२६] अर्थात, ही गोष्ट इंग्रजांना समजल्यानंतर संभाजीराजांच्या या उद्योगाला विरोध केला जावा अशा आशयाचे पत्र मुंबईच्या इंग्रजांकडून सुरतेच्या इंग्रजांना गेले होते. त्याचबरोबर संभाजीराजांच्या या उद्योगावर लक्ष ठेवण्यासाठी काही माणसांची नेमणूकही केली गेली होती.[२७]

पेशव्यांनीही पुढे अशाच प्रकारच्या अन्नधान्याच्या आयातीला प्रोत्साहन देऊन

वेळप्रसंगी आयात कर माफ करून समुद्रमार्गे अथवा खुष्कीच्या मार्गे एका भागातून दुसऱ्या भागात अन्नधान्य आणून दुष्काळाची तीव्रता कमी करण्याचा प्रयत्न केला.[२८]

दुष्काळपीडितांना मदतीचा हात देण्यासाठी आणखी एक महत्त्वाचा प्रयोग मराठा कालखंडात करण्यात आल्याचे दिसून येते. तो प्रयोग म्हणजे अन्नधान्याचे साठे करून दुष्काळाच्या वेळेस दुष्काळपीडितांना ते धान्य वाटप करणे. छत्रपती संभाजीमहाराजांच्या कारकीर्दीत १६८२-८३मध्ये अशा प्रकारे धान्याचे वाटप करण्यात आले होते.[२९] त्याचबरोबर दुष्काळप्रसंगी लोकोपयोगी कामे काढून त्याद्वारे लोकांना रोजगार पुरविण्याचीही व्यवस्था केली जात होती.[३०] ही एक प्रकारची रोजगार हमी योजनाच होती असे म्हटल्यास वावगे होऊ नये. वेळप्रसंगी काही मठांना सरकारी मदतीचा हात देऊन त्याद्वारेही दुष्काळग्रस्तांना धान्यवाटप करण्यात येत असे. शेतीला पाणी मिळण्यासाठी कालवे काढून त्याद्वारे संभाव्य दुष्काळाशी सामना करण्यासाठी छत्रपती शिवाजी महाराजांनी हिंदू राजांची परंपरागत पद्धती अमलात आणली होती.[३१] शिवकाळातच नदीवर धरणे बांधून पाणी अडवून वेळप्रसंगी उपयोगात आणण्याच्या पद्धतीचाही अवलंब केला जात होता. छत्रपती संभाजी महाराजांच्या कारकिर्दीत सन १६८२मध्ये अशा प्रकारे धरणाचे बांधकाम सुरू होऊन पुढे ८-९ वर्षात पूर्ण करण्यात आले होते. तसेच वेळप्रसंगी पाणी वळविण्याच्या पद्धतीचाही अवलंब करण्यात आला होता.[३२]

दुष्काळ निवारणापेक्षा त्याचे निर्मूलन करण्याची आवश्यकता आहे हे पेशव्यांनी ओळखले होते. दुष्काळ हा अत्यंत चिवट, जुनाट आणि ग्रामीण अर्थव्यवस्थेला जडलेला एक आजार आहे, याची पेशव्यांना कल्पना होती व त्याचे उच्चाटन करण्यासाठी सर्व बाजूंनी लढा द्यावा लागेल याची जाणीवही पेशव्यांना होती. दुष्काळाच्या पाऊस, हवामान, जंगले, जलसिंचन, पाटबंधारे, विहिरी, तलाव या सर्वांचा पेशव्यांनी अभ्यास केल्याचे दिसते. त्यांनी परंपरागत चालत आलेली पाटबंधाऱ्याची पद्धत अमलात आणली. पेशवे काळात पाटाचे पाणी शेतीला पुरविणे ही एक सर्वसाधारण पद्धती होती. त्यामुळेच ज्या जमिनींना अशा पाटाचे पाणी मिळत होते त्यांना 'पाटस्थळ' असे म्हटले जात होते. पाटाशिवाय विहिरी खोदून पिकांना मोटेने पाणी दिले जात असे. अशा जमिनींना 'मोटस्थळ' असे म्हटले जाई. याशिवाय पाटबंधाऱ्यांचा तिसरा प्रकार म्हणजे पाण्याची साठवण करणे, तळी खोदणे किंवा धरणे बांधणे होय. अशा बांधकामाला येणारा खर्च सरकारातून संबंधितांना मिळत असे. काही वेळा एखादे जुने धरण किंवा तळे दुरुस्त करावयाचे असेल तर त्याचा काही खर्च सरकारातून व काही खर्च गावकऱ्यांकडून वर्गणी काढून केला जात असे. दुष्काळप्रसंगी इंग्रजी राजवटीत ज्याप्रमाणे तगाई कर्जे दिली जात होती ती पद्धत वस्तुत: इंग्रजांची नसून त्यांनी पेशवाईतील त्या पद्धतीचे अनुकरण केले होते.[३३] ही तगाई धान्यस्वरूपात असे. तसेच रोख रकमेतही दिली जाई.[३४] बनेश्वर येथे धरण

बांधण्यास रुपये आठशे खर्च आला. त्यांपैकी रुपये चारशे सरकारने व चारशे रुपये लाभार्थींनी खर्च करायचे असे ठरले होते. याशिवाय बंधाऱ्याच्या डागडुजीचा खर्च वगैरे करण्यासाठी वेळप्रसंगी सावकाराकडून रुपये काढावेत अशी आज्ञा पेशवे सरकारने केली होती.[३५]

पडीक जमीन निरनिराळ्या मार्गांनी ओलिताखाली आणून पिकाऊ जमिनीचे क्षेत्र वाढवून दुष्काळावर मात करण्याचे प्रयत्नही पेशवेकाळात झाल्याचे दिसून येते. पेशव्यांचे हे प्रयत्न एलफिन्स्टनलाही पसंत पडले होते व ती पद्धत चालू ठेवण्याची शिफारस त्याने इंग्रज सरकारला केली होती. तसेच दुष्काळावर मात करण्यासाठी फळबागा व झाडे लावून पर्यावरण साधण्याचाही प्रयत्न पेशव्यांनी केला होता, असे तत्कालीन कागदपत्रांवरून स्पष्टपणे म्हणता येते.[३६]

वरील सर्व इतिहासावरून हे स्पष्ट होते की, मराठा राज्यकर्त्यांनी (छत्रपती आणि पेशव्यांनी) दुष्काळाशी सामना करण्यासाठी निश्चित असे धोरण आखले होते. धरणे, तळी बांधणे, नद्यांना बांध घालून पाणी अडविणे, इत्यादी मार्गांनी पीकपाणी वाढवून त्यांनी दुष्काळाची तीव्रता कमी करण्याचा प्रयत्न केला होता.[३७] वेळप्रसंगी अन्नधान्याच्या किमती कमी करूनही दुष्काळग्रस्तांना दिलासा देण्याचा प्रयत्न केल्याचे डॉ.एस.एन. सेन यांनी म्हटले आहे.[३८] अन्नधान्याचा साठा करून दुष्काळग्रस्तांना रोजगार उपलब्ध करून देणे याही मार्गांनी मराठी राज्यकर्त्यांनी दुष्काळावर मात करून लोकांना दिलासा देऊन राज्यकर्ते या नात्याने आपले कर्तव्य बजावले हेच स्पष्ट होते.

संदर्भ व टिपा :

१. जोशी, लक्ष्मणशास्त्री (सं.) *मराठी विश्वकोश, खंड* ७, मुंबई १९७७, पृ. ८३३.

२. करंदीकर ज.स. (हिवरगांवकर) *कौटिलीय अर्थशास्त्र* (अनु.) पूर्वार्ध, पुणे, १९२७ पृ. ११५.

३. सरदेसाई गो.स. *मुसलमानी रियासत खंड* २, मुंबई (पाचवी आवृत्ती), पृ. १२३, २५३, ३०३ वगैरे.

सदर ग्रंथाची पहिली आवृत्ती १८९८ मध्येच प्रकाशित झाली होती. ही पाचवी आवृत्ती ज्येष्ठ इतिहासतज्ज्ञ श्री.स.मा. गर्गे यांनी संपादित करून त्याला दीर्घ प्रस्तावनाही लिहिली आहे. प्रकाशक, पॉप्युलर, मुंबई १९९३.

४. गाडगीळ ध.रा. *हिंदुस्थानचा आर्थिक इतिहास*

५. Smith. *V.A. Akbar the Great Moghal Vinod* Publ., Delhi 1988, p.289-90. ह्या ग्रंथाची प्रथमावृत्ती १९१७मध्ये Oxford Publ. प्रकाशित केली होती. सदर ग्रंथाचा हिंदी अनुवादही प्रकाशित झालेला आहे.

६. खरे ग.ह. आणि शं.ना.जोशी (सं.) शिवचरित्र साहित्य, खंड ६, लेख ४४, पृ. ६६ या मालेचे भारत इतिहास संशोधक मंडळाने एकूण १३ खंड प्रकाशित केले असून, या प्रत्येक खंडाचे संपादक निरनिराळे आहेत. त्या सर्व खंडांचा प्रकाशन काळ आहे १९१०-१९६५

७. आपटे द.वि. आणि न.चिं. केळकर *शिवकालीन पत्रसार संग्रह* खंड १, शिवचरित्र कार्यालय, पुणे १९३०, खंड १, ले, ३२९.

८. राजवाडे वि.का., *मराठ्यांच्या इतिहासाची साधने खंड* १५, धुळे १९१२. ले. ४१४

हाच खंड अलीकडे धुळ्याचे ज्येष्ठ इतिहास संशोधक डॉ.प्र.न. देशपांडे यांनी नव्याने संपादित केला असून, तो राजवाडे इतिहास संशोधन मंदिराने प्रकाशित केला आहे. या नव्या संपादित खंडाचा क्र. २ असून आतील पत्रांचे क्रमांक मात्र पूर्वीच्याचप्रमाणे आहेत. या खंडाला डॉ. देशपांडे यांनी लिहिलेली प्रस्तावना अवश्य वाचावी अशी आहे.

९. आपटे केळकर, *शिवकालीन पत्र सारसंग्रह*, खंड १, ले. ३७०

१०. कुलकर्णी, अ.रा. *शिवकालीन महाराष्ट्र*, पुणे १९९३, पृ. ७१

११. वाकसकर वि.स. (सं.) *श्री शिवछत्रपतींची ९१ कलमी बखर मुंबई*, १९३०, कलम २०/२१

१२. सरदेसाई गो.स. (सं.) पेशवे दफ्तर, खंड ३१, ले. १०

१३. *शिवचरित्र साहित्य, खंड* ७, लेखांक ४४

१४. कुलकर्णी अ.रा., *शिवकालीन महाराष्ट्र*, उपरोक्त पृ. १६०

१५. भारत इतिहास संशोधक मंडळ (त्रै) अं. ६, शके १८३५, पृ. २४७-२५४

१६. राजवाडे वि.का., *मराठ्यांच्या इतिहासाची साधने*, खंड २, धुळे १९१५, ले. २१२/१३

१७. कित्ता लेखांक २२.

१८. कित्ता खंड १८, मुंबई १९१४, लेखांक ४६.

हाच खंड नव्याने संपादित करण्यात आला असून, संपादक आहेत ज्येष्ठ इतिहासतज्ज्ञ डॉ. प्र. न., देशपांडे. नव्या संपादित मालेत या खंडाचा क्रमांक तिसरा असून, प्रकाशक आहेत राजवाडे संशोधन मंदिर धुळे, एप्रिल २००२.

१९. गोखले, कमल, शिवपुत्र संभाजी नवकमल प्रकाशन, पुणे १९८१ (तृतीयावृत्ती) पृ. ३७३ या ग्रंथाची प्रथमावृत्ती मार्च १९७१मध्ये, तर द्वितीयावृत्ती सप्टेंबर १९७१मध्येच प्रकाशित करण्यात आली होती. अलीकडेच या ग्रंथाची संपादित आवृत्ती कॉन्टिनेन्टल प्रकाशन, पुणे यांनी प्रसिद्ध केली आहे. या संदर्भात भा.इ.सं.मं. (त्रै.) ४२:२ पृ. २७-३३ हेही पाहावे.

२०. केळकर य.न., *ऐतिहासिक पोवाडे* (सं.) खंड १ टिळक महाराष्ट्र विद्यापीठ प्रकाशन, पुणे १९६९, पृ. ३७०

२१. वाड, चिं.ग., *पेशव्यांची रोजनिशी* खंड ३ सनद ३६२

२२. *शिवचरित्र साहित्य*, खंड ९, लेखांक ७१

२३. कित्ता सनद ३६०

२४. Etheridqe A.T. *Reports on past Famine in the Bombay presidency,* p. 87.

२५. कित्ता पृ. १०१.

२६. गोखले, *कमल, शिवपुत्र संभाजी*, उपरोक्त पृ. ४२७

२७. बेंद्रे, वा.सि., *छत्रपती संभाजी महाराज यांचे विचिकित्सक चरित्र* (दुसरी आवृत्ती), मुंबई १९७१, पृ. ३३६, ३४० इ.

या ग्रंथाची प्रथमावृत्ती १९६०मध्ये प्रथम प्रकाशित झाली ती वाईहून प्राज्ञ पाठशाळेची पुरस्कृत ग्रंथमाला म्हणून. दुसरी आवृत्ती पी.पी.एच. बुकस्टॉल, मुंबई यांनी प्रकाशित केली,

ती १९७१मध्ये. पहिल्या आवृत्तीनंतर जे अभिप्राय ग्रंथावर प्रसिद्ध झाले व त्यात जे दोष दाखवून देण्यात आले ते दूर करण्याचा अथवा काही आक्षेपांना उत्तरे देण्याचा प्रयत्न सदर दुसऱ्या आवृत्तीत केलेला दिसतो. सदर ग्रंथाची तिसरी आवृत्ती मार्च २००१ मध्येच प्रकाशित झाली असून, प्रकाशक आहेत मनोरमा प्रकाशन, मुंबई. ही तिसरी आवृत्ती म्हणजे एक प्रकारे दुसऱ्या आवृत्तीचेच पुनर्मुद्रण आहे.

२८. वाड, चि. ग. *पेशवा डायरी खंड* ६ सनद ७४३

२९. गोखले, *कमल शिवपुत्र संभाजी* उपरोक्त पृ. ४२५

३०. Reports on Past Famines P. 98

३१. पवार, (डॉ.) अप्पासाहेब, *ताराबाईकालीन कागदपत्र खंड* १, शिवाजी विद्यापीठ, कोल्हापूर प्रकाशन १९६९, पत्र क्र. १०१, १६१ इ.

३२. Kulkarni (Dr.) A.R. *Maharashtra in the Age of Shivaji* (A study in Economic History) Second Edition, Prabha Publication,Pune 2002 P. No. 88. या मुद्द्यांच्या सविस्तर चर्चेसाठी जिज्ञासूंनी सदर ग्रंथातील ८७ ते ९२ ही पाने अवश्य पाहावीत. या ग्रंथाची प्रथमावृत्ती R.J. Deshmukh and Co., Pune, 1969, मध्येच प्रकाशित झाली होती. याच विषयावर डॉ.अ.रा. कुलकर्णी यांनी शिवाजी विद्यापीठ कोल्हापूर येथे जी तीन व्याख्याने दिली होती त्याचेही एक छोटेखानी पुस्तक विद्यापीठाने प्रकाशित केले होते तर याच विषयावर आकाराने मोठे असे त्यांचे पुस्तक म्हणजे शिवकालीन महाराष्ट्र, राजहंस प्रकाशन, पुणे १९९३.

३३. Dr. Gokhale, Kamal, *Chhatrapati Sambhaji,* Pune, 1978 P.302.

हा इंग्रजीतील ग्रंथ म्हणजे डॉ. कमल गोखलेंचा पीएच.डी.साठीचा प्रबंधच होय. तथापि, संभाजी महाराजांचे इंग्रजीतील ते पहिलेच चरित्र असून त्यासाठी त्यांनी मराठी, हिंदी, संस्कृत, पर्शियन, पोर्तुगीज, डच, इंग्लिश, फ्रेंच अशी नानाविध प्रकाशित आणि अप्रकाशित साधने उपयोगात आणली आहेत. या ग्रंथाला म.म.द.वा. पोतदार यांनी सहा पानांची प्रस्तावना लिहून त्याद्वारे ग्रंथाची महत्ता वर्णन केली आहे, तर प्रसिद्ध इतिहास संशोधक आर.सी. मुजुमदार यांनीही आशीर्वादपर दोन शब्द लिहिताना म्हटले आहे की, "Dr. Mrs. Kamal Gokhale's Chhatrapati Sambhaji is the frist comprehensive biography of Sambhaji in English" मात्र या ग्रंथाचा पुढील मराठी संशोधकांनी संदर्भ ग्रंथ म्हणून जेवढा उपयोग करून घ्यायला हवा होता तेवढा करून घेतलेला दिसत नाही. मराठी रियासतीच्या नव्या संपादित मालिकेच्या दुसऱ्या खंडातील नवे संदर्भ यात या ग्रंथाचा उल्लेख नाही. डॉ. जयसिंगराव पवार संपादित छत्रपती संभाजी स्मारक ग्रंथ, मंजुश्री प्रकाशन, कोल्हापूर १९९० या ग्रंथामधील लेखांच्या शेवटीही या ग्रंथाचा कुठे संदर्भ ग्रंथ म्हणून आधार घेतलेला दिसत नाही. या ग्रंथाला डॉ. जयसिंगराव पवारांची ९५ पानांची दीर्घ प्रस्तावना मात्र अतिशय अभ्यासपूर्ण व समतोल अशी आहे यात शंका नाही.

३४. भावे, वा.कृ., *पेशवेकालीन महाराष्ट्र,* (दुसरी आवृत्ती) दिल्ली १९७६, पृ. ३७१या ग्रंथाची पहिली आवृत्ती लेखकाने स्वत:च प्रकाशित केली होती. पुणे १९३५. दुसऱ्या आवृत्तीला डॉ.अ.रा.कुलकर्णी आणि डॉ.प्र.ल. सासवडकर यांनी इंग्रजीत आणि मराठीत लिहिलेल्या प्रस्तावना या ग्रंथाचे महत्त्व विशद करणाऱ्या आहेत. पृ. १५ ते १९

३५. कित्ता

३६. कित्ता, पृ. ३७२

३७. सरदेसाई, गो.स., (सं.) पेशवे दफ्तर खंड ९, १८, २२, ३२, ४० यात या संबंधीची अनेक पत्रे पाहावयास मिळतात. तसेच पे.डॉ. भाग १, ब्रह्मेंद्रस्वामी धावडशीकर चरित्र व पत्रव्यवहार या पारसनीस संपादित ग्रंथातही यासंबंधी मजकूर वाचावयास मिळतो.

३८. Sen, S.N., Administrative System of the Marathas, Calcutta University, Calcutta 1928, P. 383 Reprint 1976.

पूर्वप्रसिद्धी :

'संशोधक' वर्ष ५३, अंक ३, जुलै सप्टेंबर २००५.

अखिल महाराष्ट्र, इतिहास परिषद २००३, चांदवड (जि. नाशिक) येथे वाचलेला निबंध.

३३.

मराठेकालीन व्यवसाय - व्यापार - उद्योगधंदे

सतराव्या शतकाच्या उत्तरार्धात महाराष्ट्रात शिवाजी महाराजांच्या नेतृत्वाखाली मराठ्यांचे स्वराज्य स्थापन झाले. पुढे १८ व्या शतकात या स्वराज्याचे रूपांतर साम्राज्यात झाले. सबंध सतरावे आणि अठरावे शतक मराठ्यांना अनेक शत्रूंशी एकामागून एक अशा अनेक लढाया देत राहाव्या लागल्या, असेच इतिहास सांगतो. मग प्रश्न असा पडतो की, या लढायांच्या नादात मराठ्यांनी सामाजिक, आर्थिक बाजूंकडे काही लक्षच दिले नाही का? मराठ्यांच्या सत्ता काळात काही सांस्कृतिक प्रगती झालीच नाही का? त्यांच्या काळात लक्षणीय अशी काही ग्रंथनिर्मिती किंवा बांधकामे झालीच नाहीत का? या प्रश्नांची शंभर टक्के 'होकारार्थी' अथवा शंभर टक्के 'नकारार्थी' उत्तरे देता येणार नाहीत. लढायांच्या व धामधुमीच्या काळातही मराठ्यांनी जीवनाच्या या विविधांगी क्षेत्रांकडे थोडेफार लक्ष दिले. तथापि, त्यात त्यांना फार मोठे यश आले असे दिसत नाही. या शोधनिबंधात मराठ्यांनी सतराव्या आणि अठराव्या शतकात व्यापार आणि उद्योगधंद्यात जी काही थोडीफार पावले टाकली त्याचीच चर्चा विशेषत: उपलब्ध मराठी साधन साहित्याच्या आधारे करण्याचे योजले आहे.

शिवकाळात 'खेडे' हा आर्थिक जीवनाचा पाया होता आणि शेती व्यवसाय हा जीवनाचा मानबिंदू होता. ग्रामीण उत्पादन हे प्रामुख्याने गावाच्या विनियोगासाठी असे. कसबी कारागीर आपल्या उत्तम वस्तू नजिकच्या कसब्याच्या बाजारात नेऊन विकत. जोडे, कांबळी, कापड, लाकूड सामान हे कसब्याच्या आठवड्याच्या बाजारात विकण्यासाठी नेल्याचे उल्लेख आढळतात. या कसब्यांच्या बाजारांचे दिवस निरनिराळे असल्याने कारागिरांना आपल्या वस्तू निरनिराळ्या बाजारात विकण्याची संधी मिळत असे.

व्यवसाय हे जातीवर आधारित असून आपल्या जाती बाहेरचे व्यवसाय करण्याची फारशी प्रथा नव्हती. त्यामुळे प्रत्येक जातीला आणि व्यवसायाला समाजात निश्चित स्थान

आणि संरक्षण असे. त्या काळात लोकांच्या गरजा अल्प असल्याने ग्रामीण उत्पादनावर ते संतुष्ट असत.

'शिवभारत'[१] या काव्य ग्रंथात सतराव्या शतकातील काही व्यवसायांचे नामोल्लेख आले आहेत. सोनार, लोहार, तांबट, सुतार, चांभार, कुंभार, कोष्टी, बाणकरी, मांग, तेली, धनगर, कोमटी इत्यादी व्यवसायांचे उल्लेख या काव्यात आढळतात.

बाजारपेठा

कसब्याच्या अथवा पेठेच्या गावात आठवड्यास बाजार भरत असे. या बाजारासाठी दैनंदिन लागणाऱ्या वस्तू खरेदी करण्यासाठी आजूबाजूच्या पंचक्रोशीतील लोक जमा होत असत. या कसब्याच्या बाजारासाठी बाहेरूनही काही व्यापारी आपल्या खास वस्तू विकण्यासाठी येत. धान्य, कापड, लोणी, पान, सुपारी, फळे, भाज्या, नारळ, मांस इत्यादी विविध वस्तू या बाजारात येत. संध्याकाळपर्यंत हा बाजार चाले. त्यानंतर आपले दुकान गुंडाळून हे फिरते व्यापारी दुसऱ्या गावच्या बाजारात जात. आपल्या आठवड्याच्या गरजेच्या वस्तू ग्रामीण लोक या कसब्याच्या बाजारात खरेदी करत. कसब्याचा बाजार मोठा असे आणि तेथे विविध प्रकारची दुकाने असत. तेली, भाजीविके, चांभार, कोष्टी, विणकर, शिंपी, कलाल (दारू विक्रेते), इत्यादी व्यापाऱ्यांची दुकाने कायम स्वरूपाची असत. पेठेच्या वसाहतीची आणि विकासाची जबाबदारी शेटे या वतनदाराकडे असे आणि या पेठेचे हिशेब ठेवण्याचे काम महाजनाकडे असे. पेठेच्या वसाहतीच्या कामासाठी शेट्याला सारा माफ जमीन मिळत असे.

पेठेच्या वसाहतीसाठी शेट्याची आवश्यकता असली तरी ती संपन्न करण्यासाठी आणखी एका अधिकाऱ्याची गरज भासत असे. त्याला 'बिडवई' म्हणत. या बिडवईला काही वर्षांच्या करारावर नेमले जात असे. पुणे परगण्यातील चऱ्होली गावच्या रामसेटी शेटे याने १६३३ साली शहाजी राजांना विनंती केली की या पेठेची आबादी बरेच दिवस झाले मोडलेली आहे तेव्हा एका बिडवायाची नेमणूक करावी. शेटीयाने तत्पूर्वी पुण्याच्या विनायकभट ठकारांची संमती मिळविली होती व दिवाणातून महजर मिळाला तर ते काम आपण स्वीकारू असे त्यांना कळविले होते. रणकोजी देवकर नावाच्या इसमाकडे असलेली बिडवईपणाची पूर्वीची सनद रद्द करून मौजे चऱ्होली पेठेचे बिडवईपण विनायकभटाला मिरास करून द्यावे असा आदेश परगण्याच्या अधिकाऱ्यांना शहाजी राजांनी दिला.[२]

पेठेचे अधिकारी कोण याची नोंद एका पत्रात आली आहे. पाषाण येथील जिजापूर पेठेचे सर्व अधिकार पुण्याच्या वेदमूर्ती विनायकभट ठकार यास देण्यात आलेले आहेत. यात शेटेपण, महाजनपण, बिडवेपण, कोतवालकी, पेठेच्या प्रमुख व्यापाऱ्यांचे पुढारीपण (यास येथे पेठेच्या खुमाखुमीची मेहतरकी असे म्हटले आहे) डवहलकी (मसुदा तयार

करणे) आणि पानसरकी (वजनमापांचा अधिकारी) या हक्कांचा अथवा अधिकारांचा उल्लेख केला असून १६५७ साली हे हक्क वंशपरंपरेने लेकराचे लेकरी ठकारांना दिले आहेत.[३] पुढे विनायक भटांचा नातू महादेव भट याने छत्रपती शाहू महाराजांकडून १७२० साली हे हक्क परत एकदा निश्चित करून घेतले आहेत. ठकार हे चिंचवडच्या मोरया देवस्थानचे पुजारी होते. त्यांच्या या इनामाला वृत्ती असे म्हटले आहे.[४]

या दोन्ही पत्रांवरून पेठेची ही सर्व कामे ठकार स्वत: करीत होते की, या जागांवर निरनिराळ्या माणसांची नियुक्ती करून त्यांच्याकडून ही कामे करवून घेतली जात असत की काय याची कल्पना येत नाही पण या सर्व अधिकाराच्या जागांपासून जे हकलाजिम्यांचे उत्पन्न येत असेल ते ठकारांच्या घराण्यात जात असावे. लहान पेठेतून ही सर्व कामे कदाचित शेटे आणि महाजन हे दोन वतनदार पेठेचे अधिकारीच पार पाडत असावेत. शेटे हाच जर कोतवाल असेल तर पेठेच्या संरक्षणाचे आणि न्यायदानाचे काम तोच करीत असावा. बिडवईपण आणि महाजनकी एकाचकडे असण्याची शक्यता आहे. वर उल्लेखिलेल्या चऱ्होली पेठेची महाजनकी आणि बिडवईपण ठकारांच्याकडेच आहे. मात्र, एकाच ठकार घराण्याकडे चऱ्होली आणि पाषाण पेठेचे इतके अधिकार का देण्यात आले होते याचा उलगडा होत नाही.

शेटे हा गावच्या गोतसत्तेचा एक सभासद असे. गावच्या महजरावर त्याची नावनिशाणी असे. तो मिरासदार असल्याने त्याला राहण्यास पेठेत जागा मिळत असे. पेठेत उत्तम व्यवस्था राखता यावी म्हणून तो सर्व व्यापाऱ्यांची नोंद करून ठेवीत असे, घाटावरचे वतनदार अधिकारी घाटपांडे यांना जकात वसूल करण्याच्या कामी मदत करीत असे.

पेठेच्या विकासासाठी सुरक्षिततेची आणि संरक्षणाची आवश्यकता असे. बाजारपेठेत गस्त घालण्याची जबाबदारी सरकारची असे. पेठेवर दरोडे पडल्याची अनेक उदाहरणे होती. असा दरोडा पडण्याचे मुख्य कारण तेथील संरक्षणाच्या योग्य त्या व्यवस्थेचा अभाव हेच असे. या कारणास्तव व्यापारी आणि दुकानदार आपला व्यापार वाढविण्याची टाळाटाळ करीत. शिवाजी राजांनी कायदा आणि सुरक्षिततेचे राज्य निर्माण करून व्यापारवृद्धीला एक प्रकारे हातभारच लावला होता. चंद्रराव मोऱ्यांसारखा एक जहागिरदार देखील व्यापाऱ्यांना अभयदान देताना म्हणतो. 'तागाचा तोडा गेला तर सोन्याचा करून देऊ.'[५]

शिवाजी महाराजांचे लक्ष राजाच्या सर्वांगीण उन्नतीकडे होते. व्यापारवृद्धीशिवाय राज्य भरभराटीला येणार नाही याची त्यांना खात्री होती. त्याकरिता व्यापाऱ्यांना अनेक सवलती व जकातीत सूट दिल्याची अनेक उदाहरणे आढळतात. रामचंद्रपंत अमात्यांच्या 'आज्ञापत्रात' शिवाजी महाराजांचे व्यापारविषयक धोरण सूत्ररूपाने आले आहे.

'साहुकार म्हणजे राज्याची व राजश्रींची शोभा. साहुकाराकरिता राज्य अबादान होते. न मिळे ते वस्तुजात राज्यात येते. राज्य श्रीमंत होते. पडिले संकटप्रसंगी पाहिजे ते कर्जवाम मिळते. तेणेकरून आले संकट परिहार होते. साहुकाराचे संरक्षणामध्ये बहुत फायदा आहे. याकरिता साहुकाराचा बहुमान चालवावा. कोण्हेविषयी त्यावरी जलाल अथवा त्याचा अपमान होऊ न द्यावा. पेठापेठांत दुकाने वखारा घालून हत्ती, घोडे, जरमिना (उंची कपडा), जरबाब (जरतारी वस्त्रे), पशमी (लोकरी कापड) आदिकरून वस्त्रजात व रत्ने व शस्त्रे आदिकरून अशेष वस्तुजात यांचा उदिम चालवावा. हुजूर बाजारमध्येही थोर थोर सावकार आणून ठेवावे. वर्षसंबंधे तैसेच लग्नादि महोत्सवी त्यांचे योग्यतेनुरूप प्रतिष्ठेने बोलावून आणून वस्त्रेपात्रे देऊन समाधान करीत जावे. परमुलकी जे. जे सावकार असतील त्यांची समाधाने करून ते आणावे, त्यासी अनुकूल न पडे तरी असतील तेथेच त्यांचे समाधान रक्षून, आपली माया लावून, त्यांचे मुतालिक आणून त्यास अनुकूल ते जागा, दुकाने देऊन ठेवावे. तैसेच दर्यावर्दी सावकार यासही बंदरोबंदरी कौल पाठवून आमदरफ्ती करवावी.'[६]

इराणी, अरब यांचे पुरातन काळापासून भारताशी व्यापारी संबंध होते. पोर्तुगिजांना तर व्यापारापेक्षा आपल्या कॅथॉलिक धर्माचा प्रचार वृद्धिंगत व्हावा असे वाटत असे. या परदेशी साहुकारांची अथवा टोपीकरांची चाल महाराजांनी ओळखली होती. आज्ञापत्रात म्हटले आहे.

'ते वरकड (इतर) साहुकारासारिखे नव्हेत. त्यांचे खावंद प्रत्येक प्रत्येक राज्यच करितात. त्यांचे हुकमाने त्यांचे होत्साते हे लोक या प्रांती सावकारीस येतात. राज्य करणारास स्थळ लोभ नाही ऐसे काय घडो पाहते? तथापि, टोपीकरांचा या प्रांते प्रवेश करावा, राज्य वाढवावे, स्वमत प्रतिष्ठावे, हा पूर्ण अभिमान, त्याहिवरी ही हट्टी जात. हातास आले स्थळ मेलियाने सोडावयाचे नव्हेत. त्यांची केवळ नेहमी जागा देऊ नये. जंजिरेया समीप या लोकांचे येणे-जाणे सहसा होऊ देऊ नये. कदाचित वखारेस जागा देणे झालेच तर खाडीचे शेजारी समुद्रतीरी न द्यावा. नीच जागा, शहराचे आहारी, शहराचा उपद्रव चुकवून नेमून देऊन वखारा घालवाव्या त्यासही इमारतीचे घर बांधो देऊ नये.'[७]

व्यापार आणि उद्योगधंद्यांच्या विकासास दळणवळणांच्या साधनांची उत्तम जोड असावी लागते तयार वस्तू, माल दूरवर वाहून नेणे आणि त्या वस्तू तयार करण्यास लागणारा कच्चा माल आणणे यासाठी उत्तम रस्ते व वाहने यांची आवश्यकता असते. परंतु १७ व्या शतकात महाराष्ट्रात उद्योगधंदे अथवा व्यापार यांची इतकी वाढ झाली नसल्याने सुव्यवस्थित दळणवळणाची फारशी गरज भासली नसावी.

त्या वेळी या भागात बऱ्हाणपूर ते गोवळकोंडा यांना जोडणारा एकच हमरस्ता होता. तो महाराष्ट्राच्या काही भागातून जात होता. पायवाटा आणि गाडीवाटा यांचाच

अधिक भरणा या भागात होता. अंतर मोजण्याचे 'कोस' हे परिमाण होते. पण 'कोसात' नेमके किती अंतर येत होते हे सांगणे कठीण आहे. कोकणात जलमार्ग होते. समुद्रातून, खाडीतून लहान-मोठ्या नावा वापरल्या जात. ठाणे, कुलाबा, रत्नागिरी या कोकणाच्या भागात हे दृश्य नित्याचे होते. रत्नागिरीचा किनारा हा नेहमी गजबजलेला असे. बाणकोट, हर्णे, देवगड, दाभोळ, संगमेश्वर, राजापूर, मालवण, वेंगुर्ला इत्यादी पश्चिम किनारपट्टीवरील बंदरे वाहतुकीसाठी प्रसिद्ध होती.

गोदावरी आणि कृष्णा या दोनच मोठ्या नद्या महाराष्ट्राला लाभलेल्या आहेत. पश्चिम घाट ते पूर्व घाट अशी 'गोदावरी' ही नदी वाहते आणि महाराष्ट्रातील सुमारे ३०० मैलांच्या टापूतून ती जाते. नाशिक, अहमदनगर, औरंगाबाद आणि नांदेड या महाराष्ट्राच्या जिल्ह्याच्या काही भागातून ती वाहते. कृष्णा नदीचा प्रवाह महाराष्ट्रातील सुमारे ३०० मैलांच्या टापूतून जातो. भीमा, नीरा या नद्यादेखील महाराष्ट्राच्या आर्थिक समृद्धीस हातभार लावणाऱ्या आहेत. महाराष्ट्रातील या नद्यांतून माणसे आणि माल वाहून नेणाऱ्या छोट्या नावांची वाहतूक होत असे. अगदी जवळचे अंतर या नावांच्या साहाय्याने गाठता येई. कुलाबा जिल्ह्यातील अंबा नदीच्या नैसर्गिक जलमार्गे पेण, नागोठणे या ठिकाणाहून मुंबईला माल जात असे. अंबा नदीच्या या जलमार्गाकडे ईस्ट इंडिया कंपनीच्या लोकांनी बरेच लक्ष पुरविले होते. थॉमस निकोलस या कंपनीच्या एका अधिकाऱ्याला या नदीचा मार्ग, नदीच्या लाटा कशा प्रकारच्या आहेत, सामान उतरविण्याच्या आणि चढविण्याच्या काय सोयी या नदीच्या किनाऱ्यावर आहेत या सगळ्याचा अभ्यास करण्याचा आदेश देण्यात आला होता.'[४]

सतराव्या शतकातील वाहतुकीची प्रमुख साधने म्हणजे बैल, उंट, तट्टू, गाढव, रेडा, बैलगाडी, पालखी, नावा ही होत. छोटी-मोठी ओझी स्त्री-पुरुष खांद्यावरून अथवा डोक्यावरून वाहून नेत.

घाटातून जड सामान वाहून नेण्याचे काम सामान्यत: बैल करीत. धान्याच्या आणि इतर सामानाच्या गोणी वाहणारे बैलांचे तांडे एका ठिकाणाहून दुसऱ्या ठिकाणी व्यापारी नेत असत. एका बैलाच्या पाठीवर ३०० ते ३५० पौंड वजनाचा माल लादला जाई. तांदूळ, ज्वारी, मीठ, इत्यादी वस्तू दूरवर वाहून नेणारे हे तांडे प्रसंगी दहा-बारा हजार बैलांचे असत असे ट्रॅव्हर्नियर म्हणतो. यावरून बैल हे या काळातील वाहतुकीचे फार महत्त्वाचे साधन होते असे म्हणता येईल. धान्याखेरीज युद्धसाहित्य वाहून नेण्यासाठीही बैलांचा उपयोग केला जाई. एका बातमीपत्रात म्हटले आहे की, बुऱ्हाणपुरापासून औरंगाबादेपर्यंत बंदुका नेण्याकरिता १०० बैल खरेदी केले. लढाईतील लूट मराठे बैलांवर लादून आणीत असत.

घोडा अथवा तट्टू, गाढव, रेडा, उंट यांचादेखील या वाहतुकीच्या कामासाठी मोठ्या

प्रमाणावर वापर होत असे. बैलाप्रमाणेच रेड्यांचा उपयोग जड वस्तू वाहण्यासाठी केला जाई. पन्हाळ्यावर ३० तोफा नेण्यासाठी शिवाजीराजांनी रेडे आणि काही कामगार यांची योजना केली होती. एका इंग्रजी बातमीपत्रात म्हटले आहे, 'शिवाजीने या प्रांतात अण्णाजीचा भाऊ सोमाजी पंडित हा अंकोला, करवार, सिवेश्वर, फोंडा इत्यादी किल्ल्यांवरून ३० एक तोफा काढून पन्हाळ्यावर नेण्याकरिता पाठविला आहे. मजूर, रेडे वगैरे लावून त्या पन्हाळ्याकडे ओढीत नेल्या जातील.'[९]

कोकणातून समुद्रमार्गे सुरतेला माल नेला जात असे. १६६४ सालच्या सुमारास शिवाजी महाराजांच्या ताब्यात ८ ते ९ लहान-मोठी महत्त्वाची बंदरे होती आणि त्या बंदरांतून इराण, बसरा, मक्का या ठिकाणापर्यंत प्रतिवर्षी दोन ते तीन गलबते व्यापारानिमित्त बाहेर पडत. अर्थात, इंग्रजांना वाटत होते की आपल्याला नामी संधी प्राप्त झाली असून, आपली १५० टनांची दोन-चार गलबते समुद्रावर सोडल्यास, मराठ्यांची गलबते पकडून आपल्या हक्कांची भरपाई करून घेता येईल.[१०]

टपालाची सोय कशा प्रकारची होती याचीही काही वर्णने आढळतात. सरकार आपली पत्रे वाटण्यासाठी हरकारे नेमत असत. एका गावाहून दुसऱ्या गावी खासगी पत्रे नेण्याचे कामही ते करीत असत. रायगड ते मुंबई हे सुमारे १२५ मैलांचे अंतर काटून जाण्यास शिवाजी राजाच्या एका हरकाऱ्याला ५ दिवस लागले असा एका पत्रात उल्लेख आहे.[११]

सबंध देशात घोडस्वारापेक्षा पायी जाणारे हरकारे जलदपणे टपालाचे वाटप करीत असत. दोन-तीन मैलांच्या अंतरावर छोट्या झोपड्या असत. तेथे हरकारा बसे. पहिला हरकारा दुसऱ्या झोपडीत टपालाची पिशवी नेऊन टाकी. तेथे पिशवी घेण्यासाठी तयारीत राहिलेला हरकारा ती पटकन उचलून पळत पळत जाऊन पुढच्या झोपडीत ती पिशवी टाके. अशा रीतीने ही टपाल नेण्याची व्यवस्था केली जात असे. यालाच 'डाक' म्हणत.

व्यापारी लोकांची अथवा सरकारी पत्रे याच पद्धतीने पाठविली जात असावीत. अत्यंत महत्त्वाची पत्रे सांडणीस्वाराबरोबर बंदोबस्तात पाठविली जात असत. काही खासगी लोक मजुरीने हे काम करवून घेत असावेत. जर पत्र ज्याला हे द्यावयाचे त्याला महत्त्वाचे असेल तर मजुरी त्या माणसाकडून वसूल करीत. यालाच मसाला[१२] म्हणत. गावचे टपाल तालुक्याला पोचविण्याचे काम महार करीत असे.

महाराष्ट्राचे दोन नैसर्गिक विभाग म्हणजे देश आणि कोकण. सतराव्या शतकात देश आणि कोकण यांना जोडणारे अनेक घाटमार्ग होते. पश्चिम घाट अथवा सह्याद्रीची रांग ही साधारणपणे १००० मैल लांबीची असून दख्खनची पश्चिम सरहद्द या सह्यगिरीने निर्माण केलेली आहे. या प्रदेशाच्या उत्तरेकडून-दक्षिणेकडे जाताना अनेक घाट लागतात. नाणेघाट, थळघाट, जुन्नर आणि कोकणमधील पिंपरी घाट, बोर अथवा खंडाळा घाट

(मुंबई, पुणे मधील), पारघाट, आंबा घाट (रत्नागिरी, कोल्हापूर मार्गावरील), फोंडा घाट, अंबोली घाट, इत्यादी घाटमार्ग लोकांच्या नित्याच्या वापरातील होते. याखेरीज अनेक पायवाटा होत्या. या मार्गावर अनेक चौक्या बसविल्या होत्या व तेथे जकात वसूल केली जाई.

घाटावरच्या अधिकाऱ्याला घाटपांडे म्हणत. तो त्या घाटाचा वंशपरंपरा अधिकारी असे. घाटमार्ग सुरक्षित राखण्यासाठी तेथे गस्त घालण्याची व्यवस्था या घाटपांडेकडे असे. जकात वसूल करण्यासाठी अनेक दुय्यम अधिकारी नेमणे व त्यांच्या कामावर देखरेख करण्याचे काम याच्याकडे असे. पत्की, डांगी, पानसरे, पथकदार, मोडवी, मेटकरी हे सेवक घाटपांड्याला जकात वसुलीच्या व घाटमार्गाचे रक्षण करण्याच्या कामी मदत करीत. पत्की हा चौकीचा प्रमुख अधिकारी असून चौकीवर येणाऱ्या मालाचे वजन करण्यासाठी पानसरे नावाचा दुय्यम अधिकारी पत्कीला मदत करीत असे आणि या दोघांची मदत घाटपांडेला जकात वसूल करण्याच्या कामी होत असे. घाटमार्गाचे रक्षण करण्यासाठी आणि काफिल्यांना संरक्षण देण्यासाठी गुजर नावाचे रक्षक नेमले होते. गुजरांची नेमणूक निरनिराळ्या चौक्यांवर केली असे. काफिल्याला एका चौकीपासून दुसऱ्या चौकीपर्यंत सुखरूपपणे पोचविण्याचे कार्य हे गुजर करीत. गुजरांचा उल्लेख मेटकरी असा केला आहे. काही मेटकऱ्यांना दर बैलामागे १ रुका वर्गणी घेण्याचा अधिकार होता. सरकार नियुक्त रक्षकांचा पगार सरकार देत असे.

पत्कीलाही काही अधिकार देण्यात आले होते. धान्य आणि मिठाच्या गोण्या घेऊन जाणाऱ्या दर बैलामागे दोन रुके, डाळी वाहणाऱ्या बैलामागे तीन रुके इतकी रक्कम गोळा करण्याचा त्यांना अधिकार होता. तंबाखू आणि इतर वस्तू नेणाऱ्या बैलामागे ६ रूके घेतले जात. कापडाचा गठ्ठा असेल तर १३ रुके घेत. याखेरीज इतर वस्तूंवर, त्यांच्यावर ज्या प्रमाणात जकात आकारली जाई त्या प्रमाणात वर्गणी घेतली जाई. घाटाचे दुय्यम अधिकारी जमा झालेल्या रकमेतून आपले हक्क काढून घेऊन बाकी रक्कम घाटपांडेला देत. त्यांच्याकडून या कामात कसूल झाली तर सरकार त्यांना ताकीद देत असे.

मोडवी हा अधिकारी घाटपांड्याला त्याच्या जकात वसुलीच्या कामावर देखरेख करण्याच्या कामी मदत करीत असे.

या वंशपरंपरागत अधिकारी आणि संरक्षकांखेरीज घाटाच्या कामावर सरकार एका खास अधिकाऱ्याची नेमणूक करीत असे. त्याला 'सभासद' म्हणत असत. सैनिकांकडून व्यापारी आणि प्रवासी यांना उपद्रव होणार नाही हे पाहण्याचे काम त्याचे असे. पत्कींना खेड्यात जकात वसुलीसाठी जागा मिळवून द्यावी असे गावच्या शेटे-महाजनांना हाच विनंती करीत असे.[१३]

महाराष्ट्रातील व्यापाराची आणि उद्योगधंद्याची प्रमुख केंद्रे

शिवकालात कोकण भागात बरीच गजबजलेली व्यापारी केंद्रे होती. चौल, दाभोळ, कल्याण, भिवंडी, पेण यांचा भरभराटीस आलेली औद्योगिक आणि व्यापारी केंद्रे असा उल्लेख फॅक्टरी रेकॉर्ड्समध्ये आढळतो. चौल आणि दाभोळ या बंदरांची तर सुरत आणि गोव्याशी तुलना केली जात असे. डहाणू, तारापूर, केळवे-माहीम, आगाशी, वसई, बांद्रे, माहीम, नागोठणे, श्रीवर्धन, जैतापूर, खारेपाटण या कोकणातील इतर गावांचाही उल्लेख प्रस्तुत संदर्भात केला जातो. शिवाजी राजांच्या ताब्यात असलेली राजापूर, दाभोळ, केळशी ही बंदरे मुंबईच्या व्यापाराला अत्यंत आवश्यक अशी होती. सुरतेपेक्षा अधिक स्वस्तात येथे वस्तू मिळतील अशी इंग्रजांची भावना होती.

चौल : चौल याचे दुसरे नाव मूर्तजाबाद असेही होते. कुलाबा जिल्ह्याच्या अलिबाग तालुक्यातील हे गाव एकेकाळी व्यापारी बंदर आणि उद्योगधंद्याचे केंद्र म्हणून बरेच नावारूपास आले होते. येथे दाट लोकवस्ती होती. १६७० नंतर हे ठिकाण शिवाजी राजाच्या ताब्यात आले.

१६७४ साली येथे एक मोठी आग लागली आणि त्यात सुमारे ३ हजार घरे भस्मसात झाली. अनेक चौलकरांना मुंबईचा आश्रय घ्यावा लागला.

चौलला रेशमाचा धंदा मोठा होता. घोड्यांचा व्यापार या बंदरातून होत असे. नीळ, अफू आणि रेशीम या वस्तू या बंदरातून निर्यात होत. युरोपीय अनेक वस्तू या देशात चौलमार्गे येत असत. गोवा आणि साऱ्या भारत देशाला पुरेल इतके रेशीम कापड येथे १६ व्या शतकात होत होते आणि हे रेशीम चीनच्या रेशमाहून उत्तम दर्जाचे होते असे म्हणतात. रेशमाखेरीज सुंदर पेट्या, छोट्या कोरीव वस्तू आणि इतर कलाकुसरीचे काम चौल येथे होत असे.

दक्षिणेची ही मोठी बाजारपेठ होती. १६६८ सालापर्यंत प्रतिवर्षी चौलमधून ५००० टॅफ्टाचे कापड तयार होत असे अशी नोंद आहे. परंतु, राजकीयदृष्ट्या चौलचा प्रदेश अत्यंत अस्थिर असल्याने बरीच विणकर मंडळी पुढे चौल सोडून गेली. नंतरच्या काळात भिवंडीला हातमागाचा व्यवसाय वाढला याचे कारण कदाचित ही चौलची मंडळी या भागात येऊन स्थायिक झाली असावीत.

दाभोळ : १६६९ साली दाभोळ बंदर शिवाजी राजाच्या ताब्यात होते. शिवाजी राजाची जहाजे दाभोळ-मुंबई या मार्गावर व्यापारी हालचाली करीत असत. जहाजे दाभोळ येथे नांगरली जात. शेवटी ती कोठेही गेली तरी दाभोळ बंदराला येत असत. मुंबईच्या व्यापाराला सुरतेपेक्षा दाभोळ हे अत्यंत महत्त्वाचे आणि आवश्यक असे बंदर आहे असे मुंबईहून ईस्ट इंडिया कंपनीला पाठविलेल्या पत्रात म्हटले आहे; कारण युरोपात निर्यात

करावयाच्या कितीतरी वस्तू येथे मुबलक प्रमाणात आणि स्वस्त भावाने मिळत असत.

कल्याण : सतराव्या शतकात कल्याण हेदेखील दाट वस्तीचे शहर होते. उत्तर हिंदुस्थान, गोवळकोंडे आणि केरळ येथून अनेक वस्तू मोठ्या प्रमाणावर व्यापाराच्या निमित्ताने येत असत. फ्रायर म्हणतो, 'त्या बंडखोराच्या (शिवाजीच्या) प्रदेशात या बाजूने (मुंबईच्या) शिरावयाचे कल्याण हे नाके आहे' (The key this way (from Bombay) into that rebel's country). १६७५ साली त्याने कल्याणला भेट दिली होती. त्यावेळी एके काळी समृद्ध असलेली ही प्रमुख बाजारपेठ त्याला उतरतीला लागलेली आढळून आली.

भिंवडी : हेदेखील व्यापार आणि उद्योगधंद्याचे एक महत्त्वाचे ठिकाण होते. विणकरांचा धंदा येथे तेजीत होता. इंग्रज लोकांनी अनेक विणकरांना मुंबईला येण्याची विनंती केली होती, परंतु तिचा त्यांनी अव्हेर केल्याचे दिसून येते. त्यापेक्षा येथून आपण मोठ्या प्रमाणावर कापडाचा पुरवठा करू असे अभिवचन त्यांनी इंग्रजांना दिले होते.

कल्याण आणि भिवंडी येथे जहाजे आणि घरे बांधण्यासाठी लागणारे टिंबर जातीचे लाकूड मुबलक प्रमाणात होत असे. टिंबरला इंग्रजांनी 'भारताचा ओक वृक्ष' असे नाव दिले आहे. कंपनीला टिंबरची फार आवश्यकता लागे आणि टिंबर मिळविण्याचे सोयीचे आणि स्वस्त ठिकाण म्हणजे कल्याण भिवंडी टिंबर त्यांना प्रामुख्याने तोफा चढवावयाचे गाडे बनविण्याकरिता लागत असे पण कल्याण-भिवंडीवर मुघल आणि मराठे दोघेही आपला ताबा सांगत असल्यामुळे त्या दोन सत्तांमध्ये नेहमी संघर्ष होत व त्याचा परिणाम टिंबरच्या पुरवठ्यावर होई.

कल्याण आणि भिवंडी ही ठाणी शिवाजी राजांनी १६५७च्या सुमारास जिंकून घेतली आणि १६७४च्या सुमारास या प्रदेशावर त्यांचा पूर्ण अंमल होता असे मानावयास हरकत नाही. कल्याण-भिवंडी येथील मुबलक टिंबरचा उपयोग जहाज बांधणीकडे करून घेता येण्यासारखा होता. शिवाजी राजांनी आपली निरनिराळ्या आकाराची लहान-मोठी जहाजे बहुधा कल्याण येथेच बांधली असावीत. सभासदाने शिवाजी राजाकडे गुराब, गलबत,शिबार, तरांडे, तारू आणि पगार अशी सहा प्रकारची जहाजे होती असे म्हटले आहे.[१४] आरमाराचे महत्त्व शिवाजी राजांनी पूर्णपणे ओळखले होते.

'आरमार म्हणजे स्वतंत्र एक राज्यच आहे. जैसे ज्यास अश्वबळ त्याची पृथ्वी प्रजा आहे, तद्वतच ज्याच्याजवळ आरमार त्याचा समुद्र, याकरिता आरमार अवश्यमेव करावे.'[१५]

यावरून असे म्हणता येईल की जहाजे बांधणीचा उद्योग शिवाजी राजांनी आपल्या उत्तर काळात मोठ्या प्रमाणावर सुरू केला असावा. शिवाजी राजांचा हा जहाज-बांधणीचा कारखाना कल्याण-भिवंडीच्या परिसरातच होता.[१६]

राजापूर : रत्नागिरी जिल्ह्यातील राजापूर हेदेखील व्यापाराच्या दृष्टीने एक महत्त्वाचे केंद्र होते. हे ठिकाण पूर्वी आदिलशाहाकडे होते. इंग्रजांना आदिलशाही सत्ता फार मोलाची वाटत होती. आपला व्यापार पश्चिम किनाऱ्यावर वाढावा म्हणून येथे त्यांनी वखार घातली होती.

वेंगुर्ले : वेंगुर्ले येथे डचांची वखार होती. १६६०च्या सुमारास बटाव्हिया, जपान, सिलोन, इराणची सामुद्रधुनी, तांबडा समुद्र या ठिकाणाहून वेंगुर्ल्यास बोटी येत.

महाड, कोल्हापूर, अष्टे, चिपळूण, पेण, नागोठाणे इत्यादी ठिकाणीही बऱ्यापैकी बाजारपेठा होत्या. राजापूर, दाभोळ, केळशी ही बंदरे मुंबईच्या व्यापारास अत्यंत महत्त्वाची होती. या ठिकाणी सुरतेच्या बाजारपेठेहून स्वस्त दराने वस्तू मिळतात असे इंग्रज म्हणत.

'मिठाचा मामला : लाख मोलाचा'

शिवाजी राजांच्या मिठाच्या व्यापारासंबंधीचे उल्लेख कंपनीच्या कागदपत्रात आढळतात.

'शिवाजीच्या मिठाच्या गलबतांचा तांडा मुंबई बंदरात आला आहे आणि त्याच्या रक्षणासाठी २५० टनांचे जहाज आणि काही मचवे बरोबर आहेत असे १६७० साली मुंबई कंपनीने सुरतेला कळविले आहे.'

कोकण हा मराठी राज्याचा कणा होता. मीठ तयार करणे हा कोकणातील एक प्रमुख उद्योगधंदा होता. ठाणे, कुलाबा, रत्नागिरी या जिल्ह्यात पुष्कळ मिठागरे होती. पेण, पनवेल, नागोठाणे, रेवदंडा ही सतराव्या शतकातील महत्त्वाची मिठागरे होती. शेती व्यवसाय हा जीवनाचा नित्याचा व्यवसाय असला तरी तो सांभाळून मीठ तयार करण्याचा उद्योग करता येत असे. या मिठागरात तयार होणारे मीठ प्रामुख्याने देशावर विकले जात असे. मिठाच्या वाहतुकीसाठी खास गलबतांचा तांडा शिवाजीमहाराजांनी निर्माण केला होता. या बोटी कल्याण-भिवंडीलाच बांधल्या जात असणार.

मिठाचा धंदा हा कोकणातील महत्त्वाचा धंदा असला तरी परकीय मालापासून या धंद्याला फार मोठा धोका निर्माण झाला होता. मराठी राज्याच्या हद्दीला लागून पोर्तुगिजांची सरहद्द होती. गोव्याकडे मीठ तयार करणे, विकणे हा उद्योग मोठा होता. विशेषत: बारदेस भागात उत्तम मिठाची पैदास होत असे आणि या ठिकाणी होणाऱ्या मिठाचा भाव मराठी मुलखातील मिठापेक्षा स्वस्त होता. तेव्हा साहजिकच देशावरील व्यापारी मीठ खरेदीसाठी स्वराज्याचा मुलूख ओलांडून बारदेसात जात व तेथून मीठ देशावर आणून विकत असत. वाहतुकीचा इतका त्रास आणि खर्च सोसून हे व्यापारी बारदेसात जात असत त्याअर्थी निश्चितच तेथील मीठ स्वस्त असणार. कदाचित त्या मिठाची प्रतही उत्तम असण्याची शक्यता आहे. 'पिकते तेथे विकत नाही' या न्यायाने कोकणपट्टीत तयार होणारे मीठ कोकणातच किती खपणार! देशावरची ही मोठी बाजारपेठ परक्यांनी काबीज केल्याने

आणि त्यांच्याशी भावाच्या बाबतीत स्पर्धा करणे जमत नसल्याने स्वराज्यातील बरीच मिठागरे ओस पडली. मिठाचा धंदा बसला. मिठावर सरकारी जकात होती. मिठाचा धंदाच बसल्याने जकातीचे उत्पन्न कमी झाले आणि सरकारचे नुकसान होऊ लागले.

या सर्व परिस्थितीचा पूर्ण विचार करून शिवाजी राजांनी मिठाच्या धंद्यास संरक्षण द्यावयाचे ठरविले. युरोपच्या अर्थ व्यवस्थेत 'संरक्षण' या आर्थिक धोरणाचा प्रारंभ (Policy of Protection) १९ व्या शतकात झाला. १८ व्या शतकात इंग्लंडमध्ये औद्योगिक क्रांती झाली आणि उद्योगधंद्याच्या, उत्पादनाच्या बाबतीत इंग्लंडचे वर्चस्व वाढले. इंग्लंडशी स्पर्धा करणे युरोपातील इतर औद्योगिकदृष्ट्या अप्रगत राष्ट्रांना शक्य नव्हते. स्वतःच्या फायद्यासाठी विशेषतः कच्च्या मालाचा पुरवठा व पक्क्या मालाचे वाटप या बाबी आयाती-निर्यातीवरील जकातीशिवाय व्हाव्यात म्हणून इंग्लंडने खुल्या व्यापाराच्या धोरणाचा पुरस्कार केला. यामुळे त्यांना कच्चा माल स्वस्तात मिळू लागला आणि त्यांच्या पक्क्या मालाशी स्पर्धा करणे कठीण असल्याने त्याला बाजारपेठाही मिळू लागल्या. या खुल्या धोरणाला जर्मन अर्थशास्त्रज्ञ फ्रेडरिश लिस्ट याने १९ व्या शतकात विरोध करून संरक्षणाच्या धोरणाचा जोरदार पुरस्कार केला आणि त्यामुळे जर्मनीची अभूतपूर्व अशी औद्योगिक प्रगती घडून आली.

शिवाजी महाराजांनी अप्रत्यक्षरीत्या या धोरणाचा अवलंब १७ व्या शतकात केला होता. १६७१ साली कुडाळचा सर सुभेदार नरहरी आनंदराऊ यास मिठावरील करासंबंधी जे पत्र लिहिले आहे त्यावरून मिठाच्या धंद्याला प्रोत्साहन कसे देता येईल यासंबंधीचे त्यांचे विचार म्हणजे अप्रत्यक्षरीत्या संरक्षणाचेच धोरण आहे.[१७]

प्रभावळीपासून कल्याण-भिवंडीपर्यंत मिठावरील जकातीचे दर कसे असावेत या संबंधीचा एक ठराव महाराजांनी केला आणि त्याची माहिती संबंधित अधिकाऱ्यांना दिली. महाराजांच्या असे लक्षात आले होते की कोकणातील मिठाचे भाव वाढल्यामुळे सारे व्यापारी लोक पोर्तुगिजांच्या मुलखातील बारदेशाकडे जात होते. यावर इलाज म्हणून महाराजांनी असे सुचविले की, बारदेशाहून स्वराज्यात येणाऱ्या मिठावर जबर जकात बसवा की ज्यायोगे बारदेशाहून येणाऱ्या मिठाची आणि आपल्या देशातील मिठाची किंमत सारखीच अथवा थोडी कमी राहील. महाराज लिहितात- 'तुम्ही घाट जकात जबर बैसविणे बारदेशांत मीठ विकते त्याचा हिशेब प्रभावळीकडे संगमेश्वरकडे मीठ विकते त्याने कित्येक जबर पडते ते मनास आणून त्या आजमासे जकाती जबर बैसवणे की संगमेश्वरी विकले आणि घाट पावेतो जे बेरीज पडेल त्या हिशेबे बारदेशीच्या मीठास जकाती घेवणे संगमेश्वराहून बारदेशीचे मीठ महाग पडेल ऐसा जकातीचा तह देणे.'[१८]

या धोरणाचा मिठाच्या व्यापारावर काय परिणाम होईल याचा अंदाज महाराजांनी केला होता. संगमेश्वराला जर मीठ स्वस्त मिळू लागले तर बारदेशाहून मीठ आणण्याच्या

खटाटोपात देशावरील व्यापारी पडणार नाही. त्याच किंवा त्याहून कमी भावात त्यांना मीठ मिळाले तर त्यांचा वाहतुकीचा खर्च आणि त्रास वाचला असता. तेव्हा आपल्या मालाचा उठाव होण्याकरिता परक्या मालावर जबर जकात बसविणे भाग होते. तशी त्यांनी बसविली आणि या जकातीच्या कराराची कसोशीने अंमलबजावणी आपल्या संबंधित अधिकाऱ्यांनी करावी असे त्यांना बजावले ते म्हणतात,

'जरी जबर जकातीचा तह नेदा (दिला नाही) मुलाहिजा (उपेक्षा) कराल म्हणजे कुल उदमी खलक (सर्व व्यापारी लोक) बारदेशाकडे वोहडेल आणि कुल बंदरे. संगमेश्वराहून बारदेशीच्या मीठास जबर निरख पडे ती गोष्ट करणे ये गोष्टीचा एक जरा उजूर न करणे ये गोष्टीत साहेबाचा बहुत फायदा आहे.'[१९]

या धोरणामुळे साहेबाचा म्हणजे सरकारचा फायदा कसा होईल? संरक्षणाचे धोरण हे सरकारला दोन दृष्टीने फायद्याचे असते. एखाद्या धंद्याला संरक्षण द्यावयाचे, परकीय मालाच्या स्पर्धेपासून त्याचा बचाव करावयाचा म्हणजे प्रथम परकीय मालावर जबर जकात बसवावी लागते. अशी जबर जकात बसविली म्हणजे साहजिकच या मालाच्या आयातीचा ओघ कमी होतो व देशी पेठांतील मालाला मागणी येते, मागणीमुळे उत्पादन वाढते व देशी धंद्याची भरभराट होते. बरे जबर जकातीला न जुमानता काही माल आलाच तर सरकारचे जकातीचे उत्पन्न वाढते आणि सरकारचा फायदाच होतो, तेव्हा जकातीचे उत्पन्न वाढविणे आणि देशी मालाचे उत्पादन वाढविणे हे दोन्ही हेतू संरक्षणाच्या या धोरणाने साधले जातात.

मिठावर जबर जकात बसवून महाराजांनी हे दोन्ही हेतू साधले होते. मीठ ही नित्याची गरजेची वस्तू, तेव्हा जबर किंमत देऊनसुद्धा ती लोक घेणारच हे महाराजांनी ओळखले असल्यामुळे मिठाच्या प्रश्नांची उपेक्षा करता कामा नये असे त्यांचे मत होते. ते म्हणतात,

'मिठाचा मामला... कर्द लाख रुपये यावयाचा मामला आहे. तरी लिहिले प्रमाणे अंमल करणे.'[२०]

महाराजांनी १६७१ साली मिठावर मणामागे १२ रुक्याचा जादा कर बसविला आणि त्याची अंमलबजावणी करण्याची सक्त ताकीद आपल्या अधिकाऱ्यांना दिली.[२१]

व्यापाराच्या वस्तू

महाराष्ट्राच्या निरनिराळ्या बाजारांत येणाऱ्या वस्तूंचे पुढीलप्रमाणे वर्गीकरण करता येईल.

अन्नधान्य : कागदपत्रांत याचा उल्लेख 'काटानी जिन्नस' असा येतो. यात सामान्यत: ज्या धान्याचे धाटे कापून, कणसे चोळून दाणे काढले जातात यांचा समावेश होतो. गहू, मूग, डाळी, मसूर, उडीद, भात, वर्णे, मका, नाचणी, तीळ इत्यादी वस्तूंचा उल्लेख

प्रस्तुत संदर्भात करता येईल. रायबाग, लाल तालीसर, महावार, खिवीसाल इत्यादी तांदळाचे प्रकार आहेत.

मसाल्याचे जिन्नस : मसाल्याच्या जिनसांचा उल्लेख 'गंधानी' असा केला आहे. लवंगा, लसूण, कांदा, मोहरी, कापूर, गुलाल, वेलदोडे, चिंच पारा, गूळ, खडीसाखर, काकवी, सुंठ, हळद, चंदन, गोपीचंदन, अफू, सुवासिक तेले (चमेली, मोगरा, चंपा), खोबरे, तूप, मध आणि इतर अनेक मसाल्याचे जिन्नस विक्रीस येत.

कापड : निरनिराळ्या प्रकारचे कापड बाजारात विक्रीस येत होते. तेलंगण, मलबार, विदर्भ, गुजरात, बंगाल, अयोध्या इत्यादी ठिकाणांहून विविध प्रकारचे कापड महाराष्ट्रात येते असे मुक्तेश्वर हा एक समकालीन कवी आपल्या 'सभापर्व' या काव्यग्रंथात म्हणतो. आणखी एक समकालीन कवी म्हणजे सामराज. 'रुक्मिणी-हरण' या त्याच्या काव्यात महाराष्ट्रात वापरल्या जाणाऱ्या विविध कपड्यांचे- विशेषत: स्त्रियांच्या लुगड्यांचे प्रकार त्याने दिले आहेत. ताफ्ता, चायनाताफ्ता, शेला, कोचकी, महाबान, मुंगीपाटण, मुसदर, पाटव, महामुदी, मलमल, कद, पितांबर, सखलद, खारा, पुर्तकाली, अष्टपुतळी, घाटी, लुगडी, धोतरे, कांबळी, गोधडी, पासोडी, चिटे (रंगीत), शाली, किनखाब, खंबायत, रुमाल, मखमलीच्या टोप्या, सूत, ताग इत्यादी कापडाचे विविध प्रकार कागदपत्रांत आढळतात.

फळफळावळे आणि इतर खाद्य पदार्थ : कलिंगडे, नारळ, फणस, ऊस, लिंबे, केळी, आंबे, अननस, भाज्या, काजू, सुपारी, पाने, दूध, लोणी, मांस यांचा उल्लेख कागदपत्रातून येतो.

इतर संकीर्ण वस्तू : पायपोस, छोट्या नावा, फण्या, सुपे, संदुका, साबण, गाड्या, पलंग, कंदील, भांडी, तांबे, जस्त, दोऱ्या, कागद इत्यादी वस्तू विक्रीस येत.

प्राणी : घोडा, बैल, म्हैस, शेळी, इत्यादी.

वर उल्लेखिलेल्या वस्तू भारताच्या इतर भागातून अथवा परदेशातून मागवीत. युरोपियन देशांपैकी, फ्रेंच, डच, इंग्लिश आणि पोर्तुगीज या लोकांचे महाराष्ट्राशी संबंध अत्यंत निकटचे होते. तांबे, जस्त, लोखंड, दारूगोळा, बंदुका, तोफा, पारा, निरनिराळ्या प्रकारचे कापड इत्यादी वस्तू इंग्रज पुरवीत. जपानहून तांबे आणून डच लोक येथील बाजारपेठेत विकत.

राज्याभिषेकानंतर शिवाजी महाराजांनी आपल्या राज्यात व्यापाराची वृद्धी होण्यासाठी प्रयत्न केले असावेत. साहुकारांना सवलती देऊन त्यांना आपल्या राज्यात आणावे अशी त्यांची भावना होती. सवलती दिल्या तरीपण त्यांचे फाजील स्तोम माजविणे त्यांना पसंत नव्हते. ईस्ट इंडिया कंपनीला महाराष्ट्राच्या अंतर्गत भागात व्यापार करावयाचा परवाना

हवा होता तो त्यांनी दिला नाही. असे असले तरी कंपनीशी सलोख्याचे संबंध राखण्याचा प्रयत्न त्यांनी केला होता. कंपनीच्या व्यापाराला आवश्यक तेवढे उत्तेजन त्यांनी दिले होते.

युरोपीय व्यापारी महाराष्ट्रात फारसे गुंतलेले दिसत नाहीत. महाराष्ट्र हा देश गरीब असल्याने कदाचित युरोपीय वस्तूंना हवा तसा उठाव येथे मिळत नसावा. ईस्ट इंडिया कंपनीला महाराष्ट्राशी आपला व्यापार वाढेल अशी अपेक्षा होती. विशेषत: तांबे, जस्त इत्यादी वस्तू येथे मोठ्या प्रमाणात खपतील असे त्यांना वाटे. शिवाय महाराजांनी अभिवचन दिले होते की मुंबई बंदरात आपल्या व्यापाऱ्यांची एक वखार काढून, आपल्याजवळ मोठ्या प्रमाणात पडून असलेल्या वस्तू तेथे ठेवू. असे झाले तर आपल्या बंदराचा व्यापार वाढेल आणि जकातीपासून होणाऱ्या उत्पन्नातही वाढ होईल अशी इंग्रजांची अपेक्षा होती; पण प्रत्यक्षात या गोष्टी घडल्या नसल्या तरी आपल्या देशाचा व्यापार वाढला पाहिजे इकडे महाराजांचे कसे लक्ष होते याची कल्पना येते.

अठराव्या शतकात मराठी सत्तेचा विस्तार होऊन ती भारतातील एक प्रमुख सत्ता म्हणून ओळखली जाऊ लागली; परंतु ती एक राजकीय प्रमुख सत्ता म्हणून गणली जात असली तरी त्याचबरोबर व्यापारी सत्ता म्हणून मात्र ओळखली गेली नाही. अंतर्गत आणि परराष्ट्रीय व्यापार, वाहतुकीची आणि दळणवळणाची साधने यात फार मोठी प्रगती मराठ्यांच्या या सत्ता विस्ताराच्या काळातही दिसत नाही. तथापि, या राजकीय सत्तेच्या विस्ताराबरोबर काही शहरांची वाढ होऊन काही व्यापारी वर्गाचा उदय तसेच सावकारांचा उदय मात्र काही शहरांमधून झाला.

अठराव्या शतकात महाराष्ट्राने तुलनेने राजकीय शांतता उपभोगली. परिणामी पुणे आणि नागपूर ही महाराष्ट्रातील दोन शहरे या काळात भरभराटीस आली. कापूस आणि कापड या संदर्भातील ऊर्जितावस्था नागपूरने पाहिली. त्याच वेळेस पुणे येथून कित्येक आर्थिक व्यवहार चालत परंतु त्यामुळे पुणे हे एक व्यापारी किंवा औद्योगिक शहर बनू शकले नाही.[२२]

पुण्याबरोबरच अठराव्या शतकात नाशिक, सातारा आणि सोलापूर ही अन्य शहरे हळूहळू विकसित होत होती.

पेशव्यांच्या उदयानंतर पुणे हे केवळ राजधानीचे शहर राहिले नाही, तर आर्थिक घडामोडींचेही एक प्रमुख केंद्र बनले. कित्येक व्यापारी, सावकार येथे स्थायिक झाले परिणामी पुण्याचे झपाट्याने शहरीकरण झाले. बोहरा समाजाचे लोक रविवार पेठेत १८ व्या शतकाच्या मध्यात आले. राजस्थान, गुजरात, कर्नाटक, आंध्रप्रदेश आणि मराठवाड्यातील व्यापारी पुण्याकडे आकर्षित झाले. सरकारने त्यांच्यासाठी दिलेल्या विविध सवलती व व्यापार उद्योग चालविण्याची असलेली शाश्वती यामुळे हे घडून आले.

या व्यापाऱ्यांनी आपापली वेगवेगळी दुकाने थाटली त्यातून पुण्याच्या वेगवेगळ्या पेठा भरभराटीस आल्या.

अनेक पेठांमधून अनेक वस्तूंची खरेदी-विक्री चालत असे. त्याचबरोबर लढाईच्या सामानाचीही खरेदी-विक्री चाले. दुर्लभदास गोविंदजी हा माणूस सावकारी धंदा करीत असे त्याच बरोबर हा उद्योगही.[२३]

मराठ्यांच्या सत्ता विस्ताराच्या काळात पुष्कळ संपत्ती मराठी राज्यात आली. तथापि, मराठ्यांची अर्थसत्ता कधीही सुधारली नाही. उलट, ते सतत कर्ज-बाजारी दिसतात. खुद्द बाजीराव पेशवे कर्जापायी आपले कपाळ छिनत चालल्याची तक्रार करताना आढळतात.[२४]

अठराव्या शतकाच्या मध्यानंतर महाराष्ट्रात सावकारांचा एक वर्ग निर्माण झाला. त्यात बरेचसे चित्पावन ब्राह्मण होते. त्याचबरोबर सोनार, मराठे, सारस्वत ह्याही जातीतील काही लोक सावकारी करीत असत. ब्रह्मेंद्रस्वामी धावडशीकर हा देशस्थ ब्राह्मण अगदी पेशव्यांना तसेच इतर मराठा सरदारांनाही कर्ज देत असे.[२५]

चिपळूणकर, तुळशीबागवाले, खासगीवाले, सुभेदार, वैद्य, बारामतीचे नाईक, नाशिकचे दीक्षित - पटवर्धन, गद्रे, इत्यादी अठराव्या शतकातील महत्त्वाचे व्यापारी सावकार होते.[२६]

पुणे हे या काळातील आर्थिक व्यवहाराचे विनिमय बदलाचे महत्त्वाचे केंद्र बनले होते. हुंडी देवघेवीचे व्यवहार चालत.[२७] अर्थात, असे असले तरी १८ व्या शतकातील महाराष्ट्रातील व्यापारी, सावकारांचा उदय आणि विकास हा मराठ्यांच्या इतिहासातील तात्कालिक काळ होता असे म्हटले पाहिजे. ती दिसणारी भरभराट राजाश्रयाच्या आश्रयामुळे होती. ब्रिटिशांनी १९ व्या शतकाच्या सुरुवातीस मराठ्यांच्या सत्तेला हादरा देऊन स्वत:ची सत्ता निर्माण केली. मराठ्यांच्या राजकीय सत्तेबरोबरच त्यांची थोडीफार निर्माण झालेली व्यापार - व्यवसायाचीही वरवर दिसणारी का होईना भरभराटही संपली. अर्थात, असे होण्यास मराठ्यांची आर्थिक बाबतीतील उदासीनताच कारणीभूत होती असे म्हटले पाहिजे.

संदर्भ व टिपा :

१. शिवभारत हे कवींद्र परमानंदांने रचलेले संस्कृत काव्य असून अनुपुराण या नावानेही ओळखले जाते. अर्थात, हे शिवभारत पूर्ण नाही. त्यातील ३१ अध्याय पूर्ण असून काही अपूर्ण आहेत. त्यात मराठ्यांच्या इतिहाससंबंधी, विशेषत: सामाजिक आर्थिक इतिहाससंबंधीची १६६१ पर्यंतचीच माहिती मिळते.

या काव्याचा हा कर्ता परमानंद हा अहमदनगर जिल्ह्यातील नेवासा या गावचा रहिवासी होता. त्याचे मूळ नाव आनंद होते. परंतु शिवाजी महाराजांनी त्याला कविंद्र कवीश्वर अशी उपाधी दिली आणि त्याने त्याचे आनंद हे नाव बदलून परमानंद या नावाने ओळखला जाऊ

लागला. भारत इतिहास संशोधक मंडळ, पुणे पुरस्कृत मालेत हे पुस्तक १९२७ मध्ये प्रकाशित झाले असून त्याचे संपादन श्री. स.म. दिवेकर या ज्येष्ठ इतिहास संशोधकांनी केले आहे.

२. शिवचरित्र साहित्य, खंड - १, लेखांक ४०.

(शिवचरित्र साहित्य या मालेचे १९२६ ते १९८३ या काळात चौदा खंड प्रकाशित झाले असून त्याचे संपादन वेगवेगळ्या मान्यवरांनी केलेले आहे.)

३. कित्ता, खंड ८, ले. ५९

४. ले. ५३

५. कित्ता, खंड, ५ ले. ८३९

६. कुलकर्णी, अ.रा. (सं.) *आज्ञापत्र*, पुणे, २००४. पृ. १६२-६३, आतापर्यंत अनेकांनी आज्ञापत्राचे संपादन केले आहे. तथापि डॉ.अ.रा. कुलकर्णींनी केलेल्या या संपादनाचे वैशिष्ट्य म्हणजे त्यांनी मोडी आणि देवनागरी या दोन्ही लिपीत ते केले असून आज्ञापत्राचे स्वरूप, लेखक आणि लेखनकाल याविषयी पूर्वसुरींच्या मतमतांचा आधार घेत केलेले सविस्तर लेखन हे या ग्रंथाचे वैशिष्ट्य मानावे लागेल. पृ. ५-७१, तसेच महाराष्ट्राबाहेरच्या लोकांना समजावे म्हणून इंग्रजी रूपांतर हेही या संपादित ग्रंथाचे वैशिष्ट्य म्हणून नमूद करता येईल. पृ. ३११-३७७.

७. कित्ता, पृ. १६३

८. परांजपे, बी.जी. (सं.) *इंग्लिश रेकॉर्ड ऑन शिवाजी, खंड १*, भा.इ.सं.मं., पुणे १९३१, पृ. २४३-३०२

९. आपटे, द.वि. आणि न.चिं. केळकर, *शिवकालीन पत्रसार संग्रह, खंड - २*, पुणे १९३०, ले.- २१८३

या मालेत एकूण दोन खंड प्रकाशित झाले असून त्या दोन्ही खंडांमधून मिळून एकूण दोन हजार तीनशे एकोणचाळीस शिवकालीन पत्रांचा सारांश दिला आहे. शिवाजी महाराजांच्या मृत्यूपर्यंतची मर्यादा ठरवून तेथपर्यंतची उपलब्ध झालेली शिवाजी महाराजांसंबंधी मराठी, इंग्रजी, पोर्तुगीज, डच, कानडी, फार्सी व संस्कृत ह्या सात भाषांतील अस्सल पत्रे व समकालीन उल्लेख यांचा या दोन खंडांमध्ये समावेश केला आहे.

१०. कित्ता, खंड - १, लेखांक १०४३

११. कित्ता, खंड - २, लेखांक १६२८

१२. कुलकर्णी, अ.रा., *शिवकालीन महाराष्ट्र*, पुणे १९९३, पृ. ८३ पेशवाईच्या संदर्भात 'मसाला' या शब्दाचा अर्थ- गुन्हा शाबीत झाल्यावर गुन्हेगाराकडून 'गुन्हेगारी' म्हणून काही पैसे घेतले जात त्याला 'मसाला' म्हणत.

आठवले सदाशिव, *तुळशीबागवाले दफ्तर*, पुणे १९९८ प्रस्तावना पृ. १५, ना.गो. चापेकर 'मसाला', 'खंड' व 'गुन्हेगारी' हे तिन्ही शब्द समानार्थी आहेत असे म्हणतात. पहा चापेकर, ना.गो. पेशवाईच्या सावलीत, पुणे १९३७. प्रस्तावना, पृ. ४५

'मसाला' म्हणजेच खंड व गुन्हेगारी असे जे चापेकरांचे म्हणणे आहे. ते मात्र बरोबर

नाही असे आठवले स्पष्टपणे म्हणतात - तुळशीबागवाले दफ्तर, प्रस्तावना, पृ. १६

१३. राजवाडे, वि.का. *मराठ्यांच्या इतिहासाची साधने, खंड* -१५, धुळे, १९१२, लेखांक - ४८.

१४. हेरवाडकर, र.वि. (सं.) *सभासद बखर*, पुणे १९८६, पृ. ८१

१५. कुलकर्णी, अ.रा. (सं.) *आज्ञापत्र*, पुणे २००४, पृ.

१६. आपटे, केळकर, *शिवकालीन पत्रसार संग्रह, खंड* - २, पुणे - १९३०, लेखांक १५०५

१७. कित्ता, खंड - १, लेखांक १३१२

१८. राजवाडे, वि.का. *मराठ्यांच्या इतिहासाची साधने, खंड - ८*, कोल्हापूर, १९०३, लेखांक - २७

१९. कित्ता.

२०. कित्ता.

२१. कित्ता.

२२. कुलकर्णी, अ. रा., ग. ह. खरे (सं.) *मराठ्यांचा इतिहास*, खंड दुसरा, पुणे १९८५, पृ. ३३८-३४२

भावे, वा.कृ., *पेशवेकालीन महाराष्ट्र*, दिल्ली १९७६, दुसरी आवृत्ती, पृ. २४७-२६२ इ.

भावे यांच्या ग्रंथाची पहिली आवृत्ती त्यांनी स्वतःच प्रकाशित केली होती, पुणे - १९३५.

दुसऱ्या आवृत्तीला डॉ.अ.रा. कुलकर्णी आणि डॉ.प्र.ल. सासवडकर, यांनी इंग्रजीत आणि मराठीत लिहिलेल्या प्रस्तावना या ग्रंथाचे महत्त्व विशद करणाऱ्या आहेत.

२३. चापेकर, ना.गो. *पेशवाईच्या सावलीत*, पुणे १९३७, पृ. ९१ ह्या पुस्तकाचे दोन भाग असून पहिल्यास प्रस्तावना व दुसऱ्यास 'ऐतिहसिक' असे म्हटले आहे.

२४. पारसनीस, द.ब. *ब्रह्मेंद्रस्वामी धावडशीकर चरित्र व पत्रव्यवहार*, मुंबई - १९००, ले. ३२

२५. कित्ता, ब्रह्मेंद्रस्वामी विषयीचा अधिक तपशिलासाठी पाहा.

अ. अप्रकाशित प्रबंध - ब्रह्मेंद्रस्वामी, डॉ. प्र.ल. सासवडकर - हा अप्रकाशित प्रबंध डेक्कन कॉलेज पुणे येथे पाहावयास मिळेल.

ब. मराठी रियासत खंड - ३, नवी आवृत्ती, मुंबई, १९८९, पृ. ४३०-४३.

क. भारतीय इतिहास आणि संस्कृती (त्रै.), मुंबई, पुस्तक क्र. ५

२६. आठवले, सदाशिव (अ) *तुळशीबागवाले दफ्तर*, भा.इ.सं.मं. पुणे १९९८, हा एक साधन ग्रंथ असून त्यात तुळशीबागवाल्यांच्या संदर्भात भा.इ.सं. मंडळाच्या दफ्तरातील एकूण १७३ पत्रे संपादित केली असून त्यातील या विषयांशी संबंधित अशी पत्रे म्हणजे पत्र क्रमांक - ७६, ८०, ९७, १०६, १५६, १५७, १५८, पत्र क्रमांक - ४३, ५९, ७४, ८३, १००, ६०, १, ३४, ४४ ते ४८, १६०, ८२, ९३, ९५, ९६, १६५, १७०, इ. याच दफ्तराला एक परिशिष्ट

जोडले असून त्यात पेशवा दफ्तरातील एकूण १४ अप्रकाशित कागद छापले आहेत. मात्र प्रस्तुत विषयाच्या दृष्टीने त्यांचा काहीही उपयोग करता येण्यासारखा नाही.

ब. आठवले, सदाशिव, गद्रे *सावकारांसंबंधीचे कागद*, भा.इ.सं. मंडळ, पुणे, २०००, भारत इतिहास संशोधक मंडळातील अप्रकाशित कागदपत्रांचा हा एक छोटेखानी संग्रह असून यात एकंदर ५२ कागद छापलेले आहेत. कागद क्र. १ ते ५१ हे पेशवेकालीन - इ.स. १७४९-१७९५ ह्या कालावधीतील असून ह्यातले चार - पाच सोडता बाकी सर्व गद्रे व पेशवे आणि शिंदे होळकरादी सरदार ह्यांच्यातील कर्जासंबंधीचे व अन्य देण्याघेण्याबाबतचे आहेत.

२७. चापेकर, ना.गो., *पेशवाईच्या सावलीत*, उपरोक्त, पृ. १३५-१३८ हुंडी म्हणजे आजच्या डिमांड ड्राफ्ट (D.D.) सारखीच होती असे म्हणण्यास हरकत नाही.

पूर्व प्रसिद्धी :

'संशोधक' धुळे, ऑक्टोबर -डिसेंबर २०१० अंक ४

मराठ्यांच्या इतिहासावर आबासाहेब गरवारे महाविद्यालयाने दि. २९ ते ३१ जानेवारी २००९ या काळात आयोजित केलेल्या राष्ट्रीय चर्चासत्रात वाचलेला निबंध.

३४.

काँग्रेसच्या स्थापनेपूर्वीच्या महाराष्ट्रातील राजकीय संघटना

१७७३ नंतर ईस्ट इंडिया कंपनीच्या सनदेचे दर वीस वर्षांनी नूतनीकरण केले जाई. त्या निमित्ताने इंग्लंडमधील संसदेत कंपनीच्या हिंदुस्थानातील कारभाराबाबत चर्चा होत असे. ही संधी साधून कंपनीच्या कारभारावरचे नियंत्रण अधिक कडक करण्याचे प्रयत्न केले जात. १८५३ साली कंपनीच्या सनदेचे नूतनीकरण केले जाणार हे लक्षात घेऊन १८५१ पासूनच हिंदुस्थानात काही मंडळ्या अस्तित्वात येऊ लागल्या. ३१ ऑक्टोबर १८५१ रोजी कोलकात्यात 'ब्रिटिश इंडियन असोसिएशन' स्थापन करण्यात आली. धनाढ्य जमीनदारांनी एकत्र येऊन ती स्थापन केली होती. महर्षी देवेन्द्रनाथ टागोर हे या संघटनेचे चिटणीस होते. ११ डिसेंबर १८५१ रोजी त्यांनी मद्रास इलाख्यातील लब्धप्रतिष्ठित मंडळींना पत्र पाठवून बंगाल, मद्रास व मुंबई या तिन्ही इलाख्यातील प्रमुख लोकांनी एकत्र येऊन ईस्ट इंडिया कंपनीच्या सनदेच्या नूतनीकरणाच्या संदर्भात ब्रिटनच्या संसदेला एक अर्ज धाडावा असे सुचवले. एकाच संघटनेमार्फत हे करणे शक्य नसल्यास कोलकात्याच्या ब्रिटिश इंडियन असोसिएशनच्या धर्तीवर इतर प्रांतातही संघटना स्थापन कराव्या आणि ठिकठिकाणच्या संघटनांनी संसदेकडे अर्ज पाठवले तरी त्यातील मजकुरात विसंवाद नसावा तर एकवाक्यता असावी असेही देवेन्द्रनाथ टागोरांनी सुचवले होते.[१]

देवेन्द्रनाथांचे हे पत्र मद्रासमध्ये एका जाहीर सभेत वाचले गेले आणि तेथे ब्रिटिश इंडियन असोसिएशनची एक शाखा स्थापन करण्यात आली. १८५२च्या आरंभी पुण्यातही सरदार रास्ते वगैरे सरदारांनी व इनामदारांनी 'डेक्कन असोसिएशन' ही संघटना स्थापन केली; पण ती फार दिवस कार्य करू शकली नाही.

बॉम्बे असोसिएशन

पुण्याच्या डेक्कन असोसिएशनच्या तुलनेने नाना शंकरशेट यांनी पुढाकार घेऊन

२६ ऑगस्ट १८५२ रोजी मुंबईत स्थापन केलेल्या बॉम्बे असोसिएशनचे अस्तित्व काही वर्षे राज्यकर्त्यांनाही जाणवले. डॉ. भाऊ दाजी लाड (१८२२-१८७४) या संघटनेचे चिटणीस होते; तर दादाभाई नौरोजींनी संघटना स्थापन होताना महत्त्वाचे भाषण केले होते. या संघटनेच्या वतीने तीन हजार लोकांच्या सह्या असलेला एक अर्ज इंग्लंडमधील उमरावांच्या सभागृहास सादर करण्यात आला होत. (४ मार्च १८५३) बॉम्बे गॅझेटसारखी इंग्रजी वृत्तपत्रे व पोप यांच्यासारखे अधिकारी यांनी सरकारला विरोध करण्यासाठी बॉम्बे असोसिएशन स्थापन झाली असल्याचा आरोप करून काहूर माजविले होते.[२] या संघटनेची सूत्रे मुंबईतील धनिक व्यापाऱ्यांच्या शेठियांच्या हाती होती. 'खिशाला चट्टा बसे तेव्हाच व तेवढ्या बाबतीतच हे चळवळ करीत' असे दिसते.[३] या संघटनेच्या सभासदांची संख्या पन्नास ते पाऊणशे इतकी असे आणि त्यामध्ये निम्म्याहून जास्त पारशी असत. संघटना स्थापन करण्यापूर्वी नाना शंकरशेट व बमनजी होर्मसजी वाडिया यांनी मागण्यांची एक यादी तयार केली होती. या यादीत मुंबईत नगरपलिका असावी, ब्रिटिश संसदेत हिंदी प्रतिनिधी असावेत वगैरे मागण्यांचा अंतर्भाव केला होता. संस्थेचे चिटणीस डॉ. भाऊ दाजी यांनी संस्थेतर्फे १८५३ साली धाडलेल्या अर्जात कंपनीच्या राजवटीविषयी कडक भाषा वापरली होती. या सर्व गोष्टीचा निषेध म्हणून माणेकजी खर्सेटजीसारखे इंग्रजी राजवटीचे समर्थक १८५३ सालीच राजीनामा देऊन या संघटनेतून बाहेरही पडले होते.[४] ईस्ट इंडिया कंपनीच्या सनदेचे नूतनीकरण झाल्यानंतर या संघटनेचे कार्य थंडावले. १८५७-५८ या धामधुमीच्या काळात संघटनेच्या सभाही फारशा झाल्या नाहीत.

१८५९ साली हिंदुस्थानात सरकारने व्यापाऱ्यांवर व व्यावसायिकांवर परवाना कर लादण्याचा प्रयत्न केला तेव्हा नाना शंकरशेट यांच्या नेतृत्वाखाली व्यापाऱ्यांनी आणि डॉ. भाऊ दाजी यांच्या नेतृत्वाखाली व्यावसायिकांनी वेगवेगळे अर्ज सादर करून निषेध नोंदविला. या वेळी संघटनेतील दुफळी उघड्यावर आली. अमेरिकेतील यादवी युद्धामुळे कापसाच्या भावात तेजी आली. उत्पादनात व विक्रीत वाढ झाली. त्यानंतरच्या मंदीमुळे कंपन्यांचे, बँकांचे दिवाळे निघाले. अशा परिस्थितीत १८६५ साली आयकराविरुद्ध केलेल्या चळवळीचा अपवाद वगळता बॉम्बे असोसिएशन निष्क्रिय राहिली यात नवल नाही.

'आपल्या हक्कांचे संरक्षण होऊन आमची उन्नती होण्याकरिता असल्या संस्थांची आवश्यकता आहे.' असे प्रतिपादन करणारे एक छापील पत्रक रावसाहेब विश्वनाथ नारायण मंडलिक यांनी प्रसृत केले. (१९ जून १८६६) नाममात्र अस्तित्व असलेल्या बॉम्बे असोसिएशनचे पुनरुज्जीवन करायचे की नवी संघटना काढावयाची याबद्दल मंडलिकांनी मित्रांशी विचारविनिमय केला तेव्हा शिरगावकर नावाच्या मित्राने त्यांना लिहिले, 'मुंबई

असोसिएशन आता गतप्राण झाली आहे असेच म्हणावयाचे. तिचे दिवस करून मोकळे व्हा व तिच्या जागी एक नवीनच संस्था निर्माण करा.'[५] मंडलिकांनी हा सल्ला स्वीकारला नाही आणि सभा भरवून बॉम्बे असोसिएशनचा जीर्णोद्धार केला. सनदी मुलकी सेवेत हिंदी लोकांना प्रवेश करता यावा यासाठी सवलती द्याव्यात, असा अर्ज या संघटनेतर्फे करण्यात आला. १८५३ साली डॉ. भाऊ दाजी लाड यांनी अर्जात वापरलेली कडक भाषा इंग्रजांना झोंबली होती. हा अनुभव लक्षात घेऊन मंडलिकांनी संस्थेचे चिटणीस नौरोजी फर्दुनजी यांना होता होईतो अर्जात कडक भाषा टाळावी असा सल्ला दिला.

ईस्ट इंडिया असोसिएशन

१ डिसेंबर १८६६ रोजी दादाभाई नौरोजींनी लंडनमध्ये ईस्ट इंडिया असोसिएशन स्थापन केली होती. हिंदी लोकांना सनदी मुलकी सेवेत प्रवेश करता यावा यासाठी इंग्लंडमध्ये व हिंदुस्थानात एकाच वेळी स्पर्धात्मक परीक्षा घेतल्या जाव्यात, अशी मागणी करून त्यासाठी १८६७ साली व १८६८ साली दादाभाईंनी इंग्लंडमधील लोकमत अनुकूल करून घेण्याचा प्रयत्न केला. त्याकाळी आय.सी.एस.ची परीक्षा इंग्लंडमध्येच घेतली जात असे. परीक्षेला बसण्याची कमाल वयोमर्यादा १८५९ साली अचानक २३ वरून २२ पर्यंत खाली आणल्याने रुस्तमजी हिरजी वाडिया या हिंदी विद्यार्थ्यास आय.सी.एस.च्या परीक्षेस बसता आले नाही. तेव्हापासून दादाभाईंनी हा प्रश्न धसाला लावण्याचा प्रयत्न सुरू केला.[६] १८६७ पर्यंत हिंदुस्थानातील विद्यापीठांतून पदवीधर बाहेर पडू लागले होते. उच्च इंग्रजी शिक्षण घेतल्यानंतरही हिंदी लोकांची वरच्या अधिकारपदांवर नेमणूक होत नव्हती. इंग्रजी राजवटीत उदयाला आलेल्या बुद्धिजीवी मध्यमवर्गाच्या दृष्टीने सनदी मुलकी सेवेत प्रवेश करण्याचा तसेत त्यासाठी स्पर्धात्मक परीक्षा लंडन, कोलकता, मद्रास व मुंबई येथे एकाच वेळी घेण्याचा प्रश्न जिव्हाळ्याचा होता. दादाभाईंच्या ईस्ट इंडिया असोसिएशनची शाखा मुंबईतही काढण्यात आली. (२२ मे १८६९) तेव्हा दादाभाई काही दिवसांच्या वास्तव्यासाठी इंग्लंडमधून हिंदुस्थानात आले होते. मुंबई शाखेचे अध्यक्ष डॉ. भाऊ दाजी होते आणि काशीनाथपंत तेलंग व फिरोजशहा मेहता शाखेच्या कामात हिरिरीने भाग घेत होते.

बॉम्बे प्रेसिडेन्सी असोसिएशन

तेलंग, फिरोजशहा, बद्रुद्दीन तय्यबजी हे तरुण वकील मंडलिकांच्या बॉम्बे असोसिएशनमध्येही होते. १८७५ नंतर बॉम्बे असोसिएशनचा एकतंत्री कारभार रावसाहेब मंडलिकांच्या आदेशानुसार चालत असे. १८८४ साली मलबारींच्या टिपणावर झालेल्या वादात मंडलिकांनी सनातन्यांना पाठीशी घातले, हे तेलंग वगैरे सुधारकांना रुचण्यासारखे नव्हते. 'मी सर्व सत्ता बळकावून बसलो आहे. एतदूर्थ, मला बाहेर काढून लाविले

पाहिजे.' असे काहींना वाटत असल्याचे खुद्द मंडलिकांनी यशवंत वासुदेव ऊर्फ बापूसाहेब आठल्ये यांना लिहिलेल्या पत्रात म्हटले होते.[७] बॉम्बे असोसिएशनच्या पुनरुत्थानासाठी प्रयत्न करण्यापेक्षा तेलंग, फिरोजशहा, बद्रुद्दीन, दिनशा वाच्छा, वगैरेंनी मंडलिक, दादाभाई वगैरेंच्या सहकार्याने 'बॉम्बे रोजी प्रसिडेन्सी असोसिएशन' ही नवी संघटना ३१ जानेवारी १८८५ रोजी स्थापन केली.

गोविंद बाबाजी जोशीं (वसईकर) यांनी स्थापन केलेल्या संघटना

कलकत्ता, मद्रास व मुंबई या शहरातल्या अशा संघटनेपेक्षा काहीशी वेगळी अशी 'वसई असोसिएशन' नावाची संघटना गोविंद बाबाजी वसईकर (१८२६-१९०६) यांनी १८६२ साली स्थापन केली. पण वर्षभराने तिचे काम थंडावले. ईस्ट इंडिया कंपनीचा कारभार १८५७ च्या उठावानंतर संपुष्टात आल्यावर व्हिक्टोरिया राणीच्या नावाने कारभार सुरू झाला. १८५८ नंतर जमीन महसूल, अबकरी कर, स्टँप ड्युटी, आयकर, वगैरे करांच्या रूपाने सरकार जास्त पैसा गोळा करू लागले. मिठासारख्या जीवनावश्यक वस्तूवरचा कर १८५९ मध्ये दर मणास एक रुपया करण्यात आला.

१८६० साली आयकराविरुद्ध ठाणे, कल्याण, भिवंडी, पनवेल, शहापूर व विशेषत: वसई येथे लोकांनी निदर्शने करून असह्य करवाढी विरुद्धचा असंतोष व्यक्त केला. या पार्श्वभूमीवर गोविंद बाबाजी जोशी यांनी वसई असोसिएशन स्थापन केली होती. हा उपक्रम अपेक्षेइतका यशस्वी झाला नाही. तरी नाउमेद न होता गोविंदरावांनी 'ठाणे जिल्हा असोसिएशन'ची ८ फेब्रुवारी १८६८ रोजी स्थापना केली. नगरपालिका, शाळा, जंगलखाते वगैरेंच्या कारभाराविषयी सरकारास अर्ज करून सूचना करण्याचे काम या संघटना करीत असत.[८] वसई व ठाणे येथील या संघटनांना शहरातील संघटनांप्रमाणे पैशांचे भक्कम पाठबळ नव्हते. त्यांचे सभासद गरीब होते. वर्गणीही फारच कमी होती. शेठसावकार किंवा उच्चविद्याविभूषित मंडळी या संघटनेत नव्हती. कार्यकर्ते कनिष्ठ मध्यमवर्गातले होते. सभासदांच्या अनास्थेमुळे, तुटपुंज्या साधनसामुग्रीमुळे ठाणे जिल्हा असोसिएशनही १८७० साली बंद पडली. गोविंद बाबाजी जोशी नंतरच्या काळात गावोगावी जाऊन सभा घेत आणि सार्वजनिक स्वरूपाची कामे करण्यासाठी ठिकठिकाणी मंडळे काढण्याचा प्रयत्न करीत असत. अहमदाबाद, नाशिक, नांदगाव, वगैरे ठिकाणी असोसिएशन्स सुरू करण्यात गोविंदराव जोशींनी पुढाकार घेतला होता.

सार्वजनिक सभा

मुंबई इलाख्यातील अशा सर्व मंडळ्यांमध्ये पुण्याच्या सार्वजनिक सभेचे कार्य सातत्याने व सुसंघटितरीत्या चाललेले होते. पर्वती देवस्थानच्या पंचांच्या गैरकारभाराला आळा घालण्यासाठी गणेश वासुदेव जोशी ऊर्फ सार्वजनिक काका (१८२९-१८८०)

यांनी सरदार इनामदारांच्या साहाय्याने सार्वजनिक सभेची स्थापना २ एप्रिल १८७० रोजी केली. या संघटनेच्या बहुसंख्य ब्राह्मण सभासदांमध्ये सरदार, इनामदार, सावकार, व्यापारी वगैरे असले तरी सभेची सूत्रे मुख्यत: वकिलांच्या हाती होती. प्रत्येक सभासदाला किमान पन्नास प्रौढ व्यक्तींनी मुखत्यारनामा लिहून दिलेला असल्यामुळे तो त्यांचा प्रतिनिधी समजला जात असे. १८७१ च्या नोव्हेंबरमध्ये महादेव गोविंद रानडे न्यायाधीश म्हणून पुण्यात काम करू लागल्यानंतर ते सार्वजनिक सभेची सूत्रे पडद्याआडून हलवू लागले. ते सरकारी नोकर असल्याने उघडउघड संघटनेचे सभासद होण्यास राजी नव्हते. त्यामुळे १८८० सालापर्यंत सार्वजनिक काका, नंतर सीताराम हरी चिपळूणकर, शिवराम हरी साठे, गोपाळ कृष्ण गोखले सार्वजनिक सभेचा कारभार पाहत असत. १८९६ साली टिळकांनी ही संस्था काबीज केली. तोपर्यंत सार्वजनिक सभा रानड्यांच्या तंत्राने चालत असे.

१८७५ सालापर्यंत सातारा, कराड, वाई, धारवाड, भिवंडी, नाशिक, अहमदनगर, सोलापूर, बार्शी, सिन्नर वगैरे ठिकाणी सार्वजनिक सभेच्या शाखा स्थापन झाल्या होत्या.[९] सभेचे राजकारण अर्ज विनंत्यांचेच होते. इंग्रज राज्यकर्त्यांना लोकांच्या गाऱ्हाण्यांची व मागण्यांची कल्पना देऊन त्यांच्या धोरणातबद्दल व्हावेत यासाठी दबाव आणण्याचा प्रयत्न सार्वजनिक सभा करीत असे. सभेचे प्रतिनिधी ग्रामीण भागात ठिकठिकाणी जाऊन माहिती गोळा करीत. तिला आकडेवारीची जोड देऊन अहवाल तयार करून तो सरकारला सादर केला जात असे. सार्वजनिक सभेच्या समित्यांच्या अहवालातील पुरावा संपूर्णतया अविश्वसनीय असल्याचा शेरा मारून अधिकारी अहवालाची वासलात लावीत असले तरी सार्वजनिक सभेने उपस्थित केलेल्या प्रश्नांकडे त्यांना अनिच्छेने का होईना लक्ष द्यावे लागत असे. १८७५ चे शेतकऱ्यांचे दंगे, १८७५-७७चा दुष्काळ वगैरे घडामोडींच्या संदर्भात सार्वजनिक सभेने केलेल्या हालचालींमुळे मुंबई सरकार व मुंबई गव्हर्नर सर रिचर्ड टेंपल यांची सभेवर इतराजी झाली आणि रानड्यांची सरकारने बदली करून त्यांना नाशिक व धुळे येथे पाठवले. तथापि, अल्पावधीतच बदली होऊन रानडे पुण्याला परतले. दरम्यान, जुलै १८८०मध्ये सार्वजनिक काकांचे निधन झाल्याने सीतारामपंत चिपळूणकरांच्या साहाय्याने रानड्यांनी सार्वजनिक सभेची सूत्रे पुन्हा हाती घेतली. मात्र, विसावे शतक कुठे उजाडते आहे तोच त्यांचे निधन झाले आणि त्यांच्या निधनाने एकाएकी सूर्यास्त झाल्याप्रमाणे सर्व लोक दिङ्मूढ झाले.[१०] त्यांच्या निधनानंतर सार्वजनिक सभेचे काम फार मोठ्या प्रमाणावर चालले असे दिसत नाही.

संदर्भ व टिपा

१. Andruj, C.F., Girija Mukarji, *The Rise and Growth of The Congress in India*, Landon, 1938, PP.105-6

२. कुलकर्णी, पु.बा., *नाना शंकरशेठ यांचे चरित्र,* मुंबई, १९५९, पृ. २२२-३
३. हवालदार ग.रा., *रावसाहेब विश्वनाथ नारायण मंडलिक यांचे चरित्र,* मुंबई, १९२७, पृ. २३८
४. Dobin, Christin, Urban LeaderShip in Western India, 1972, PP. 80-3
५. हवालदार, ग.रा., उपरोक्त, पृ. २३९-४२
६. Masani, R.P., *Dadabhai Naoroji,* London, 1939, PP. 81
७. हवालदार, ग.रा., उपरोक्त, पृ. २४९
८. जोशी, अ.रा., *गोविंद बाबाजी जोशी,* (वसईकर), ठाणे, १९८१, पृ. ३०-९
९. Maselos, J.C., Towards Nationalism, 1974, PP. 116
१०. टिळक, बा.गं., *समग्र लोकमान्य टिळक,* खंड ५, केसरी मराठा संस्था, पुणे १९७६, पृ. ९४०

पूर्वप्रसिद्धी :
२०१० मध्ये मुंबई येथील झुंझुनवाला महाविद्यालयात काँग्रेसची १२५ वर्षे या विषयावर आयोजित राष्ट्रीय चर्चासत्रात वाचलेला निबंध.

३५.

रत्नागिरी व सिंधुदुर्ग जिल्ह्यातील शतकोत्तर ग्रंथालये

माणूस नेमका सुसंस्कृत कशामुळे होतो, या प्रश्नाच्या उत्तराचे अनेक पैलू आहेत; पण त्यातील सर्वात महत्त्वाचा पैलू म्हणजे वाचन. पंडित नेहरूंपासून बर्ट्रांड रसेल पर्यंत अनेकांची व्यक्तिमत्त्वे चहुबाजूंनी विकसित झाली; यास त्यांचे बहुविध आणि चौफेर वाचनच कारणीभूत होते. महाराष्ट्रातील अशा वाचन प्रेमींची अनेक नावे सांगता येतील. मुंबई हे तर माहिती आणि ज्ञानाचे माहेरघरच असल्याने तेथे एशियाटिक सोसायटीपासून अनेक ग्रंथालये विसाव्या शतकात फुलारून आली. मुंबई मराठी ग्रंथसंग्रहालय हे त्यांपैकीच एक. अनेक मराठी प्रज्ञावंत, ज्ञानवंत आणि सामान्य नागरिक यांची वाचनाची भूक भागविण्याचे काम या ग्रंथालयांनी गेली अनेक दशके अविरतपणे केले. तसेच किंबहुना त्यापेक्षा अधिक महत्त्वाचे आणि मोलाचे कार्य रत्नागिरी-सिंधुदुर्ग जिल्ह्यातील शतकोत्तर ग्रंथालयांनी केले आहे. तथापि, पुणे[१] मुंबईच्या[२] ग्रंथालयांचे ज्याप्रमाणे इतिहास लिहिले गेले त्याप्रमाणे येथील ग्रंथालयांचे इतिहास लिहिले गेले नसल्याने त्यांची अवस्था 'नाही चिरा नाही पणती' अशीच आहे. तथापि, ज्या १००-१५० वर्षांपूर्वीच्या काळात ज्ञान आणि मनोरंजनाची आजच्या सारखी इतर कोणतीही माध्यमे उपलब्ध नव्हती. त्याकाळात येथेही ज्ञानमंदिरे उभी राहिली व सुमारे १२५ ते १५० किंबहुना १७५ वर्षे अखंडपणे कार्यरत राहिली ते खरोखरीच एक आश्चर्य होय.

या सर्व ग्रंथालयांनी समाजाची केवळ वाचनाची भूकच भागविली असे नाही तर अनेक उत्तमोत्तम प्रकल्प या ग्रंथालयांमार्फत राबविले. सार्वजनिक ग्रंथालय हे ज्ञान वितरणाचे एक श्रेष्ठ माध्यम असून वाचनाचा आनंद मिळवून देणारे एक सांस्कृतिक केंद्र आहे. नव्या कल्पना, नवे विचार यांच्या प्रसाराचे कार्य ते करीत असते. त्यायोगे जनतेला आपल्या मोकळ्या वेळाचा सदुपयोग करण्याची संधी मिळते.

सार्वजनिक ग्रंथालय आपल्या बौद्धिक जीवनाच्या कक्षा विस्तारत असते, आपल्याला आत्मकेंद्री वृत्तीपासून दूर नेते. आपल्या जीवनात अंतर्बाह्य बदल करून

आपल्यात श्रेष्ठ नागरिकांची पात्रता निर्माण करण्याची शक्ती सार्वजनिक ग्रंथालयात असते असे जे उद्गार सुप्रसिद्ध फ्रेंच ग्रंथकार आन्द्रे मोर्वा याने फार पूर्वीच काढले आहेत, ते या शतक्तोत्तर ग्रंथालयांनी अक्षरश: खरे करून दाखविले आहेत.

या सर्वच शतकोत्तर ग्रंथालयांनी ज्ञानजननी म्हणून कार्य करून गेल्या सुमारे १५-२० पिढ्यांमधील ज्ञान पिपासूंना ज्ञानामृत पाजले. पेशवाईच्या अंतानंतर लगेचच रत्नागिरीत 'कोकण बुक सोसायटी' सुरू केली गेली. तेच आजचे रत्नागिरी जिल्हा नगर वाचनालय. पुढे प्रसिद्धीस येणाऱ्या अनेक थोर पुरुषांना रत्नागिरी नगर वाचनालयाने मार्गदर्शन केले. त्यात डॉ. भांडारकर, लोकमान्यांचे वडील गंगाधरपंत टिळक, विष्णुशास्त्री चिपळूणकर, न्यायाधीश खारेघाट, इत्यादी विख्यात पंडित होते. ह्या वाचनालयात ज्ञान प्राप्त झालेल्या वाचकांच्या देशाभिमानी वृत्तीमुळे ह्या ज्ञानमाऊलीवर एकदा ब्रिटिश प्रशासकाचा रोष ओढवला होता. गेल्या पावणे दोनशे वर्षांच्या काळात रत्नागिरी नगर वाचनालयाने खूप प्रगती केली आहे. ही प्रगती अनेक नामवंत समाजसेवक व ज्ञानसेवक यांच्या प्रयत्नांमुळे झाली. नगर वाचनालयात स्त्रियांसाठी व मुलांसाठी स्वतंत्र विभाग असून व्यासंगी अध्यापक, प्राध्यापक, संशोधन करणाऱ्या विद्वानांसाठी येथे संदर्भ विभागही आहेत. ग्रामीण भागातील उत्सुक वाचकांना चांगले ग्रंथ वाचावयास मिळावेत म्हणून साखळी योजना सुरू करण्यात आली आहे.

रत्नागिरी नगर वाचनालयाने डॉ.वि.म.शिंदे, डॉ.ज.शं. केळकर, श्री. भाई साळवी, श्रीकांत शेट्ये, अ.अ.नेरुरकर असे अनेक कार्यकर्ते घडविले.

नगर वाचनालयाच्या अनेक कार्यक्रमांच्या निमित्ताने अनेक थोरामोठ्यांच्या भेटी घडून आल्या. काही नामवंतांचा उल्लेख करावयाचा झाल्यास प्रभाकर पाध्ये, यशवंत दिनकर पेंढारकर, कृ.ब.निकुंब, पं. महादेवशास्त्री जोशी, कृ.पां.कुलकर्णी, वा.ल.कुलकर्णी, माधवराव बागल, पु.ल.देशपांडे, विद्याधर गोखले, बाबासाहेब पुरंदरे अशी कितीतरी नावे सांगता येतील. धनंजय कीर, कुसुमताई अभ्यंकर असे लेखक-लेखिका घडविण्याचे कार्यही या नगरवाचनालयाने केले.

रत्नागिरी नगर वाचनालयातर्फे अनेक सांस्कृतिक कार्यक्रम आतापर्यंत केले गेले. नागरिकांकडून त्याला प्रतिसादही उत्तमपणे मिळाला आहे यातही शंका नाही. शिवशाहीर बाबासाहेब पुरंदरे यांच्या शिवछत्रपतींवरील व्याख्यानमालेने महाराष्ट्राचा इतिहास डोळ्यांपुढे उभा राहून नागरिक अक्षरश: भारावून गेले. रत्नागिरी जिल्ह्याच्या हद्दीजवळील किल्ले प्रतापगड व किल्ले रायगड यांचे रसभरीत वर्णन शिवशाहीरांनी केल्यानंतर नागरिकांचे व विद्यार्थ्यांचे जथ्थेच्या जथ्थे किल्ल्यावर जाऊ लागले. यावरून लोकांची अभिरुची वाढविण्याचा प्रयत्न योग्य प्रकारे झाल्यास त्याला साथ मिळून उपयोगही होतो हे सिद्ध झाले आहे. शाहीर अमरशेख यांच्यासारख्यांच्या कार्यक्रमाने नागरिक हेलावून गेले. या

प्रकारचे अनेक संस्कार करण्याचे कार्यक्रम नगर वाचनालयातर्फे आयोजित झालेले आहेत. अनेक नामवंतांच्या व्याख्यानमाला, कथामाला व काव्यवाचन या कार्यक्रमांमुळे रत्नागिरी शहरातील नागरिकांना जणू साहित्यिक मेजवानीच मिळाली.[३]

१९९१मध्ये अखिल भारतीय मराठी साहित्य संमेलन भरवून या नगर वाचनालयाने साहित्यिक जगतात आपल्या कर्तृत्वाचा ठसा उमटविला आहे.[४]

आज संपूर्ण वाचनालयाचे संगणकीकरण झाले आहे. हव्या त्या पुस्तकाचा तपशील काही क्षणांत उपलब्ध होतो अशी परिस्थिती आहे. अलीकडेच वाचनालयाच्या संचालक मंडळाने एस.एस.सी. परीक्षेत ८० टक्क्यांपेक्षा अधिक गुण मिळविणाऱ्या गुणवंतांना पुढील दोन वर्षे वाचनालयाची सेवा मोफत देण्याचा निर्णय घेतला आहे. असा अभिनव निर्णय घेणारे रत्नागिरी जिल्हा नगर वाचनालय हे बहुधा पहिले आणि एकमेव असावे.[५] मात्र, असे असूनही रत्नागिरीच्या लोकसंख्येचा विचार करता वाचनालयाच्या सभासदांची संख्या निराशाजनक राहिलेली आहे. सभासद वाढविण्याचा कार्यकारिणीने वारंवार प्रयत्न करूनही त्याला पुरेशी साथ नागरिकांकडून मिळत नाही ही वस्तुस्थिती आहे. अर्थात, हा प्रश्न एकट्या रत्नागिरी नगर वाचनालयाचा नसून महाराष्ट्रातील सर्वच वाचनालयांचा आहे. तसेच मर्यादित जागा हाही सर्व ग्रंथालयांचा मुख्य प्रश्न आहे.

रत्नागिरी जिल्ह्यातील चिपळूण या तालुक्याच्या ठिकाणचे 'लोकमान्य टिळक स्मारक वाचन मंदिर' हे असेच एक शतकोत्तरी ग्रंथालय असूनआता शतकोत्तर सुवर्ण महोत्सवाकडे त्याची वाटचाल चालू आहे. वर्षभर सुरू असलेले अनेक सांस्कृतिक कार्यक्रम हे या वाचनालयाचे वैशिष्ट्य असून ग्रंथमित्र पुरस्कार, आदर्श ग्रंथपाल पुरस्कार सुरू करून या वाचनालयाने या क्षेत्रात एक आदर्श पायंडा पाडला आहे. वेगवेगळ्या विषयावरील ग्रंथ प्रदर्शन सतत भरवून लोकांना वाचनालयाकडे आकृष्ट करण्याचा या वाचनालयाचा नित्य उपक्रम चालू असतो. या वाचनालयाचे कार्यकर्ते केवळ चिपळूण शहरापुरतेच ग्रंथालय चळवळीचे कार्य करतात असे नसून चिपळूण आणि गुहागर तालुक्यातील सुमारे ५० शाळांपर्यंत हे वाचनालय पोहोचले आहे. प्रकाश देशपांडे, धनंजय चितळे, रवींद्र दामले, अरुण इंगवले, मोहन कोवळे, सुनील खेडेकर असे अनेक कार्यकर्ते वाचनालयाच्या प्रगतीसाठी सतत झटत असतात. अनेक थोरामोठ्यांनी या वाचनालयाला भेटी देऊन त्याच्या कार्याबद्दल गौरवोद्गार काढल्याचे नमूद आहे. अलीकडच्या काळाचा विचार केल्यास पुरातत्त्व शास्त्रज्ञ डॉ.गो.ब.देगलूरकर, निसर्गप्रेमी मारुती चितमपल्ली, ग्रंथालय शास्त्राचे नामवंत अभ्यासक डॉ. शरद गणपुले, इत्यादी.[६]

जवळपासच्या नवीन शाळा, महाविद्यालयांना ग्रंथाली मार्फत पुस्तके भेट मिळवून देण्याचा एक अभिनव उपक्रम हे वाचनालय करीत आहे. हे एक त्याचे वैशिष्ट्यपूर्ण कार्य तसेच जवळपासच्या नवोदित वाचनालयांना सर्वतोपरी मदत करून त्या रोपट्यांना खतपाणी

घालून वाढविण्याचे वाचनालयाचे प्रामाणिक प्रयत्नही सतत चालू असतात. उदाहरणार्थ, पिंपळखुर्द वाचनालयाला पुस्तके ठेवण्यासाठी एक मोठी ट्रंक चिपळूणच्या लोकमान्य टिळक स्मारक वाचन मंदिराने दिली.

वाचनालयाच्या या उपक्रमाला अनेक दातेही त्यांच्या दातृत्वाने साथ देत असतात. अर्थात, याचा अर्थ असा नव्हे की, या वाचनालयापुढे काही समस्या नाहीत. अलीकडे शासनाच्या अनुदानाची गंगा सर्वच क्षेत्रात क्षीण होऊ लागली आहे. चिपळूणचे ग्रंथालयही त्याला अपवाद नाही. संगणकासाठीचे शासनाचे अनुदान मिळाले नाही. इतर मिळणारे अनुदान फारच अपुरे आहे. संचालक मंडळाला ग्रंथालयात बसून ग्रंथालय चालविता येणार नाही हेच खरे.

'नगर वाचनालय राजापूर' हे रत्नागिरी जिल्ह्यातील आणखी एक वाचनालय की, ज्याने शतकोत्तर रौप्य महोत्सवी वर्ष केव्हाच पार करून आज त्याचे १४६ वे वर्ष चालू आहे. यशवंत पाध्ये, रवींद्र पिंगे अशा आजच्या मराठीतील नामवंत पत्रकार साहित्यिकांच्या जडणघडणीत या वाचनालयाचा मोठाच वाटा आहे. या वाचनालयाने आपल्या शतकोत्तर प्रवासामध्ये ग्रंथालय सेवा लोकाभिमुख व समाजाभिमुख करून वाचन संस्कृती वाढविण्याचा प्रयत्न सातत्याने केला आहे. हा प्रवास करीत असताना वाचनालयाने तालुक्यातील ग्रंथालयांना एक कुशल नेतृत्व देऊन तालुक्यात ग्रंथालय चळवळ गतिमान करण्याचा प्रयत्न केला. या वाचनालयाची भव्य वास्तू आता उभी राहिली आहे. मात्र, कार्यकर्त्यांना आता हवंय मिनी थिएटर, छोटी आर्ट गॅलरी, पुस्तक प्रदर्शनासाठी एक देखणा हॉल, ते त्यांचे स्वप्न आहे. या राजापूर नगरवाचनालयाचे वैशिष्ट्य म्हणजे आता तिथे ऐकू येत आहे तो बालविकास प्रकल्पाचा किलबिलाट.

या ग्रंथालयात दीडशे वर्षांपूर्वीची शिळा प्रेसवर छापलेली आठ-दहा अतिदुर्मिळ पुस्तके आजही अस्तित्वात आहेत. त्यांचे मायक्रोफिलिमग अथवा किमान झेरॉक्सिंग झाले पाहिजे. तरच हे अतिदुर्मीळ धन पुढच्या पिढ्यांना उपयोगात आणता येईल. शं.ना. नवरेंपासून पुरुषोत्तम धाक्रस यांच्यापर्यंतचे लेखक राजापूर तालुक्यातील आहेत. त्यांची अलीकडील छायाचित्रे वाचनालयावर लावता येतील.

राजापूर नगर वाचनालयाला प्रामुख्याने नगर परिषद व राजापूर अर्बन को. ऑपरेटिव्ह बँकेने आर्थिक मदत करून आर्थिकदृष्ट्या संपन्न केले आहे. ही वस्तुस्थिती आहे. परंतु, त्याच बरोबर हे वाचनालय पुढे जाण्यासाठी कै. रामकृष्ण अनंत साखळकर, रामचंद्र श्रीकृष्ण हर्डीकर, लक्ष्मण सि. चिरपुटकर, राजाराम दामोदर किनरे, अनंत केशव पाध्ये, डॉ. पुरुषोत्तम अनंत शेट्ये, पुरुषोत्तम नरहर भावे, ल.वि.लेले, नारायण सदाशिव बाक्रे, प्र.ग.नवरे, प्रकाश चव्हाण, बंडोपंत ठोसर, मदन हजेरी या कार्यकर्त्यांची तळमळही तितकीच कारणीभूत ठरली. मदन हजेरी नावाचा माणूस तर ग्रंथालय प्रसाराच्या वेडाने

भारून जाऊन तेथे कार्य करत आहे. या वाचनालयाचा आणखी एक विशेष म्हणजे जन्मापासून पुढे सुमारे सव्वाशे वर्षे ते 'ब' वर्गात मोडत होते. १९९२मध्ये ग्रंथालयाला 'अ' वर्ग प्राप्त झाला.

फार पूर्वी तेथे ना.सी. फडके, वि.स.खांडेकर यांची व्याख्याने झाली होती. अलीकडच्या काळात अनेक पत्रकार, कलाकारांनीसुद्धा येथे आपली हजेरी लावली असून 'सुगम गायन स्पर्धा' हे तर राजापूर नगर वाचनालयाचे सांस्कृतिक वैशिष्ट्य बनले आहे. राजकारण विरहित काम करूनही संस्था उभ्या करता येतात याचे नगर वाचनालय, राजापूर हे उत्तम उदाहरण आहे. ग्रंथालयांचे जाळे, पंचावन्न तरुणांना थेट आर्थिक लाभ, किमान पाच हजार मुले वाचू लागणे, मुलांना स्वत: विचार करायला लावणे, वाचन, अनुभव, सांस्कृतिक कार्यक्रम यातून त्यांची जडणघडण करणे हा संचालकांचा त्यामागील हेतू स्तुत्यच म्हटला पाहिजे.[७]

सिंधुदुर्ग जिल्ह्यातील 'रा.ब. अनंत शिवाजी देसाई टोपीवाला वाचनालय', कुडाळ जिल्हा सिंधुदुर्ग हे जिल्ह्यातील शतकोत्तर रौप्य महोत्सव साजरा करून शतकोत्तर सुवर्ण महोत्सवाच्या दिशेने वाटचाल करणारे वाचनालय होय. कुडाळच्या टोपीवाला ग्रंथालयाचा ग्रंथसंग्रह मोठा व दर्जेदार होताच परंतु त्यात भर घालण्याची गरज होती. कार्यकारिणीच्या सदस्यांनी तसे प्रयत्न केले. काही दुर्मिळ व महत्त्वाचे ग्रंथ भेट मिळविले. कार्यकारिणीच्या सदस्यांनी ग्रंथालयाला देणग्या दिल्या. ग्रंथालयाच्या इमारतीत सुधारणा केल्या गेल्या. ग्रंथालय सभासदांच्या चांगल्या व ग्राह्य सूचना विचारात घेतल्या गेल्या. तसेच ग्रंथालय अधिक वेळ चालू ठेवण्याचा निर्णय घेतला. ग्रंथालयाचे उत्पन्न वाढविण्यासाठी सभासद वर्गणी वाढविण्यात आली. ग्रंथालयात काम करणारे कर्मचारी अत्यंत कमी वेतनात काम करत होते. त्यांची वेतनवाढ करण्यात आली. ग्रंथालयाच्या वाचकांच्या ज्ञानकक्षा रुंद व्हाव्यात यासाठी तसेच काही नवीन विषयात वाचकांना आवड निर्माण व्हावी या हेतूने ग्रंथालयामार्फत बहि:शाल केंद्र सुरू करून व्याख्यानमाला व अभिनव व्याख्यानमाला सुरू करण्यात आल्या.

कुडाळ येथील ग्रंथालय हे तालुक्यातील सर्वात जुने ग्रंथालय असूनही ते चालविण्यामध्ये अनेक अडचणी येत होत्या आणि त्यापेक्षा जास्त अडचणी तालुक्यातील इतर छोट्या ग्रंथालयांना येत होत्या. त्या सोडविण्यासाठी काही मदत करण्याच्या व इतर बाबतीत परस्पर सहकार्य करण्याच्या उद्देशाने 'कुडाळ तालुका ग्रंथालय संघ' स्थापन करण्यात आला. त्यासाठी तालुक्यातील ग्रंथालयांची पाहणी करण्यात आली. त्यांचे हिशेब तयार करण्यास व तपासून घेण्यास कुडाळ ग्रंथालय कार्यकारिणीने व ग्रंथपाल यांनी मदत केली. तसेच त्या ग्रंथालयाच्या व्यवस्थापकीय रचनेतही सुधारणा सुचविण्यात आल्या. तालुक्यातील ग्रंथपालांच्या त्यासाठी बैठका घेण्यात आल्या. कार्यकारिणीच्या

या प्रयत्नांना सर्वच ग्रंथालयांचा उत्तम प्रतिसाद मिळाला. कुडाळ शहराच्या वाढत्या लोकसंख्येचा व वाढत्या व्यापाचा विचार करून पिंगुळी येथे फिरते ग्रंथालय सुरू करण्याचा निर्णय कार्यकारिणीने घेतला. त्या भागातील ग्रंथप्रेमींना ग्रंथ फार सहजपणे उपलब्ध होऊ लागल्याने या उपक्रमाला उत्तम प्रतिसाद मिळाला.

सिंधुदुर्ग जिल्ह्यातील कुडाळचे हे ग्रंथालय नानाविध मार्गांनी भरभराटीला आणण्यामध्ये वामनराव पाटणकर, भाऊ धडाम, डी.डी.देसाई, भाई प्रभु, गजाननराव पेम, प्रकाश पाटणकर इत्यादी कार्यकर्त्यांचे श्रम फार मोलाचे ठरले.

अशा या ग्रंथालयाला अनेक थोरामोठ्यांचे पाय लागले. मराठी भाषेला प्रथम ज्ञानपीठ पुरस्कार मिळवून देणारे वि.स.खांडेकर, चिं.त्र्यं.खानोलकर, स्वामीकार रणजित देसाई, प्रा.मधु दंडवते, वसंत बापट, राजा मंगळवेढेकर, ग.प्र.प्रधान, बापूसाहेब काळदाते, मधु मंगेश कर्णिक, दया पवार, भालचंद्र फडके, दा.कृ.सोमण, प्रभाकर अत्रे, आ.ना.पेडणेकर आणि इतर कितीतरी! या सर्वांनीच या वाचनालयाबद्दल गौरवोद्‌गार काढल्याचे नमूद आहे. आज या वाचनालय ग्रंथालयाजवळ अनेक संकल्प आहेत. प्रथम इमारतीचा प्रश्न, ज्ञानसत्र, व्याख्यान कार्यक्रम अधिक व्यापक करायचे आहेत. कै.चिं.त्र्यं. खानोलकर विभाग सुरू करावयाचा आहे. मुंबई विद्यापीठाची बहि:शाल व्याख्यानमाला येथे चालतेच. तीही मोठी करायची आहे. ग्रंथसंपदा वाढवायची आहे. नोकर वर्गाच्या भविष्यासाठी काही करावयाचे आहे. उद्याचे अभ्यासू बालक, युवक तयार करायची जिद्द आहे. त्यांच्या आवडीचा आणि गरजेचा प्रत्येक ग्रंथ आणि अंक येथे आणायचा आहे.[८]

सिंधुदुर्ग जिल्ह्यातील वेंगुर्ले येथील शतकोत्तर नगर वाचनालय 'नेटीव्ह जनरल लायब्ररी' या नावाने सन १८७१मध्ये सुरू झाले. मात्र स्वातंत्र्यवीर सावरकरांच्या सूचनेवरून १९३५मध्ये 'नगर वाचनालय वेंगुर्ले' असे नामांतर करण्यात आले. १४६ वर्षांचा हा मूर्तिमंत ज्ञानकोश वाटावा अशा संस्थेने शेकडो लोकांचे वैचारिक, साहित्यिक जीवन फुलविले आहे. हे वाचनालय म्हणजे अक्षय तेवत राहिलेला ज्ञानदीप आहे. या संस्थेस राष्ट्रीय, आंतरराष्ट्रीय दर्जाच्या अनेक राजकीय नेत्यांनी, प्रतिथयश साहित्यिकांनी व विचारवंतांनी भेटी दिल्या आहेत.

कुणी याला मंदिर म्हटले आहे. कुणी म्हटले आहे की, या संस्थेविषयी विचार व्यक्त करणे म्हणजे सोन्यालाच सोन्याचा मुलामा देण्यासारखे आहे. अनेकांनी या संस्थेच्या निरलस चालकांची व कार्यकर्त्यांची तोंडभरून प्रशंसा केली आहे. संस्थेच्या पारदर्शक कारभाराचे कौतुक केले आहे.

या संस्थेला 'अ' वर्गाचा दर्जा मिळाला यात नवल नाही. ॲड. गोविंद रेगे, शशिकांत कर्पे, अनिल सौदागर, श्रीराम खानोलकर, रामकृष्ण जोशी, संजय पुनाळेकर हे सध्याचे त्या वाचनालयांचे मुख्य आधारस्तंभ.

आजच्या घडीला वाचनालयात सुमारे ३२ हजार ग्रंथ, ३५ मासिके, १६ दैनिके, १६ साप्ताहिके, पाक्षिके, वाचकांची वाचनाची व अभ्यासाची भूक भागवित आहेत; वर म्हटल्याप्रमाणे अनेक थोरामोठ्यांच्या पदस्पर्शाने वाचनालय पावन झाले आहे. त्यामध्ये स्वामी विवेकानंद, डॉ. राजेंद्रप्रसाद, श्री. जयप्रकाश नारायण, संत तुकडोजी महाराज, डॉ. चिंतामणराव देशमुख, साने गुरुजी, आचार्य अत्रे, मामा वरेरकर, अनंत काणेकर, वि.स.खांडेकर ही नावे सहज आढळतात. २९ नोव्हेंबर २००१ रोजी माजी न्यायमूर्ती चंद्रशेखर धर्माधिकारी यांच्या अध्यक्षतेखाली व सुप्रसिद्ध साहित्यिक श्री मधु मंगेश कर्णिक यांच्या उपस्थितीत ग्रंथालयाचा शतकोत्तर महोत्सव संपन्न झाला. या महोत्सवाच्या निमित्तांने संस्थेच्या नवीन इमारतीला दुसरा मजला बांधण्यात आला. त्यास कै. केशवराव अंकुश कुबल, स्मृती रंगमंच नाव देण्यात आले. या सभागृह बांधकामासाठी रुपये सात लाख खर्च आला. या सोहळ्याच्या निमित्ताने रंगावली प्रदर्शन, जावे कवींच्या गावा, हा काव्य गायनाचा कार्यक्रम व पं. अरविंद पिळगांवकर आणि सौ. बकुल पंडित यांचे गायन झाले. या ग्रंथालयात सामाजिक-शैक्षणिक, सांस्कृतिक विकासाच्या दृष्टीने चालू असलेला उपक्रम म्हणजे ग्रंथालयीन सेवक पुरस्कार, आदर्श शिक्षक-शिक्षिका पुरस्कार, आदर्श शाळा पुरस्कार, ग्रंथ प्रदर्शन, वाचक स्पर्धा, व्यासंगी वाचक स्पर्धा इत्यादी ८ वी १० वीच्या विद्यार्थ्यांसाठी जिल्हा स्तरीय निबंध स्पर्धा व ५ वी ते ७ वी साठी तालुका स्तरीय निबंध स्पर्धा, ८ वी ते १२ वी साठी जिल्हास्तरीय वक्तृत्व स्पर्धा, सांस्कृतिक कार्यक्रम स्पर्धा हे या वाचनालयाचे आज चालू असलेले कौतुकास्पद कार्यक्रम आहेत. शिक्षण क्षेत्रातील आधुनिक बदलानुसार तंत्र शिक्षण व संगणक याबाबतीत काही उपक्रम सुरू करण्याचा संस्थेचा मानस आहे. विविध सामाजिक विषयांकरिता व्यासपीठ उपलब्ध करून देण्याचा संस्थेचा विचार असून वाचनाकडे लोकांचे अधिक लक्ष असावे याकरिता संस्थेचे सर्वच कार्यकर्ते व पदाधिकारी प्रयत्नशील आहेत.[१]

सावंतवाडीची श्रीराम वाचन मंदिर व क्रीडाभुवन ही सुवर्ण महोत्सव साजरा केलेली महाराष्ट्रातील एक संस्था. १८५२मध्ये ८४८ रुपये तत्काळ जमवून १८ एप्रिल १८५२ रोजी वाचनालयाची स्थापना केली. सुरुवातीच्या काळात वाचनालयास स्वत:ची इमारत नव्हती. स्थापनेपासून सुमारे ३० ते ३५ वर्षे शाळा क्र. १ मध्ये ते होते. १८८५च्या सुमारास पोलिटिकल एजंट ले. कर्नल वेस्ट्रॉप यांनी नयनरम्य मोती तलावाच्या जवळ असलेली टुमदार इमारत या वाचनालयास दिली. पूर्वीचे नाव इतर लायब्ररीप्रमाणेच 'नेटिव्ह जनरल लायब्ररी' असे होते. १८९७मध्ये या संस्थेला जिमखाना जोडल्यावर युनायटेड जनरल लायब्ररी व जिमखाना हे नाव देण्यात आले. पुढे १९३० साली 'श्रीराम वाचन मंदिर व क्रीडा भुवन' हे नाव देण्यात आले.

श्रीराम वाचन मंदिराच्या (नेटिव्ह जनरल लायब्ररी) सुरुवातीच्या काळात आणखी

एक वाचनालय सावंतवाडीत होते. त्याचे नाव होते छत्रपती शिवाजी महाराज वाचनालय. श्रीराम वाचन मंदिराचे तेव्हाचे सभासद होते ६० तर छ. शिवाजी महाराज वाचनालयाचे सभासद होते १८५. छत्रपती वाचनालय असे प्रगतिपथावर असताना ते का बंद पडले हे मात्र समजू शकत नाही. १९२८ पर्यंत वाचनालयाच्या दफ्तराची भाषा होती इंग्रजी. वैनतेय साप्ताहिकाचे संपादक कै.मे.द. शिरोडकर यांनी दफ्तर मराठीतून असावे असा ठराव आणला व तो मंजूर होऊन १९२९ पासून ते आजपर्यंत कामकाज मातृभाषेतूनच चालते आहे.

या संस्थेच्या प्रगतीसाठी अनेक मान्यवरांनी हातभार लावलेला आहे. विशेष म्हणजे या ग्रंथालयाचा स्वतंत्रपणे अभ्यास झालेला आहे. श्री.जा.रा.बुवा यांनी एम.लिब. परीक्षेसाठी या ग्रंथालयावर शोधप्रबंध लिहिला असून त्याची प्रत या ग्रंथालयात पाहावयास मिळते. तसेच श्री. संजय गावडे यांनी एम.लिब.च्याच परीक्षेसाठी या ग्रंथालयाचे विद्यमान अध्यक्ष जयानंद मठकर यांच्या ग्रंथालय चळवळीतील योगदानावर सादर केलेल्या शोध प्रबंधाची प्रतही ग्रंथालयाच्या संग्रही आहे. ग्रंथालयाचा शताब्दी समारंभ, २७ वे राज्य ग्रंथालय संमेलन, शतकोत्तर रौप्य महोत्सव, त्रेचाळीसावे राज्य ग्रंथालय संमेलन, कोरगावकर व्याख्यानमाला व चौथे कोकण मराठी साहित्य संमेलन इत्यादी या वाचनालयाच्या इतिहासातील महत्त्वाचे प्रसंग. आज या ग्रंथालयाची जी सर्वांगाने झालेली भरभराट दिसते ती श्री. जयानंद मठकर आणि त्यांच्या सर्व सहकार्यामुळेच. जयानंद मठकर यांच्या कार्याची पावती म्हणजे १९९९-२००० या वर्षातील 'ग्रंथमित्र' पुरस्काराने शासनाने त्यांना गौरविले. कोकणात हा पुरस्कार प्रथमच मिळविण्याचा मान श्री. जयानंद मठकर यांना मिळाला आहे. ग्रंथालयाने खूप काम केले आहे पण अजूनही खूप काही करण्याचा विद्यमान संचालक मंडळाचा मानस आहे. त्यासाठी त्यांचे प्रयत्न आजही सुरूच आहेत.

रत्नागिरी सिंधुदुर्ग जिल्ह्यातील जुन्या ग्रंथालयांना ज्याप्रमाणे अनेक मान्यवरांनी भेटी दिल्या आहेत तशाच भेटी याही ग्रंथालयाला अनेक मान्यवरांनी देऊन गौरविले आहे. कृ.ग.भागवत, के.ना. वाटवे, बा.द.सातोस्कर, वा.पु.कोल्हटकर, य.दि.पेंढारकर, अनंत काणेकर, ग.प्र.प्रधान, एस.एम.जोशी, अ.का.प्रियोळकर, वि.स.पागे, धनंजय कीर, वि.स.खांडेकर, रणजित देसाई, बा.भ.बोरकर, वसंत सबनीस, दुर्गा भागवत, मंगेश पाडगांवकर, प्रा.राम जोशी, शिवाजी सावंत, आनंद यादव आणि कितीतरी.[१०] या सर्वच मान्यवरांनी वाचनालयाला खूप गौरविले आहे. रत्नागिरी सिंधुदुर्ग जिल्ह्यातील या शतकोत्तर ग्रंथालयांचा इतिहास खरोखरीच खूप गौरवशाली आहे हे खरेच.

संदर्भ व टिपा

१. दीक्षित, म.श्री., *पुणे नगर वाचन मंदिर - १५० वर्षांचा इतिहास*, पुणे, १९९८

२. प्रियोळकर अ.का. - *मराठी ग्रंथांचे ग्रंथ संग्रहालय* - मुंबई १९६९

३. रत्नागिरी जिल्हा नगर वाचनालय, रत्नागिरी *शतकोत्तर सुवर्ण महोत्सव स्मरणिका रत्नागिरी*, १९७८

४. *आमराई* - अखिल भारतीय मराठी साहित्य संमेलन विशेषांक, रत्नागिरी, १९९०

५. हे प्रस्तुत लेखकाचे मत आहे. त्यात कोणी दुरुस्ती केल्यास अगर इतर दुसरे याच्या अगोदरचे असे दुसरे उदाहरण कुणी दाखवून दिल्यास लेखकास त्याचा आनंदच होईल.

६. देशपांडे, प्रकाश (संपादक) - *लोकमान्य टिळक स्मारक वाचन मंदिर चिपळूण*, २००५

७. हजेरी, मदन (संपादक) - *राजापूर नगर वाचनालय*, राजापूर, २००३

८. येजरे पा.ल. *'लावण्यसिंधू'* चौथे कोकण मराठी साहित्य संमेलन (१३ ते १५ डिसेंबर १९९६) सावंतवाडी, १९९६, पृ. ८८ ते ९२

९. मंत्री, श्रीराम, *फकाणा गजाली वेंगुल्याचे*, मुंबई २००३, पृ. ५ ते ७

१०. श्रीराम वाचन मंदिर व क्रीडा भुवन *शतकोत्तर सुवर्ण महोत्सव स्मरणिका*, सावंतवाडी २००२

मराठी संदर्भ ग्रंथ

१. कानडे, रा. गो. - *प्राचीन अर्वाचीन ग्रंथालये*. पुणे, १९३८

२. गुरव, अनंत - *विश्व ग्रंथालयांचे*, मुंबई, १९९८

५. नातू, श्रीराम - *सर्वांसाठी ग्रंथालये*, पुणे ,१९८४

६. पडोळे, ल.वा. - *मराठी ग्रंथालयांचा इतिहास*, नागपूर, १९५१

७. प्रभुदेसाई, अच्युत - *वाचनाचे महत्त्व - ग्रंथालय महात्म्य*, मुंबई, १९९६

९. मराठे, ना. वा. - *भारतीय ग्रंथालयांचा इतिहास*, मुंबई, १९७९

१०. महाजन, शां. ग. - *महाराष्ट्रातील ग्रंथालयांची सूची*, मुंबई, १९६५

११. लेले, रा. के. - *मुंबई मराठी ग्रंथसंग्रहालय*, मुंबई, १९७३

इंग्रजी संदर्भ ग्रंथ

1. Mookarji, S. K. - Development of Libraries and Library Science in India. Calcutta 1969.
2. Vashisth, C.P. (Edi) Libraries as Rural Community Centre, Delhi 1995.
3. Vashisth C.P. (Edi) Library Movement and Library Development in India, Delhi 1995.
4. Gazetteer of Bombay Presidency - Ratnagiri and Sawantvadi, 1880 Reprint 1996.

पूर्वप्रसिद्धी :

'भारतीय इतिहास आणि संस्कृति' जानेवारी-मार्च २००८, वर्ष ४४, पुस्तक १७६

वराडकर -बेलोसे महाविद्यालय, दापोली येथे आयोजित केलेल्या राष्ट्रीय चर्चासत्रात वाचलेला निबंध. २००३

३६.

रत्नागिरी नगरपालिकेचा इतिहास

शहरात नागरी सुखसोई पुरविण्याचे काम करणाऱ्या स्थानिक स्वराज्य संस्थेला नगरपालिका म्हणतात. भारतात नगरपालिका स्थापन करण्याचा अधिकार १८५०च्या कायद्यामुळे सरकारला मिळाला. एखाद्या शहरात नगरपालिका स्थापन करण्यात यावी, त्या संबंधीच्या कायद्याचे आम्ही पालन करू व रीतसर कर भरू असा अर्ज केल्यानंतर सरकार नगरपालिका स्थापन करण्याबाबत हालचाल करत असे. १८५० नंतर पुढे १५-२० वर्षांनी भारतातील अनेक शहरांमध्ये नगरपालिका स्थापन झाल्या.[१]

नगरपालिका स्थापन करण्याचा निर्णय सरकारने घेतला की, गव्हर्नर ९ ते १५ जणांची म्युनिसिपल कमिशनर म्हणून नियुक्ती करत असे. वेगवेगळ्या जातीधर्मातील प्रतिष्ठित नागरिकांना प्रातिनिधिक पंच म्हणून नियुक्त केले जाई. जिल्हाधिकारी हा नगरपालिकेचा अध्यक्ष असे. कामकाज विषयक नियम नगरपालिकेने बनवायचे आणि सरकारने मंजूर केल्यानंतर, अंमलात आणावयाचे अशी प्रथा होती. घरपट्टी व जकात हे कर बसविण्याचा नगरपालिकेला अधिकार होता. रस्ते सफाई, पाणी पुरवठा वगैरे कामे नगरपालिकेची आवश्यक कामे मानली होती.[२]

१८८५ सालापासून जिल्हाधिकाऱ्याऐवजी बिनसरकारी सभासदाला अध्यक्ष करण्याची प्रथा सुरू झाली. तसेच नगरपालिकेसाठी स्वतंत्र सेवक वर्ग नेमला जाऊ लागला.[३]

भारताच्या बाबतीत आपण एक मुद्दा लक्षात घेतला पाहिजे की, जरी ब्रिटिशांच्या आगमनानंतर काही काळाने येथे पद्धतशीरपणे स्थानिक स्वराज्य संस्थांचा विचार आणि विकास झाला असला तरी स्थानिक स्वराज्य संस्थांचा प्रयोग हा येथे फार पूर्वीपासूनच अंमलात आणला गेलेला आहे. भारतात अगदी इतिहासपूर्व काळापासून स्थानिक स्वराज्य संस्थांचा इतिहास मिळतो.[४]

मोहंजोदारो आणि हडप्पा येथील उत्खननावरून येथील या संदर्भाची प्रचिती येते.[५]

प्राचीन काळी प्रत्येक नगराची व्यवस्था पाहण्यासाठी एक सभा असे. तिला पौर सभा असे नाव होते. त्या सभेचे कार्य आजच्या नगरपालिकेप्रमाणेच होते. त्या व्यतिरिक्त शासन संस्थेने नेमलेले अधिकारीही असत.[६]

नगराच्या मुख्य अधिकाऱ्याला अर्थशास्त्रात नागरिक म्हटले आहे. त्याच्या मदतीला इतर अधिकारी असत.[७]

मॅगेस्थेनिसनेही आपल्या लेखनात स्थानिक स्वराज्य संस्थां (नगरपालिका)चा उल्लेख केला आहे. त्याने नगरपालिकांच्या प्रत्येकी पाच सभासदांच्या सहा समित्यांचा उल्लेख केला आहे. त्या समित्या म्हणजे औद्योगिक कला, परकीयांची करमणूक करणारी केंद्रे, जन्ममृत्यूची नोंद, व्यापार व्यवहार, स्थानिक वस्तू विनिमय आणि कर निर्धारण, इत्यादी.[८]

वरील काही संदर्भांवरून हे सिद्ध होते की, भारताला नगर प्रशासन ही कल्पना नवी नाही. तथापि, पद्धतशीरपणे आधुनिक नगरपालिकांच्या प्रशासनाचा पाया ब्रिटिशांनी घातला व त्यातही १८५८मध्ये ईस्ट इंडिया कंपनीकडून ब्रिटिश पार्लमेंटकडे भारताचे सत्तांतर झाले तेव्हापासूनच त्याची हळूहळू पण निश्चितपणे सुरुवात झाली.[९]

लॉर्ड मेयोच्या १८७०च्या ठरावामध्ये नमूद केल्याप्रमाणे स्थानिक स्वराज्य संस्थांना प्रांतिक सरकारांनी आर्थिक मदत देऊन अधिक सुदृढ करावयाचे होते. तसेच स्थानिकांनी आणि युरोपियनांनी मिळून स्थानिक स्वराज्य संस्थांचा कारभार चालवावयाचा होता.[१०]

स्थानिक स्वराज्य संस्थांचा, विशेषत: नगरपालिका प्रशासनाचा पाया घालण्याचे खरे कार्य जर कोणी केले असेल तर ते मात्र लॉर्ड रिपन याने! स्थानिक स्वराज्य संस्थांचा पिता अथवा जनक' असा त्याचा खास गौरव केला जातो. १८ मे १८८२ या दिवशी त्याने स्थानिक स्वराज्य संस्थांविषयीचा ठराव संमत केला. लोकांचे राजकीय शिक्षण, स्थानिक स्वराज्य संस्थांचे जाळे देशभर विणणे, स्थानिक स्वराज्य संस्थांमध्ये बिनसरकारी सभासदांची संख्या वाढविणे तसेच सरकारी सभासदांचा हस्तक्षेप कमी करणे, इत्यादी महत्त्वाच्या गोष्टी त्यात अंतर्भूत होत्या.[११]

लॉर्ड रिपनच्या या कार्यामुळे स्थानिक रहिवाशांना स्थानिक स्वराज्य संस्थांमध्ये खऱ्या अर्थाने प्रवेश मिळून स्थानिक स्वराज्य संस्था लोकशाहीच्या दृष्टीने हळूहळू सुदृढ होऊ लागल्या म्हणूनच सुप्रसिद्ध इतिहासकार के.एम.पण्णीकर म्हणतात. "Lord Ripon's reform of local self. Goverment Iaid the basis of local and municipal self goverment which soon took firm root in India and bacame the ground work of democratic institution in higher spheres.[12]

कोकणातील शतकोत्तर नगरपालिका

लॉर्ड रिपनच्या स्थानिक स्वराज्य संस्थांच्या संदर्भातील ठरावानुसार देशात नगरपालिकांच्या उदयाचा वेग वाढला असला तरी कोकणातील दोन जिल्ह्यात रत्नागिरी

सिंधुदुर्ग जिल्ह्यात १ एप्रिल १८७६ रोजी चार नगरपालिकांची स्थापन झाली. त्या चार नगरपालिका म्हणजे रत्नागिरी, चिपळूण, राजापूर आणि वेंगुर्ला ह्या होत. त्यावेळी वेंगुर्ल्यांची लोकसंख्या ९०००, राजापूरची ८२०७, रत्नागिरी, १५००० तर चिपळूणची लोकसंख्या ५३४१ एवढी होती.[१३] या चार नगरपालिकांखेरीज त्यांच्याही अगोदर कोकणात काही नगरपालिकांचा जन्म झालेला दिसतो. वसईला १८६४ मध्ये तर भिवंडीला १८६४ मध्येच नगरपालिका उदयास येऊन तिला १५ मार्च १८६५ रोजी मान्यता मिळाली. पनवेलला तर त्याही अगोदर १ सप्टेंबर १८५२ रोजीच नगरपालिका अस्तित्वात आली. १८६५मध्ये पेण तर १८६६मध्ये रोहे, महाड येथे नगरपालिका अस्तित्वात आल्या. १८७८ ला सावंतवाडी नगरपालिकेचा जन्म झाला. मुरूड जंजिरा आणि श्रीवर्धन येथे १८८८मध्ये नगरपालिका निर्माण झाली.[१४]

रत्नागिरी नगरपरिषद

रत्नागिरी नगरपरिषदेची स्थापना बॉम्बे म्युनिसिपल ॲक्ट १८७३ अन्वये १ एप्रिल १८७६ रोजी झाली. रत्नागिरी शहर हे रत्नागिरी जिल्ह्याचे मुख्य ठिकाण. ऐतिहासिक काळामध्ये रत्नागिरी हे विजापूरच्या आदिलशाहीत समाविष्ट होते. इंग्रज, पोर्तुगीज, फ्रेंच, डच या युरोपियन राष्ट्रांच्या रेकॉर्ड्‌समध्येही यापूर्वीचा उल्लेख नाही. १७२१ मध्ये कोल्हापूर वाटपामध्ये रत्नागिरी शहर हे छत्रपती शाहू महाराजांच्या वाट्यास आले.[१५]

सन १७८३मध्ये पेशवाईत रत्नागिरी शहर हे त्यांच्या जिल्ह्याचे प्रमुख ठिकाण म्हणून प्रसिद्धीस आले. १८१८मध्ये ब्रिटिशांनी पेशवाई खालसा केली तेव्हा रत्नागिरी हे एक खेडेच होते. तरीही ब्रिटिशांनी त्याला जिल्ह्याच्या ठिकाणाचा दर्जा दिला.[१६]

वर म्हटल्याप्रमाणे एक एप्रिल १८७६ रोजी रत्नागिरी नगरपालिकेची स्थापना झाली. त्यावेळेस शहराची लोकसंख्या पंधरा हजार होती. नगरपालिकेच्या स्थापनेच्या वेळी जिल्ह्याचे कलेक्टर हे नगर पालिकेचे पदसिद्ध अध्यक्ष होते. ४ इतर पदसिद्ध अधिकारी, १२ सरकार नियुक्त (३ सरकारी अधिकारी + ९ स्थानिक नागरिक होते) शिवाय २ युरोपियन अधिकारी होतेच. मात्र, लोकनियुक्त सभासद एकही नव्हता.[१७] रत्नागिरी या नावाने एकही गाव रेव्हेन्यु रेकॉर्डमध्ये नोंदलेले नाही. मौजे रहाटघर संपूर्ण, मौजे झाडगाव येथील काही भाग मौजे पेठशिवापूर संपूर्ण, मौजे नाचणे गावातील काही भाग, मौजे किल्ला संपूर्ण हे भाग एकत्र करून रत्नागिरी नगरपालिकेचे क्षेत्र बनविण्यात आले आहे.[१८]

लोकनियुक्त सदस्य

बॉम्बे म्युनिसिपल ॲक्ट १९०१ अन्वये रत्नागिरी नगर परिषदेमध्ये प्रथमच लोकनियुक्त सभासदाची नियुक्ती करण्यात आली व सरकारी अधिकारी सभासदांची संख्या, एकूण सभासद संख्येच्या निम्म्यापेक्षा अधिक असू नये असे ठरविण्यात आले.

त्याचप्रमाणे नगरपालिकेचे अध्यक्ष व उपाध्यक्ष निवडण्याचे अधिकारही या नगरपालिकेला देण्यात आले.[१९]

१९२५च्या बॉम्बे म्युनिसिपल ब्युरो ॲक्ट प्रमाणे १९२५मध्ये नगरपालिकेला म्युनिसिपल ब्युरोचा दर्जा देण्यात आला. या ॲक्टप्रमाणे नगरपालिकेत निवडून आलेल्या सभासदांच्या ताब्यात नगर परिषदेचा कारभार आला कारण नियुक्त सभासदांची संख्या निवडून आलेल्या सभासद संख्येच्या एकपंचमांश पेक्षा अधिक असता कामा नये असे या कायद्यान्वये ठरविण्यात आले. रत्नागिरी म्युनिसिपल ब्युरोचे पहिले अध्यक्ष रावबहादूर ल.वि. परूळेकर हे होते.[२०]

१९२५च्या म्युनिसिपल ब्युरो ॲक्ट प्रमाणे नगरपालिकेसाठी २५ सभासदांची तरतूद करण्यात आली होती. त्यांपैकी ३ जागा स्त्रियांसाठी तर एक जागा अनुसूचित जाती-जमातीसाठी राखीव ठेवण्यात आली होती. तसेच नगरपालिकेसाठी स्थायी समिती तसेच आरोग्य, पाणी पुरवठा, इत्यादी समित्याही होत्या.[२१]

राखीव जागांची तरतूद

१९३८मध्ये सरकार नियुक्त होणाऱ्या सभासदांची तरतूद कायद्यातून वगळण्यात आली. त्यानंतर पुढे काही वर्षांपर्यंत २ मुस्लीम सभासद मुस्लिमांमधून निवडून द्यावयाचे होते तर बाकीचे २३ सभासद बिगर मुस्लिमांमधून निवडून द्यावयाचे होते. पुढे मुंबई सरकारने १९४८मध्ये नगर पालिकांच्या घटनांमध्ये बदल करून २५ सभासदांपैकी २ मुस्लीम व १ हरिजनांसाठी अशा एकूण ३ जागा राखीव म्हणून घोषित केल्या.[२२]

पुढे शासनाने यात काही बदल करून एकूण २५ सभासदांपैकी ३ जागा स्त्रियांकरिता राखीव ठेवला आल्या व १ जागा मागासवर्गीयांसाठी राखीव ठेवण्यात आली.[२३]

संयुक्त महाराष्ट्रासाठी राजीनामे

२१ जानेवारी १९५६ रोजी नगरपालिकेचे अध्यक्ष, उपाध्यक्ष व सर्व सभासदांनी संयुक्त महाराष्ट्राच्या ज्वलंत प्रश्नावर आपल्या सभासदत्वाचे राजीनामे दिले. त्यामुळे नगरपालिकेचा कारभार ३० डिसेंबर ५७ पर्यंत म्हणजे २ वर्षे सरकारी प्रशासक पाहात होता. १ मे १९६० रोजी महाराष्ट्र राज्य अस्तित्वात आले. नव्या राज्यातील सर्व नगर परिषदांकरता नगरपालिका अधिनियम १९६५ हा कायदा अंमलात आला त्यामुळे रत्नागिरी म्युनिसिपल ब्युरो हे नामाभिधान रद्द होऊन रत्नागिरी नगर परिषद 'ब' वर्ग हे नाव प्राप्त झाले. शहराचे एकूण २३ विभाग करण्यात येऊन प्रत्येक विभागातून एक जागा ठेवण्यात आली. १९७२मध्ये २३ वॉर्डचे २५ वॉर्ड करण्यात आले. १९७४मध्ये पंचवीस ऐवजी ३२ विभाग पाडण्यास आले. त्यामध्ये स्त्रियांसाठी राखीव जागा ३ करण्यात आल्या. आणखी ३ सदस्य स्वीकृत करण्यात येऊ लागले. या पुनर्रचनेप्रमाणे एकूण सदस्य संख्या

३५ झाली. या पुनर्रचनेप्रमाणे १७ नोव्हेंबर १९७४ रोजी निवडणूक होऊन नवीन तरतुदी प्रमाणे नगराध्यक्षांच्या प्रत्यक्ष मतदारातून झालेल्या पहिल्या निवडणुकीत डॉ. जगन्नाथ शंकर केळकर हे नगराध्यक्षपदी निवडून आले.[२४]

ब्रिटिश काळातील रत्नागिरी नगर परिषदेचे कार्य

३१ मार्च १८७८ रोजी संपलेल्या आर्थिक वर्षामध्ये रत्नागिरी नगरपालिकेचे उत्पन्न फक्त ५५४ रुपये होते व तेही मुख्यत: घरपट्टीपासून मिळालेले होते. त्यावर्षी जकातीपासून मिळणारे उत्पन्न शून्य होते. मात्र गावाची स्वच्छता, पाणी पुरवठा, आरोग्य, दिवाबत्ती इत्यादींसाठी नगरपालिकेने चांगलाच खर्च केला होता. त्यामुळे नगरपालिकेला लोकल बोर्डाकडून कर्ज घ्यावे लागले होते.[२५] नगरपालिकेच्या वतीने ब्रिटिश काळापासून पाणी पुरवठ्याकडे खरोखरीच चांगले लक्ष दिले होते. रत्नागिरी शहरापासून अडीच मैलांवर असलेल्या नाचणे गावाला असलेल्या नैसर्गिक झऱ्याचे पाणी रत्नागिरी शहराकडे आणण्याची कल्पना ब्रिटिश अधिकारी ए.टी. ऑफोर्ड याला सुचली आणि ती त्याने अमलात आणली. त्यासाठी ३५०००/- रुपये लागले.[२६] आणि ५ मे १८८० पासून ते पाणी रत्नागिरी शहराला मिळू लागले. त्यानंतर १९१०मध्ये ८५,५००/- रुपये खर्च करण्यात येऊन पाणी साठ्याची क्षमता वाढविण्यात आली आणि चार लाख गॅलन पाण्याची क्षमता असणारे दोन कंपार्टमेट बांधण्यात आले.[२७]

१९१० नंतर १९५७ पर्यंत वरील ठिकाणाहून व वरील योजनेतूनच पाणी पुरवठ्याचे काम चाललेले होते. मात्र, १९५७मध्ये पानवळ धरणातून आणखी पाणी पुरवठा करण्यासाठी शासनाने एक योजना हाती घेतली. तिची किंमत २४ लाख ६८ हजार रुपये इतकी होती. एवढे होऊनही पाणी पुरवठा कमीच होऊ लागल्याने एम.आय.डी.सी. कडून काजळी नदीतून पाणी घेण्यास सुरुवात केली. आज या मितीस रत्नागिरी शहराच्या पाण्याच्या वाढत्या गरजा लक्षात घेऊन शिळ धरणातून नगर पालिकेच्या पाईपलाईनद्वारे गावाला पाणी मिळण्याची सोय करण्यात येत आहे. मोठमोठ्या शहरात एप्रिल-मे महिन्यात ज्यावेळेस पाण्यासाठी शहरवासियांचा नगरपालिकांवर अथवा महानगरपालिकांवर स्त्रियांचा हंडा मोर्चा निघत असतो त्यावेळेस रत्नागिरी नगर परिषदेच्या हद्दीत एखादं दुसरा दिवस वगळता तीन-तीन तास पाणी पुरवठा होत असतो.

ब्रिटिशांची रत्नागिरी नगर परिषदेच्या संदर्भातील आणखी एक महत्त्वाची कामगिरी म्हणजे त्यांनी १९१४मध्ये शहरामध्ये सांडपाणी वाहून जाण्यासाठी पक्क्या दगडांच्या गटारी बांधून काढल्या.[२८]

शहरामध्ये सक्तीचे प्राथमिक शिक्षण दिले जात होते. ते शिक्षण जिल्हा स्थानिक मंडळामार्फत दिले जात होते. मात्र, त्यासाठी रत्नागिरी नगरपालिका त्या जिल्हा मंडळाला

आपला निश्चित हिस्सा देत असे व अशा प्रकारे सक्तीच्या प्राथमिक शिक्षणाला मदत करत होती. याशिवाय गावातील फाटक प्रशाला, शिर्के प्रशाला, महिला विद्यालय, पटवर्धन विद्यालय यांना प्रत्येकी वार्षिक २५० रुपयांचे अनुदान देत होती. तसेच १९४५ साली स्थापन झालेल्या गोगटे-जोगळेकर महाविद्यालयालाही काही रक्कम देत होती.[२९]

आरोग्य, शिक्षण, पाणी पुरवठा या गोष्टीकडे जसे ब्रिटिश काळात रत्नागिरी नगरपालिकेने लक्ष दिले तसे शहरातील रस्ते विकासाकडे मात्र दिले नाही असे म्हणावे लागते; कारण १९६५ पर्यंत येथील रस्ते तांबड्या मातीचे होते. १९६६मध्ये डॉ. ज. शं. केळकर पहिल्यांदा नगराध्यक्ष झाले त्यावेळेस त्यांनी शहरातील सर्व रस्त्यांचे डांबरीकरण केले.[३०]

ब्रिटिश काळातच एक उल्लेखनीय गोष्ट तत्कालीन नगरपालिकेने केली, ती म्हणजे नगरपालिकेने ३ स्वतंत्र बाजारपेठा, एक भाजी बाजार, मासळी बाजार आणि मटन बाजार, शिवाय स्वतंत्र कत्तलखान्याचीही निर्मिती केली होती. तो आजतागायत चालू आहे.[३१]

रत्नागिरी नगर परिषदेने शहरातील स्वातंत्र्य लक्ष्मी चौक येथे १९१५ पासून म्हणजेच ब्रिटिश काळापासून एक आयुर्वेदिक दवाखाना चालविला आहे.[३२] तोही आज चालू आहे.

नगरपालिकांनी माणसांच्या मृत्युनंतरच्या प्रेत दहनविधी किंवा पुरण्यासाठी स्मशान भूमी बांधण्याचा विचार ब्रिटिश काळात केलेला दिसत नाही. मात्र, काही ठिकाणांचा या गोष्टींसाठी सतत उपयोग केला गेल्याने शहराच्या पश्चिमेकडे असलेल्या पांढरा समुद्र या भागात हिंदू स्मशान भूमी तयार झाली, तर शहरातल्या निरनिराळ्या आठ ठिकाणी मुसलमानांच्या प्रेत पुरण्याच्या स्मशान भूमी असून त्या आजही त्यांच्या जमातीकडून चालविल्या जात आहेत.[३३]

नगर परिषदेच्या १२९ वर्षांच्या वाटचालीत ब्रिटिश काळात जी प्रगती झाली त्यापेक्षा स्वातंत्र्योत्तर काळातच नगरपालिकेची सर्वांगाने प्रगती झाली आहे. त्यातही सन २००१ पासून रत्नागिरी नगरपालिकेचे रूप झपाट्याने बदलत आहे. शहरातील सर्व रस्त्यांवर विजेचे दिवे व मुख्य रस्त्यावर विशेष आकर्षक दिवे बसविण्यात आले आहेत. शहरातील मुख्य रस्ते तसेच गल्ली बोळातील रस्तेदेखील डांबरी करण्यात आले आहेत. सफाई, आरोग्य, करवसुली यावर नगरपालिकेने लक्ष केंद्रित केले आहे. याचा परिणाम म्हणून शासनाचा संत गाडगेबाबा नागरी स्वच्छता अभियानांतर्गत असलेला पुरस्कार सतत ३ वर्षे २००३, २००४ आणि २००५ या वर्षांचा प्रथम क्रमांक रत्नागिरी नगरपालिकेस मिळालेला आहे. अलीकडेच ४ कोटी रुपये खर्च करून भव्य नाट्यगृह बांधण्यात आले आहे. भरपूर पाणी पुरवठा, विविध शारीरिक खेळांच्या स्पर्धांचे आयोजन, पोहण्याच्या

तलावाची बांधणी, नगर पालिकेच्या मालकीच्या शाळांची डागडूजी, स्वच्छता गृहांची बांधणी, नगर परिषदेच्या इमारतीचे नूतनीकरण केले आहे. १९९२ पर्यंत नगरपालिकेच्या २० प्राथमिक शाळा होत्या. आज त्यांची संख्या २२ वर गेली आहे. पैकी १८ मराठी माध्यमाच्या तर ४ उर्दू माध्यमाच्या आहेत. शिवाय नगरपालिकेच्या परवानगीने परंतु विना अनुदानित तत्त्वावर चालविल्या जाणाऱ्या ६ प्राथमिक शाळा शहरात कार्यरत असून त्यापैकी ३ मराठी माध्यमाच्या, २ उर्दू माध्यमाच्या तर १ इंग्रजी माध्यमाची आहे.

अशा प्रकारे शहर विकासासाठी आतापर्यंत प्रयत्न केले असून आजही शहराच्या विकासाला कटिबद्ध असल्याचे स्पष्टपणे जाणवते आहे.

संदर्भ आणि टीपा :

१. जोशी, लक्ष्मण शास्त्री (तर्कतीर्थ) मराठी विश्वकोश, खंड ८, पृ. २७७, मुंबई १९७९

२. कित्ता

३. कित्ता

४. Calder, Richie, The Inheritors, Landon, 1961, pp. 99

५. Havell, B.B., The History of Aryan Rule in India, Landon, 1935, pp. 77-80

६. जोशी, (पं.) महादेवशास्त्री (सं.) *भारतीय संस्कृती कोश खंड* - ४, पुणे १९६७, पृ. ६६२

७. करंदीकर ज.स. (हिवरगावकर), *कौटिलिय अर्थशास्त्र*, पुणे, शके १८४९. अध्याय ५७, पृ. ७७-७९

८. Reddy K.K. *Indian History, Delhi* 1999, pp. 192

९. Bhagwan Vishnoo and Vidya Bhushan *Indian Administration,* Delhi - 2005, pp. 331 (Forth Edition)

१०. Grover B.L. and R.R. *Sethi A new Look on Modern History, Delhi* 1973. P.P. 380-81

११. Ibid

१२. Panikkar K.M., *A Survey of Indian History,* Bombay 1957, pp. 211

१३. Gazetteer of the Bombay Presidency - Vol. X, Ratnagiri and Savantvadi Districts Bombay 1996, pp. 281

१४. मुंबई सकाळ, २६ जानेवारी १९९२, नगरपालिका विशेषांक

१५. Duff, Grant, *History of the Marathas*, S.M. Edwards 1921, pp. 223

१६. Nairne, Alexander, Konkan Historical Sketch Bombay 1875, pp. 129

१७. ही माहिती प्रस्तुत लेखकाला श्री.ए.डी. तोडणकर यांनी दिली आहे. ते आता हयात नाहीत. जुन्या रत्नागिरीचे एक जाणते व रत्नागिरी महसूल खात्यात अधिकारी पदावर काम करत होते. त्यांनी 'महसूल खात्याचे अधिनियम' असे एक पुस्तकही प्रकाशित केले आहे.

१८. ही माहिती प्रस्तुत लेखकाला रत्नागिरीतील राष्ट्रीय पुरस्कार प्राप्त (१९८३) शिक्षक श्री.द.वि.

ठाकूरदेसाई यांनी दिली. ते आता हयात नाहीत. ते १९३४ पासूनच्या रत्नागिरीतील अनेक बदलांचे एक साक्षीदार होते.

१९. श्रीखंडे, अनिल. रत्नागिरी नगर परिषदेची ११५ वर्षांची वाटचाल, मुंबई सकाळ, २६ जानेवारी १९९२, पृ. २६

२०. कित्ता

२१. Gazetteer of Bombay Presidency, Ratnagiri District, Bombay 1962, pp 789-90

२२. Papers of Health and Local Self Govemment Department No. 3770/33 dated 10 December 1948, Bombay 1948

२३. नगरपालिकेच्या संदर्भातील मुंबई सरकारचा १८ ऑक्टोबर १९५१ चा ठराव.

२४. ही माहिती डॉ.ज.शं. केळकर यांनी दिली. ते हयात नाहीत. मात्र जुन्या जमान्यातील एक नामांकित डॉक्टर म्हणून केवळ रत्नागिरी शहरालाच नव्हे तर संपूर्ण जिल्ह्यालाही सुपरिचित होते.

२५. Ratnagiri and Savant vadi Districts Gazetteer, Bombay 1996, pp. 281 & 365 etc.

२६. lbid, pp. 364

२७. lbid, 1962 edition pp. 790

२८. lbid

२९. lbid

३०. डॉ. केळकरांनी दिलेली माहिती.

३१. Gazetteer, op. cit, pp. 791

३२. lbid

३३. lbid

पूर्वप्रसिद्धी :

इतिहास परिषद : शोध निबंध संग्रह कल्याण, २००५

बिर्ला महाविद्यालय आणि कल्याण इतिहास मंडळ यांच्या संयुक्त विद्यमाने आयोजित स्थानिक स्वराज्य संस्थांचे कार्य आणि अर्थकारण याविषयी वरील परिषदेत वाचलेला निबंध.

३७.

रत्नागिरी जिल्ह्यातील वृत्तपत्रांची परंपरा

दर्पणकार बाळशास्त्री जांभेकर आणि केसरीकर्ते लोकमान्य बाळ गंगाधर टिळक या कोकणातील लाल मातीत जन्म घेतलेल्या संपादकांच्या उज्ज्वल पत्रकारितेची परंपरा जतन करण्याचा प्रयत्न रत्नागिरी जिल्ह्यातले पत्रकार आजही थोड्याफार प्रमाणात करताना दिसतात.

रत्नागिरी येथे १८७१ साली कै. हरी नारायण लिमये यांनी 'सत्यशोधक' हे रत्नागिरी जिल्ह्यातील पहिले साप्ताहिक पत्र सुरू केले. त्यांचे पणतू विष्णू वसंत लिमये हे सत्यशोधक साप्ताहिक १३७-१३८ व्या वर्षीही अखंडपणे चालवित आहेत. १९२३ मध्ये रत्नागिरीमध्ये 'बलवंत' हे साप्ताहिक वृत्तपत्र कै. ग. वि. पटवर्धन यांनी चालू केले व ते आजही चालू आहे. याखेरीज समानता, आकाशगंगा, आरसा, किसानसाद आदी साप्ताहिक आपापल्या मकदूराप्रमाणे समाज प्रबोधनाचे काम करीत आहेत. या जिल्ह्यात १९६७ साली कै. भि. रा. पालांडे (देशमुख) यांनी दैनिक रत्नभूमीच्या रूपाने वृत्तपत्र सुरू करून कोकणात विशेषत: रत्नागिरी जिल्ह्यात दैनिक वृत्तपत्रांचे युग सुरू केले. त्या नंतर या जिल्ह्यात दै. रत्नागिरी टाईम्स, दै. सागर, दै. नव कोकण, दै. रत्नागिरी एक्सप्रेस, दै. कोकण गर्जना, दै. भैरव टाईम्स या जिल्ह्यात प्रकाशित होत आहेत. याशिवाय दै. पुढारी, दै. तरुण भारत, दै. सकाळ दै. सनातन प्रभात, दै. प्रहार, दै लोकमत या जिल्ह्याबाहेरील वृत्तपत्रांच्या जिल्हा आवृत्याही या जिल्ह्यातून प्रकाशित होत आहेत.

इलेक्ट्रॉनिक्स माध्यमांचे युग सुरु झाल्यानंतर रत्नागिरी, येथे कोकण टी. व्ही. व सुमित्रा टेलिव्हिजन या स्थानिक प्रसारण वाहिन्या सुरू झाल्या. या वाहिन्यांवरून वृत्त राजकीय वृत्त प्रसारणाबरोबरच जिल्ह्यातील सामाजिक, शैक्षणिक, सांस्कृतिक उपक्रमांचे प्रासंगिक प्रसारण केले जाते.

१८५४ च्या जून महिन्यात 'जगन्मित्र' नावाचे पत्र रत्नागिरीस निघाले होते. मुंबई, पुण्याबाहेरचे त्या काळातील हेच पहिले पत्र म्हणता येईल. जून महिन्यापासून रत्नागिरीमध्ये

जगन्मित्र नामे ऐक मराठी पत्र ज्ञानप्रकाशच्या साच्याचे प्रत्येक सोमवारी निघू लागले आहे त्याची किंमत दरमहा अर्धा रुपया आहे आणि हे काम बरेच आहे असा उल्लेख १ जुलै १८५४ च्या 'ज्ञानोदयात' आढळतो.

या पत्राचे संपादक जनार्दन हरी लिमये हे रावसाहेब विश्वनाथ नारायण मंडलिक यांचे लहानपणाचे स्नेही होते. जनुकाका आठल्ये चांगले संस्कृतज्ज्ञही होते. जगन्मित्रची वार्षिक वर्गणी ५ रुपये होती. आरंभी सतरा वर्गणीदार होते. त्यात पुण्यातील मि. कँडी, कराचीचे मिस्टर फियर (पुढे मुंबईचे गन्हर्नर झाले) व मुंबईचे मि. एलीस यांचा समावेश होता. आठल्ये यांचा स्वत:चा छापखाना असल्याने प्रभावापायी होणारा तोटा भरून निघून थोडा फायदा होत असे. जगन्मित्रास रत्नागिरीचे गॅझेट म्हटले जाई. या पत्रास रत्नागिरी जिल्हयात आणि जिल्ह्याबाहेर ही बराच लोकाश्रय मिळाला.

जगन्मित्रात ख्रिस्तीधर्माविरुद्ध लेख येत असत असे ज्ञानोदयाने त्याच्या घेतलेल्या समाचारावरून दिसून येते. १ जानेवारी १८५६ च्या ज्ञानोदयात म्हटले होते, 'तारीख १७ डिसेंबरच्या जगन्मित्रात कोणी एकाने ख्रिस्ती शास्त्रातील अज्ञान दूर करून लोकांना सज्ञान करण्याचे उद्दिष्ट केले गेले. पुष्कळ दुषणे दिली आहेत आणि पाद्री लोक दिसण्याचे काही लागल्याबरोबर उपदेश करावयास बाहेर येत नाहीत म्हटले आहे. परंतु पाद्री लोक लोकास उपदेश करण्यास किती उत्सुक आहेत आणि विशेष करून संवाद करण्याने लोकांची खात्री करावी म्हणून सर्वदा तयार आहेत हे सर्व लोकास माहीत आहेच.

रत्नागिरी येथे १८५४ साली निघालेल्या 'जगन्मित्र'चा उल्लेख पूर्वी केलाच आहे. त्यानंतर शताब्दी साजरी करून आता शतकोत्तर सुवर्ण महोत्सवाकडे वाटचाल करणारे 'सत्यशोधक' पत्र रत्नागिरीमध्ये १८७१ च्या नोव्हेंबरमध्ये सुरू झाले. हरी नारायण लिमये या प्राथमिक शिक्षकाने सत्यशोधक पत्र सुरू केले. त्यांच्या घराण्याने त्यांची परंपरा आजतागायत मोठ्या मेहनतीने जोपासली आहे. प्रथम शिळाप्रेसवर निघणारे हे फूलस्केप आकाराचे दोन पानी पत्र १८८९ पासून टाइपावर निघू लागले. आपल्या प्रदीर्घ जीवनात सत्यशोधक पत्राने जिल्ह्याच्या दृष्टीने अभिमानास्पद कामगिरी बजावली आहे. आज पत्राचे संपादक राजाभाऊ लिमये हे असून ते १९६१ पासून त्या पदावर आहेत. सनसनाटी बातम्या टाळून स्थानिक प्रश्न सोडविण्याबाबत या पत्राने प्रथमपासून प्रयत्न केले.

रत्नागिरी येथे 'बकुल' नावाचे साप्ताहिक १४ ते १८८२ रोजी सुरू झाले. त्याचे संपादक कोणी गांधी नावाचे गृहस्थ होते. ठाण्याच्या 'अरुणोदय' पत्राने बकुल पत्राचे स्वागत करताना त्याचे उद्दिष्ट सांगणारा परिच्छेद उधृत केला होता तो असा, चतुर बागवा न सहजरित्या कोठेतरी बागेत अनेक वृक्षवाटिकेमध्ये बकुलाचेही झाड लावून ठेवितो, परंतु ते एका कोनात पडलेले असूनही आपल्या पुष्पभराच्या परिमळाने अखिल दिगंत व्याप्त करून टाकणारा हे कोणाच्या ध्यानी असते काय? तद्वत बकुल रोपण जे आम्ही

आज एका जगाच्या कोपऱ्यात करून ठेवले आहे ते न जाणो, स्वसामर्थ्याने सर्व प्रदेशात सुगंध सोडून जनहृदयासाल्हास करणार नाही कशावरून? 'बकुल' ने व्यक्त केलेल्या उद्दिष्टांप्रमाणे व्हावे अशी इच्छा 'अरुणोदय'कारांनी व्यक्त केली होती.

१९२० ते १९४० या कालखंडात तेव्हाच्या एकत्रित रत्नागिरी जिल्ह्यात दोन साप्ताहिके निघाली आणि ती दोन्ही साप्ताहिके आजही चांगली कामगिरी बजावित आहेत. एकाच जिल्ह्यात वर्षभराच्या अंतराने दोन टोकाला ही दोन साप्ताहिके सुरू झाली. रत्नागिरीमध्ये 'बलवंत' साप्ताहिक १९२३ च्या दिवाळीत सुरू झाले, तर त्याच्या पुढच्या वर्षी म्हणजे १९२४ मध्ये दिवाळीच्या मुहूर्तावर 'वैनतेय' साप्ताहिक सुरू झाले. 'वैनतेय' संस्थानी मुलुखात सुरू झाले तर 'बलवंत' ब्रिटिश मुलुखात निघू लागले. ही दोन्ही साप्ताहिके गांधीजींच्या चळवळीतून सुरू झाली. महाराष्ट्रात जी काही मोजकी आदर्श जिल्हापत्रे आहेत त्यात गेली सुमारे पंचाण्णव वर्षे अव्याहतपणे चालू असलेल्या 'बलवंत' साप्ताहिकाची गणना करावी लागेल. हे पत्र गजानन विश्वनाथ पटवर्धन यांनी सुरू केले असले, तरी या पत्राला विशेष प्रतिष्ठा मिळवून दिली. व त्यामुळे त्या पत्राचा जो बोलबाला झाला तो त्याचे २६ वर्षे संगोपन करणारे रत्नागिरी जिल्ह्यातील कॉंग्रेस कार्यकर्ते मोरेश्वर दिनकर जोशी यांच्या संपादकत्वाखाली 'बलवंत साप्ताहिक सुरू करणारे गजानन विश्वनाथ पटवर्धन यानी १९२१ साली असहकार आंदोलनाच्या वेळी शाळा कॉलेजच्या बहिष्कारात सामील होऊन महाविद्यालयीन शिक्षण सोडून दिले. पुढे राष्ट्रीय टिळक विद्यापीठातून वाङ्मय विशारद ही पदवी त्यांनी घेतली. त्यानंतर लगेचच त्यांनी सार्वजनिक कार्यात प्रवेश केला. त्याचा एक भाग म्हणून गजाननरावांनी 'बलवंत' पत्र सुरू केले. १९२३ मध्ये बाबासाहेब नानल यांच्या हस्ते दिवाळीच्या मूहूर्तावर पहिला अंक प्रसिद्ध झाला. गजाननरावांनी वृत्तपत्र व्यवसाय विचारपूर्वक स्वीकारलेला होता. टिळक विद्यापीठात असतानाच आपल्या भावी जीवनाचा नकाशा रेखाटून आपल्या जीवनकार्याचे एक प्रमुख साधन म्हणून गजाननराव वृत्तपत्रांकडे वळले. टिळक विद्यापीठात शिकत असल्यापासून गजाननरावांवर केसरीचे संपादक न. चिं. केळकर यांच्या विचारांची छाप पडली होती. तात्यासाहेब केळकर हे गुरू आणि रत्नागिरी जिल्ह्यातील एक राजकीय पुढारी नानासाहेब नानल अशा दोन सौम्य व स्थिर प्रकृतीच्या पुढाऱ्यांचे अनुयायित्व गजाननरावांनी पत्करले होते. त्यामुळे १९२१ सालाच्या असहकार चळवळीनंतर कौन्सिल प्रवेशाच्या प्रश्नावर महाराष्ट्रात 'फेर' व 'नाफेर' असे जे दोन गट पडले त्यात असहकाराचा व बहिष्काराचा फेरविचार करून कौन्सिल प्रवेश करावा या केळकरांच्या मताचा गजाननरावांनी पुरस्कार केला. बलवंत सुरु झाला त्यावेळी हा वाद भरीस आला होता. अशा वेळेस गजाननरावांनी आपल्या पत्रातून कौन्सिल प्रवेशाच्या पुरस्कार करून नाफेर पक्षाला कडाडून विरोध केला होता.

१९२४ मध्ये स्वातंत्र्यवीर सावरकरांना सरकारने रत्नागिरीत स्थानबद्ध करून ठेवले होते. त्यांच्या प्रभावी वक्तृत्वाचा, त्यांच्या जहाल व क्रांतीकारक चळवळींचा तसेच कर्तृत्वाचा प्रभाव गजाननरावांच्या मनावर पडणे अपरिहार्य होते. त्यामुळे १९२९ अखेरपर्यंत तात्यासाहेब केळकर, बाबासाहेब नानल आणि स्वातंत्र्यवीर सावरकर या तीन नेतृत्वाच्या प्रभावात सापडलेल्या गजाननरावांनी असहकारीतेचा कार्यक्रम आग्रह पूर्वक देणाऱ्या काँग्रेसला विरोधच केला. 'बलवंत' मधून ते मत त्यांनी सातत्याने मांडले.

१९२९ साली लाहोर काँग्रेसमध्ये संपूर्ण स्वातंत्र्याचे ध्येय स्वीकारण्यात आले आणि मिठाचा व जंगलचा कायदा तोडण्याचा कार्यक्रम जाहीर करून गांधीजींनी कायदेभंगाचा लढा, पुकारला. त्यावेळी 'तवा तापवण्याचा मूर्ख उपाय' या मथळ्याचे दोन लेख लिहून गजाननरावांनी सत्याग्रहाच्या कार्यक्रमाविरुद्ध झोड उठविली. पुढे देशभर विराट स्वरुपात संग्राम सुरू झाल्याचे दिसल्यावर मात्र मुळातच स्वभाव धडाडीचा असल्याने गजाननरावांना स्वस्थ बसवेना. प्रचंड आंदोलन पाहून आपले पूर्वग्रह व टीका बाजूला सारून आणि संपादकीय प्रतिष्ठा आड येऊन देता गजाननरावांनी सत्याग्रहात उडी घेतली व चळवळीचा पुरस्कार केला. गजाननराव काँग्रेसचे निष्ठावान व धडाडीने कार्यकर्ते बनले, आणि 'बलवंत'चे धोरणही बदलले. परंतु गजानन रावांना आपल्या व्यावसायिक जबाबदारी मुळे 'बलवंत'कडे लक्ष देणे कठीण होऊ लागले. शिवाय व्यवसायानिमित्त मुंबईत मुक्काम करावा लागल्याने पर्यायी जबाबदारी दुसऱ्या कोणावर तरी सोपविणे त्यांना अपरिहार्य झाले. १९२६ मध्ये मुंबईतील विल्सन हायस्कूलमध्ये शिक्षकाचे काम करीत असताना मो. दि. जोशी यांनी लिहिलेले तात्यासाहेब केळकरांचे शब्दचित्र 'बलवंत' मध्ये प्रसिद्ध झाले होते. गजाननरावांत ते विशेष आवडले होते. त्यामुळे 'बलवंत' च्या संपादक पदाची धुरा सांभाळण्यासाठी गजाननरावांनी मोरोपंत जोशींना गळ घातली. पण मोरोपंतांना १९२६ साली लगेचच मुंबई सोडून रत्नागिरीला जाणे शक्य नव्हते. पण १९३१ मध्ये मोरोपंत जोशी कायम वास्तव्यासाठी रत्नागिरीला गेल्यावर 'जून'पासून मोरोपंतांवर 'बलवंताचे' अग्रलेख व लिहिण्याची जबाबदारी गजाननरावांनी सोपविली. पुढे सप्टेंबरपासून मोरोपंतांचे नाव संपादक म्हणून जाहीर करण्यात आले. अच्युतराव कोल्हटकर यांच्यावरील मृत्यूलेख, जिना यांचा अध:पात अशा मोरोपंतांच्या काही अग्रलेखांनी गजाननराव बेहद्द खूश झाले व १९३२ मध्ये सर्व जबाबदारी मोरोपंतांवर सोपवून गजाननराव निर्वेधपणे व्यवसायासाठी मुंबईस निघून गेले.

मोरोपंत जोशी यांनी १९३१ ते १९५७ अशी २६ वर्षे 'बलवंत' च्या संपादक पदाची सूत्रे समर्थपणे सांभाळाली. मोरोपंत काँग्रेसचे सभासद झाले होतेच गांधीजींच्या विचारांकडे ते निष्ठेने वळले होते. त्यामुळे त्यांच्या कारकिर्दित काँग्रेसच्या विचारसरणीचा पुरस्कार 'बलवंत' मधून झाला. मोरोपंत बलवंतचे संपादक झाले तेव्हा त्याचा रत्नागिरी

जिल्ह्यातही फारसा परिचय आणि प्रसार झाला नव्हता. पण मोरोपंतांनी अपार कष्ट घेऊन जिल्ह्यात घराघरामध्ये 'बलवंत' पोहोचविण्याची कामगिरी केली. महात्मा गांधी आणि काँग्रेसच्या चळवळीचा संदेश 'बलवंत' ने सामान्य जनतेपर्यंत नेण्याचे कार्य केले. त्यांचे संपादकीय लेखन अभ्यासपूर्ण विचारप्रवर्तक पण कधीही तोल जाऊ न देणारे असे. सरकारी खात्यांवर ते निर्भयपणे टिका करीत पण सत्य माहिती मिळवूनच ते लेखणी उचलीत. पारतंत्र्यात वृत्तपत्राचे संपादन करण्याचे काम एकूणच कठीण होते. 'बलवंत' व त्याचे संपादक काँग्रेसनिष्ठ होते. संपादक मोरोपंत चळवळीतही भाग घेत असत. त्यामुळे सरकारी रोषाची तलवार सतत डोक्यावर असे. थोडेसे जरी परकी सत्तेबद्दल लिहिले तरी सरकारची गैरमर्जी होत असे. मसूरचा ब्रह्मचर्य आश्रम सरकारने जप्त केला तेव्हा मोरोपंतांनी लिहिले की, सरकारचे हे कृत्य जुलमी, राक्षसी व अन्यायाचे आहे. यामुळे सरकारचा रोष पत्करावा लागून 'बलवंत' कडून दोन हजार रुपयांचा जामीन मागण्यात आला. 'बलवंत' वरील लोभामुळे व त्याच्या राष्ट्रीय धोरणामुळे अनेक हितचिंतकाच्या मदतीने 'बलवंत' या आपत्तीतून बाहेर पडला. हा जामीन पुढे काँग्रेस राजवटीत रद्द झाला. 'बलवंत'ला अब्रू नुकसानीच्या खटल्यांनाही तोडे घ्यावे लागले. एक खटला तर दीर्घकाळ चालून हायकोर्टापर्यंत जावे लागले. पण त्यात शेवटी 'बलवंतला' विजय मिळाला. मोरोपंत १९५२ - ५७ या काळात लोकसभेचे सदस्य असताना दिल्लीची वार्तापत्रे 'बलवंत'मधून लिहित. ती बरीच गाजली व लोकप्रियही झाली.

मोरोपंतांच्या संपादकत्वाखाली पत्राचे काम असे व्यवस्थित चालले असता, पत्राचे संस्थापक व चालक गजाननराव पटवर्धन समाजवादी विचारसरणीकडे झुकू लागले होते. १९४९ पासून त्यांनी स्वत:पुरते काँग्रेस विरुद्ध बंड पुकारले होते. पण १९५६ मध्ये त्यांनी 'बलवंत' च्या धोरणातही तसा बदल करण्याचा आग्रह धरला. त्यामुळे पटवर्धन आणि मोरोपंत यांच्यात मतभेद निर्माण झाले. तशा स्थिती तही मोरोपंतांनी पत्राशी संपूर्ण संबंध तोडू नयेत, अशी गजाननारावांची इच्छा होती, पण मोरोपंतांनी संपादकीय कार्य सोडून १९५६ अखेर ते 'बलवंत'पासून बाजूला झाले. मोरोपंत बाजूला झाल्यावर स्वत: गजाननरावांनी पत्राची सर्व सूत्रे पुन्हा एकदा आपल्या हाती घेतली. पण त्यांची प्रकृती त्यांना साथ देत नव्हती. १९५७ च्या १५ जानेवारीला त्यांनी जगाचा निरोप घेतला. 'बलवंत' पत्र आजही चालू आहे. गजानरावांच्या नंतर पत्राचे धोरण उजवीकडे झुकत गेले. त्यातून प्रथम जनसंघाचा हा आता भारतीय जनता पक्षाचा पुरस्कार सामान्यत: या पत्रातून होत असतो. पण पत्राने सातत्याने आपले लक्ष जिल्ह्यातील प्रश्नांवर केंद्रीत करून जिल्हा पत्र म्हणून आपले स्थान कायम राखले आहे.

मोरोपंत जोशी यांनी 'बलवंत' सोडला, तरी त्यांची संपादकीय कारकीर्द मात्र संपुष्टात आली नाही. १९५८ साली आप्पा साहेब पटवर्धन यांच्या प्रेरणेने सर्वोदयवादी

'नवकोकण' नावाचे साप्ताहिक मोरोपंतांनी सुरू केले. वयाची साठी गाठली होती तरी निराशा झटकून टाकून ते कामाला लागले. मनोहर मुद्रणालय विकत घेऊन आपल्या नव्या साप्ताहिकाचा संसार मोरोपंतांनी थाटला. या पत्राच्या कामात दिनकर धोंडो उर्फ तात्या परांजपे यांचे बहुमोल साहाय्य मोरोपंतांना लाभले. मोरोपंतांनी सर्वोदयी भूमिकेतून १९७७ पर्यंत म्हणजे सुमारे १९ वर्षे 'नवकोकण' चालविले. पुढे साप्ताहिकाचे दैनिकात रूपांतर करण्यात आले व त्याची सर्व जबाबदारी कार्यकारी संपादक म्हणून श्री. बाळ भिसे यांनी स्वीकारली संपादक म्हणजे स्वत: मोरोपंत अधून मधून लेख लिहित असत. पुढे छापखान्याची मालकीही भिसे यांच्याकडे देण्यात आली. ३ फेब्रुवारी १९७९ रोजी मोरोपंत जोशी यांचे निधन झाले. आधी 'बलवंत' आणि नंतर 'नवकोकण' या वृत्तपत्राचे संपादक म्हणून फार मोठी कामगिरी बजावणारे मोरोपंत जोशी हे लोकांमधले संपादक होते. चळवळीतील कार्यकर्ते आणि कृतीशिल पत्रकार होते. केवळ शेतकऱ्यांसाठी आणि शेतीसाठी वाहिलेल 'किसानसाद' हे साप्ताहिक स्वर्गीय शामरावजी पेंजे यांच्या दूरदृष्टीतून सुरू झाले. तर निव्वळ शिक्षणासाठी वाहिलेले 'सेवक' हे साप्ताहिक १९४८ साली सुरू झाले होते. काळांतराने ते 'नवकोकणमध्ये' समाविष्ट करण्यात आले. १९५९ मध्ये शिक्षणाला वाहिलेले नवशिक्षण हे वृत्तपत्र कै. आ. ग. साळवी यांनी सुरू केले आणि नंतर शिरोडकर यांनीही ते अत्यंत नेटाने चालविले आ. ग. साळवी आणि शिरोडकर यांचा शिक्षणक्षेत्रातील अधिकार वादातीत होता. तशीच त्यांची तळमळही.

प्रथम साप्ताहिक म्हणून १९६५ साली सुरू झालेला चिपळूणचा 'सागर' १९७५ मध्ये दैनिकात रूपांतरित झाला.

स्वातंत्र्योत्तर काळात रत्नागिरी जिल्ह्यातील पहिले दैनिक हा मान 'रत्नभूमी'कडे जातो. त्याकाळात दैनिक सुरू करणे फारच धाडसाचे होते. मात्र स्वर्गीय भि. रा. पालांडे यांनी ते धाडस दाखविले. 'रत्नभूमी'चे कार्यकारी संपादक म्हणून दत्तात्रेय उर्फ काका नाचणकर यांनी अल्पावधीतच आपल्या लेखनाचा ठसा उमटवला होता. 'रत्नभूमी' पाठोपाठ 'सागर' दैनिकात रूपांतरित झाले आणि १९८० मध्ये रत्नागिरी जिल्ह्यातून उल्हास घोसाळकर यांनी 'रत्नागिरी टाइम्स' ची स्थापना केली. रत्नागिरीत या मातीतील दैनिक रुजण्याचा आणि वाढण्याचा हा काळ होता. पालांडे यांनी ज्या खडतर परिस्थितीतून दैनिक चालविले तशीच परिस्थिती थोड्याफार फरकाने १९८० ते १९८५ सालापर्यंत होती. आज दळणवळणात क्रांती झाली आहे. त्यामुळे आजच्या पिढीला त्यावेळी दैनिकाच्या प्रसूती वेदना किती कठीण असत याची कल्पना येणे शक्य नाही. शिवाय ही प्रसूती दररोजचीच! वेळ पडली तर स्वत: संपादक हेल्पलरचे काम करण्याचीही तयारी दाखवीत असत. असा इतिहासाचा दाखला आहे. यातूनच दर्जा राखण्याची पराकाष्ठा करावी लागत असे. कोकणातील या तीनही दैनिकांच्या दर्जा फार वरचा होता. लेख

असोत अग्रलेख असोत अन्यायाला वाचा फोडणे असो, नवोदित लेखकांना प्रोत्साहन देणे असो अथवा नवीन प्रयोग करावयाचे असोत, या साऱ्यांत दैनिक 'रत्नागिरी टाइम्स' ने आघाडी मारली.

बदलत्या काळाबरोबर आधुनिक तंत्रज्ञानाची कास धरणे न जमल्यामुळे 'रत्नभूमी' चा प्रभाव कमी झाला. 'सागर' व 'रत्नागिरी टाइम्स' यांनी काळाची पावले ओळखून वाटचाल सुरू केली त्याची फळे आज दिसत आहेत. या दैनिकांपाठोपाठ रत्नागिरीत 'रत्नागिरी एक्सप्रेस,' रत्नागिरी समाचार, 'भैरव टाइम्स,' 'कोकण गर्जना' अशी दैनिक प्रकाशित होऊ लागली. त्यातील काही नेटाने सुरू आहेत.

संदर्भ :

१) कर्णिक, मधु, मंगेश (सं.) *सांस्कृतिक महाराष्ट्र, खंड १*, मुंबई २०११

२) कानडे, रा. गो. *मराठी नियतकालिकांचा इतिहास* मुंबई १९३८

३) जोशी, वि. कृ. आणि रा. के.लेले. *वृत्तपत्रांचा इतिहास, खंड १*, मुंबई १९५१

४) जोशी, वि. कृ. आणि रा. के.लेले. *केसरी पूर्व वृत्तपत्रांची यादी*, पुणे १९७९

५) लेले, रा. के. *मराठी वृत्तपत्रांचा इतिहास*, पुणे, २००९ (तिसरी आवृत्ती)

६) दीक्षित (डॉ.) लीला, *कोकण विविध विद्या आणि दर्शन*, पुणे २०११,

७) मेश्राम, (डॉ.) *संगीता राजकीय प्रबोधन आणि मराठी वृत्तपत्रे*, नागपूर २००८

८) शिंदे, मा. कृ. *मराठी वृत्तपत्र व्यावसायिकांचा इतिहास*, मुंबई १९७७

कोशवाङ्मय, विशेषांक, स्मरणिका वगैरे...

जोशी (पं.) महादेव शास्त्री (सं.) *भारतीय संस्कृती कोश*, खंड ९, पुणे १९

जोशी (तर्कतीर्थ) लक्ष्मणाशास्त्री (सं.) *मराठी विश्व कोश*, खंड १७ मुंबई २०१७

लावण्य सिंधु (स्मरणिका) चौथे कोकण मराठी साहित्य संमेलन सावंतवाडी १९९६ (प्रस्तुत स्मरणिकेत संपादकीय आहे, पण संपादकाचे नाव नाही)

रत्नप्रभा (स्मरणिका) अखिल भारतीय मराठा साहित्य संमेलन चिपळूण २०१३ (सं.)

३८.

कोकणातील वृत्तपत्रांची चळवळ

'दर्पण' हे कालानुक्रमे पहिले वृत्तपत्र म्हणता आले नाही, तरी वृत्तपत्रांची थोर परंपरा चालू करण्याचा व मराठी वृत्तपत्रांचा पाया घालण्याचा मान 'दर्पण'कडेच जातो. दर्पणपूर्वीही 'मुंबई खबर' नावाचे मराठी वृत्तपत्र निघाले होते, असा उल्लेख सापडतो; परंतु त्याविषयी विशेष तपशील सापडत नाही. दर्पण चालू केले त्या वेळी बाळशास्त्री जांभेकर अवघे २० वर्षांचे होते. स्वदेशीय लोकांमध्ये विलायतेतील विद्यांचा अभ्यास जास्त व्हावा आणि या देशाची समृद्धी व येथील लोकांचे कल्याण याविषयी स्वतंत्रतेने व उघड रीतीने विचार करण्यास स्थळ व्हावे, या इच्छेनेच 'दर्पण'चा जन्म झाला. दर्पण हे मतपत्र असल्याने त्यात वृत्तापेक्षा लोकांना काहीतरी सांगण्याला, जागृतीला प्राधान्य होते. बाळशास्त्रींचे 'दर्पण'च नव्हे तर सारे आयुष्यच ज्ञानोपासना, ज्ञानदान व जनमानसाचे उद्‌बोधन करण्यात गेले. लोकस्थिती, धर्मरीती यात उपयोगी फेरफार घडवून आणणे हे नियतकालिकांचे कर्तव्य आहे असे ते मानत. दर्पण पत्रात इंग्रजी व मराठी अशा दोन्ही भाषात मजकूर प्रसिद्ध होत असे. प्रथम काही महिने ते पाक्षिक स्वरूपात होते. त्यानंतर मात्र ते वाचकांच्या मागणीवरून साप्ताहिक स्वरूपात प्रसिद्ध होऊ लागले. 'दर्पण'मध्ये ज्ञान देण्याच्या मूळ हेतूला बाधा न आणता अनेक विषयांचा ऊहापोह होत असे. राजा राममोहन रॉय यांची विलायतेमधील प्रश्नोत्तरे, हिंदू विधवांचा पुनर्विवाह, धंदे शिक्षणाची आवश्यकता, कलकत्त्यामध्ये हिंदू नाटकशाळा, या देशावर रशियनांचा हल्ला होण्याचे भय, अशी काही नावे वानगीदाखल सांगता येतील. 'ओरिएंटल ख्रिश्चन स्पेक्टेटर' या मासिकाने दिलेला अभिप्राय 'दर्पण'चे त्या काळातील महत्त्व सांगण्याच्या दृष्टीने पुरेसा बोलका आहे. 'दर्पण' हे एक अतिशय प्रतिष्ठित व उपयुक्त असे इंग्रजी व मराठी भाषेत निघणारे पत्र आहे. त्यातील स्वतंत्र व निवडलेले लेख देशीयांस चांगले ज्ञानदायक असून, त्यांचा मनोविकास साधणारे व लोकभ्रम दूर करणारे असतात. त्यातील समतोलपणा व भिन्न पक्षातील वादी-प्रतिवादींना त्यात सर्वसाधारणपणे लाभणारे नि:पक्षपातित्व हे त्यांचे

गुण प्रशंसनीय होत.'

१८४० मध्ये 'दर्पण'चा अखेरचा अंक निघाला व ते बंद झाले. बाळशास्त्रींनी नंतर 'दिग्दर्शन' या मासिकाच्या प्रकाशनाला सुरुवात केली. इतिहास, भूगोल, पदार्थविज्ञान, रसायनशास्त्र व साधारणविद्या या सर्वांचे लेखन 'दिग्दर्शन'मधून व्हावे अशी जांभेकरांची इच्छा होती. परलोकाच्या उपयोगी जे वेदांतशास्त्र त्याविषयी काही लिहावयाचे नाही, असेही त्यांनी पहिल्याच अंकात स्पष्टपणे लिहिले होते. वृत्तपत्रांच्या प्रकाशनाला चालना देण्याचे व त्याद्वारे महाराष्ट्राच्या शैक्षणिक, सामाजिक, धार्मिक विचारांची घडण करण्याचे कार्य दर्पण व दिग्दर्शन यांनी केले असे निश्चितच म्हणता येईल.

'दर्पण'नंतर नऊ वर्षांनी निघालेल्या 'प्रभाकर' या पत्राचे संपादक भाऊ महाजन (१८८५-१८९०) हे होते. भाऊ महाजन हे बाळशास्त्र्यांप्रमाणेच एकोणिसाव्या शतकाच्या पूर्वार्धातील विद्वान लोकांत गणले जात. त्यांची पत्रकारिता आक्रमक, तशीच विवेकी होती. पाश्चात्त्य विद्येचा स्वीकार केला होता. तसाच अज्ञानी व रूढीग्रस्त अशा तत्कालीन समाजात या विद्येचा प्रचारही केला होता; पण त्याचबराबेर पाश्चात्त्य विद्येने व सुधारणेने डोळे दिपल्यामुळे स्वभाषा, स्वसंस्कृती यांना तुच्छ लेखणाऱ्या नवसुशिक्षितांच्या वृत्तीवरही 'प्रभाकर'मधून कोरडे ओढले. स्वतंत्र बाणा व स्वत:ला पटलेल्या विचारांना चिकटून राहणे हे त्यांनी कोणत्याही परिस्थितीत सोडले नाही. त्या काळाचा विचार करता हे अत्यंत कठीण होते. 'प्रभाकर'मध्ये जामेजमशेद, ज्ञानोदय, मुंबई, व्हिटनेस, इंग्लिश मॅन, आग्रा अखबार, बंगाल हरकारू, बॉम्बे गॅझेट, इत्यादी इंग्रजी, गुजराथी वगैरे भाषांतील तसेच निरनिराळ्या प्रांतातील वृत्तपत्रांतील उतारे व बातम्या संकलित करून देण्यात येत. वाचकांची पत्रे ही स्वतंत्र व लेखासारखी असत. त्यावर संपादकीय टीकाही असे. याशिवाय सरकारी अधिकाऱ्यांच्या नेमणुका, बदल्या, मुंबई बंदरात येणारी जहाजे व त्यावरील प्रवाशांची नोंद इत्यादी माहिती 'प्रभाकर' मध्ये देण्यात येत असे. वैचारिक लेख हे तर 'प्रभाकर'चे वैशिष्ट्य. लोकहितवादींची शतपत्रेही 'प्रभाकर' मधूनच प्रसिद्ध झाली. आजही ही पत्रे मराठी भाषेतील बहुमोल अक्षरलेणी समजली जातात. लेखणी एतद्देशीयांबद्दल चालवायची असो किंवा ब्रिटिश सत्ताधाऱ्यांवर, समतोल व परखडपणा त्यांनी सोडला नाही. दादाभाई नौरोजी यांनी निस्सारण सिद्धान्त (Drain Theory) मांडला असला, तरी या विषयांवरचे सूतोवाच 'प्रभाकर'मधून 'ब्रिटिश कॉलनीज' या मार्टिनच्या ग्रंथाच्या आधारे केलेले दिसते. ते लिहितात, 'हिंदुस्थानात द्रव्य जाते ते बंद झाल्याशिवाय देशाची बरी गत नाही. इंग्रज लोक येथून द्रव्य नेतात. हिंदुस्थानातून रोकड जात नाही, तर दोन-अडीच कोट रुपयांचा माल दर वर्षास विलायतेतून अधिक येतो. त्याचा पैसा कसा फिरतो, हे त्यानेच सांगावे. हिंदुस्थानातून सोने आणि रूपे मागे गेले आणि जात आहे. हिंदुस्थानाची गरीब दशा किती आहे ही ज्यास पाहणे आहे त्याने कोकणात व देशावर

खेड्यांतून आणि गावातून फिरावे आणि लोकांची सध्याची खरी हकिकत पुसावी म्हणजे समजेल. इंग्रज अंमलदार हजारो रुपये पगार खाऊनही लक्षावधी रुपये लाच खातात. नेटिव लोकांस इंग्रज लोक तर केवळ तृणवत मानतात.''

'प्रभाकर' प्रमाणेच १८५३मध्ये 'ज्ञान', 'धूमकेतू' नावाचे साप्ताहिक व १८५४मध्ये 'ज्ञानदर्शन' नावाचे त्रैमासिक भाऊंनी काढले. 'प्रभाकर'नंतर ज्ञानप्रकाश, ज्ञानसिंधू, ज्ञानोदय, मित्रोदय ही पत्रे निघाली.

ज्ञानसिंधू व मित्रोदय यांचे कर्ते वीरेश्वर छत्रे हे बाळशास्त्री जांभेकर व भाऊ महाजन यांचे समकालीन होते. ज्ञानसिंधूचा पहिला अंक मुंबईहून सात फेब्रुवारी १८४२ रोजी प्रसिद्ध झाला. हे पत्र १८५० पूर्वी बंद पडले.

१८५७मध्ये विद्यापीठांची स्थापना झाली. त्यानंतरच्या काही काळातच विद्यापीठीय शिक्षण घेतलेली पिढी बाहेर पडली. या काळात पुण्यात 'ज्ञानप्रकाश' हे नाव घेण्याजोगे पत्र होते. मुंबईत मात्र प्रभावी असे एकही मराठी वृत्तपत्र नव्हते. 'प्रभाकर' सारखी वृत्तपत्रसृष्टी गाजविणारी पत्रे निष्प्रभ झाली होती. नव्या परिस्थितीचा परामर्श नवसुशिक्षितांच्या दृष्टिकोनातून जुन्या पत्रांकडून घेतला जाण्याची गरज निर्माण झाली होती. १८५७च्या उठावाच्या काळात, अँग्लो इंडियन वृत्तपत्रांनी हिंदी जनतेबद्दल खुनशी वृत्ती प्रकट केली. त्याबद्दल मुंबईतील गुजराथी पत्रांनी परखड समाचार घेतला होता; पण मराठी पत्रांनी मात्र मुंबईत अशी काहीच हालचाल केली नाही. या सर्वांचा परिणाम म्हणून इंदुप्रकाश, नेटिव्ह ओपिनियन इत्यादी पत्रांची निर्मिती झाली. केवळ ज्ञानदान व धर्मप्रसारण ह्या विचारामागे राजकारण, समाजकारण ही वृत्तपत्रांची प्रमुख अंगे होऊ लागली.

२ जानेवारी १८६२ रोजी 'इंदुप्रकाश'चा पहिला अंक निघाला. हे पत्र मुंबईत चालू झाले तरी याची प्रेरणा दिली ती १८६१च्या सुमारास मुंबईत आलेल्या लोकहितवादींनी. इंदुप्रकाश १८६२ ते १९२३ पर्यंत छापले जात होते. या कालावधीत प्रथमपासून अनेक विद्वानांचा, विद्यापीठाचे उच्च शिक्षण घेतलेल्या पदवीधरांचा संबंध आला. न्या. रानडे, जनार्दन सखाराम गाडगीळ, काशिनाथ त्र्यंबक तेलंग, न्या. चंदावरकर अशा अनेकांचे सहकार्य या पत्राला लाभले. विष्णुशास्त्री पंडितांसारख्या कर्त्या सुधारकांच्या संपादनामुळे इंदुप्रकाशचे नाव सर्वतोमुखी झाले. ते सुरक्षित सरकारी नोकरी सोडून वृत्तपत्रांकडे वळले, ते त्यांच्या समाजसुधारणेच्या कार्यात वृत्तपत्र हे पोषक होते म्हणूनच. 'इंदुप्रकाश' मधून त्यांनी विधवा विवाहाचा पुरस्कार केला. स्त्रियांच्या अन्य दुःखांनाही त्यांनी वाचा फोडली. स्त्रीशिक्षण, संमतीवयाचा वाद, इत्यादी बाबतीत पत्राने सतत पुरोगामी धोरणाचा पुरस्कार केला. सामाजिक सुधारणांबाबत इंदुप्रकाश जेवढा आग्रही व जहाल होता, तेवढा तो राजकारणात नव्हता. पुढे नेमस्त म्हणून प्रसिद्ध पावलेल्या राजकारणाचा 'इंदुप्रकाश'ने

प्रामुख्याने पुरस्कार केला. आधीच्या दर्पण, प्रभाकरादी पत्रांच्या तुलनेत इंदुप्रकाश मधील लेखन अधिक सखोल व दर्जेदार भाषेत असे. विद्यापीठीय शिक्षणाचा लाभ घेतलेल्या लोकांचे लेखन असल्याने त्याची पातळी बरीच वरची होती. ते भारदस्त होते, कसदार होते. या कसदार लेखनामुळेच पत्राला प्रतिष्ठा व नाव मिळाले. इतर मजकूर व मांडणी यात मात्र 'इंदुप्रकाश'ने फार मोठा बदल केला असे नाही. बातम्या मिळविण्याची साधने त्या वेळी अगदीच मर्यादित होती. वृत्तसंस्था अस्तित्वात नव्हती. तरीही बातमीदार नेमून बातम्या मिळवण्याची उपक्रमशीलता या पत्राने काही प्रमाणात दाखवली. असे असले तरी बातम्यांचा व्याप एकूणच तोटका असे. निबंधवजा लेख हेच प्रामुख्याने असत.

'इंदुप्रकाश'नंतर दोन वर्षांनीच 'नेटिव्ह ओपिनियन' हे पत्र चालू झाहे. ते १९०८ पर्यंत चालू होते. त्या काळातील कायदेपंडित विश्वनाथ नारायण मंडलिक यांचा पत्र काढण्यात पुढाकार होता. लेखनाची हौस व आपल्याला समाजाला काही सांगावयाचे आहे ही ऊर्मी, यामुळे मंडलिकांनी हे पत्र चालू केले. 'रागाने कोण आठी घालत आहे अथवा लोभाने कोणाच्या चेहऱ्यावर हास्याची छटा दिसू लागली आहे. इकडे लक्ष न देता राजकीय, सामजिक, नैतिक विषयांवर नेटिव्हांची स्वतंत्र मते प्रसिद्ध करावयाची' हा पत्राचा उद्देश होता; म्हणूनच याचे नाव 'नेटिव्ह ओपिनियन' हे ठेवले गेले. मामा परमानंद हे या पत्राचे सुरुवातीची तीन वर्षे संपादक होते. पत्रातील लेख अभ्यासपूर्ण असत. दर आठवड्यास राष्ट्रीय विषयांवर अग्रलेख, नंतर आठवड्यातील कमी महत्त्वाच्या गोष्टींची चर्चा व वर्तमानसार भारतीय व इंग्लंडमधील पत्रातील उतारे त्यावरील टीका असे एकूण पत्राचे स्वरूप असे. १८६६ पासून हायकोर्टाचे निवाडे यातून देण्यात येऊ लागले. बाहेरगावच्या वकिलांच्या दृष्टीने हे सदर उपयुक्त ठरले. 'बाहेरगावचा न्याय' या सदरात मॅजिस्ट्रेट व जिल्हा अधिकारी यांनी दिलेल्या निवाड्यावर टीका होई. अधिकारी हिंदी असो वा इंग्रज त्यांच्या कृत्यावर टीका करून ती दूरपर्यंत पोहोचेल असे करणे आवश्यक आहे असे 'नेटिव्ह ओपिनियन'चे मत होते. वर्तमानपत्रांनी हिंदुस्थानात विरोधी पक्षाचे कार्य करायला हवे असे मंडलिकांचे मत होते. वृत्तपत्र कार्य हे जागल्याचे आहे, असे त्यांना वाटे. सामाजिक सुधारणेचा पुरस्कार मात्र 'नेटिव्ह ओपिनियन'ने इंदूप्रकाशप्रमाणे केला नाही. या पत्राला पंधरा रुपयांवरून वर्गणी बारा रुपयांपर्यंत आणूनही खर्चाची तोंडमिळवणी करता आली नाही. पहिल्या काही वर्षांतच १२ हजार ६०० रुपये तोटा सहन करावा लागला.

इंदुप्रकाश व नेटिव्ह ओपिनियन ही दोन्ही पत्रे संपादन, भाषा, प्रकाशनातील सफाई या दृष्टीने पूर्वीच्या पत्रांहून सरस होती. प्रसाराच्या दृष्टीने मात्र ही पत्रे फारशी वाढली नाहीत. त्या काळात एकूणच पत्रांचा खप मर्यादित असे. मुंबईत गुजराथी 'रास्त गोफ्तार' पत्राचा खप सर्वांत अधिक म्हणजे १६५० एवढा होता. इंदुप्रकाशचा खप १९०२ पर्यंत

होता, तर नेटिव्ह ओपिनियनचा हजाराच्या आत होता.

'सुबोधपत्रिका' हे प्रार्थना समाजाचे मुखपत्र होते. ३१ मार्च १८६७ ला प्रार्थना समाजाची स्थापना झाली व ४ मे १८७३ रोजी 'सुबोधपत्रिके'चा पहिला अंक निघाला. काही दिवस या पत्राची गुजराथी आवृत्तीही निघे. प्रार्थना समाजाच्या लोककल्याण, लोकजागृती व ज्ञानप्रसार या कार्यासाठी बॉम्बे थिरिस्टिक असोसिएशनची स्थापना, आर्य महिला समाज, पंढरपूरचा अनाथाश्रम, रात्रीच्या शाळा, इत्यादींबरोबर वृत्तपत्रही निघाले.

नेटिव्ह ओपिनियनचे तीन वर्षे संपादन केलेल्या मामा परमानंद यांनी सुबोधपत्रिकेच्या संपादनकार्यात विशेष लक्ष घातले. शंभरी गाठलेल्या या पत्राला ग.ल. चंदावरकर, डॉ. रामकृष्ण गोपाळ भांडाकर, न्यायमूर्ती काशिनाथ त्र्यंबक तेलंग, न्या. रानडे, रामभाऊ मडगावकर, इत्यादींचे लेखन सहकार्य लाभले. यामुळे सुबोधपत्रिकेला प्रतिष्ठाही प्राप्त झाली. परंतु या पत्राचा फार मोठा खप मात्र झाला नाही. प्रार्थना समाजाचे कार्य मिशनरी स्वरूपाचे होते. त्यात जहालपणा अजिबात नव्हता. विसाव्या शतकात धर्मकारण आणि समाजकारण हेच मुख्य क्षेत्र असल्याने त्याची थोडीफार असलेली लोकप्रियताही ओहोटीला लागली.

अरुणोदय व हिंदूपंच ही दोन्ही पत्रे ठाण्यातून निघाली. अरुणोदय २२ जुलै १८६६ रोजी ठाण्यातून प्रसिद्ध होऊ लागले. या पत्राला फार मोठा लेखकवर्ग मिळाला नाही. तरी याचे संपादक काशिनाथ विष्णू फडके यांनी नव्या गोष्टीचे स्वागत करून अनेक बाबतीत उपक्रमशीलता दाखविली. त्या काळात बहुतेक पत्रे इंग्रजी पत्रावरूनच बातम्या देत; कारण त्या काळात वृत्तसंस्था अस्तित्वात नसल्याने सरकारी बातम्या मराठी पत्रांना मिळत नसत. परंतु अँग्लो इंडियन वृत्तपत्रांना मात्र सहज मिळत. अरुणोदयने स्वतःचे बातमीदार नेमले. प्रसंगी खास बातमीदार पाठवून बातम्या मिळवल्या. नव्या वर्षाच्या पहिल्या अंकात संपलेल्या वर्षातील लेखांची अक्षरानुसारी सूची (इंडेक्स) देण्याचा अभिनव उपक्रमही अरुणोदयने केला.

हिंदू पंच हे तत्कालीन मराठी वृत्तपत्रांहून वेगळी वाट चोखळणारे असे पत्र होते. त्या वेळच्या वृत्तपत्रात इंग्रजी राजवटीचे फायदे-तोटे, विधवाविवाह, स्त्री शिक्षण इत्यादी विषय गांभीर्याने व हिरिरीने चर्चिले जात. 'हिंदूपंच'ने मात्र व्यंगात्मक शैलीचा वापर केला. यात उपहास, विसंगती, उपरोध, अतिशयोक्ती हे सचित्र स्वरूपात असे. 'हिंदूपंच'च्या पावलावर पाऊल ठेवून इतर व्यंगचित्रे पत्र निघाली.

'दर्पणकार' कै. बाळशास्त्री जांभेकर, तसेच लोकमान्य टिळक या कोकणातील लाल मातीत जन्म घेतलेल्या संपादकांच्या उज्ज्वल पत्रकारितेची परंपरा जतन करण्याचा प्रयत्न कोकणातील लहान-मोठे पत्रकार करीत आहेत. शताब्दी साजरी करण्याचे भाग्य

लाभलेले 'सत्यशोधक' पत्र रत्नागिरी येथे १८७१च्या नोव्हेंबरमध्ये दिवाळीच्या मुहूर्तावर सुरू झाले. हरी नारायण लिमये या प्राथमिक शिक्षकाने 'सत्यशोधक' पत्र सुरू केले व त्यांच्या घराण्याने त्याची परंपरा आजतागायत मोठ्या मेहनतीने जोपासली आहे. प्रथम शिळाप्रेसवर निघणारे हे फुलस्केप आकाराचे दोन पानी पत्र १८८९ पासून टाइपावर निघू लागले. आपल्या प्रदीर्घ जीवनात 'सत्यशोधक' पत्राने जिल्ह्याच्या दृष्टीने अभिमानास्पद कामगिरी बजाविली आहे. १९२३ साली रत्नागिरी येथे 'बलवंत' हे साप्ताहिक वृत्तपत्र कै.ग.वि. पटवर्धन यांनी चालू केले व ते आजही सुरू आहे.

१८५४च्या जून महिन्यात 'जगन्मित्र' नावाचे पत्र रत्नागिरीस निघाले. मुंबई-पुण्याबाहेरचे हेच त्या काळातले पहिले पत्र म्हणता येईल. 'जून महिन्यापासून रत्नागिरीमध्ये जगन्मित्र नामे एक मराठी पत्र ज्ञानप्रकाशाच्या साचाचे प्रत्येक सोमवारी निघू लागले आहे. त्याची किंमत दरमहा अर्धा रुपया आहे आणि हे काम बरेच आहे.' असा उल्लेख 'ता. १ माहे जुलई सन १८५४'च्या 'ज्ञानोदया'त आढळतो. या पत्राचे संपादक जनार्दन हरी आठल्ये हे रावसाहेब विश्वनाथ नारायण मंडलिक यांचे लहानपणाचे स्नेही होते. जनुकाका आठल्ये चांगले संस्कृतज्ज्ञही होते. 'जगन्मित्रा'ची वार्षिक वर्गणी पाच रुपये होती. आरंभी १७ वर्गणीदार मिळाले. त्यात पुण्यातील मि. कँडीस, कराचीचे मि. फियर (पुढे मुंबई गव्हर्नर झालेले) व मुंबईचे मि. एलिस यांचा समावेश होता. आठल्ये यांचा स्वत:चा छापखाना असल्याने पत्रापायी होणारा तोटा भरून निघून थोडा फायदा उरे. 'जगन्मित्रा'स 'रत्नागिरीचे गॅझेट' म्हणत. रत्नागिरी जिल्ह्यात व जिल्ह्यातले बाहेर गावी गेलेले लोक यांचा पत्राला बराच आश्रय मिळाला. (ग.रा.हवालदार, रावसाहेब विश्वनाथ नारायण मंडलिक यांचे चरित्र भाग १ व २, मुंबई, १९२७).

'वेंगुर्ले वृत्त' नावाचे साप्ताहिक १८७५ साली विठ्ठल गोविंद बाणावलीकर यांनी सुरू केले. गुरुवारी सायंकाळी ते पत्र प्रसिद्ध होत असे. १८९९ पर्यंत 'वेंगुर्ले वृत्त' या नावाने पत्र चालू राहिले. पुढे 'लोकमत'मध्ये विलीन होऊन 'लोकमत' व 'वेंगुर्ले वृत्त' अशा जोडनावाने १९०३ पर्यंत पत्र चालले. 'विचारशील' नावाचे साप्ताहिक मालवण येथे १८८२ साली सुरू झाले. हे पत्र दर सोमवारी प्रसिद्ध होत असे व शिळाप्रेसवर छापले जाई. तेव्हा संपादकांचे नाव छापण्याची प्रथा नव्हती; पण गणेश विश्राम पाटकर हेच त्यांचे संपादक असावेत; कारण पत्राच्या अखेरच्या पृष्ठांवर 'हे पत्र मालवण येथे गणेश विश्राम पाटकर यांनी आपले 'विचारदर्शक' छापखान्यात छा'. असा उल्लेख आढळतो.

रत्नागिरी येथे 'बकुल' नावाचे साप्ताहिक १४ मे १८८२ रोजी सुरू झाले. त्याचे संपादक कोणी गांधी नावाचे गृहस्थ होते. ठाण्याच्या 'अरुणोदय' पत्राने 'बकुल' पत्राचे स्वागत करताना त्याचे उद्दिष्ट सांगणारा परिच्छेद उद्धृत केला होता. तो असा - 'चतुर बागवान सहजरीत्या कोठेतरी बागेत अनेक वृक्ष वाटिकेमध्ये बकुलाचेही झाड लावून

ठेवितो, परंतु ते एका कोनात पडलेले असूनही आपल्या पुष्पभाराच्या परिमळाने अखिल दिगंत व्याप्त करून टाकणार हे कोणाच्या ध्यानी असते काय? तद्वत बकुलारोपण, जे आम्ही आज एका जंगलाच्या कोपऱ्यात करून ठेवले आहे ते न जाणो, स्वसामर्थ्याने सर्व प्रदेशात सुगंध सोडून जनहृदसाल्हास करणार नाही कशावरून?' 'बकुल'ने व्यक्त केलेल्या उद्दिष्टांप्रमाणे व्हावे अशी इच्छा 'अरुणोदय'कारांनी व्यक्त केली होती. (अरुणोदय, २१ मे १८८२).

जांभेकरांच्या 'दर्पण' नंतर सुमारे पाऊणशे वर्षांनी सिंधुदुर्ग जिल्ह्यात वृत्तपत्र सुरू करण्याचा मान सावंतवाडीला मिळाला. १९०६ साली सावंतवाडीहून 'सरदेसाई विजय' या नावाचे नियतकालिक निघत असे. त्या वेळच्या दक्षिण रत्नागिरीतील म्हणजे आजच्या सिंधुदुर्ग जिल्ह्यातील पहिलेच वृत्तपत्र असावे. सावंतवाडी येथील आठलेकर यांच्या लक्ष्मीविलास छापखान्यात ते छापले जात असे. संपादक म्हणून छापखान्याचे मालक आठलेकर यांचे नाव त्याच्यावर छापले जात असे; पण या नियतकालिकाचे पडद्यामागचे खरे संपादक त्या काळातील सावंतवाडीतील तरुण वकील व कवी सरदार पांडुरंग बाळकृष्ण दडकर होते असे 'वैनतेय' साप्ताहिकाचे संस्थापक कै. मेघ:श्याम दत्तात्रेय ऊर्फ आबासाहेब शिरोडकर यांनी १९७३ साली वैनतेय साप्ताहिकाच्या ५० व्या वर्षारंभ विशेषांकात 'रत्नागिरी जिल्ह्यातील वृत्तपत्रीय संसार' या शीर्षकाने लिहिलेल्या लेखात नमूद केले आहे. कै. आबासाहेब शिरोडकर यांनी 'वैनतेय' साप्ताहिक सुरू करताना 'सरदेसाई विजय'च्या फाइल्स दडकरांच्या सुविद्य कन्या सुमती दडकर यांच्याकडून मिळवून वाचून काढल्या होत्या. हे वृत्तपत्र दोन वर्षे सुरू होते असेही कै. आबासाहेब शिरोडकर यांनी आपल्या वर उल्लेखिलेल्या लेखात नमूद केले आहे.

'सरदेसाई विजय'नंतर सुमारे १८ वर्षांनी कै. मे.द. तथा आबासाहेब शिरोडकरांनी २९ नोव्हेंबर रोजी सावंतवाडीचे तत्कालीन नृपती पंचम खेमराज ऊर्फ बापूसाहेब महाराज यांच्या राज्यारोहणाच्या दिवशी प्रकाशित केला होता. 'मराठी वृत्तपत्रांच्या इतिहासात' 'वैनतेय'च्या संदर्भात पृष्ठ ८५५ वर 'वैनतेय'च्या अंकाबाबतची एक विशेष बाब म्हणजे त्याची 'दोन तासात दुसरी आवृत्ती काढावी लागली होती. असे नमूद करण्यात आले आहे.

मराठीतील श्रेष्ठ साहित्यिक पद्मभूषण कै.वि.स. तथा भाऊसाहेब खांडेकर यांचा 'वैनतेय'मध्ये सुरुवातीच्या काळात अमूल्य सहभाग होता. 'एका पानाची कहाणी' या आपल्या आत्मवृत्तात कै. भाऊसाहेब खांडेकर यांनी '१९२४ ते १९३२ पर्यंत 'वैनतेय'साठी मला निरनिराळ्या तऱ्हेचे पुष्कळ लेखन करावे लागले' असे नूमद केले आहे.

पूर्वप्रसिद्धी :

साप्ताहिक कोकण मिडिया दिवाळी अंक, अंक १, २०१६.

३९.

मराठी वृत्तपत्रसृष्टीतील सिंधुदुर्ग जिल्ह्याचे योगदान

सिंधुदुर्ग जिल्ह्याचे सुपुत्र कै. बाळशास्त्री जांभेकर मराठी वृत्तपत्रसृष्टीचे आद्यजनक आहेत. ६ जानेवारी १८३२ रोजी बाळशास्त्री जांभेकर यांनी मुंबईत 'दर्पण' हे मराठीतील पहिले नियतकालिक सुरू केले. सुरुवातीला हे पाक्षिक स्वरूपात प्रकाशित होत असे. पण लोकाग्रहास्तव या पाक्षिकाचे अल्पावधीत साप्ताहिकांत रूपांतर करण्यात आले. ६ जानेवारी १८३२ रोजी निघालेल्या मराठी भाषेतील या पहिल्या नियतकालिकानंतर सुमारे पाऊणशे वर्षांनी सिंधुदुर्ग जिल्ह्यात वृत्तपत्र सुरू करण्याचा पहिला मान उपलब्ध माहितीनुसार सावंतवाडीस मिळाला आहे. यास्तव मराठी वृत्तपत्रसृष्टीतील सिंधुदुर्ग जिल्ह्याच्या योगदानाचा वेध घेताना सावंतवाडीपासून सुरुवात करून तालुकानिहाय या जिल्ह्यातील वृत्तपत्रांचा आढावा घेण्याचा प्रयत्न या लेखात केलाआहे.

सिंधुदुर्ग जिल्ह्यातील पहिले वृत्तपत्र 'सरदेसाई विजय'१९०६ साली सावंतवाडीहून 'सरदेसाई विजय' या नावाचे नियतकालिक निघत असे. त्यावेळच्या दक्षिण रत्नागिरीतील म्हणजे आजच्या सिंधुदुर्ग जिल्ह्यातील पहिलेच वृत्तपत्र असावे. सावंतवाडी येथील आठलेकर यांच्या लक्ष्मीविलास छापखान्यात ते छापले जात असे. संपादक म्हणून छापखान्याचे मालक श्री. आठलेकर यांचे नाव त्याच्यावर छापले होते. पण या नियतकालिकाचे पडद्यामागचे खरे संपादक त्या काळातील सावंतवाडीतील तरुण वकील व कवी सरदार पांडुरंग बाळकृष्ण दडकर होते असे 'वैनतेय' साप्ताहिकाचे संस्थापक व आद्य संपादक कै. मेघ:श्याम दत्तात्रेय ऊर्फ आबासाहेब शिरोडकर यांनी १९७३ साली वैनतेस साप्ताहिकाच्या ५० व्या वर्षीय वर्षारंभ विशेषांकात 'रत्नागिरी जिल्ह्यातील वृत्तपत्रीय संसार' या शीर्षकाखाली लिहिलेल्या लेखात नमूद केलेआहे. कै. आबासाहेब शिरोडकर यांनी 'वैनतेय' साप्ताहिक सुरू करताना 'सरदेसाई विजय' च्या फाईल्स दडकरांच्या सुविद्य कन्या सुमती दडकर यांच्याकडून मिळवून वाचून काढल्या होत्या. हे वृत्तपत्र दोन वर्षे सुरू

होते असेही कै. आबासाहेब शिरोडकर यांनी आपल्या वर उल्लेखिलेल्या लेखांत नमुद केले आहे.

'सरदेसाई विजय' नंतर सुमारे १८ वर्षांनी कै. मे. द. तथा आबासाहेब शिरोडकरांनी २९ नोव्हेंबर १९२४ रोजी सुरू केलेला 'वैनतेय' आजही मराठी वृत्तपत्रसृष्टीत भराऱ्या मारीत आहे. 'वैनतेय' सावंतवाडी संस्थानचे तत्कालिन नृपती पंचम खेमराज ऊर्फ बापूसाहेब महाराज यांच्या राज्यारोहणाच्या दिवशी प्रकाशित करण्यात आला होता. 'मराठी वृत्तपत्रांच्या इतिहासात' 'वैनतेय' च्या संदर्भात पृष्ठ ८५५ वर 'वैनतेय' च्या अंकाबाबतची एक विशष बाब म्हणजे त्याची दोन तासांत दुसरी आवृत्ती काढावी लागली होती,' असे नमुद करण्यात आले आहे.

मराठीतील श्रेष्ठ साहित्यिक पद्मभूषण कै. वि. स. तथा भाऊसाहेब खांडेकर यांचा 'वैनतेय' मध्ये सुरुवातीच्या काळात अमुल्य सहभाग होता. 'एका पानाची कहाणी' या आपल्या आत्मवृत्तात कै. भाऊसाहेब खांडेकर यांनी '१९२४ ते १९३२' पर्यंत 'वैनतेय' साठी मला निरनिराळ्या तऱ्हेचे पुष्कळ लेखन करावे लागले. असे नमूद केले आहे. मराठी वृत्तपत्रांच्या इतिहासात श्री. रा. के. लेले यांनी या काळात 'वैनतेयात अग्रलेख, स्फुट स्वरूपाची टीका, टिप्पणी, विनोदी लेखमाला, परिचयाची परडी हे पुस्तक परीक्षणाचे सदर, लघु-ललित निबंध असे विविध प्रकारचे लेखन खांडेकरांनी केले असे नमूद केले आहे. कै. भाऊसाहेब खांडेकर यांच्या 'एका पानाची कहाणी' या आत्मवृत्तामध्ये 'वैनतेय' आठवणींनी आठ पाने भरली आहेत. तर श्री. रा. के. लेले यांनी लिहिलेल्या 'मराठी वृत्तपत्रांचा इतिहास' या ग्रंथात चार पाने व्यापणारे 'वैनतेय' हे सिंधुदुर्ग जिल्ह्यातील एकमेव वृत्तपत्र आहे.

१९६० साली 'वैनतेय'ची संपादकीय जबाबदारी जयानंद मठकर यांनी स्वीकारली. 'वैनतेय'ची परंपरा जयानंद मठकर राखू शकले आणि श्रमजीवी वर्गाच्या कष्टकरी जनतेच्या समस्यांना, अन्यायाला वाचा फोडणारे कोकणच्या विकासाचे ध्यास घेतलेले समाजवादी व परिवर्तनवादी, विचारांचे विचारपत्र अशी 'वैनतेय' प्रतिमा जनमानसात निर्माण करू शकले.

आणीबाणीत त्याच्या प्रकाशनावर बंदी घातली गेली होती.

सत्य प्रकाश

वैनतेय सुरू झाल्यावर सुमारे पंधरा वर्षांनी १९३९ साली कै. त्रिंबक अण्णाजी ऊर्फ बाप्पा धारणकर यांनी सावंतवाडीहून 'सत्यप्रकाश' हे साप्ताहिक सुरू केले. पत्रकारितेच्या क्षेत्रात बाप्पा धारणकर वैनतेयकार शिरोडकरांना गुरुस्थानी मानत असत. पण

वैचारिकदृष्ट्या त्यांचे परस्परांशी कधी जमले नाही. संस्थानी काळात कै. आबासाहेब शिरोडकर प्रजापरिषदेचे नेते व वैचारिक मार्गदर्शक होते. त्यामुळे वैनतेय प्रजापरिषदेचे मुखपत्र बनले होते असे म्हटले तर त्यात यत्किंचितही अतिशयोक्ती होणार नाही. याउलट बाप्पा धारणकर राजेशाहीचे समर्थक असल्याने प्रजापरिषदेचे विरोधक होते.

वृत्तपत्र क्षेत्रातील एक संघर्ष

सत्यप्रकाश राजेशाहीचा समर्थक तर वैनतेय प्रजापरिषदेचा समर्थक त्यामुळे या दोन्ही नियतकालिकामध्ये वैचारिक संघर्ष अटळ होता. पण सत्यप्रकाशकारांनी गुरूस्थानी मानलेल्या आबासाहेब शिरोडकरांनी शिष्याने त्यांच्यावर केलेल्या टीकेची कधी दखलच घेतली नाही. अनुल्लेखाने उपेक्षा करण्याचे धोरण आबासाहेबांनी अनुसरले होते. वैनतेयचे हस्तांतरण होऊन वैनतेयची सूत्रे श्री. मठकरांच्या हाती आल्यावरही सत्यप्रकाश व वैनतेयमधील वाद पुढे सुरू राहिला. सत्यप्रकाशकार धारणकरांनी सावंतवाडी संस्थानच्या विलीनीकरणानंतर काँग्रेस प्रवेश केल्याने सत्यप्रकाश काँग्रेसचे पुरस्कार करणारे वर्तमानपत्र बनले. तर मी समाजवादी विचाराचा असल्याने 'वैनतेय' च्या हस्तांतरानंतर 'वैनतेय' समाजवाद व समाजवादी आंदोलनाचा पुरस्कार करणारे वृत्तपत्र बनले. या वैचारिक संघर्षात सत्यप्रकाशकरांच्या टीकेची दखल न घेण्याचे आबासाहेब शिरोडकरांचे धोरण मठकरांना न मानवणारे व न परवडणारे होते. या वैचारिक संघर्षातून 'वैनतेय' ला दोन अब्रूनुकसानीच्या खटल्यांना सामोरे जावे लागले.

कै. बाप्पा धारणकर यांच्या पश्चात त्यांचे चिरंजीव श्री. दिनकर धारणकर व कन्या श्रीमती मीरा जाधव यांनी सत्यप्रकाश सुरू ठेवला आहे.

'नवप्रभा' चा 'खंडू कोट्यधीश'

'वैनतेय' निघाल्यापासून म्हणजे १९२४ पासून आजपर्यंत अनेक नियतकालिके सावंतवाडीत उगवली आणि काळाचे ओघात अस्त पावली. त्यांचीही नोंद घेणे अगत्याचे आहे. १९३० च्या सुमारास श्री. बाबासाहेब घोरपडे यांच्या संपादकात्वाखाली 'नवप्रभा' नावाचे साप्ताहिक सावंतवाडीहून निघत असे. या साप्ताहिकाचे संदर्भात कै. आबासाहेब शिरोडकर यांनी 'रत्नागिरी जिल्ह्यातील वृत्तपत्रीय संसार' या लेखांत म्हटले आहे की, 'नवप्रभा आणि वैनतेय' यांचे वाद बरेच गाजत. माझे मित्र श्री. शंकरराव साठे हे त्या पत्रात लिहित. ते मोठे चुरचुरीत असे. खांडेकरांच्या कोटीबाजपणाला अनुलक्षून त्यांचा उल्लेख ते प्राय: 'खंडू कोट्यधीश' असा करीत ते मला अजून स्मरते.

समाजवाद्यांचे 'साथी' आणि 'विचार'

स्वातंत्र्योत्तर काळांत समाजवादी विचारांच्या तरुण मंडळींनी समाजवादी विचार व समाजवादी आंदोलन यांच्या प्रसारासाठी सावंतवाडीहून प्रथम 'साथी व नंतर विचार' ही नियतकालिके काढली होती. १९४८ साली कवी र. के. तेंडोलकर यांच्या संपादकत्वाखाली साथी नावाचे पाक्षिक सुरू केले होते. श्री. पी. डी. नाईक त्याचे मुद्रक व प्रकाशक होते. कम्युनिस्टांच्या मागे जशी भाई उपाधी लावली जात असे तशी समाजवादी कार्यकर्त्यांच्या मागे 'साथी' ही उपाधी लावली जात असे त्यावरून या पाक्षिकाला 'साथी' हे नाव देण्यात आले होते. दत्ताराम सावंत नावाचा एक समाजवादी कार्यकर्ता गल्लोगल्ली ओरडून हे पाक्षिक विकत असे त्यामुळे सावंतवाडीत अखेरपर्यंत लोक त्याला 'साथी सावंत' या नावाने संबोधित असत. हे पाक्षिक समाजवादी मंडळींनी दोन वर्षे चालविले. आर्थिक अडचणींमुळे पुढे ते बंद करावे लागले.

१९५५ साली आम्ही समाजवादी मंडळींनी 'विचार' नावाचे साप्ताहिक सावंतवाडीहून सुरू केले. या साप्ताहिकाला नाव काय द्यावे हे ठरविण्यासाठी काही लोक व जयानंद मठकरांसह एकत्र बसले असता मठकरांनीच 'विचार' हे नाव सुचविले व सर्वांनी ते मान्य केले. कोकणचे गांधी कै. आप्पासाहेब पटवर्धन यांनी या साप्ताहिकाला आशीर्वादपर पाठविलेल्या पत्रांतही 'विचार' या नावाला पसंती कळविली होती. जयानंद मठकर व श्याम कोचरेकर यांनी 'विचार' ची संपादकीय धुरा सांभाळावी असे ठरले होते. पण श्री. श्याम कोचरेकर यांचे कायम वास्तव मालवणला असल्याने प्रत्यक्षात 'विचार' ची संपादकीय जबाबदारी मठकरांनाच सांभाळावी लागली. मठकर संपादक असले तरी पुढे नगरपालिकेचे अध्यक्ष असलेले दत्ताराम वाडकर हे या साप्ताहिकाचे मोठे आधारस्तंभ होते. विचार साप्ताहिकाच्या कागदासाठी व टपालखर्चासाठी वेळोवेळी साथी दत्ताराम वाडकर यांच्या औषधी दुकानच्या गल्ल्यातून उचल केली जात असे. परिणामी दत्ताराम वाडकर यांच्यावर कर्जाचा मोठा बोजा झाल्याने त्यांचे औषधी दुकान व 'विचार' साप्ताहिक दोन्ही बंद करावी लागली.

बाळभाई 'युवाक्रांती' नावाचे अनियतकालिक काही काळ काढीत असत. त्याला अनियतकालिक म्हणण्याचे कारण असे की, ते मासिक होते. पाक्षिक होते. साप्ताहिक होते की दैनिक होते. याचा अखेरपर्यंत उलगडा झाला नाही. धुमकेतूप्रमाणे अधनूमधून त्याचे दर्शन घडत असे. कै. भाईसाहेब सावंत यांनी विधानसभेची निवडणूक लढविली त्या काळात ते काही दिवस ते दररोज प्रसिद्ध होत असत. कुठल्याही प्रकारची बांधिलकी या अनियतकालिकास नव्हती. वृत्तपत्रीय अधिनियम व संकेत डावलून प्रसिद्ध केल्या

जाणाऱ्या या अनियतकालिकाची कुणी दखल घेतली नाही. याचे कारण असे की विसंगत आणि असंबद्ध विधाने यांची त्यात रेलचेल असायची. बाळ भाईंच्या निधनानंतर हे अनियतकालिक बंद पडले.

ज्योतिषी कै. द. श. केळकर यांनी काही काळ ज्योतिष शास्त्राला वाहिलेले मासिक सावंतवाडीहून चालविले होते. ते त्यांच्या निधनानंतर बंद पडले. गोव्यातील एक ज्योतिषी कै. रा. ना. केळकर यांचे 'प्रेरणा' मासिकही काही काळ सावंतवाडीहून प्रकाशित होत असे. एस. टी. कामगार नेते श्री. चंद्रकांत वाडकर यांनी काही काळ 'कामगार समाचार' नावाचे कामगारांच्या प्रश्नाला वाहिलेले एक पाक्षिक सावंतवाडीहून चालविले होते. सेवा निवृत्तीनंतर श्री. चंद्रकांत वाडकर अध्यात्माकडे वळले असून अलीकडे आध्यात्म्याला वाहिलेले 'कोकणरत्न' नियतकालिक ते चालवितात. प्रा. रमेश चिटणीस यांनी सावंतवाडीहून मालवणी बोलीत 'कोकण समाज पत्रिका' या नावाचे नियतकालिक सुरू केले होते पण लोकाश्रयाअभावी ते चालविणाचा नाद त्यांना सोडावा लागला.

'वैनतेय व सत्यप्रकाश' या दोन साप्ताहिकाव्यतिरिक्त सध्या सावंतवाडीहून श्री. वसंत सीताराम केसरकर यांच्या संपादकात्वाखाली 'हरहर महादेव' श्री. उत्तम वाडकर यांच्या संपादकात्वाखाली 'कडेलोट' ही नियतकालिके सध्या सुरू आहेत. 'हरहर महादेव' साप्ताहिकानें ते विसाव्या वर्षात पदार्पण केले असून 'कडेलोट' ने सोळाव्या वर्षात पदार्पण केले आहे.

हीरक महोत्सवी वाटेवरील वेंगुर्ल्याचा 'किरात'

'वैनतेय' सुरू होण्यापूर्वी सुमारे वर्षभर वेंगुर्ल्याहून १९२३ साली श्री. अनंत वासुदेव मराठे यांनी 'किरात' साप्ताहिक सुरू केले. अनंतराव मराठे यांच्या पश्चात हे साप्ताहिक त्यांचे चिरंजीव कै. केशव अनंत ऊर्फ बाबा मराठे यांनी चालविले व त्यांच्या पश्चात त्यांचे चिरंजीव श्री. श्रीधर मराठे चालवित आहेत. हीरक महोत्सवी वर्षाकडे वाटचाल करणारे व वंशपरंपरेने सलग तीन पिढ्यांनी चालविलेले सिंधुदुर्ग जिल्ह्यातील हे एकमेव साप्ताहिक आहे.

किरातनंतर वेंगुर्ले तालुक्यात काही नियतकालिके निघाली आणि बंद पडली. १९५० च्या सुमारास सौदागर बंधुंनी 'हिंमत' नावाचे एक नियतकालिक वेंगुर्ल्याहून सुरू केले होते. १९५१ साली समाजवादी नेते मा. जयप्रकाश नारायण यांच्या रत्नागिरी जिल्ह्याच्या दौऱ्याची सांगता वेंगुर्ले येथे झाली. त्यावेळी मा. जयप्रकाश नारायण यांचा परिचय करून देणारा माझा लेख 'हिंमत' ने छापला होता. पण पुढे हिंमत हिंमतीने चालविणे सौदागर बंधूना जमले नाही.

वेंगुर्ले तालुक्यातील 'कोचरे' या आडगावी वैद्य कै. रांगणेकर यांनी 'संजीवनी प्रकाश' नावाचे नियतकालिक काही काळ चालविले होते. संजीवनी प्रकाशचा छापखाना १९५८ साली 'व्याध' साप्ताहिक सुरू करतांना श्री. भैय्यासाहेब वालावलकर यांनी घेतल्याचे कै. आबासाहेब शिरोडकर यांनी आपल्या 'रत्नागिरी जिल्ह्याचा वृत्तपत्रीय संसार' या लेखात नमूद केले आहे.

१९५० साली कै. भगवंत तेंडुलकर यांनी वेंगुर्ल्याहून 'सविता' नावाचे मासिक सुरू केले होते. समाजवादी मित्र मंडळींनी सावंतवाडीहून सुरू केलेले 'साथी' पाक्षिक बंद पडल्यावर 'साथी' चे संपादक श्री. र. के. तेंडोलकर यांनी या मासिकाचे कार्यकारी संपादक म्हणून काम केले होते. जयानंद मठकर हे या मासिकाचे मुद्रक व प्रकाशक होते. श्री. सुधीर सबनीस वेंगुर्ल्याहून 'सिंधुसागर' नावाचे नियतकालिक चालवितात. त्यांनी एकदा प्रसिद्ध केलेला 'एप्रिल फूल' अंक वादग्रस्त ठरला आणि त्यांना तो चांगलाच भोवला.

वालावलकरांचा 'व्याध'

कुडाळहून स्वातंत्र्य सैनिक श्री. गणपती महादेव ऊर्फ भैय्यासाहेब वालावलकर यांनी १९५८ साली सुरू केलेले 'व्याध' आजच्या घडीपर्यंत नियमितपणे प्रकाशित होत असते. कुडाळ तालुका पंचायत समितीचे माजी सभापती कै. चंद्रकांत सावंत यांनी कुडाळातून 'राजधानी सिंधुदुर्ग' नावाचे नियतकालिक सुरू केले होते. पण श्री. चंद्रकांत सावंत यांच्या निधनानंतर या नियतकालिकाचा अस्त झाला. विविध दैनिकांचे प्रतिनिधी म्हणून काम करून संपादन केलेल्या अनुभवाच्या बळावर पत्रकार माधव कदम यांनी कुडाळहून १८९५ पासून 'कोकणनायक' नावाने स्वत:चे साप्ताहिक सुरू केले आहे.

मालवणात मिशाळांचे 'बाल सन्मित्र'

'शाहू प्रकाश' आणि 'मालवण समाचार' ही दोन नियतकालिके १९२४ साली मालवणात सुरू झाल्याचा उल्लेख रा. के. लेले लिखित 'मराठी वृत्तपत्रांचा इतिहास' या ग्रंथात आढळतो. मालवण तालुक्यातील ही पहिलीच नियतकालिके असावीत. पण या दोन्ही नियतकालिकाविषयी अधिक तपशील उपलब्ध नाही. मालवणात सुरू होऊन बंद पडलेल्या नियतकालिकांत सर्व प्रथम कै. पारुजी नारायण मिशाळ यांच्या 'बालसन्मित्र' या पाक्षिकाचा उल्लेख करावा लागेल. श्री. रा. के. लेले यांनी 'मराठी वृत्तपत्रांचा इतिहास' या ग्रंथात बालसन्मित्र व पा. ना. मिशाळ यांचा पुढील शब्दात गौरवपूर्ण उल्लेख केला आहे.

'केवळ मुलांसाठी पारुजी नारायण मिशाळ यांनी चालविलेल्या 'बालसन्मित्र' पाक्षिकाचा खास उल्लेख केला पाहिजे. मालवणसारख्या ठिकाणी राहून १९३५ ते १९५५ पर्यंत मिशाळ यांनी हे पाक्षिक चालविण्याचा विक्रमच केला. संपादक, प्रकाशन व वितरण सारे काही बिनबोभाट एक हाती मिशाळ करीत. हातभर लांब व वीतभर रुंदीच्या चार सहा पानी अंक असे त्यांचे स्वरूप असे. पुढे 'बालसन्मित्र' खुरटू लागला व अनेक वर्षे मिणमिणणारी मंद पणती अखेर कायमची विझली.'

स्वातंत्र्यपूर्व काळात मालवणचे थोर स्वातंत्र्य सैनिक कै. दादा महाजन यांनी 'हिंद सेवक' नावाचे नियतकालिक मालवणहून सुरू केले होते. कै. दादा महाजन यांच्या पश्चात कै. सदानंद भांडारकर गुरुजींनी काही काळ हे नियतकालिक चालविले. कै. सदानंद भांडारकर यांच्या निधनाबरोबर या नियतकालिकाचाही अंत झाला. मालवणहून प्रसिद्ध झालेल्या नियतकालिकात श्री. ग. सु. बांदीवडेकर यांच्या 'मालवण पत्रिका' या नियतकालिकाचे वेगळे वैशिष्ट्य असे. कै. मे. द. शिरोडकर यांनी 'रत्नागिरी जिल्ह्याचा वृत्तपत्रिक संसार' या लेखात नमूद केले आहे की, श्री. ग. सु. बांदीवडेकरांची मालवण पत्रिका वैशिष्ट्यपूर्ण होती. प्रयत्नपूर्वक स्थानिक बातम्या मिळवून ते देत. स्थानिक जन्म मृत्युची नावनिशीवार नोंदही त्या पत्रात पाहायला मिळे. इंग्लंडमधील काही प्रदेशपत्रांसारखा तो प्रयत्न होता. पण येथे त्याचे चीज झाले नाही.

१९५९ साली मालवणच्या वृत्तपत्रीय क्षितिजावर श्री. विठ्ठल कृष्णराव पै यांचे 'शिव-संदेश' हे नियतकालिक अवतरले व कालांतराने अंत पावले. मालवणच्या वृत्तपत्रसृष्टीत दीर्घ काळ टिकून राहिलेली 'आघाडी व जनयुग' ही दोन नियतकालिके आहेत. स्वातंत्र्याच्या उंबरठ्यावर कै. अनंत भास्कर महाजन यांनी सुरू केलेली आघाडी त्यांच्या पश्चात त्यांचे चिरंजीव श्री. नंदकिशोर महाजन यांनी सुरू ठेविली आहे. मालवणचे अॅड. श्री. स. खांडाळेकर यांनी १९५४ साली मालवणहून सुरू केलेले 'जनयुग' साप्ताहिक नियमितपणे प्रकाशित होत असते.

कणकवलीची लोकगंगा

देवगडहून 'लोकसेवा' नावचे पहिले नियतकालिक कै. स. प. देसाई यांनी १५ ऑगस्ट १९४८ साली सुरू केले. कै. स. प. देसाई तत्पूर्वी रत्नागिरीतील कै. गजाननराव पटवर्धन यांच्या बलवंत मुद्रणालयात व बलवंत साप्ताहिकात काम करीत असत. बलवंतमधील नोकरी सोडून ते देवगडला आले. देवगडात सोळा प्रतिष्ठित इसमांकडून प्रत्येकी पाचशे रुपये प्रमाणे भांडवल गोळा करून 'प्रभात मुद्रणालय' सुरू केले. याच मुद्रणालयात 'लोकसेवा' छापले जात असे. पुढे मुद्रणालयाच्या भागिदाराशी मतभेद

झाल्याने श्री. स. प. देसाई राजीनामा देऊन बाहेर पडले. त्यानंतर काही काळ 'लोकसेवा' चालविले. पण आर्थिकदृष्ट्या स्वावलंबी होऊ न शकल्याने बंद करावे लागले. त्यानंतर देवगडहून सुरू झालेले 'देवदुर्ग' हे देवगडमधील दुसरे नियतकालिक ठरले आहे. गेली ४२ वर्षे देवदुर्ग देवगडहून प्रकाशित होत आहे. कै. स. प. देसाई यांचे चिरंजीव श्री. शि. स. देसाई हे देवदुर्गचे संपादक आहेत.

देवगड तालुक्यातील जामसंडे येथून गेली अडतीस वर्षे 'अणू-रेणू' हे नियतकालिक निघत आहे. श्री. माधव भंडारी हे त्याचे विद्यमान संपादक आहेत. देवगड तालुक्यातील तळेबाजार येथून १९८५ सालापासून श्री. दयाळ कांबळे या मागासवर्गीय तरुणीने 'सिंधुदुर्ग वृत्त' नावाचे नियतकालिक चालविले आहे. देवगड तालुक्यातील 'वाडा' येथून श्री. यशवंत हरी वेलणकर गेली सव्वीस वर्षे 'रामशास्त्री' नावाचे साप्ताहिक चालवित आहेत. देवगडचे माजी आमदार श्री. राजाभाऊ मिराशी यांनी तेवीस वर्षापूर्वी सुरू केलेले 'शिवदर्शन' हे साप्ताहिक मुंबई व देवगड येथून एकाच वेळी प्रकाशित होत असते.

सिंधुदुर्ग जिल्ह्यातील दैनिके

स्वातंत्र्योत्तर काळांत सिंधुदुर्ग जिल्ह्यात दैनिक वृत्तपत्रे करण्याचे जे प्रयत्न झाले त्याचाही आढावा या लेखात घेणे अनिवार्य आहे. सिंधुदुर्ग जिल्ह्यात पहिले दैनिक पू. विनोबाजी भावे यांच्या या भागातील पदयात्रेच्या वेळी सर्वोदयी मंडळींनी सावंतवाडीहून काढले होते. 'विनोबा वार्ता' हे दैनिक त्यावेळी सावंतवाडीच्या वेलकम छापखान्यात छापले जाई. श्री. गोविंदराव शिंदे त्याचे संपादक होते. हे दैनिक आचार्य विनोबा भावे यांच्या दौऱ्याच्या कालावधी पुरते मर्यादित काळासाठी काढण्यात आले.

त्यानंतर बाहेरून प्रसिद्ध होणाऱ्या आवृत्त्या सिंधुदुर्ग जिल्ह्यातून प्रकाशित होऊ लागल्या. गोवा मुक्तीनंतर १९६१ साली गोव्यात उद्योगपती चौगुले बंधुर्नी'गोमांतक' दैनिक पणजीहून सुरू केले. ज्येष्ठ पत्रकार श्री. माधवराव गडकरी या दैनिकाचे संपादक झाल्यावर १९७० साली दैनिक गोमांतकची कोकण आवृत्ती कुडाळहून प्रकाशित करण्यात सुरुवात झाली. १९७७ साली रत्नागिरीहून माजी खासदार श्री. मोरोपंत जोशी यांच्या संपादकत्वाखाली प्रकाशित होणाऱ्या 'नवकोकण' साप्ताहिकाचे दैनिकांत रुपांतर करण्यात आले. या दैनिकाची सिंधुदुर्ग आवृत्ती सावंतवाडीहून सुरू करण्यात आली.

सिंधुदुर्ग जिल्ह्याच्या निर्मितीनंतर सिंधुदुर्ग जिल्ह्यात पहिले दैनिक सुरू करण्याचा पहिला मान भाऊसाहेब कदम व प्रा. मुकुंदराव कदम यांनी मिळविला आहे. १९८३ साली त्यांनी कणकवलीहून सुरू केलेले 'सिंधुदुर्ग समाचार' हे दैनिक मोठ्या दैनिकांशी सामना करत आजही तग धरून आहे. नवकोकण दैनिकाच्या सिंधुदुर्ग आवृत्तीची संपादकीय

जबाबदारी श्री. गजाननराव नाईक यांनी स्वीकारली होती. काही वर्षांपूर्वी 'नवकोकण' दैनिकाचे हस्तांतरण झाल्यावर श्री. गजानन नाईक यांनी या दैनिकाच्या संपादकीय जबाबदारीतून मुक्त होऊन सावंतवाडीहून 'कोकणसाद' नावाचे सुरू केले आहे.

याशिवाय सिंधुदुर्ग जिल्ह्यात बेळगावचे दैनिक 'तरुण भारत', कोल्हापूरचे 'सकाळ' व 'पुढारी', रत्नागिरीचे 'रत्नागिरी टाईम्स', 'रत्नागिरी एक्सप्रेस', चिपळूणचे 'सागर' यांच्या सिंधुदुर्ग जिल्हा आवृत्त्या प्रकाशित होत असतात. पण ज्या दैनिकाने सिंधुदुर्ग जिल्ह्यातून आपली पहिली आवृत्ती सुरू केली त्या दैनिक गोमांतकने मात्र आपली कोकण आवृत्ती बंद केली आहे. दैनिक 'गोमांतक'चा हा निर्णय अनाकलनीय आहे.

सिंधुदुर्ग जिल्ह्यातील 'वैभववाडी' हा एकमेव तालुका असा आहे की, ज्या तालुक्यातून एकही नियतकालिक अद्यापि निघालेले नाही.

संदर्भ

२०१६-१७ या शैक्षणिक वर्षासाठी 'सिंधुदुर्ग जिल्ह्यातील वृत्तपत्रांचा इतिहास' नावाचा लघुशोध प्रकल्प प्रस्तुत लेखकाने मुंबई विद्यापीठाला सादर केला, त्यावर आधारित लेख.

४०.

गोविंद तळवळकर : संपादक आणि इतिहासकारही!

२१ मार्च २०१७ रोजी पत्रकार गोविंद तळवलकर यांचे निधन झाले. त्यांच्या निधनाने केवळ वृत्तपत्र सृष्टीचेच नुकसान झाले असे नसून इतिहासाच्या अभ्यासकांनाही इतिहासावरील नवनवीन भाष्ये वाचायला मुकावे लागणार आहे. तब्बल २७ वर्षे सातत्याने 'महाराष्ट्र टाईम्स' या दैनिकाची धुरा संपादक या नात्याने तळवलकरांनी सांभाळली आणि त्या पत्राला एक लौकिक मिळवून दिला हे खरेच ! एक सव्यसाची चिकित्सक, निर्भिड पत्रकार म्हणून तळवलकरांनी आपली प्रतिमा जनमानसात तयार केली होती. ज्यांचे अग्रलेख मुद्दाम वाचावेत असे संपादक तळवलकर होते. १९६७ मध्ये महाराष्ट्र टाईम्सच्या संपादक पदावर येण्याअगोदर त्यांची संपादक पदाची तपश्चर्या चालू होती. प्रत्यक्ष लेखनाचा दीर्घ अनुभव त्यांनी मिळविला होता. त्याला अखंड वाचनाच्या व्यासंगाची जोड आवडीने दिली होती. त्यामुळे संपादक पदाच्या जबाबदारीने ते कधी वाकून अथवा गडबडून गेले नाहीत. उलट महाराष्ट्र टाइम्सला त्यांनी अधिक उठावदारपणा मिळवून दिला. मानवेंद्रनाथ रॉय यांच्याबद्दल त्यांना आदर असल्याने प्रत्येक गोष्ट बुद्धीवर घासून पाहण्याची त्यांची पद्धत होती. त्यामुळे विदूवत्तेचे ते भोक्ते होते. ढोंगीपणा आणि भोंगळपणा याचा त्यांना विलक्षण तिटकारा होता. कोणाचे अनुकरण करण्याची वृत्ती नसल्याने रॉय यांच्याविषयी आदर असला तरी त्यांच्या विचारांचे ते अनुकरण करीत नसत. विविध विषयांचा सातत्याने व्यासंग करणे व विरोधकांचीही मते समजावून घेण्याची तयारी दाखविणे याबाबत ते तत्पर असत. पण एकदा सर्व बाजूंनी चौकशी केल्यावर अग्रलेखातून हल्ला करताना ते कोणालाही दयामाया दाखवित नसत. याबाबतीत ते लोकमान्य टिळकांचे अनुयायी होते असे म्हणण्यास हरकत नाही. संयुक्तिक विवेचन व तर्कशुद्ध मांडणी ही तळवलकरांच्या लेखनात दिसत असे. उगाच फापटपसारा घालण्याचा त्यांचा स्वभाव नसल्याने नेमक्या शब्दांत, पाल्हाळ न लावता ते आपला मुद्दा स्पष्ट करीत असत. विस्तृत वाचनाचा व अभ्यासाचा प्रत्यय त्यातून येत असे. तळवलकरांच्या लिखाणात तर्कशुद्ध मांडणी,

व्यासंगाचा प्रत्यय, रोखठोकपणा, इत्यादी गुणांबरोबर त्यांच्या लेखनाला एक साहित्यिक शैली असल्याने त्यांचे अग्रलेख वाचनीय होत असत.

केवळ प्रहार आणि तर्कशुद्ध विवेचन हेच तळवलकरांचे वैशिष्ट्य नव्हते. एखाद्या व्यक्तीविषयी तळवलकर लिहित तेव्हा त्यात त्यांचा जिव्हाळा विशेष जाणवतो. त्यादृष्टीने त्यांचे मृत्युलेख उल्लेखनीय ठरतात. आचार्य अत्रे, पु. भा. भावे, ग. दि. माडगुळकर, ना. सी. फडके यांच्या मृत्यूनंतर तळवलकरांनी लिहिलेले मृत्युलेख चिरंतन स्वरूपाचे झाले आहेत. 'लोकनायकाचे निर्वाण' हा जयप्रकाश नारायण यांच्या निधनानंतर लिहिलेला मृत्यूलेख आजही मनाचा ठाव घेतो. तळवलकरांनी लिहिले होते. 'मरणोन्मुख जयप्रकाश हेही एक मानसिक आधार होते. समाजात एक शक्ती वावरत असल्याचा दिलासा लोकांना मिळत होता.' तळवलकरांचा या बाबतीतील आवाका केवळ महाराष्ट्र आणि भारतापुरताच मर्यादित नव्हता. फ्रेंच विचारवंत आंद्रे मालरो, अमेरिकन इतिहासकार विल ड्युरांट, जर्मन लेखक स्टिफन झ्वांइग, रशियन लेखक डोस्टोव्हस्की, कार्ल मार्क्स, जॉन मेनॉर्ड केन्स, आर्थर कोस्लर यांच्यावरील अग्रलेखांचा या संदर्भात विचार करता येईल. विशेष प्रसंगी आपल्या अग्रलेखावर एखादे अवतरण देण्याची आवड तळवलकरांना होती. पण हे अवतरण सहसा संस्कृत नसे; तर ते रामदास स्वामींसारख्या रोखठोक लिहिणाऱ्या संतांचे असे. समर्पक व वेधक मथळे देण्याबाबतही तळवलकर चोखंदळपणा दाखवत. त्यातही टिळकांची थोडीफार छाप दिसतेच. समाजवाद की माजवाद, गवई आणि त्यांचे साजिंदे, सूक्ष्मातील विनोबा व स्थुलातील आपण, अत्र्यांच्या निधनानंतरचा त्यांचा अग्रलेख होता 'कडा कोसळला' तर इतिहासकार महामहोपाध्याय द. वा. पोतदारांच्या मृत्यूनंतर तळवलकरांच्या अग्रलेखाचे नाव होते. 'पुण्यातील पुराणपुरुष'. एका अग्रलेखाचे नाव होते. 'सचिवालयातील जिवाजी कलमदाने' तर दुसऱ्या एका अग्रलेखाचे नाव होते. 'सचिवालयातील मेहूण.' दैनिकाचा अग्रलेख म्हणजे वाचकांशी संपादकाने केलेला पाच दहा मिनिटांचा संवाद असतो. असे काकासाहेब खाडिलकर म्हणत. त्यामुळे अग्रलेखाला एक आकृतीबंध हवा असतो. तळवलकरांच्या अग्रलेखात तो आढळताना दिसत असे. आकर्षक वा स्फोटक मथळा, थेट प्रारंभ, सुस्पष्ट शेवट आणि त्यात उपहासगर्भता असा त्यांच्या अग्रलेखांचा थाट असे उदारमतवादी व 'लीडर' या अलाहाबादच्या पत्राचे संपादक वाय. सी. चिंतामणी यांच्या जन्मशताब्दीप्रसंगी तळवलकरांनी अग्रलेखात जे उद्गार काढले होते. ते खुद्द तळवलकरांनाही बहुतांश लागू पडतात. ते उद्गार असे. 'चिंतामणी यांचा काळ व आजचा काळ यात साहजिकच फरक आहे. पण वृत्तपत्रीय नीती, कार्य व समता यांचे निकर्ष बदलण्याची गरज नाही. अभ्यास, मेहनत, स्वमतावरील श्रद्धा आणि आपली मते डौलदार भाषेत मांडण्याची हातोटी हे चिंतामणींचे गुण तेव्हाही आवश्यक होते व आजही आहेत. पैसा, अधिकार, प्रशंसा व

टीका यांपैकी कशालाही चिंतामणी बधणारे नव्हते. लोकप्रिय राजकारणाचा पाठपुरावा न करताही चिंतामणी हे लोकप्रिय संपादक होते.

अशा प्रकारे गोविंदराव तळवलकर हे सर्वमान्य पत्रकार आणि संपादक म्हणून ओळखले जातात. पण ही झाली त्यांची एक ओळख. त्यांच्यामध्ये एक इतिहास संशोधक आणि इतिहासकारही दडलेला होता. ही त्यांनी दुसरी ओळख, 'नवरोजी ते नेहरू' हा इतिहासावरील त्यांचा महत्त्वाचा ग्रंथ १९६९ मध्ये प्रकाशित झाला. तर याच ग्रंथाची दुसरी आवृत्ती १९८० मध्ये प्रकाशित झाली. दुसऱ्या आवृत्तीत त्यांनी मधल्या १०/११ वर्षांत विषयाच्या अंगाने जी भर पडली त्याचा उपयोग करून इतिहास तसा रचला. याबाबतीत ते रियासतकार सरदेसाईंचे वारसदार शोभतात. रियासतकारांच्या मराठी रियासतींना त्यांच्याच हयातीत दोन-दोन आवृत्त्यांचे भाग्य लाभले होते. तेव्हा त्यांनी दोन आवृत्त्यांमधल्या काळात जी साधने हाती आली त्यांचा साक्षेपाने उपयोग करून घेऊन दुसऱ्या आवृत्तीमध्ये आवश्यक ती भर टाकली.

भारताच्या स्वातंत्र्य चळवळीवरील पुष्कळशा लेखनात भावनात्मकता पुष्कळ आढळते. परंतु तळवलकरांनी ब्रिटिश राज्य स्थापनेने एक नवे युग कसे सुरू झाले व त्यातून भारतीय समाजाचे राजकीय, सामाजिक, आर्थिक परिवर्तन कसे घडून आले. याचा तौलनिक आढावा घेतला. त्याचबरोबर स्वातंत्र्योत्तर काळात आपण अपेक्षित प्रगती करू शकलो नाही, ही मांडणी त्यांनी कुणाचीही भीडभाड न ठेवता केली. भारतीय स्वातंत्र्याच्या संदर्भात तळवलकरांचा आणखी एक महत्त्वाचा ग्रंथ म्हणजे 'सत्तांतर'. या त्रिखंडी ग्रंथात तळवलकरांनी देशाच्या स्वातंत्र्याच्या दिशेने घटनात्मक बाजूने काय-काय व कसे प्रयत्न झाले याचे विवेचन केले.

याशिवाय त्यांचे महत्त्वाचे ऐतिहासिक लेखन म्हणजे 'सोविएत साम्राज्याचा उदय आणि अस्त' हा चार खंडी ग्रंथ. प्राचीन काळापासून ते १९९६ पर्यंतचा रशियाचा राजकीय इतिहास या ग्रंथात त्यांनी ग्रंथीत केला आहे. या इतिहासाचा अभ्यास चालू असतानाच त्यांना भारताच्या परराष्ट्र धोरणाबद्दल अभ्यास करावासा वाटला आणि त्यातूनच त्यांचा 'भारत आणि जग' हा ग्रंथ साकारला. अनेक इंग्रजी जुन्या-नव्या साधनांचा अतिशय सार्थपणे अभ्यास करून नेहरूंनी आखून दिलेल्या परराष्ट्रीय धोरणानुसारच नंतरच्या सर्व पंतप्रधानांनी ते धोरण कसे अंमलात आणले हे त्यांनी सप्रमाण दाखवून दिले. यशवंतराव चव्हाणांच्या जन्मशताब्दीनिमित्त त्यांनी यशवंतरावांचे चरित्र प्रकाशित केले. यशवंतरावांची अलीकडच्या काळात काही मराठी लहान-मोठी चरित्रे प्रकाशित झाली आहेत. तथापि मराठीतील हे सर्वात मोठे आणि विश्वसनीय चरित्र म्हणावयास हवे.

लोकमान्यांवर त्यांनी त्यांच्या जन्मशताब्दी निमित्त १९५६ मध्ये एक छोटेखानी चरित्र प्रकाशित केले होते. न्यायमूर्ती रानडे यांच्यावर 'विराटज्ञानी न्यायमूर्ती रानडे' नावाने

तर ‘नेक नामदार गोखले’ हे नामदार गोखल्यांवरील चरित्र त्यांना प्रकाशित केले.

महाराष्ट्र टाईम्समधून त्यांनी जी नवनवी सदरे सुरू केली होती. त्यातून त्यांची काही पुस्तके तयार झाली. अग्निकांड, पुष्पांजली, वाचता-वाचता, इराक दहन, बदलता युरोप इत्यादी पुस्तके म्हणजे देखील इतिहास विषयक लेखनच होते. म्हणूनच ते केवळ पत्रकार न ठरता इतिहासकार किंवा इतिहासाचे भाष्यकारही ठरतात!* तळवळकरांनी त्यांच्या उभ्या आयुष्यात एकंदर ४३ पुस्तके लिहिली. तर त्यांच्यावर अलीकडेच ‘ज्ञानमूर्ती गोविंदराव तळवळकर’ हे पुस्तक प्रकाशित झाले असून त्याप्रसंगी पत्रकार आणि इतिहासकार यापेक्षाही त्यांचे अनेक पैलू प्रकाशात आले आहेत. (पहा- ‘ज्ञानमूर्ती गोविंद तळवळकर, लेखिका आणि संपादिका - डॉ. निरुपमा आणि सुषमा गोविंद तळवळकर, साधना प्रकाशन, पुणे २०१०.)

पूर्वप्रसिद्धी :
वार्षिकांक ‘सहकार’ गोगटे जोगळेकर महाविद्यालय, रत्नागिरी, २०१६-१७.

---

* कै. गोविंदराव तळवलकरांनी त्यांच्या उभ्या आयुष्यात इंग्रजी आणि मराठी मिळून एकंदर ४३ पुस्तके लिहिली. त्यांच्यावर त्यांच्या कन्या डॉ. निरुपमा आणि सुषमा गोविंद तळवलकर यांनी त्यांच्या प्रथम स्मृतीदिनी ‘ज्ञानमूर्ती गोविंद तळवलकर’ हा ग्रंथ प्रकाशित केला आहे. तो वाचल्यानंतर लेखक, पत्रकार, इतिहासकार यापलीकडच्या गोविंद तळवलकरांची ओळख होते. जिज्ञासूंनी तो ग्रंथ जरूर वाचावा!

पाहा : ज्ञानमूर्ती गोविंद तळवलकर लेखित आणि संपादिका डॉ. निरुपमा आणि सुषमा गोविंद तळवलकर, साधना प्रकाशन, पुणे, २०१८.

लेखक परिचय

संपूर्ण नाव - **डॉ. रमेश हरिभाऊ कांबळे**

जन्म तारीख - २० एप्रिल १९६१

जन्मस्थळ - अहमदनगर

शिक्षण - एम. ए., एम. फील.,(इतिहास), पीएच. डी.

व्यवसाय - नोकरी; गेली ३५ वर्षे रत्नागिरीच्या गोगटे जोगळेकर महाविद्यालयात इतिहास विषयाचे प्राध्यापक

लेखन -

- यशवंतराव चव्हाण महाराष्ट्र मुक्त विद्यापीठ, नाशिक यांच्या बी. ए.च्या अभ्यासक्रमाची तीन पुस्तके प्रकाशित.
- एस. एन. डी. टी. विद्यापीठाच्या अभ्यासक्रमावर आधारित दोन पुस्तके प्रकाशित
- स्वातंत्र्यवीर सावरकरांचे रत्नागिरीतील सामाजिक कार्य, डायमंड पब्लिकेशन, पुणे, २०१६.
- मराठ्यांच्या इतिहासातील चिमाजीआप्पांचे योगदान' हा पुणे विद्यापीठाला सादर केलेला पीएच. डीचा प्रबंध, डायमंड पब्लिकेशन, पुणे, २०१६.

प्रकाशित शोधनिबंध -

- प्राचीन, मध्ययुगीन आणि अर्वाचीन कालखंडावर विशेषतः कोकणच्या संदर्भात वेगवेगळ्या इतिहास परिषदा, चर्चासत्रे तसेच इतिहास आणि संस्कृति' (मुंबई) आणि संशोधक' (धुळे) ह्या इतिहास संशोधनाला वाहिलेल्या त्रैमासिकांमधून मिळून सुमारे ४० शोधनिबंध प्रकाशित
- आकाशवाणी रत्नागिरी केंद्रासाठी चिंतन' या सदरासाठी सुमारे २५ चिंतनिकांचे लेखन तसेच विविध विषयांवर भाषणे व मुलाखतींचे कार्यक्रम
- तरुण, भारत, सकाळ, रत्नागिरी टाईम्स, इत्यादी वृत्तपत्रांमधून प्रासंगिक लेखन
- मराठी विश्वचरित्रकोश, मराठी विश्वकोश, साप्ताहिक विवेक चरित्र कोश या कोशांमध्ये विविध घटना आणि व्यक्तींवर ४० पेक्षा जास्त नोंदींचे लेखन

पुरस्कार -

- मराठ्यांच्या इतिहासात चिमाजीआप्पांचे योगदान' या ग्रंथास कोकण इतिहास परिषदेचा उत्कृष्ट संशोधनात्मक ग्रंथ' पुरस्कार २०१६-१७
- २०१६-१७ सालचा ग्रंथोत्तेजक सभा, पुणे यांच्याकडून ल. ना. जोशी पुरस्कार' प्राप्त
- २०१७-१८ या वर्षीचा इतिहास शिक्षक महामंडळाचा इतिहास अध्यापनातील विशेष योगदानाबद्दल गुरुवर्य म. कृ. केरुळकर' पुरस्कार प्राप्त
- स्मिता प्रकाशन, गुहागर, रत्नागिरी यांच्यातर्फे इतिहास लेखनासाठी दिला जाणारा सम्राट अशोक प्रियदर्शी पुरस्कार' २०१५

विशेष मानसन्मान : पदे -

- आजीव सभासद: रत्नागिरी एज्युकेशन सोसायटी, रत्नागिरी
- आजीव सभासद: अखिल महाराष्ट्र इतिहास परिषद
- आजीव सभासद: शिवाजी विद्यापीठ इतिहास प्राध्यापक परिषद
- कार्यकारिणी सभासद: अखिल महाराष्ट्र इतिहास परिषद २००७ ते २०१०
- महाराष्ट्र राज्य माध्यमिक व उच्च माध्यमिक शिक्षण प्रसारक मंडळाचे सदस्य: २००३-२००८ आणि २००८-१३
- मुंबई विद्यापीठ इतिहास अभ्यास मंडळाचे सदस्य: (कुलगुरू नियुक्त) २००४-०५ आणि २००५-०६
- शिवाजी विद्यापीठ इतिहास प्राध्यापक परिषदेच्या फेब्रुवारी २००९च्या कुरुंदवाड अधिवेशनात मध्ययुगीन सत्राचा अध्यक्ष
- २००६ ते २००९ या काळात रत्नागिरीच्या गोगटे जोगळेकर महाविद्यालयात कला शाखेचे उपप्राचार्य
- जिल्हाधिकारी, रत्नागिरी नियुक्त रत्नागिरी जिल्हा केबल नियंत्रण कक्षाचे सदस्य
- सदस्य इतिहास संकलन समिती, रत्नागिरी जिल्हा
- १९ मार्च २०१६ ते २० ऑक्टोबर २०१६ या काळात गोगटे - जोगळेकर वरिष्ठ महाविद्यालय आणि अभ्यंकर - कुलकर्णी कनिष्ठ महाविद्यालयाचे प्रभारी प्राचार्य
- कोकण इतिहास परिषदेच्या वैभववाडी जि. सिंधुदुर्ग येथे दि. २८ आणि २९ जानेवारी २०१७ रोजी झालेल्या सातव्या राष्ट्रीय अधिवेशनामध्ये मध्ययुगीन विभागाचे अध्यक्ष.

* 9 7 8 9 3 8 6 4 0 1 5 9 5 *
FCW - #0212 - 061026 - C48 - 216/140/21 - PB - 9789386401595 - Gloss Lamination